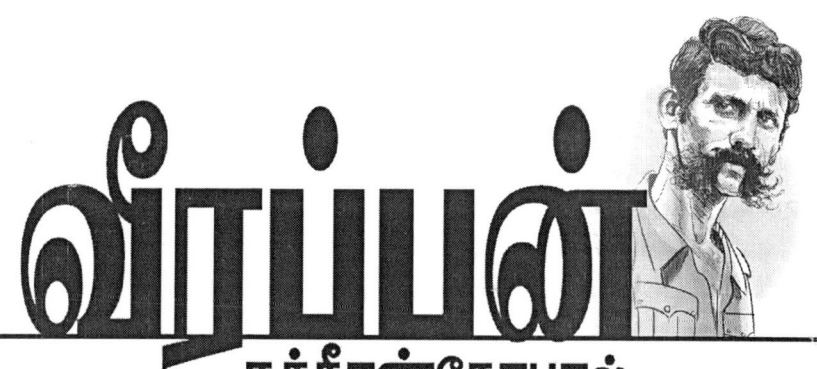

வீரப்பன்

நக்கீரன்கோபால்

நக்கீரன்
வெளியீடு

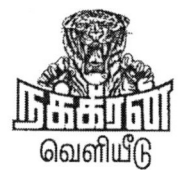

வீரப்பன்

நக்கீரன் கோபால்

© பதிப்பகத்தாருக்கே

பதிப்பு 2024
பக்கங்கள் 456
நூலின் அளவு (14X21.5) டெமி
விலை ரூ.450/-

வெளியீடு
நக்கீரன் பப்ளிகேஷன்ஸ்
105, ஜானி ஜான்கான் சாலை
இராயப்பேட்டை
சென்னை 14
செல்: 044- 2688 1700

நூல் வடிவமைப்பு
துரை.கணேசன்

உள் ஓவியங்கள்
ஓவியர் ஸ்யாம்

கட்டமைப்பு
சாருபிரபா பிரிண்டர்ஸ் லிட்.,
சென்னை 14

அச்சாக்கம்
என் பிரிண்டர்ஸ்
சென்னை 14

VEERAPPAN

Nakkheeran Gopal

© Publisher Only

Edition 2024
Pages 456
Book Size (14X21.5) Demy
Price Rs.450/-

Published by
Nakkheeran Publications
105, Jani JahanKhan Road
Royapettah, Chennai 14
Ph 044- 2688 1700

Inner Designed by
Durai.Ganesan

Illustrations
Shyam

Binding by
Saaruprabha Printers Ltd.,
Chennai 14

Printed at
N Printers
Chennai 14

ISBN 978-81-970283-1-1

சமர்ப்பணம்

வீரப்பன் தேடுதல் வேட்டையின்போது இருமாநில அதிரடிப்படையினரால் கொடூரமாக கொல்லப்பட்ட அப்பாவி மலைவாழ்மக்கள், மேலும் அதிரடிப்படையினரால் பாலியல் கொடுமைகளுக்கு ஆளான மலைஜாதி பெண்கள், பயங்கரமான சித்ரவதைகளுக்குள்ளான அப்பாவி காட்டுவாசிகளுக்கும் இந்நூல் சமர்ப்பணம்.

'நக்கீரனிசம்'

-வி.ஆர்.கிருஷ்ணய்யர்
சுப்ரீம் கோர்ட் நீதியரசர்

'பத்திரிகைச் சுதந்திரம்' என்பது விலை மதிக்க முடியாத அளவுக்கு மிக மிக அரியது; அருமையானது.

இந்திய அரசமைப்புச் சட்டமே இந்த உரிமையை அளித்துள்ளது என்னும் போது இது எவ்வளவு முக்கியமானது என்பது விளங்கும். பத்திரிகைச் சுதந்திரம் இல்லாத சமுதாயம், சுதந்திரமே இல்லாத அடிமைச் சமுதாயம் ஆகும். பத்திரிகைச் சுதந்திரமும் கருத்து வெளியிடும் சுதந்திரமும் அடிப்படையான அம்சங்களாகும்.

அதே நேரத்தில் பத்திரிகை, தொலைக்காட்சி

முக்கியமானது.''

அரசு நிர்வாகத்தில் அதிகாரத்துவம், அமைச்சர்களும் மற்ற ஆட்சியாளர்களும் அதிகாரத்தைத் தவறாக பயன்படுத்துவது, குட்டி தேவதைகளின் விஷமங்கள் ஆகியவற்றைக் கட்டுப்படுத்துவது யாரால் முடியும். அச்சமற்ற, வேண்டியவருக்கு சலுகைகாட்டாத, விருப்பு-வெறுப்பற்ற, துணிச்சலான புலனாய்வுச் செய்தியாளர்களும் பத்திரிகைகளும்தான் கட்டுப்படுத்த முடியும்.

ஆனால் பல பத்திரிகைகள் மக்களுக்கான காவல்காரனாக இருப்பதற்குப் பதிலாக, அதிகாரத்தில் உள்ளவர்களின் செல்ல நாய்க்குட்டிகளாக இருப்பது வருந்தத்தக்கது.

புகழ்பெற்ற அமெரிக்க பத்திரிகையாளரான ஜாக் ஆன்டர்சன் இது பற்றி அழகாக கூறுகிறார்:

''தாங்கள் மக்களுக்குச் சேவை செய்யக் கடமைப்பட்டவர்கள் என்பதை ஆட்சியாளர்கள் அடிக்கடி மறந்து விடுகிறார்கள். அதுபோலவே பத்திரிகைகளும் மறந்துவிடுகின்றன. வாஷிங்டன் நகர பத்திரிகையாளர்களில் பலர் பெரிய மனிதர்களைக் கண்டனம் செய்வதற்குப் பதிலாக ஒத்தூதுகிறார்கள்; அதிகாரிகளை அம்பலப் படுத்துவதற்கு பதிலாகப் புகழ் பாடுகிறார்கள்.

''அதிகாரத்தில் உள்ளவர்கள் செய்யும் துரோகங்களைத் துப்பறிந்து எழுதுவதைவிட, அவர்களை இந்திரன், சந்திரன் என்று பாராட்டி எழுதுவது அந்தப் பத்திரிகையாளர்களுக்கு சுகமாகத்தான் இருக்கிறது.

''பதவியில் இருப்பவர்கள் பொதுவாக விரும்பத்தக்கவர்களாகவே இருக்கிறார்கள். அதனால்தான் இவர்கள் தேர்ந்தெடுக்கப்படுகிறார்கள். இவர்களுடைய தனிப்பட்ட கவர்ச்சியில் பல பத்திரிகையாளர்கள் மயங்கி விடுகிறார்கள். பதவியின் சக்திக்கு முன்னால் பயபக்தியுடன் கைகட்டி நிற்கிறார்கள். பதவியில் உள்ளவர்களை விமர்சிப்பதற்கு பதிலாக அவர்களைப் பாராட்டி பிரபலப்படுத்துகிறார்கள்.''

நான் அழுத்தமாகச் சொல்லவிரும்புவது இதுதான்.

ஊழலுக்கு சவால் விடுகிற ரவுடித்தனத்திற்கு சவால் விடுகிற, அதிகாரத்தைத் தவறாக பயன்படுத்துவதற்கு சவால் விடுகிற, உண்மையைக் கண்டுபிடிப்பதையும், அதை மக்களுக்கு தெரியப்படுத்துவதையும் புனிதக் கடமையாகக் கொள்கிற பத்திரிகைகளே நமக்குத் தேவை! அத்தகைய பத்திரிகைதான் நமது 'நக்கீரன்'. பத்திரிகைத் தொழிலின் மகத்துவத்திற்கு உண்மையாக இருந்துகொண்டு, துணிச்சலான பத்திரிகையாளராகச் செயல்படுவது ஆபத்தானது. உண்மை என்பது புயல் மாதிரி எதையும் புரட்டிப்போடும் வல்லமை மிக்கது. ஆனால் பைபிள் கூறுவதுபோல "உண்மையை நீ அறிந்துகொள். உண்மை உன்னை விடுதலை செய்யும்." சுதந்திரமான சமுதாயத்திற்கும் துணிச்சலான பத்திரிகைக்கும் பிரிக்க முடியாத இணைப்பு உள்ளது என்பது இதன் மூலம் தெளிவாகிறது.

-வி.ஆர்.கிருஷ்ணய்யர்
'சத்கமயா'
மகாத்மா காந்தி ரோடு,
எர்ணாகுளம்,
கேரளா,

(1-4-1997)
கேரளா

பதிப்புரை!

செய்திச் சாதனைகள்!

தமிழ்ப் பத்திரிகை உலகில் எந்தப் பத்திரிகையும் சொல்லத் துணியாத, எழுத முடியாத செய்திகளை வெளி உலகிற்குச் சொல்வது தான் நக்கீரனின் பாணி. நக்கீரன் ஆரம்பித்ததிலிருந்து இன்று வரையிலும் அந்த பாணியிலிருந்து விலகாமல் வீறு நடை போட்டு வருகிறது. நக்கீரனின் எழுச்சிக்கும் வெற்றிக்கும் முழுக் காரணமும் முதல் காரணமும் வாசகப் பெருமக்களாகிய நீங்கள் தான்.

புலனாய்விலும் சரி, புதிய செய்திகளை முதலில் தருவதிலும் சரி, நக்கீரன் என்றுமே தனது தனித்துவத்தை தொடர்ந்து நிரூபித்து வருகிறது. ஆசிரமம் என்ற பெயரில் களியாட்ட மையம் நடத்திய சாமியார் பிரேமானந்தாவின் ஆட்டத்தை அம்பலப்படுத்தியது. எம்.ஜி.ஆர். ஆட்சிக் காலத்து அமைச்சர்கள் சிலர், எம்.எல்.ஏ.க்கள் பலர் ஆட்டோ சங்கரின் கவனிப்பில் கட்டுண்டு கிடந்ததை ஆட்டோ சங்கரின் மரண வாக்குமூலம் தொடரின் மூலம் அம்பலப்படுத்தியது. அந்தத் தொடரை நிறுத்துவதற்காக ஆளும் வர்க்கமும் அதிகார வர்க்கமும் போட்ட முட்டுக்கட்டைகளை உச்சநீதிமன்றம் வரை சென்று தகர்த்தெறிந்தது.

இப்போதைய ஹைடெக் சாமியார் ஜக்கியையும் அவரது ஆசிரமத்து மர்மங்களையும் அப்போதே வெளிச்சம் போட்டுக் காட்டியது, நித்யானந்தா விவகாரம், சங்கர்ராமன் கொலையில் காஞ்சி சங்கராச்சாரியார்களின் தொடர்பு, போலீஸ் டிபார்ட்மெண்ட்டையே கிடுகிடுக்க வைத்த சிவகாசி ஜெயலட்சுமி, ஆட்சி மேலிட சகோதரியின் சடுகுடு ஆட்டத்தால் நொந்து நொம்பலமான ஜனனி என்கிற ஷெரீனா முத்திரைத்தாள் மோசடி டி.ஐ.ஜி. முகம்மது அலி இப்போது வரை மாளிகையை நடுங்க வைத்துக் கொண்டிருக்கும் நிர்மலாதேவி என நக்கீரனின் செய்திச் சாதனைகளை பட்டியலிட்டுக் கொண்டே போகலாம். அந்தப் பட்டியலில் பெரிய சாதனை தான் சந்தன வீரப்பனை இந்த சமூகத்திற்கு அடையாளம் காட்டியது. அப்போது பத்திரிகைகள், வீரப்பனை 'மாயாவி' வீரப்பன் என்று தான் எழுதும். ஏன்னா திடீர் திடீர்னு காட்டைவிட்டு வெளியே வருவான். ஃபாரஸ்ட் ஆபீசர்களை போட்டுத் தள்ளிட்டுப்

போயிருவான்.

சபாரி டிரெஸ் போட்டு, கையைக் கட்டிக்கிட்டு நிக்கும் ஒருத்தனோட ஃபோட்டோவைக் காண்பிச்சு இவன் தான் வீரப்பன்னு போலீஸ் டிபார்ட்மெண்ட் சொல்லிக்கிட்டிருந்துச்சு. நமக்கோ பெருத்த சந்தேகம். என்னடா இம்புட்டு வருஷமா ஒருத்தன் ஒரே மாதியாவா இருப்பான். வீரப்பன்னு ஒருத்தன் இருக்கானா, இல்லே அவன் பேர்ல வேற குரூப் ஆட்டம் போடுதான்னு.

சத்தியமங்கலம் ஏரியா காட்டுக்குள்ள என்னதான் நடக்குது? எப்பாடுபட்டாவது வீரப்பனை பார்த்தே தீருவது என்ற லட்சிய வெறியுடன் நக்கீரன் களம் இறங்கியது. இவன் தான் வீரப்பன்னு ஃபோட்டோ ஆதாரத்துடன் 1993--ல் நக்கீரன் அம்பலப்படுத்தியதும், அப்போதைய ஜெயலலிதா அரசாங்கம் ஆட்டம் கண்டது. நக்கீரன் எடுத்த வீரப்பன் பேட்டியால் ஜெயலலிதா ஆட்சியே முடிவுக்கு வந்தது.

அதன் பின் வீரப்பன் நடத்திய ஆள் கடத்தல்கள், வீரப்பனுடன் நக்கீரன் நடத்திய பேச்சுவார்தைகள், பேட்டிகள், காட்டில் நாம் இருந்த போது வீரப்பன் சொன்ன சுவாரஸ்யக் கதைகள், சம்பங்கள் சிலவற்றைத் தொகுத்து ஒரே நூலாக வெளியிடுகிறோம். காடு எப்படி ஒரு தனி நபருக்கு மட்டும் சொந்தமில்லையோ அது போலத் தான் வீரப்பனும் என்பதை நினைவில் நிறுத்தி இந்த நூலை வெளியிடுகிறோம்.

-என்றென்றும் உங்கள்

நக்கீரன் கோபால்

தொடங்கியது நக்கீரன் வேட்டை!

1

நக்கீரன் சந்திக்கும் ஒவ்வொரு சவாலும் சாதனையாக முடிவடைகிறதென்றால் அதற்குப் பின்னணியாக இருப்பவர்கள் நக்கீரன் தம்பிகள். அப்படிப்பட்ட இன்னொரு மகத்தான சாதனை தான்...

வீரப்பன்!

கடந்த 1988-லிருந்தே காவல்துறைக்கும் கர்நாடக, தமிழக அரசுகளுக்கும் சிம்ம சொப்பனமாக திகழ்ந்து கொண்டிருப்பவன் சந்தன வீரப்பன். அவன் சம்பந்தப்பட்ட செய்திகள் பத்திரிகைகளின் தலைப்பில் இடம் பெற தொடங்கியது... இந்த 8 வருட காலத்தில்தான். யார் இந்த வீரப்பன் என்று ஒருவரை யொருவர் ஆச்சரியத்துடன் கேள்வி கேட்டுக் கொண்டிருந்த வேளையில், 1991-ம் வருடத்தில் கர்நாடக மாநில டி.எப்.ஓ. சீனிவாசன் என்பவரை வீரப்பன் கொடூரமாக கொலைசெய்து, தலையை அறுத்து எடுத்துக்கொண்டு முண்டத்தை மட்டும் விட்டுச் சென்றான்.

இந்த செய்தியை நாம் வெளியிட நேர்ந்தபோது, போலீஸ் கொடுத்த வீரப்பன் படம் மட்டும்தான் நம் வசமிருந்தது. நம்மிடம் மட்டுமல்ல; அனைத்து பத்திரிகைகளுக்கும் அந்த படத்தை விட்டால் வேறு கதியில்லை என்ற நிலைமைதான் அப்போது இருந்தது. கைகட்டிய நிலையில் வீரப்பன் நிற்பது போன்ற கருப்பு-வெள்ளைப்படம் அது. இவன்தான், இந்தக் கொடூரமான கொலையைச் செய்தவன் என்று சொல்லி எல்லா பத்திரிகை களுக்கும் படங்களை விநியோகம் செய்தது காவல்துறை.

வீரப்பன் சம்பந்தப்பட்ட செய்திகள் வெளியாகும் போதெல்லாம் கோவை, ஈரோடு, சேலம், தர்மபுரி ஆகிய மாவட்டங்களில் நமது இதழின் விற்பனை கணிசமான அளவு உயர்வது வாடிக்கையாகிவிட்டது. ஆனால் ஒவ்வொரு செய்தியின்போதும் திரும்பத் திரும்ப அந்த கருப்பு-வெள்ளைப் படத்தையே வெளியிடவேண்டியிருந்தது. இது சலிப்பாக மட்டுமல்ல; நமக்கு ஒரு சவாலாகவும் அமைத்தது.

டி.எப்.ஓ.வை தொடர்ந்து வீரப்பன், பல அதிகாரிகளையும், காவல்துறையினரையும், தன்னைக்காட்டிக்கொடுக்க முயன்ற இன்ஃபார்மர்களையும் கொடூரமாக கொலை செய்து கொண்டேயிருந்தான். இந்தக் கொலைகளின் பின்னணியிலேயே புலனாய்வு செய்து, புதுப்புதுத் தகவல்களை நாம் வெளியிட்ட போதும் வீரப்பனின் புதிய படத்தை வெளியிட இயலாத சூழ்நிலை இருந்தது. என்னால் இதை ஜீரணிக்க முடியவில்லை. ஏனெனில் நான் பத்திரிகை ஆசிரியர் மட்டுமல்ல; லே-அவுட் ஆர்ட்டிஸ்டும் கூட.

ஒரு பத்திரிகைக்கு புதுப்புது செய்திகள் எவ்வளவு முக்கியமோ, அதே அளவுக்கு புதுப்புது போட்டோக்களும் அவசியம் என்பதை நான் அனுபவப்பூர்வமாக உணர்ந்தவன். ஒவ்வொரு இதழிலும் அட்டைப்படத்தில் வித்தியாசத்தைக் காட்டவேண்டும். அது வாசகர்களைக் கவரவேண்டும் என்பதற்காக அட்டைப்படத்தை வடிவமைக்கும் போது மிகுந்த சிரத்தை எடுத்துக்கொள்வேன். பெருமைக்காக சொல்லவில்லை, அனுபவப் பூர்வமான உண்மையைச் சொல்கிறேன். தமிழகத்தைப் பொறுத்தவரையில் ஒவ்வொரு இதழின் அட்டைப் படத்திலும் புதுமைகளைப் புகுத்தி, விதவிதமான படங்களைப் பயன்படுத்தி வாசகர்களின் மதிப்பை பெற்றது நக்கீரன் இதழ்தான். அந்த வகையில் வீரப்பனையும் அட்டையில் கொண்டு வருவதற்கு புதுப்புது படங்கள் அவசியப்பட்டன. அத்துடன் உள்ளுக்குள் எனக்கொரு சந்தேகமும் இருந்தது. வீரப்பன் என்றொருவன் நிஜமாகவே இருக்கின்றானா? -அல்லது அவனது பெயரைப் பயன்படுத்தி காவல்துறையினர் கண்ணாமூச்சி ஆட்டம் ஆடுகிறார்களா என்ற சந்தேகம்தான் அது.

89-ம் ஆண்டிலேயே வீரப்பன் பற்றிய செய்தி ஒன்று என் காதுகளுக்கு எட்டியது. அப்போது கோவை நிருபராக பணியாற்றிய இன்பதுரை என்பவர்தான் அந்தத் தகவலை தெரிவித்தார். காட்டுப்பகுதியில் உள்ள ஒரு கிராமத்திற்கு வீரப்பன் வருவதாகவும், அங்குள்ள ஒரு வக்கீலை சந்திப்பதாகவும் தகவல் கிடைத்தது. வீரப்பன் விவகாரம் பெரிதாகி, பத்திரிகை

போலீஸ் கையிலிருந்த ஒரே படம் (1980)

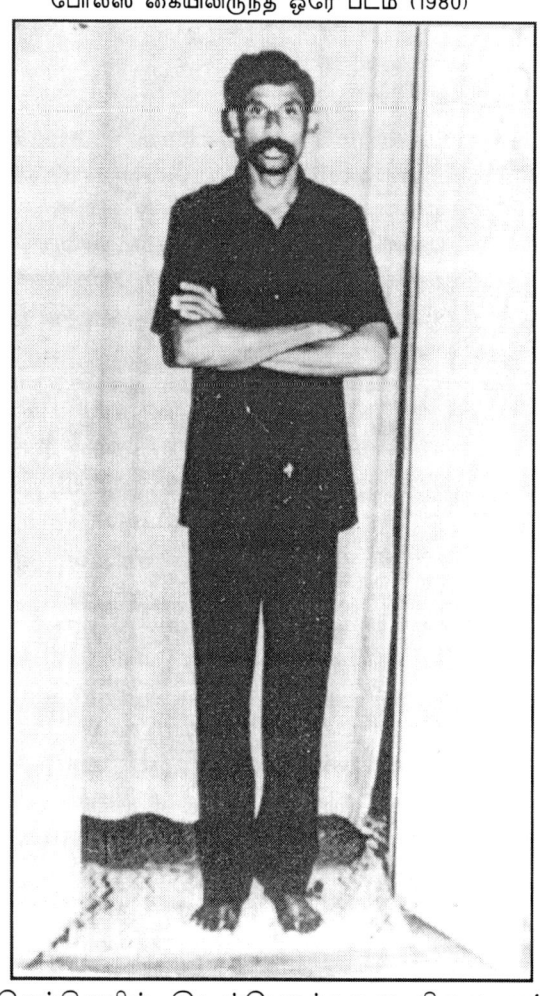

தலைப்புச்செய்திகளில் இடம்பெறக்கூடிய நிலை வந்தபிறகு, அவன் யார்? இப்போது எப்படி இருக்கிறான்? என்பதை யெல்லாம் போட்டோ ஆதாரத்துடன் வெளியிடவேண்டும் என்ற லட்சியம் என்னுள் உறுதியாக உருவானது. வீரப்பன் விவகாரம் என்பது அரசுக்கும், காவல்துறைக்கும் மட்டும் சவாலாக இல்லை. பத்திரிகையுலகுக்கும் மிகப்பெரும் சவாலாக இருந்தது. அந்த சேலஞ்சை நாம் கையிலெடுத்துக்கொண்டு சாதித்துக்காட்ட வேண்டும் என்பதில் நான் தீவிரமானேன்.

வீரப்பன் சுற்றிஅலையும் காடுகளை உள்ளடக்கிய மாவட்டங்களைச் சேர்ந்த நிருபர்களான சிவசுப்ரமணியம், ஜீவா தங்கவேல், மகரன், ஜெயப்பிரகாஷ், அப்போது நிருபராக இருந்த

சன் ஆகிய எல்லோரிடமும் இந்த சேலஞ்ச் பற்றி தெரிவித்தேன். வீரப்பன் என்றொருவன் இருக்கிறானா? அவனைப் பார்க்க முடியுமா? அரசும் போலீசும் பொய் சொல்கிறதா? வீரப்பன் பெயரில் அரசியல்வாதிகள் அக்கிரமம் செய்கிறார்களா?- என்பதை நக்கீரன் மூலம் வெட்டவெளிச்சமாக்க வேண்டும் என்பதை இவர்களிடம் தெரிவித்து, இந்த சேலஞ்சை கையிலெடுக்க வைத்தேன். அந்த மாவட்டங்களிலிருந்து நிருபர் வேலைகேட்டு புதிதாக யார் வந்தாலும், "வீரப்பனைப் பார்க்க முடிந்தால் பார்த்துவிட்டு வாருங்கள், பேசுகிறேன்" என்று சொல்லிவிடுவேன்.

89-91ம் ஆண்டுகளில் தி.மு.க. ஆட்சி நடைபெற்றுக் கொண்டிருந்த போது டி.ஜி.பி.யாக இருந்தவர் துரை. அந்த காலகட்டத்தில் கலாநிதிமாறன், பூமாலை என்ற வீடியோ பத்திரிகையை மாதந்தோறும் வெளியிட்டார். அதில் டி.ஜி.பி.துரை தனது படையுடன் காட்டுக்குள் சென்று 80 லட்சம் மதிப்புடைய சந்தன மரங்களைப் பிடித்ததாகவும், தேடுதல் வேட்டையை தொடர்ந்து நடத்திக்கொண்டிருப்பதாகவும் செய்திகள் காண்பிக்கப்பட்டன. அதேநேரத்தில் வீரப்பன் என்பவன் இருக்கிறானா, இல்லையா? என்பதுபற்றி ஒவ்வொரு பத்திரிகையிலும் ஒவ்வொருவிதமான செய்திகள் வெளியாகிக் கொண்டேயிருக்கும். முக்கியமாக முரசொலி, தினமணி ஆகிய ஏடுகளின் தலையங்கங்களில் வீரப்பன் என்றொருவனே கிடையாது என்பது போன்ற செய்திகள் இடம்பெறும். அதேவேளையில் தினந்தந்தி, தினமலர், தினகரன், மாலைமுரசு, மாலைமலர் ஆகிய நாளிதழ்களில் வீரப்பன் வெறியாட்டம் என்றும் வீரப்பன் ஆட்கள் மூவரை போலீஸ் சுட்டுக் கொன்றது என்றும், வீரப்பனின் நடமாட்டம் தொடர்பான செய்திகள் முக்கியத்துவம் கொடுத்து வெளியிடப்படும்.

இந்தச் செய்திகளையெல்லாம் பார்க்கும்போது, உண்மையில் என்னதான் நடக்கிறது என்பதை மக்களுக்குத் தெரிவித்தாக வேண்டும் என்ற லட்சியவெறி நமக்குள் அதிகமானது. ஒருபுறம் வீரப்பன் என்பவனே இல்லை என்றும், மறுபுறம் வீரப்பனை பிடிக்க போலீஸ் தீவிரம் என்றும்- மாறி மாறி வரும் செய்திகளில் உண்மை எது என்ற உறுத்தல் நம்மை ஆட்டிப்படைத்தது. எந்தவொரு செய்தி வெளிவந்தாலும், அதில்உண்மை என்ன என்பதை அறிந்து வெளியிடுவதில் நக்கீரன் முன்னணி வகிப்பது வழக்கம். விடுதலைப் புலிகள் அமைப்பின் தலைவரான தம்பி பிரபாகரன் உயிருடன் இருக்கிறாரா, இல்லையா? என்ற சர்ச்சை உருவானபோது உண்மையைக்

கண்டறிந்து -அட்டைப்பட கட்டுரையாக முதன்முதலில் வெளியிட்டது நக்கீரன்தான். இந்த தொடரில் இடம்பெறும் ஒவ்வொரு விஷயமும் அந்த வகையில் அறியப்பட்டதுதான். வீரப்பன் விவகாரத்திலும் நமது தேடுதலை தீவிரமாக்கினோம்.

அப்போது தமிழக அதிரடிப்படையின் எஸ்.பி.யாக இருந்த கோபாலகிருஷ்ணன் ஒரு சிறுத்தையை தன் தோளில் போட்டு போஸ் கொடுத்தபடி, "நானும் வன்னியன், வீரப்பனும் வன்னியன். அவனை 10 நாட்களுக்குள் பிடித்துவிடுவேன்'' என்று சவால்விட்டுக் கொண்டிருந்தார். அதேசமயம் 93-ம் ஆண்டு ஏப்ரல் முதல்வாரத்தில் தமிழக சட்டமன்றத்தின் கேள்வி நேரத்தின்போது வீரப்பன் பற்றிய விவாதம் எழுந்தது.

அதற்குப் பதிலளித்த அப்போதைய வனத்துறை அமைச்சர், "வீரப்பன் என்றொருவன் இப்போது இங்கு இல்லை. அவன் பம்பாய் பக்கம் ஓடிப்போய்விட்டான்'' என்றார். மந்திரி சொல்வதை ஆமோதிப்பதுபோல் மவுனமாக உட்கார்ந்திருந்தார் அப்போதைய முதல்வர் ஜெயலலிதா.

சட்டமன்றத்தில் வீரப்பன் பற்றி மந்திரி செங்கோட்டையன் பதில் சொன்ன தினத்திலிருந்து பத்து நாட்கள் கழித்து, பத்திரிகைகளில் கொட்டை எழுத்தில் தலைப்புச்செய்தி ஒன்று வெளியானது.

''வீரப்பன் வைத்த கண்ணிவெடியில் தமிழக-கர்நாடக அதிரடிப்படையைச் சேர்ந்த 22-பேர் சாவு. தமிழக அதிரடிப்படை எஸ்.பி.கோபால கிருஷ்ணன் உயிர் ஊசல்."

திடுக்கிட வைத்த அச்செய்தி வெளியான அதேவேளையில், நாம்...

2 முதல் சாதனை சந்திப்பு!

வீரப்பன் பற்றிய புதிய தகவல்களை, புகைப்பட ஆதாரத்துடன் வெளியிட்டே தீரவேண்டும் என்பதில் தீவிரமாக செயல்படத் தொடங்கினோம். மக்கள் பிரதிநிதிகளின் சபையான சட்ட மன்றத்தில், முதல்வர் முன்னிலையில், வனத் துறை அமைச்சர் செங்கோட்டையன் ஏப்ரல் 1, 1993 சட்ட மன்றத்தில் பேசும்போது, வீரப்பன் என்பவன் இங்கு இல்லை; பம்பாய்க்கு ஓடிவிட்டான் என்று நா கூசாமல் சொல்கிறார். அவர் சொல்லி முடித்த ஏழு நாட்கள் இடைவெளியில் வீரப்பன் வைத்த கண்ணிவெடியில் சிக்கி 22 போலீசார் இறந்துபோயிருக்கிறார்கள்.

அதிரடிப்படை உயரதிகாரி எஸ்.பி. கோபாலகிருஷ்ணனின் உயிர் ஊசலாடிக்கொண்டிருக்கிறது. அப்படியென்றால், தெரிந்தே, திட்டமிட்டே வனத்துறை அமைச்சர் பொய் மூட்டையை அவிழ்த்து விட்டிருக்கிறார் என்றுதானே அர்த்தம். "யாரும் நம்மை கேள்வி கேட்க மாட்டார்கள். மக்கள் எல்லோரும் மடையர்கள். நாம் எதைச் சொன்னாலும் நம்பிவிடுவார்கள்" என்ற திமிர்த்தனம்தான், ஆட்சியாளர்களை அப்படிப் பேச வைத்திருக்கிறது. ஆனால் மக்கள் எந்த காலத்திலும் முட்டாளாக இருந்ததில்லை. அவர்கள் ஒவ்வொரு அசைவையும் கூர்ந்து கவனித்துக் கொண்டுதான் இருக்கிறார்கள். வாய்ப்பு வரும்போது தங்களின் தீர்ப்பை அவர்கள் சரியாகவே சொல்லிவிடுகிறார்கள். இதற்கு கடந்த ஆட்சியின் முடிவே சரியான எடுத்துக்காட்டு.

வீரப்பன் விவகாரத்திலும் பச்சையாகப் பொய் சொன்ன ஜெயலலிதா அரசுக்கு எதிராக, நாம் தீவிரமாக களமிறங்கினோம்.

யார் இந்த வீரப்பன்? எப்படி இந்த மாதிரி ஆனான்? இவனது பின்னணி என்ன? இவ்வளவு கொடூரமான செயல்கள் செய்வதற்கு என்ன காரணம்? -என்பதை மக்களிடம் வெளிப்படுத்தியாக வேண்டும் என்பதற்காக நாம் மேற்கொண்ட கடுமையான முயற்சிக்குப் பெரும் வெற்றி கிடைத்தது.

93-ம் வருடம் ஏப்ரல் 24-ந் தேதியிட்ட நக்கீரன் இதழில் வீரப்பனின் லேட்டஸ்ட் புகைப்படம் கொண்ட அட்டையுடன் அவனைப் பற்றிய செய்திகள் வெளியிடப்பட்டன. இத்தனை காலமாக போலீஸ் விநியோகித்து வந்த கருப்பு-வெள்ளை படத்தில் உள்ள வீரப்பனுக்கும், நக்கீரன் நிருபர் சிவசுப்ரமணியம் காட்டுக்குள் பயணம் மேற்கொண்டு வீரப்பனைச் சந்தித்து எடுத்து வந்த புதிய வண்ணப்படத்தில் இடம் பெற்றிருந்த வீரப்பனுக்கும் உள்ள வித்தியாசத்தை வாசகர்கள் அறியவேண்டும் என்பதற்காக இரண்டு படங்களுமே நக்கீரன் இதழின் அட்டையில்

நக்கீரன் வெளியிட்ட வீரப்பனின் முதல் அட்டைப்படம்

வெளியிடப்பட்டன. காட்டுக்குள் நமது நிருபர் சிவசுப்ரமணியம் பயணித்து, வீரப்பனை சந்தித்தது பற்றிய செய்திகள் வெளியான அதே நேரத்தில் பத்திரிகைகளில் வீரப்பன் பற்றி அரசு வெளியிட்ட முக்கிய செய்தி ஒன்று இடம்பிடித்தது.

வீரப்பன் தலைக்கு 40 லட்சமும் அவனுடைய தம்பி அர்ஜுனனின் தலைக்கு 20 லட்சமும், வீரப்பனுக்கு உடந்தையாக இருப்பவர்களின் தலைக்கு தலா 10 லட்சமும் விதித்து அரசு அறிவிப்பு வெளியாகியிருந்தது. அதேவேளையில் இன்னொரு முக்கியமான நடவடிக்கையும் மேற்கொள்ளப்பட்டது. கர்நாடக அதிரடிப்படையைச் சேர்ந்த 2500 போலீசார், தமிழ்நாடு அதிரடிப் படையைச் சேர்ந்த 2000 போலீசார் என பெரும்படையொன்று காட்டுக்குள் புகுந்து, வீரப்பன் வேட்டையில் ஈடுபட்டது.

இதுதவிர, இந்திய ராணுவத்தின் ஒரு பிரிவான எல்லை பாதுகாப்பு படையைச் சேர்ந்த 7 பெட்டாலியன்களும் தேடுதல் வேட்டையில் தீவிரமாக இறங்கின. (ஒரு பெட்டாலியன் என்பது 135 வீரர்களைக் கொண்டது) காட்டுப்பகுதியில் வீரப்பன் எங்கு இருக்கிறான் என்பதைச் சரியாகத் தெரிந்துகொள்வதற்காக ஹெலிகாப்டர் மூலமும் தேடுதல் வேட்டை நடத்தப்பட்டது. பம்பாய்க்கு ஓடிவிட்டான் என்று எந்த அரசாங்கம் சொன்னதோ; அதே அரசாங்கமும், அதற்குத் துணையாக இன்னொரு அரசாங்கமும், போதாக்குறைக்கு ராணுவமும் சேர்ந்து ஒரு மனிதனைப் பிடிக்க போராடுவதை அறிந்தபோது வேதனை யாகவும் வேடிக்கையாகவும் இருந்தது.

காட்டுப்பகுதியில் அவர்கள் தேடுதல் வேட்டையை நடத்திக்கொண்டிருந்த அதேவேளையில், நாம் மலைப்பகுதி கிராம மக்களை நேரில் சந்தித்து வீரப்பன் தொடர்பான செய்திகளை மேலும் அதிகமாகத் திரட்டினோம்.

அதிரடிப்படையினரின் வேட்டையில்- வீரப்பனைப் பார்த்தவர்கள், வீரப்பனுடன் பழகியவர்கள், அவனுக்கு உதவி செய்தவர்கள் என்ற பெயரில் 500-க்கும் மேற்பட்ட அப்பாவி கிராம மக்கள் 'தடா' கைதிகளாக சிறையில் தவிக்கும் செய்தி நம்மை திடுக்கிடச் செய்தது. வீரப்பனைத் தேடுகிறோம் என்ற பெயரில் வயல்வெளிகளுக்குள் புகுந்து விளைநிலங்களை யெல்லாம் நாசப்படுத்திய அதிரடிப்படையினரின் செயலைக் கேட்டபோதும், பாதிக்கப்பட்ட விளைநிலங்களைப் பார்த்தபோதும் நெஞ்சம் பதைத்தது. மலைக்கிராம பகுதியில் 5 ஏக்கர் நிலம் உள்ள வர்களால்கூட விளைச்சல் செய்ய முடியாத சூழ்நிலை நிலவியது.

வீரப்பன் வந்தானா என்று கேட்டுக் கொண்டே ஒவ்வொரு வீடாக புகுந்து, அப்பாவி மக்களைத் தாக்கித் துன்புறுத்தியது

அதிரடிப்படை. மலைக்கிராம மக்களின் மீது அடக்குமுறை கட்டவிழ்த்து விடப் பட்டது. போலீஸின் அடக்குமுறைக்குப் பயந்து யாராவது வீரப்பன் பற்றி தகவல் தெரிவித்தால், வீரப்பன் அங்கு வந்து 'காட்டிக் கொடுத்தவர்களை, சுட்டுக் கொன்று, வீசியெறிந்து விட்டுச் சென்றான். இந்த இருமுனைத் தாக்குதலில் சிக்கி அலைக்கழிந்த மலைக்கிராம மக்களின் வாழ்க்கை நிலை கேள்விக்குறியானது. இன்னும் கொடுமை என்னன்னா...

எஸ்.பி. சிவசுப்ரமணியம்

எஸ்.பி. சுப்பு

டிரைவர் பாலு

வீரப்பனுக்கு உதவி செய்தவர்கள் என்று சொல்லி அப்பாவிகளான மலை கிராம பெண்களை கற்பழித்தும், அந்த மக்களை தடா கைதிகளாக சிறையில் அடைத்தும் சித்ரவதை செய்தது காவல் துறை, அந்தமான் செல்லுலார் சிறைச் சாலைக்கு இணையான சித்ரவதைகள் மாதேஸ்வரன் மலைப்பகுதியில் நடக்கிறது. 'ஒர்க்ஷாப்' என்ற பெயரைக் கேட்டாலே மலை மக்கள் நடுங்குகிறார்கள். மாதேஸ் வரன் மலையில் அதிரடிப்படையின் கட்டுப்பாட்டில் உள்ள இந்த 'ஒர்க்ஷாப்' மலைமக்களின் ஒவ்வொரு உறுப்பையும் 'ஆராய்ச்சி' செய்யும் கொலைக்கூடமாகும். வீரப்பனுக்கு உதவி செய்கிறவர்கள் என்று எந்த குடும்பத்தையாவது அதிரடிப்படை சந்தேகப்பட்டால் விசாரணை எதுவுமின்றி ஆண், பெண், சிறுவர், சிறுமி என்ற பேதமில்லாமல் 'ஒர்க்ஷாப்'புக்கு தூக்கி வந்து விடுவார்கள். தாய், தந்தை, மகன், மகள் என்ற பாகுபாடின்றி எல்லோரையும் நிர்வாணமாக்கி ஒரே இடத்தில் வைத்து தண்ணீரை பீய்ச்சி அடித்து துன்புறுத்துவார்கள். பிறகு, அந்த ஈர உடம்பின் முக்கிய உறுப்புகளில் மிளகாய் பொடியை தூவி சித்ரவதை செய்வார்கள்.

மூன்றாவது கட்டமாக, சிறைப்பட்டவர்களின் உயிர்நிலையில் எலெக்ட்ரிக் க்ளிப் மாட்டி கரண்ட் ஷாக் கொடுப்பார்கள். மூக்கு, காது, பெண்களின் மார்பகக் காம்புகளிலும் க்ளிப் போட்டு கரண்ட் ஷாக் கொடுப்பது உண்டு.

கரண்ட் பாயும் உடம்பு துடியாய் துடிக்கும். இதற்கு அடுத்த கட்டமாக உருளை ஓட்டுதல் என்ற பயங்கர சித்ரவதை நிகழும். நிர்வாணப்படுத்தப்பட்ட மலைகிராம மக்களை சாய்வான சிமெண்ட் பெஞ்ச்சில் படுக்க வைத்து, பெரிய மர உருளைகளை உடம்பின் மீது உருட்டுவார்கள். அப்போது எலும்புகள் நொறுங்கி கூழாகிவிடும். உருளை உருட்டப்பட்ட நபரால் அதன் பிறகு நிற்கவோ, நடக்கவோ, உட்காரவோ முடியாது, படுத்த படுக்கையாக கிடந்து, சில நாட்களில் சாக வேண்டியதுதான். சாப்பாடு, தண்ணீர் எல்லாம் நாயைப் போல் நக்கித்தான் குடிக்க வேண்டும்.

இந்த உருளை சித்ரவதைக்குப்பின், 'ஏரோபிளேன்' கொடூரம் அரங்கேறும். பறவையைப் போல் அந்தரத்தில் கட்டித் தொங்கவிட்டு, இரண்டு கைகளுக்கிடையிலும் தடியை நுழைத்து வைத்து அடிப்பதுதான் ஏரோபிளேன் ட்ரீட்மெண்ட். உச்சகட்ட கொடுமையின் பெயர் 'அளவெடுத்தல்! குறிப்பிட்ட கைதிகளை அதிரடிப்படையின் டெய்லர் ஒருவர் அளவெடுப்பார். அதன் பிறகு, அந்த அளவுப்படி பச்சை உடுப்பு தைக்கப்படும். அந்த பச்சை பேண்ட், சர்ட்டை கைதிக்கு மாட்டி இரவோடு இரவாக சுட்டுக்கொன்று காட்டுக்குள் வீசிவிடுவார்கள். மறுநாள் பேப்பர்களில், காட்டில் நடந்த சண்டையில் வீரப்பன் ஆட்கள் சுட்டுக்கொலை என்று செய்தி வெளியிடப்படும். மாலையில் அளவெடுக்கப்பட்டவுடனே, அந்த கைதி தனது சக கைதிகளிடம், "அண்ணே எனக்கு அளவெடுத்துட்டாங்க. நீங்க உயிரோடு வீட்டுக்குப்போனா நான் செத்துட்டேன்னு என் குடும்பத்துகிட்டே சொல்லிடுங்க" என்று அழுதுகொண்டே சொல்வார். அதிரடிப்படையின், இப்படிப்பட்ட சித்ரவதை கொடுமைகளை மலைக்கிராம மக்கள் நக்கீரனிடம் பல முறை சொல்லியிருக்கிறார்கள். வீரப்பன் தேடுதல் வேட்டை என்ற பெயரால் மலைக்கிராம மக்களை இருமாநில அரசுகளும் படுத்துகிற பாட்டை, அங்கே நடக்கின்ற கொடூரங்களை விரிவாகத் தொகுத்து, டெல்லியில் உள்ள தேசிய மனித உரிமை கமிஷனிடம் நக்கீரன் மனு செய்தது. இதுபோலவே நீதியரசர் கிருஷ்ணய்யரும் சோகோ டிரஸ்ட் சார்பில் பாட்சாவும் தேசிய மனித உரிமை கமிஷனிடம் மனு செய்தனர்.

இந்த நெருக்கடி மிகுந்த சூழ்நிலையில் தான் நக்கீரன் இதழில் வீரப்பனின் புகைப்படத்துடன் கூடிய பேட்டி வெளியானது. தம்பி சிவசுப்ரமணியம் எடுத்த அந்த பேட்டியும் படங்களும் தொடர்ச்சியாக மூன்று இதழ்களின் அட்டையையும், உள்பக்கங்களையும் அலங்கரித்தன. நக்கீரனின் சாதனையை

வீரப்பனுடனான எனது முதல் சந்திப்பு

இந்திய பத்திரிகையுலகமே பெருமை பொங்க பார்த்த வேளையில்... ஆங்கிலம் உட்பட ஆறு மொழிகளில் வெளியாகும், 'இந்தியா டுடே' மற்றும் அதன் நிருபர் சிவசுப்ரமணியம் மீது நாம் வழக்கு தொடுத்தோம். அந்த பத்திரிகை தனது இதழின் அட்டையில் வீரப்பனின் படத்தை வெளியிட்டு, நாங்கள்தான் வீரப்பனைச் சந்தித்தோம் எனத் தம்பட்டம் அடித்தது.

அதற்கு முன்பாகவே நாம் மூன்று இதழ்களாக வீரப்பன் படத்தை வெளியிட்டிருப்பதை நாடே அறிந்திருக்கும்போது, இந்த பெரிய பத்திரிகை நம்முடன் மோதிப் பார்த்தது. நாம் சளைக்கவில்லை. 'வா, சந்திக்கு' என சவாலை எதிர்கொண்டு, வீரப்பனை சந்தித்தது நாம்தான் என்பதற்கான ஆதாரங்களுடன் பிரஸ் கவுன்சிலில் புகார் செய்தோம்.

நக்கீரனின் மகத்தான சாதனையை நன்கு அறிந்த வடநாட்டு ஆங்கில ஏடுகளான 'டைம்ஸ் ஆப் இந்தியா', 'ஸ்டேட்ஸ்மென்', 'பயனீர்' ஆகிய நாளிதழ்கள் முதலில் வெளியிட்டது நக்கீரனே என்று நம்மை பெருமைப்படுத்தி தலையங்கம் தீட்டின. இந்தியா முழுவதும் நக்கீரனின் புகழ் கொடி பறந்தது. 'இந்தியா டுடே'

1994-ல் வீரப்பனால் கடத்தப்பட்ட
டி.எஸ்.பி. சிதம்பரநாதன், ஏட்டு ராஜகோபால், வாத்தியார் சேகர்

தூது அனுப்பி -நாங்கள் ஒப்புக் கொள்கிறோம். நாங்கள்தான் முதலில் சந்தித்தோம் என்று சொன்னதற்கு வருத்தம் தெரிவிக்கிறோம் என்று கூற நாம் அந்த வழக்கை வாபஸ் பெற்றோம்.

இந்த சமயத்தில்தான் தமிழக அதிரடிப்படையின் தலைவராக வால்டர் தேவாரம் பொறுப் பேற்றார். "வீரப்பனை 10 நாளில் பிடித்துவிடுவோம், 20 நாளில் பிடித்துவிடுவோம்" என நாளும், பொழுதும் அறிக்கைகளை வாரி வழங்கத் தொடங்கி னார். கர்நாடக அதிரடிப்படையும் தங்கள் இஷ்டத்திற்கு அறிக்கைகளை அள்ளித் தெளித்துக் கொண்டிருந்தது.

வீரப்பன் மனைவி முத்துலெட்சுமியை அதிரடிப்படையினர் பிடித்து, கொடூர சித்ரவதை செய்வதாகவும் தனது 3 மாத குழந்தையை விட்டுவிட்டு ஓடியதாகவும் அதிர்ச்சிச் செய்திகள் தொடர்ந்துகொண்டேயிருந்த வேளையில், 1994-ஆம் வருடம் டிசம்பர் 25-ந் தேதி மாலைப் பத்திரிகைகளில் ஒரு தலைப்புச் செய்தி வெளியானது.

தமிழ்நாடு டி.எஸ்.பி.சிதம்பரநாதன், ஏட்டு ராஜசேகர், வாத்தியார் சேகர் மூவரையும் வீரப்பன் கடத்திச் சென்றுவிட்டான்.

இரண்டாவது எதிரி நக்கீரன்!

3

டி...எஸ்.பி. உட்பட 3 அதிகாரிகளை வீரப்பன் கடத்தியபோது அது அரசுக்கும், காவல் துறைக்கும் மட்டுமன்றி நமக்கும் மிகப் பெரிய சவாலாக அமைந்தது. நம்மைப் போட்டிக்கு அழைத்த ஆங்கிலப் பத்திரிகைக்கு நாம் யார் என்பதை நிரூபித்துக் காட்டுவதுடன், வீரப்பனை முதன்முதலில் சந்தித்தது யார் என்பதை அகில இந்திய பத்திரிகைகள் அனைத்தும் உணரும் வண்ணம், நாம் செயலாற்ற வேண்டும் என்ற சூழ்நிலை ஏற்பட்டது.

வீரப்பன் எங்கிருக்கிறான், கடத்தப்பட்டவர்கள் என்ன நிலையில் இருக்கிறார்கள்? என எந்த விவரமும் தெரியாத அந்த பயங்கரமான சூழ்நிலையில், நாம் காட்டுக்குள் நுழைய ஆயத்தமானோம். நமது நிருபர்கள் வனப்பகுதியில் இரவு பகல் பாராது தகவல்களைத் திரட்டிக் கொண்டிருந்தனர். இந்த நிலையில், வீரப்பனிடமிருந்து அரசாங்கத்துக்கு எச்சரிக்கை தகவல்கள் வரத்தொடங்கின. பிணைக்கைதிகளை விடுவிக்க வேண்டுமென்றால் தனக்கு ஆயிரம் கோடி ரூபாய் தரவேண்டும் என நிபந்தனை விதித்தான். தனது தூதராக பேபி வீரப்பனை அனுப்பி அவனிடம் ஒரு ஆடியோ கேசட்டையும் அனுப்பினான் வீரப்பன்.

அதைத் தமிழக அதிரடிப்படைத் தலைவராக இருந்த தேவாரமும், கோவை மாவட்டத்தின் அப்போதைய கலெக்டர்

சி.வி.சங்கர் ஐ.ஏ.எஸ்.

சங்கரும் பெற்று, ஜெயலலிதாவுக்குப் போட்டுக் காட்டினர். ஆயிரம் கோடி ரூபாயை அதில் வலியுறுத்தியிருந்த வீரப்பன், மேலும் சில நிபந்தனைகளையும் விதித்திருந்தான். பண்ணாரி முகாமில் சிறைப்பட்டிருக்கும் தன் மனைவி முத்துலெட்சுமியின் நிலைமை என்ன என்பதை அறிய, ஒரு மாஜிஸ்திரேட் முன்னிலையில் தன் மனைவியின் வாக்குமூலத்தைப் பதிவு செய்து, தனக்கு அனுப்பி வைக்க வேண்டும் என்ற நிபந்தனையும் விதித்திருந்தான். அதன்படி வீரப்பன் மனைவியின் வாக்குமூலத்தை ஒரு மாஜிஸ்திரேட் முன்னிலையில் பதிவு செய்து, பேபி வீரப்பனிடம் கொடுத்தனுப்பியது தமிழக காவல்துறை.

டி.எஸ்.பி.யை வீரப்பன் கடத்திச் சென்ற சிறுமுகை காட்டுப் பகுதியில் அனைத்துப் பத்திரிகைகளின் நிருபர்களும் காத்திருந்த நேரம் அது. வீரப்பனிடமிருந்து இரண்டாவது முறையாக தூது வந்தது. இம்முறை தூதுவராக வந்தவன் வீரப்பனின் தம்பி அர்ஜுனன். அவனிடமும் வீரப்பன் ஒரு ஆடியோ கேசட்டை கொடுத்தனுப்பினான். அதைக் கேட்டபின், அதிகாரிகள் தங்களுக்குள் பேச்சுவார்த்தை நடத்திக் கொண்டிருந்தனர்.

பிணைக்கைதிகளின் நிலை என்ன என்பதை எப்படியாவது தெரிந்து... தகவல் அனுப்பவேண்டும் என தம்பிகளிடம் நான் தெரிவித்திருந்ததால் நிருபர்கள் சிவசுப்ரமணியம், மகரன், ஜீவா, ஜெயப்பிரகாஷ், போட்டோகிராபர் சுந்தர் ஆகியோர் வனப்பகுதியில் தீவிரமாக சுற்றி வந்தனர். ஐந்து பேரும் ஒவ்வொரு வழியில் தங்கள் புலனாய்வை தீவிரப்படுத்தி யிருந்தனர். அதேநேரத்தில் ஜெ.அரசின் போலீசாரும் நம்மைக் கண்காணிப் பதில் தீவிரமாக இருந்தனர்.

நக்கீரன் மீது ஒரு கண் வைத்துக்கொள்ளுங்கள் என அதிரடிப்படையினருக்கு மேலிடத்திலிருந்து உத்தரவு பிறப்பிக்கப்பட்டது. நாம் உள்ளே நுழைந்துவிட்டால் திரும்பி வராதபடி செய்துவிட வேண்டும் என்று போலீசார் கங்கணம் கட்டிக் கொண்டிருந்தனர். கோவையில் பத்திரிகையாளர் களுக்குப் பேட்டியளித்த தேவாரம், “எங்களுக்கு முதல் எதிரி வீரப்பன் என்றால் இரண்டாவது எதிரி நக்கீரன்தான். இதை

யாரும் எழுதிடாதீங்க" என வெளிப்படையாகவே தெரிவித்தார். அந்த பிரஸ்மீட் முடிந்ததும் எனக்குப் போன் செய்த பத்திரிகை சகோதரர்கள், தேவாரம் சொன்னதைக் குறிப்பிட்டு, உங்கள் பத்திரிகை மீதுதான் காட்டமாக இருக்கிறார் என தெரிவித்தனர்.

நான், நமது நிருபர்கள் அனைவரையும் தொடர்புகொண்டு எச்சரிக்கையாக இருக்கச் சொன்னேன். தம்பி சிவசுப்ரமணியத்துடன் இருந்த இந்தியன் எக்ஸ்பிரஸ் நிருபர் ராஜேஷ்கண்ணா என்னைத் தொடர்பு கொண்டபோது, "தம்பியை ஜாக்கிரதையாக பார்த்துக்குங்க'' என தெரிவித்தேன். என்னுடன் போனில் தொடர்பு கொண்ட நமது நிருபர்கள் அனைவரிடமும், "ரொம்ப கவனம், போலீஸ் நம் மீது கண் வைத்திருக்கிறது, ஜாக்கிரதையா இருங்க. அதிரடிப்படைகிட்டே சிக்கிடாதீங்க. ஆனா, வீரப்பனோட பேட்டியையும் கடத்தப்பட்ட 3 பேரின் நிலைமையையும் போட்டோவுடன் எடுத்தாகணும். ரொம்ப கவனம்" என்று கூறினேன்.

தேவாரத்தின் பிரஸ் மீட்டுக்குப் பிறகு நமது நிருபர்களைப் போலீஸார் அதிதீவிரமாக கண்காணிக்கத் தொடங்கினர். கடத்தப்பட்டவர்களுக்கு வீரப்பனால் ஆபத்து என்றால், காக்கிச்சட்டைகளால் நமக்கு பெரும் ஆபத்து சூழ்ந்திருந்தது. நமது நிருபர்களை 3 பிரிவாகப் பிரித்து வெவ்வேறு வழிகளில் புலனாய்வை மேற்கொள்ளச் சொன்னேன். போலீஸோ, வீரப்பன் எங்கே நடமாடுகிறான் என்பது பற்றி சிறு தகவலாவது

தேவாரம்

கிடைக்காதா என காட்டுப்பகுதியில் ரோந்து வரத்தொடங்கினர். லிங்காபுரத்திற்கும், சத்தியமங்கலத்திற்கும் இடைப்பட்ட வனப்பகுதியில்தான் வீரப்பன் இருக்கிறான் என்றொரு தகவல் வரவே, அதிரடிப்படை அந்தப் பகுதியில் தீவிர வேட்டையைத் தொடங்கியது. நவீன ரக துப்பாக்கிகளுடன் அவர்கள் சுற்றிவந்த காட்டுப்பகுதிக்குள், அந்த பயங்கரமான சூழ்நிலையில்... நமது நிருபர்களும் உயிருக்கு அஞ்சாமல் வீரப்பனைச் சந்திக்கும் முயற்சியில் ஈடுபட்டிருந்தனர்.

இதனிடையே, வீரப்பனின் இரண்டாவது தூதராக வந்த அவன் தம்பி அர்ஜுனன் காட்டுக்குத் திரும்பவில்லை. தொடை வாழை எனும் நோயால் பாதிக்கப்பட்டிருந்த அவனுடைய கால்களுக்கு சிகிச்சையளிப்பதாகக் கூறி அவனை இங்கேயே சிறை வைத்துவிட்டது தமிழக காவல்துறை. இதனால் வீரப்பன் கடும் வெறியுடன் இருக்கிறான் என்ற தகவலும் வெளியானது. அவனைப் பிடித்துவிடுவோம் என சவடால் விட்டுக்கொண்டிருந்த அதிரடிப்படை, டிசம்பர் 28-ந் தேதியன்று தனது ஆபரேஷனை ஸ்டார்ட் செய்தது.

நமது நிருபர்களிடமிருந்து போன் எதுவும் வரவில்லை. ஆபரேஷன் தொடங்கிவிட்ட இந்த சமயத்தில் தம்பிகள் காட்டுக்குள் இருந்தால் ஆபத்தாயிற்றே என்ற கவலையால் பதைபதைத்துக் கொண்டிருந்தேன். தேவாரத்தின் "இரண்டாவது எதிரி'யான நமது தம்பிகளுக்கு சின்ன அசம்பாவிதம்கூட நடந்து விடக்கூடாது என்ற யோசனையுடன் எந்த தம்பியிட மிருந்தாவது போன் வராதா என எதிர்பார்த்திருந்தேன். வீரப்பனிடமிருந்து பணயக் கைதிகளை மீட்பதில் அதிரடிப் படையினர் எந்தளவு முன்னேற்றம் அடைந்துள்ளனர் என்பது பற்றி 24 மணி நேரமும் பிரஸ்ஸுக்குத் தகவல் தர ஏற்பாடு செய்திருந்தார் கோவை மாவட்டக் கலெக்டர் சங்கர். அந்த தகவல் களை விட தம்பிகளிடமிருந்து என்ன தகவல் வரும் என்பது பற்றியே நான் யோசித்துக் கொண்டிருந்தேன்.

நிருபர் ஜெயப்பிரகாஷ்

அப்போது, நமது நிருபர் ஜெயப்பிரகாஷிடமிருந்து போன் வந்தது. "அண்ணே... கர்நாடகா டி.ஜி.பி. சங்கர்பிதாரி தலைமையில் பெரும்படை காட்டுக்குள்

புகுந்திருக்கு" என்றார். சிறிது நேரம் கழித்து போன் செய்த நிருபர் ஜீவா, "கோவை வனப்பகுதி வழியாக தமிழக அதிரடிப்படையும் ஆபரேஷனை ஸ்டார்ட் செய்து விட்டது" என்றார். இரண்டு மாநில அதிரடிப்படையினரையும் சேர்த்து மொத்தம் 25,000 பேர் உள்ளே இருப்பதை அறிந்தேன்.

இந்த பரபரப்பான நேரத்தில் டெலிபோன் மணி மீண்டும் ஒலித்தது. "ஹலோ... இந்தியன் எக்ஸ்பிரஸ் ரிப்போர்ட்டர் ராஜேஷ்கண்ணா பேசுறேன்..."

4

மூக்குடைபட்ட ஆங்கில பத்திரிகை!

"சொல்லுங்க தம்பி... சிவசுப்ரமணியம் எங்கே?..."

இந்தியன் எக்ஸ்பிரஸ் நிருபர் ராஜேஷ் கண்ணா படபடவென பேசத் தொடங்கினார். "அண்ணே... நாங்க எல்லோரும் நேற்று நைட் ஒன்றாகத்தான் படுத்திருந்தோம்; காலையில் அவர் கிளம்பிப்போயிட்டார். நீங்கள் போன் செய்தால், காட்டுக்குள் போயிட்டதா மாத்திரம் சொல்லும்படி லாட்ஜ் ரிசப்ஷனில் சொல்லிட்டுப் போயிருக்கார்?"

"நீங்க எப்ப போகப்போறீங்க?"

"வெயிட் பண்ணிக்கிட்டிருக்கோம் அண்ணே..."

"நன்றி!"

அவரிடம் பேசி முடித்து ரிசீவரை வைத்த சிறிது நேரத்தில், நிருபர் ஜீவா தங்கவேலிடமிருந்து போன் வந்தது.

"அண்ணே... வீரப்பன் இருக்கிற இடத்தை அதிரடிப்படை லொகேட் பண்ணிட்டதா சொல்றாங்க. கர்நாடக அதிரடிப் படையும் இன்றைக்குள் பிடித்துவிடுவோம்னு சொல்லிக் கிட்டிருக்கு. ஏரியா முழுவதும் டென்ஷனா இருக்கு" என்றார். ஜீவா சொன்னதைக் கேட்டதும்... நமக்குள் பதற்றம் அதிகரித்தது. அதிரப்படையினர் வீரப்பனை நெருங்கிவிட்டதாகச் சொல்லப் பட்ட நேரத்தில் தம்பி சிவா உள்ளே சென்றிருக்கிறாரே?... அவருக்கு எந்த ஆபத்தும் ஏற்பட்டுவிடக்கூடாது என்ற கவலை

அதிகமானது. சிவாவிடமிருந்து எப்போது தகவல் வரும் என்று எதிர்பார்த்திருந்தேன்.

கோவை கலெக்டர் அலுவலகத்திலிருந்து மகரன் போன் செய்தார். "அண்ணே... Force உள்ளே போயிடுச்சு. இரண்டு ஸ்டேட் அதிரடிப்படையும் தீவிரமா இறங்கியிருக்கு. வீரப்பனை எப்படியும் பிடிச்சுடுவோம்னு சொல்லிக்கிட்டிருக்காங்க" என்றார். நமது பதற்றம் மேலும் அதிகமானது. காட்டிலிருந்து என்ன தகவல் வருமோ என்ற கவலைதான் மனம் முழுவதும் வியாபித்திருந்தது. அலுவலகத்திலிருந்து வீட்டிற்குத் திரும்பிய பிறகும், மனதில் அதே நினைவுதான். வேறு எந்த வேலையையும் கவனிக்காமல் டெலிபோனுக்குப் பக்கத்திலேயே உட்கார்ந்திருந்தேன். சிவாவிடமிருந்து எந்தத் தகவலும் வரவில்லை. மனசு பதைபதைத்தது.

ஒவ்வொரு நிமிடமும் பரபரப்புடனும் பதைபதைப்புடனும் நகர்ந்துகொண்டிருந்தது. அடுத்த நாளுக்கு அடுத்தநாள் மாலை நேரம். உடலும் மனமும் ஒருசேர சோர்வடைந்திருந்த வேளையில், டெலிபோன் மணி ஒலித்தது. அவசரமாக ரிசீவரை எடுத்தேன். எதிர்முனையில்...

"அண்ணே... நான் சிவசுப்ரமணியம் பேசுறேன்"... காதுக்குள் அந்த வார்த்தை நுழைந்து கொண்டிருக்கும்போதே, மனதுக்குள் நிறைந்திருந்த கவலைகள் கரைந்துகொண்டிருந்தன.

"என்னாச்சு தம்பி... எங்கே இருக்கீங்க? பார்த்துட்டீங்களா?"

"அண்ணே... பார்த்தாச்சு... இப்ப ஆபீசுக்குத்தான் வந்துகிட்டிருக்கேன்."

"ரொம்ப கவனம் தம்பி... நீங்க நேரா ஆபீசுக்கு வந்திடுங்க. காலை 6 மணிக்கெல்லாம் நான் ஆபீசில் இருப்பேன். ரொம்ப கவனமா வாங்க."

சிவாவிடம் பேசி முடித்த பின், சிவா காட்டுக்குள் சென்றுவிட்டு திரும்பி வரும் தகவலைத் தெரிவித்து காலையில் அலுவலகத்திற்கு வரச்சொன்னேன். மறுநாள் சிவசுப்ரமணியம் நமது அலுவலகத்திற்கு வந்து சேர்ந்தபோது மிகவும் சந்தோஷமாக இருந்தது.

அதிரடிப்படையினர் 25,000 பேர் சூழ்ந்துள்ள காட்டில் வீரப்பனை சந்தித்துவிட்டு எவ்வித ஆபத்துமின்றி வெற்றிகரமாகத் திரும்பி வந்த சிவசுப்ரமணியனை பாராட்டினோம். இந்த சந்திப்பினால் இந்தியப் பத்திரிகையுலகில் ஒரு உண்மையை நிலைநாட்ட முடிந்தது. முதன்முதலில் வீரப்பனிடம் பேட்டி எடுத்தது யார்? அவனுடைய புகைப்படத்தை வெளியிட்டது யார்?... என்பதை- நம்மை வேண்டுமென்றே சவாலுக்கு இழுத்த

அந்த ஆங்கிலப் பத்திரிகைக்கும், இந்தியப் பத்திரிகை யுலகத்துக்கும் நிரூபிக்க முடிந்தது. அரசாங்கத்திடம் அவன் என்னென்ன கோரிக்கைகளை வைத்திருக்கிறான் என்பதையும் இந்த சந்திப்புதான் முழுமையாக வெளிக்கொண்டு வந்தது.

முதல் சந்திப்பின்போது வீரப்பன் என்பவன் யார்... அவன் எதற்காக இப்படி மாறினான் என்பதை அறிந்து வெளியிட்ட நாம் இம்முறை அவனால் கடத்தப்பட்ட அதிகாரிகள் மூவரையும் விடுவிக்க 1000 கோடி ரூபாய் கேட்கிறான் என்ற விவரத்தையும், அதற்காக நடைபெறும் பேச்சுவார்த்தை பற்றியும் இவ்விஷயத்தில் வீரப்பனுடைய நடவடிக்கைகள் எப்படியுள்ளது என்பது பற்றியும் விரிவாக வெளியிட்டோம். வீரப்பன் பேட்டியை தாங்கிய அந்த ஸ்பெஷல் இதழ் வெள்ளிக்கிழமை காலையில் கடைகளுக்கு வந்தது.

நக்கீரனைப் பார்த்த வாசகர்களுக்கு பலத்த ஆச்சரியம். இத்தகைய பயங்கர சூழ்நிலையில் பேட்டி கண்டிருப்பதைப் பெருமை பொங்கப் பாராட்டினர். அதேநேரத்தில் அவர்களுக்குள் சின்ன மனக்குறை. கடத்தப்பட்டவர்களின் படமோ அவர்களின் பேட்டியோ வரவில்லையே என்பதுதான் அந்த மனக்குறை. தம்பி சிவா தனது சந்திப்பைப் பற்றி விளக்கியபோதே அவரிடம் நான் முதலில் கேட்டது... ''பணயக்கைதிகளை பார்த்தீர்களா? அவர்களின் மனைவியர் எழுதியிருந்த வேதனை கடிதங்களைக் கொடுத்தீர்களா? மூன்றுபேரையும் படம் எடுத்தீங்களா?... என்பதுதான்.

அதற்கு சிவா, "அண்ணே... அந்த லெட்டரையெல்லாம் கொண்டுபோயிருந்தேன். அதை வீரப்பன் வாங்கிப் படித்தான். அந்த மூணுபேரும் பத்திரமா இருக்கிறதா சொன்னான். ஆனா அவங்க இடத்துக்கு அழைச்சுக்கிட்டுப் போகலை. பிடிவாதமா மறுத்துட்டான். அதனால படம் எடுக்க முடியலை'' என்றார். படம் எடுக்க இயலாவிட்டாலும், மூவரும் பத்திரமா இருக்கிறார்கள் என்ற செய்தியையாவது உறுதி செய்துகொள்ள முடிந்ததே என்பதை நினைத்து ஆறுதலடைந்தேன்.

வீரப்பன் பேட்டியை படிப்பதற்கு வாசகர்கள் ஆர்வம் காட்டியதால், இதழ் வெளியான வெள்ளிக்கிழமையன்றே பரபரப்பாக விற்பனையானது. அதேநேரத்தில் கோவையிலிருந்து மகரன் போன் செய்தார்.

"அண்ணே... 25,000 போலீசாரும் உள்ளேபோய் வீரப்பன் ஏரியாவை ரவுண்டு செய்ததாகவும்... அதிலே வீரப்பன் செத்துட்டதாகவும் சொல்றாங்கண்ணே" என்றார். போலீஸாரின் வேட்டையில் வீரப்பன் இறந்துவிட்டானா? கடத்தப்பட்ட

மூன்றுபேரின் கதி என்ன? அவர்களுக்கு ஏதாவது ஆபத்தா?... என அறிந்துகொள்ளத் துடித்தேன். காட்டுப்பகுதியில் புலனாய்வு செய்துகொண்டிருந்த நமது நிருபர் ஜெயப்பிரகாஷ், அலுவலகத்திற்குத் தொடர்பு கொண்டபோது, கடத்தப்பட்ட மூன்றுபேரின் நிலைமை என்ன என்பது பற்றி முழு விபரம் வேண்டும் என்றேன்.

அதிர்ச்சியும் பதைபதைப்பும் மிகுந்திருந்த அன்றைய தினம், மாலைப் பேப்பர்களில் இன்னொரு முக்கிய செய்தி தலைப்புச் செய்தியாக இடம் பிடித்தது.

கடத்தப்பட்ட 3 அதிகாரிகள் உயிருடன் மீட்பு
வீரப்பன் தப்பியோட்டம்
கூட்டாளிகள் அய்யன்துரை, ரங்கசாமி பிடிபட்டனர்
தேவாரம் பேட்டி

-என பரபரப்பாக செய்தி வெளியிடப்பட்டது.

இதைப் பார்க்கையில் ஒரு பக்கம் சந்தோஷம். அதேநேரத்தில் இன்னொரு பக்கம் அதிர்ச்சி! காரணம்... தமிழக அதிரடிப்படை, நாங்கள்தான் மூவரையும் மீட்டோம் என்றது. கர்நாடக அதிரடிப்படையோ நாங்கள்தான் மீட்டோம் என்றது.

5

டி.எஸ்.பி. தந்த வாக்குமூலம்!

டி.எஸ்.பி. உள்ளிட்ட மூவரையும் உண்மையில் மீட்டது யார் என்பதைப் புலனாய்வு செய்து நக்கீரன் மூலமாக வெளிப்படுத்த வேண்டும் என்பதில் தீவிரமானேன். மீட்கப்பட்ட மூவரும் கோவைக்குக் கொண்டு வரப்பட்டிருந்தனர். அதனால் கோவை ஏஜெண்ட் வெங்கடாசலத்தைத் தொடர்பு கொண்டேன்.

“ரிப்போர்ட்டர் மகரன் எங்கே இருக்கிறார்?”

‘‘கலெக்டர் ஆபீஸில் பிரஸ் மீட் நடக்குது. அங்கே இருக்காருண்ணே.’’

“உடனடியா அவரைப் பிடிங்க. பிரஸ் மீட் முடிந்ததும் டி.எஸ்.பி. சிதம்பரநாதன் வீட்டுக்குப் போவாரு. அங்கே போய் உண்மையில் அவங்க எப்படி மீட்கப்பட்டாங்கன்னு பேட்டி எடுக்கச் சொல்லுங்க. மூணு பேர்கிட்டேயும் பேட்டி வேணும். நீங்களும் கூடப்போங்க. போட்டோவோடு மேட்டரை உடனடியா அனுப்பிடுங்க” என்றேன்.

துரிதமாகச் செயல்பட்ட கோவை ஏஜெண்ட், உடனடியாக நிருபர் மகரனைப் பிடித்து தகவலைத் தெரிவித்தார். அங்கு நடந்து கொண்டிருந்த பிரஸ் மீட்டில் தமிழக, கர்நாடக அதிரடிப்படைகளின் தலைமை பொறுப்பில் இருந்த தேவாரமும் சங்கர்பிதாரியும் எப்படி ஆபரேஷன் நடத்தப்பட்டது என்பதை விளக்கிக்கொண்டிருக்க... மீட்கப்பட்ட மூவரும் பயந்தபடியே

நிருபர் மகரன்

கம்மென்று இருந்தனர். அதுவே பல்வேறு சந்தேகங்களுக்கு இடமளித்தது. பிரஸ் மீட் முடிந்ததும் டூவீலர் ஒன்றில் நிருபர் மகரனும் ஏஜெண்ட் வெங்கடாசலமும் டி.எஸ்.பி.யை ஃபாலோ செய்து அவரது வீட்டை அடைந்தனர். நக்கீரனுக்குப் பேட்டி என்றதும் டி.எஸ்.பி.யும் மற்ற இருவரும் வெளிப்படையாக பேசத் தயாராக இருந்தனர். அவர்கள் சொன்ன முதல் வார்த்தையே அதிர்ச்சியை அளித்தது. ''எங்களை யாரும் காப்பாற்றவில்லை. நாங்களாகத் தான் தப்பித்தோம்.''

''நீங்களாகவா?'' -அதிர்ச்சியும் ஆச்சரியமும் கலந்த குரலில் மகரன் கேட்க, போலீஸ் உயரதிகாரிகளால் மறைக்கப்பட்ட ரகசியம் அப்போதுதான் வெளியே வந்தது. டி.எஸ்.பி. சிதம்பரநாதன் மனம்விட்டு பேசினார்.

''வீரப்பன் பிடியில் நாங்க சிக்கிக்கிட்டு நாளாக நாளாக டவுட் அதிகமாயிடுச்சு. ஏன்னா, நானும் போலீஸ்காரன்தானே. போலீஸ்காரனோட புத்தி என்னன்னு எனக்குத் தெரியும். அவங்க ஏதோ ஒரு பிளான் போட்டிருக்காங்கன்னு எனக்குப் புரிஞ்சு போச்சு. ஆபரேஷன்ங்கிற பேரில் உள்ளே புகுந்து வீரப்பனைப் பிடிக்கத்தான் முயற்சி செய்வாங்க. எங்க உயிர் போனாலும் அதைப் பற்றி கவலைப்படமாட்டாங்கன்னு தெரியும். இந்த பிளானிலிருந்து எப்படித் தப்பிக்கிறதுன்னு யோசித்துகிட்டு இருந்தேன். அப்ப வீரப்பன் எங்களோடு இல்லை. தன்னோட ஆட்கள்கிட்டே எங்களை ஒப்படைச்சிட்டு அவன் வேற ஒரு இடத்துக்குப் போயிருந்தான்.

இரண்டு பக்கமும் ஆயிரக்கணக்கான போலீசார் நெருங்கி வந்துகிட்டிருந்தாங்க. இவங்க நம்மையும் சேர்த்து கொன்னு போட்டுட்டுத்தான் போகப்போறாங்கன்னு எனக்குத் தெரிஞ்சுபோச்சு. இங்கேயிருந்து எப்படியும் தப்பிச்சிடணும்னு முடிவு பண்ணிட்டேன். அப்போ வீரப்பன் ஆட்கள் நான்கைந்து பேர்தான் என்கூட இருந்தாங்க. நான் உடனே சுதாரித்து என்கூட இருந்த வீரப்பனின் ஆட்களான அய்யன்துரை, ரங்கசாமி இருவரிடமும் தூரத்தில் வரும் போலீசாரைக் காட்டி,

அதிரடிப்படை வர்றது தெரியுதா... அப்படின்னு கேட்டேன். அவங்க 'உம்'முன்னு இருந்தாங்க. எப்படியும் தப்பிச்சிடணுங்கிற முடிவிலே இருந்த நான் அய்யன்துரையையும் ரெங்கசாமியையும் எங்க கூட வரும்படி சொன்னேன். அவங்க தயங்கினாங்க. தலைவர் (வீரப்பன்) இல்லாத நேரத்தில் உங்ககூட வரமாட்டோம். அவர் திட்டுவாருன்னு சொல்லி மறுத்துட்டாங்க. போலீஸ் நெருங்குவதற்குள் அவங்க மனசை மாற்றிடணும்னு முயற்சி செய்தேன். கலெக்டர் ரொம்ப நல்லவர். அவர்கிட்டே உங்களை ஒப்படைக்கிறேன். விடுதலை வாங்கித் தர்றேன்... அப்படின்னு ரொம்ப கெஞ்சி கேட்டேன். அவங்களும் யோசனை பண்ணி பார்த்துட்டு சரின்னு சொன்னாங்க.

சுற்றியும் போலீஸ் நெருங்கிக்கிட்டிருந்தது.

எப்படி தப்பிக்கிறதுன்னு தெரியாம நாங்க முழிச்சுகிட்டி ருந்தப்ப அவங்க ரெண்டு பேரும் ஒரு சின்ன பாதை வழியா சரசரன்னு இறங்க ஆரம்பிச்சாங்க. அவங்க வழியிலேயே நாங்க ளும் இறங்கினோம். முள்புதர் அதிகமா இருந்தது. நைட்டு நேரத் திலே ரொம்ப ஜாக்கிரதையா நடந்து வந்து ஒரு தோட்டத்திலே தங்கியிருந்துட்டு காலையிலே கலெக்டர் முன்னாடி வீரப்பன்

ஆட்கள் 2 பேருடன் நாங்க ஆஜரானோம். இதுதான் நடந்தது.

போலீஸ் சொல்வதெல்லாம் பொய். இரண்டு மாநில போலீசும் சொல்ற மாதிரி ஆபரேஷனும் நடக்கலை. வீரப்பனும் தப்பியோடலை. அவன் அந்த ஸ்பாட்டிலேயே இல்லை. அவன் இருந்திருந்தால் எங்களால தப்பிச்சு வந்திருக்கவே முடியாது. இதுதான் உண்மை. என்னோட வருத்தம் என்னன்னா, எங்களோட மூத்த அதிகாரியான தேவாரமே இந்தளவுக்கு நடந்துக்குவாருன்னு எதிர்பார்க்கலை. தப்பிச்சு வந்த எங்க முன்னாடியே பத்திரிகைக்காரங்ககிட்டே பொய்யை அவிழ்த்து விட்டாரு. கர்நாடக அதிரடிப்படை டி.ஜி.பி. சங்கர்பிதாரியும் அதே மாதிரிதான் பொய்யா பேசினாரு. நான் தேவாரத்திற்குக் கீழே இருக்கும் அதிகாரி. அதனால அந்த இடத்திலே மீறி எதுவும் பேசமுடியலை. இப்ப சொல்றேன். என் வேலையே போனாலும் சரி. நீங்க இந்த உண்மைகளை அப்படியே நக்கீரனில் வெளியிடணும். என்ன நடந்ததுன்னு மக்களுக்குத் தெரிஞ்சாகணும்" என்று முடித்தார் டி.எஸ்.பி. சிதம்பரநாதன்.

பேட்டி எடுத்து முடித்தவுடன் நிருபர் மகரன் என்னைத் தொடர்பு கொண்டார்.

"அண்ணே... டி.எஸ்.பி.யை பேட்டி எடுத்துட்டேன். போலீஸ் சொல்றது அத்தனையும் பொய். உண்மையா என்ன நடந்ததுன்னு டி.எஸ்.பி. விரிவா சொல்லியிருக்காரு."

"அப்படியா... நீங்க உடனே ஆபீசுக்கு புறப்பட்டு வந்திடுங்க."

அடுத்த ஸ்பெஷல் இதழுக்கான பணிகள் ஆரம்பமாயின. அலுவலகத்திற்கு மகரன் வந்து சேர்ந்ததும் நெகட்டிவ்கள் பிரிண்ட் போடப்பட்டன. மிகப்பெரிய உண்மையை உள்ளடக்கிய டி.எஸ்.பி.யின் பேட்டியுடன் நக்கீரன் ஸ்பெஷல் இதழ் கடைகளுக்கு வந்த போது அனைத்து தரப்பிலும் மிகவும் பரபரப்பாக பேசப்பட்டது.

வீரப்பன் விவகாரத்தில் உண்மைகளை மறைக்க வேண்டும் என்று போலீஸ் உயரதிகாரிகள் துடிப்பது ஏன்? டி.எஸ்.பி. தனது புத்திசாலித்தனத்தால் தன்னையும் தன்னுடன் கடத்தப்பட்டவர்களையும் காப்பாற்றிக்கொண்டதுடன் மட்டுமின்றி, வீரப்பன் கூட்டத்தைச் சேர்ந்த இரண்டு பேரையும் சரணடைய வைத்திருக்கிறார். அப்படிப்பட்டவரின் செயலைப் பாராட்டாமல் தேவாரமும் சங்கர்பிதாரியும் பொய்யை அவிழ்த்து விடுவது எந்த விதத்தில் நியாயம்? வீரப்பன் விவகாரத்தில் போலீசார் மீண்டும் மீண்டும் பொய் சொல்லிக்கொண்டிருப்பது எதனால்? என்ற கேள்விகள் நமக்குள் எழுந்தன. அதற்கான விடைகளைத் தேடிக்கண்டுபிடிக்கும் முயற்சியில் நாம் இறங்கத் தயாரானோம்.

6 ருத்ர தாண்டவம்!

***வீ**ரப்பனின் தூதுவராக வந்த அவனது தம்பி அர்ஜுனனையும் டி.எஸ்.பி சிதம்பரநாதனால் அழைத்து வரப்பட்ட அய்யன்துரை, ரங்கசாமி ஆகியோரையும் சென்னை மத்திய சிறையில் அடைத்துவிட்டனர். என்ன நடந்தது என்பதை தெரிந்துகொள்வதற்காக சிறைக்குச் சென்று அர்ஜுனனை சந்திக்கும் பணியை சிவசுப்ரமணியத்திடம் கொடுத்தேன். அவர், மத்திய சிறைக்குச் சென்று அர்ஜுனனை சந்தித்துப் பேசினார். அப்போது அர்ஜுனன், "உங்க ஆசிரியர்கிட்டே பேசணும்" என சிவாவிடம் தெரிவித்திருந்தான். அதனைத் தொடர்ந்து, அடுத்த நாள் நான் அவனை சந்தித்தேன்.*

"ஏன் இந்த மாதிரி வாழ்க்கை வாழ்ந்துகிட்டிருக்கீங்க. எத்தனை வருஷம்தான் நீங்களும் உங்க அண்ணனும் கூட்டாளிகளும் காட்டிலேயே இருக்கப் போறீங்க? சரணடையக் கூடாதா?" என நான் கேட்டதும், அர்ஜுனன் அவசரமாக, "நாங்க சரணடையறது பற்றி ஏற்கனவே இந்த அரசாங்கத்துகிட்டே தெரிவித்திருக்கோம். ஆனா, இந்த முதலமைச்சர் ஜெயலலிதாவோ, போலீஸ் அதிகாரிகளோ அதைக் கண்டுக்கவேயில்லை. யாரும் முன்நின்று எதையும் செய்யலை" என்றான். அவனுடைய வார்த்தைகளில் வேதனை வெளிப்பட்டதைக் கவனித்தேன். நான் அவனை சந்தித்து திரும்பிய பின், இன்னொரு நாளில்

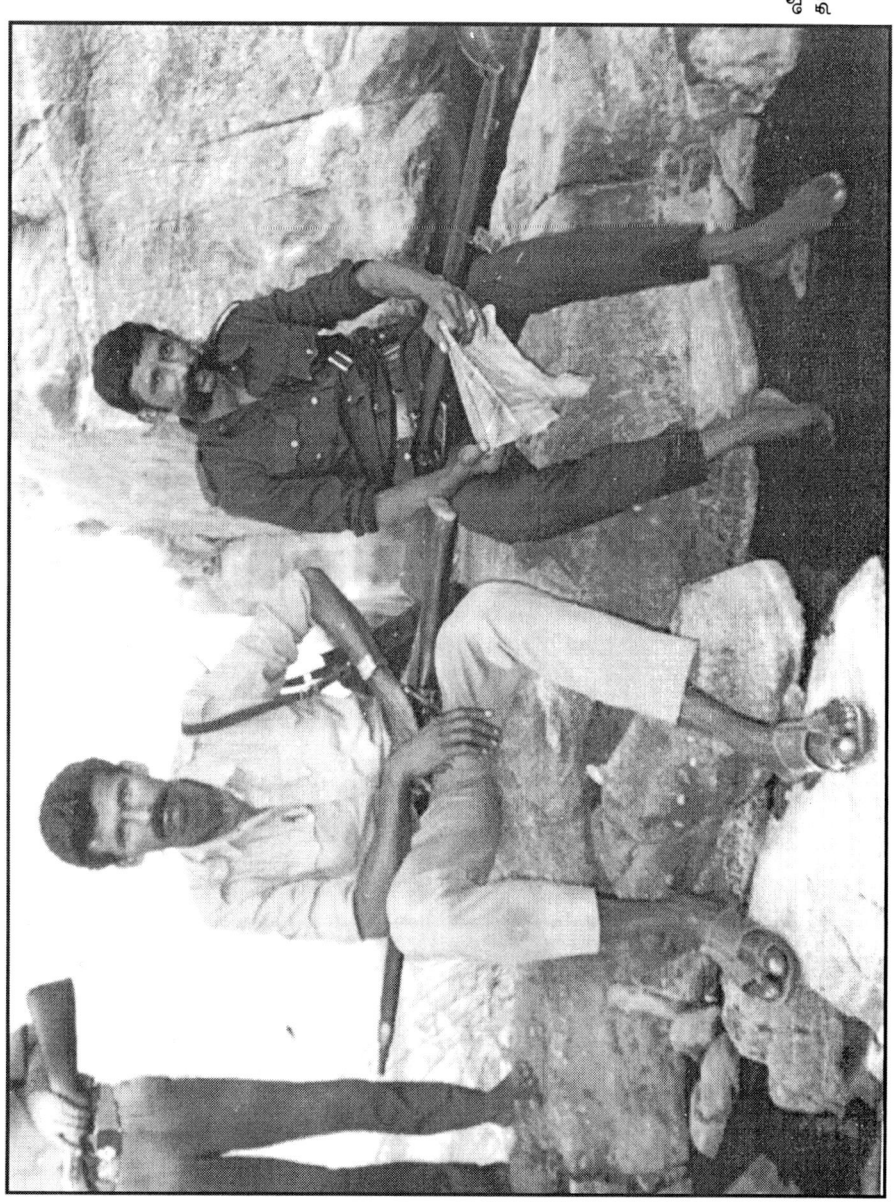

வீரப்பன்,
தம்பி அர்ஜுனன்

கதிரைதுரையை அனுப்பி அர்ஜுனனைப் பார்த்துப் பேசுமாறு கூறினேன். அவர் கவனமாக மைக்ரோ டேப்பையும் ஆட்டோ ஃபோகஸ் கேமராவையும் எடுத்துக்கொண்டு சென்னை மத்திய சிறைக்குச் சென்றார். அர்ஜுனனை சந்தித்தது மட்டுமில்லாமல் அவனிடம் பரபரப்பான ஜெயில் பேட்டியையும், அர்ஜுனன், அய்யன்துரை, ரங்கசாமி மூன்று பேரும் ஜெயில் கம்பிகளுக்குப் பின்னால் உள்ள போட்டோவையும் எடுத்து வந்தார்.

மைக்ரோ டேப்பில் பதிவாகியிருந்த தகவல்கள் நமக்கு அதிர்ச்சிகரமாக இருந்தன. வீரப்பன் விவகாரத்தில் அரசு தெரிவிக்கும் செய்திகளுக்கும் அர்ஜுனன் தெரிவித்த செய்திகளுக்கும் கொஞ்சம்கூட சம்பந்தமில்லாமல் இருந்தது. தூதராக வந்த அர்ஜுனனிடம் பேச்சுவார்த்தை எப்படி நடந்தது, என்ன பேசப்பட்டது என்பதுபற்றி போலீஸ் தெரிவித்திருந்த தகவல்களுக்கும் அர்ஜுனன் சொன்ன விவரங்களுக்கும் ஏராளமான முரண்பாடுகள் இருந்தன. வீரப்பன் தொடர்பான விவகாரங்களில் ஜெயலலிதா அரசாங்கம் வேண்டுமென்றே பொய்யையும் புரளியையும் அவிழ்த்துவிடுகிறது என்பதைப் பொதுமக்கள் அறிந்துகொள்ள வேண்டும் என்பதற்காக, அர்ஜுனனின் பரபரப்பான ஜெயில் பேட்டியை நக்கீரன் இதழில் கவர் ஸ்டோரியாக வெளியிட்டோம்.

இதனிடையே, தமிழக சிறையில் இருந்த அர்ஜுனன், அய்யன்துரை, ரங்கசாமி மூவரும் கர்நாடகப் போலீசாரிடம் ஒப்படைக்கப்பட்டனர். அவர்கள் மூவரையும் ஒரு வழக்கிற்காக கோர்ட்டிற்கு அழைத்துச் செல்லும் வழியில் மூவரும் சயனைடு சாப்பிட்டு இறந்ததாக கர்நாடகப் போலீஸ் தெரிவித்தது. தூதராகச் சென்ற தனது தம்பியும் கூட்டாளிகள் இருவரும் கர்நாடக போலீஸின் கஸ்டடியில் இறந்ததால் வீரப்பன் கோபமானான். "கஸ்டடியில் இருந்தவர்களுக்கு எப்படி சயனைடு கிடைத்தது. இது தற்கொலை அல்ல; கொலைதான்" எனச் சொல்லி போலீஸை பழிவாங்க தருணம் பார்த்திருந்தான். இது கொலைதான் என பல பத்திரிகைகளும் எழுதின. ஆனால் கர்நாடக அரசுதரப்பிலிருந்து எந்த விளக்கமும் தரப்படவில்லை.

அதே வேளையில், ராமர் சுனை என்கிற பகுதியிலிருந்து மணி என்பவரை அதிரடிப்படையினர் விசாரணைக்காக அழைத்துச் சென்றனர். அதன்பிறகு அவரைப் பற்றிய தகவலே இல்லை. அவர் என்ன ஆனார் என்பதை அறிவதற்காகப் பல நிருபர்கள் காட்டுப்பகுதிக்குச் சென்றனர். நமது நிருபர் ஜீவா தீவிர புலனாய்வில் ஈடுபட்டார். நிருபர்களை மறித்த எஸ்.ஐ.மோகன்நிவாஸ், "நக்கீரனைத் தவிர மற்றவங்க

காட்டுக்குள்ள போகலாம்" என வெளிப்படையாகவே கூறினார். நிருபர் ஜீவா, வேறு பத்திரிகையின் பெயரைத் தெரிவித்து காட்டுக்குள் நுழைந்துவிட்டார். ஆனால் திரும்பி வரும்போது அவரை அடையாளம் கண்டுகொண்ட மோகன்நிவாஸ் நேரடியாகவே ஜீவாவை மிரட்டினார். "நக்கீரன்னா பெரிய ஆளா... சுட்டுத் தூக்கிப் போட்டுடுவேன்" என மிரட்டியவர், மற்ற நிருபர்களிடம் "மணியைப் பற்றி யார் கேட்டாலும் எங்க கஸ்டடியில் இருந்து ஓடிப்போயிட்டான்னு சொல்லுங்க. பேப்பரிலும் அப்படித்தான் எழுதணும்" என்றார்.

அதிரடிப்படையின் நடவடிக்கைகள் ஒருபுறமிருக்க, வீரப்பன் தன்னைக் காட்டிக்கொடுத்தவர்களைப் பழிவாங்குவதாகக் கூறிக்கொண்டு கிராம மக்களை கொடூரமாக சுட்டுத்தள்ளினான். அந்த சம்பவம் பற்றி புலனாய்வு செய்வதற்காக சிவசுப்ரமணியத்தை அனுப்பினோம். புலனாய்வு மேற்கொண்டிருந்த சிவாவை டி.எஸ்.பி. அசோக்குமார், கெத்தேசால் வனப்பகுதிக்கு அனுப்பினார். அங்கு விவரங்கள் கிடைக்கும் என்றும் தெரிவித்தார்.

நமது நிருபர் சிவசுப்ரமணியம் அங்கு சென்றபோது அங்கிருந்த ஒரு எஸ்.ஐ., நிருபர் சிவாவிடம், "எங்கிருந்து வருகிறீர்கள்?" எனக் கேட்க, "நக்கீரனிலிருந்து..." என்று பதில் சொன்னதுதான் தாமதம், எஸ்.ஐ. ருத்ரதாண்டவமாடிவிட்டார்.

"நக்கீரன்னா பெரிய ...ரா. நீங்கதான் இங்கே எங்களுக்கெதிரா எழுதுறீங்க. உங்களை அடிச்சுச் கொன்னுட்டு வீரப்பன் மேல் உள்ள கோபத்தில் நக்கீரன் நிருபரை கிராம மக்கள் அடிச்சுக் கொன்னுட்டதா சொல்லிடுவோம். உங்க பத்திரிகையாலே என்ன பண்ணமுடியும்? கேஸ்தானே போட முடியும். போட்டுக்குங்க" என எகிறிவிட்டார் அந்த எஸ்.ஐ.

அதே வேளையில் சட்டம்-ஒழுங்கு பிரிவில் பணியாற்றிய ராமலிங்கம் என்ற எஸ்.ஐ. நிருபர் சிவாவிடம் மற்றொரு அதிர்ச்சியான தகவலைத் தெரிவித்தார். "வீரப்பன் ஆட்கள் பயன்படுத்துற துப்பாக்கி மாதிரி அதிரடிப்படையினர் கிட்டேயும் இருக்கு. நான் அவங்ககிட்டே, கிராம மக்களை சித்ரவதை செய்து சுட்டுக்கொன்றுவிட்டு... வீரப்பன் ஆட்கள் என்று சொன்னால் உள்ளூரில் மரியாதை போயிடும்னு சொன்னதுதான் தாமதம், மோகன் நிவாஸை அழைத்த தேவாரம் என்னை கைகாட்டி, 'வீரப்பன் பயன்படுத்துற துப்பாக்கியால் இவனைச் சுட்டு போட்டுட்டு வீரப்பன் ஆட்கள் சுட்டுட்டாங்கன்னு சொல்லி தூக்கி வீசிடுங்க.' அப்படின்னு என் முன்னாலேயே சொன்னாரு. அதைக் கேட்டதும் நான் அப்படியே

சென்னை மத்திய சிறைக்குள்
அர்ஜுனன், ஐய்யன்துரை,
ரங்கசாமி

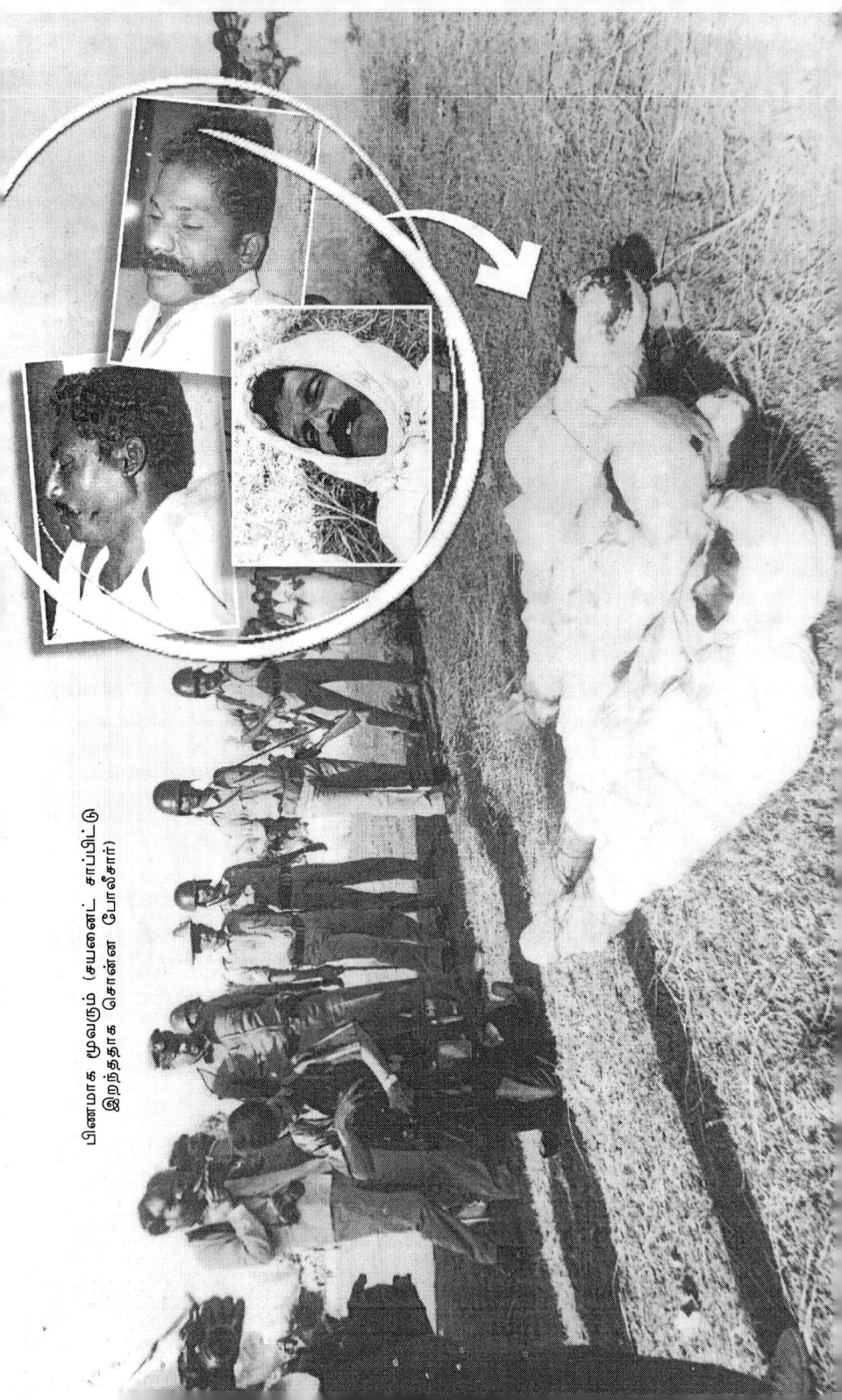

பிணமாக மூவரும் (சயனைட் சாப்பிட்டு
இறந்ததாக சொன்ன போலீசார்)

ஸ்தம்பித்துப் போயிட்டேன். மோகன்நிவாஸும் ஸ்தம்பிச்சிட்டாரு" என தெரிவித்தபோது சிவசுப்ரமணியத்துக்குக் கடும் அதிர்ச்சியாக இருந்தது.

வீரப்பன் வேட்டை என்ற பெயரில் அதிரடிப்படையினர் செய்யும் அக்கிரமங்கள் பற்றி நாம் புலனாய்வு செய்து கொண்டிருந்த நேரத்தில், 95-ம் வருடம் நவம்பர் 1-ந் தேதியன்று பத்திரிகைகளில் அந்த பரபரப்பான தலைப்புச் செய்தி இடம்பிடித்தது.

"வனத்துறையைச் சேர்ந்த 3 வாட்சர்களை அந்தியூர் செலம்பூரம்மன் கோவிலிலிருந்து வீரப்பன் கடத்தினான்."

7

தூது!

மறுபடியும் பத்திரிகையுலகம் ஒரு சவாலை சந்தித்தது. இந்த சவாலிலும், வென்று காட்டியே தீரவேண்டும் என்று எனக்குள் முடிவு செய்து கொண்டேன். இம்முறை 3 பேரைக் கடத்திய வீரப்பன், செலம்பூரம்மன் கோவில் பகுதியைச் சேர்ந்த, காட்டுவாசி ஒருவரிடம் ஆடியோ கேசட் ஒன்றைக் கொடுத்தனுப்பியிருந்தான். அந்த கேசட்டில் கடந்த முறை கேட்டது போல் 1000 கோடி கேட்காமல் 3 கோடி ரூபாய் தந்தால்தான் கடத்தப்பட்ட 3 பேரையும் விடுதலை செய்வேன் என்றும், தனது தம்பி அர்ஜுனனின் சாவுக்கு நீதி விசாரணை வேண்டுமென்றும் இரண்டு கோரிக்கை களை முன்வைத்தான்.

வீரப்பன் பிடியிலிருந்து மூன்று பேரையும் மீட்பதற்கான முயற்சிகள், அப்போதைய ஈரோடு மாவட்ட கலெக்டர் பழனியப்பனால் மேற்கொள்ளப்பட்டன என்றாலும், கலெக் டரைவிட காவல்துறையும், அதிரடிப்படையும் இந்த விஷயத்தில் அதிகமாக மூக்கை நுழைத்தன. 3 கோடி ரூபாய் கேட்டிருந்த வீரப்பன், அதனை எப்படிக் கொண்டு வந்து தரவேண்டும் என்பதையும் அந்த கேசட்டில் விளக்கியிருந்தது வித்தியாசமாக

இருந்தது.

ரூபாயை எடுத்து வருபவர் சிவப்பு புல்லட்டில் வெள்ளை கொடி கட்டிக்கொண்டு வரவேண்டும். அந்த நபர் சிவப்புச் சட்டை அணிந்து கழுத்தில் மாலைபோட்டுக்கொண்டு வரவேண்டும் என வினோதமான நிபந்தனையை விதித்திருந்தான் வீரப்பன். அவனுடைய கேசட் கிடைத்த மூன்றாவது நாளே போலீசார் அதற்கான ஏற்பாடுகளைச் செய்யத் தொடங்கிவிட்டனர். அந்த பகுதியைச் சேர்ந்த மணியக்காரர் ஒருவரை அனுப்புவது என முடிவு செய்யப்பட்டது.

வனத்துறை ஊழியர்களை வீரப்பன் கடத்திச் சென்ற செலம்பூரம்மன் கோவில் பகுதியில் நமது நிருபர் டீம் உட்பட அனைத்துப் பத்திரிகைகளைச் சேர்ந்த நிருபர்களும் புகைப்படக்காரர்களும் காத்திருந்தனர். வீரப்பனை சந்திக்க மணியக்காரர் செல்வது பற்றிய பேச்சே பலமாக இருந்தது. ஒவ்வொரு நொடியும் பரபரப்பான தகவலை எதிர்பார்த்துப் பத்திரிகையாளர்கள் தயாராக இருந்தனர். காட்டுக்குள் நுழைய வழி கிடைக்குமா என எல்லோரது கண்களும் அலைபாய்ந்து கொண்டிருந்தன. ஆனால் அதிரடிப்படையினரோ எல்லா முனையிலும் பலமாகக் குவிக்கப்பட்டிருந்தனர்.

மலைகிராமவாசிபோல் கைலி கட்டிக் கொண்டு போலீஸ் குரூப் ஒன்று மஃப்டியில் காட்டுக்குள் சுற்றிக்கொண்டிருந்தது. அதில் சிலர் வேட்டைக்குச் செல்வதுபோல் கையில் துப்பாக்கி வைத்திருந்தனர். கிராமவாசிகள் போல் சில போலீஸ்காரர்கள் மஃப்டி உடையுடன் சைக்கிளில் சுற்றிக்கொண்டிருந்தனர். வீரப்பனுக்குப் பொறி வைத்து போலீசார் மாறுவேடத்தில் அலைந்ததுடன் மட்டுமில்லாமல், கிராமத்தைச் சேர்ந்த பழங்குடி மக்களையும் தங்களுக்குத் துணையாக்கிக் கொண்டனர்.

பழங்குடி இனத்தைச் சேர்ந்த 20 பேரை தேர்ந்தெடுத்து அவர்களை, வாய்க்கால் வெட்டுவது போலவும் தண்ணீர் பாய்ச்சுவது, மாடு மேய்ப்பது, கூலி வேலைக்குப் போவது போன்ற வேலைகளை செய்யச் சொல்லியும் வற்புறுத்தி வேலை வாங்கினர். பழங்குடியினர் வேலை செய்வதைப் பார்த்து, போலீஸ் நடமாட்டம் இல்லையென நினைத்து வீரப்பன் அங்கு வந்தால் பிடித்துவிடலாம் என்பது போலீசின் கணக்கு.

அதே நேரத்தில், ஆடியோ கேசட்டில் வீரப்பன் கேட்டிருந்த 3 கோடியில் முதல் தவணையைக் கொடுக்க ஏற்பாடுகள் நடந்து கொண்டிருந்தன. அவன் குறிப்பிட்ட அடையாளங்களுடன் மணியக்காரர் சிவப்பு புல்லட்டில் புறப்பட்டுப் போனார். அன்றைய மாலை நாளிதழ்களிலும் நமது

சிகப்பு புல்லட், வெள்ளைக் கொடியுடன் சிகப்பு கலர் சட்டை அணிந்து தூதுவர் வீரப்பனிடம் செல்கிறார்

இதழ் உள்ளிட்ட வார இதழ்களிலும் அதுதான் தலைப்புச் செய்தியாக இடம் பிடித்தது. ஆனால் புல்லட்டில் சென்ற மணியக்காரரோ ஒரு பஸ்ஸில் திரும்பி வந்தார். புல்லட்டின் டயர் வெடித்துவிட்டதால் தன்னால் போக முடியவில்லை என்று அவர் சொன்னாலும் உண்மை அதுவல்ல. வீரப்பனை நேரில் சந்திக்கப் பயந்து, பாதி வழியில் புல்லட்டின் டயரிலிருந்து காற்றைத் தானே பிடுங்கிவிட்டுத் திரும்பியிருக்கிறார் அந்த மணியக்காரர்.

போலீஸ் அனுப்பிய 'தைரியசாலி' பத்திரமாக திரும்பி வந்துவிட்ட அதே நேரத்தில், இரு மாநில அதிரடிப்படையினரும் தங்களின் நடவடிக்கைகளை தீவிரப்படுத்தத் தொடங்கிவிட்டனர். கர்நாடக தரப்பிலிருந்து 3 பஸ்களில் வந்த அதிரடிப்படையினர் காட்டுக்குள் புகுந்தனர். தமிழ்நாடு அதிரடிப்படை சார்பில் 1000 பேர் அந்தியூர் வனப்பகுதிக்குள் நுழைந்தனர். இது தவிர இரு

மாநிலத்தையும் சேர்ந்த 600 அதிரடிப்படையினர் தேவர்மலையிலும் தட்டக்கரை ஆகிய பகுதிகளில் 600 பேரும் குவிந்தனர். வனப்பகுதியைச் சுற்றிலும் அதிரடிப்படை குவிக்கப்பட்டிருந்தது.

இந்த பயங்கரமான சூழ்நிலையிலும் நமது நிருபர்கள் காட்டுக்குள் பயணித்தனர். இரண்டு, மூன்று கிலோ மீட்டர் வரை சென்று, வீரப்பன் தரப்பிலிருந்து ஏதாவது சமிக்ஞை வருகிறதா என எதிர்பார்த்திருந்தனர். சமிக்ஞை எதுவும் வராததால் மீண்டும் ரோட்டுக்கு வந்தனர். நமது நிருபர்கள் இப்படி போய்வரத் தொடங்கியதும் மற்ற பத்திரிகைகளின் நிருபர்களும் காட்டுக்குள் கொஞ்ச தூரம் சென்று வந்தனர். வீரப்பனால் கடத்தப்பட்டவர்களின் குடும்பத்தைச் சேர்ந்தவர்களின் படங்கள், மனைவி மக்களின் கதறல் ஆகியவை பத்திரிகைகளில் வெளியாகியிருந்தன. அந்த பிரசுரங்கள் காட்டுக்குள் ஒட்டிவைக்கப்பட்டன. வீரப்பன் பார்வையில் படவேண்டும் என்பதற்காகத்தான் இந்த முயற்சி.

பத்திரிகையாளர்களின் முயற்சி ஒரு புறம் தொடர்ந்து கொண்டிருக்க, இன்னொரு புறம் அதிரடிப்படையினரின் படைகள் இறங்கிக் கொண்டிருந்தன. பத்திரிகைகளில் நாள்தோறும் பரபரப்பான தலைப்புச் செய்திகள் வெளியாகிக் கொண்டிருந்தன. மணியக்காரர் காட்டுக்குள் சென்றபோது வீரப்பன் கேட்ட தொகையின் முதல் தவணை சென்றுவிட்டது என எல்லா பத்திரிகையிலும் செய்தி வெளியிடப்பட்டது. அதுகுறித்து விளக்கமோ, மறுப்போ ஜெயலலிதா அரசிடமிருந்து வரவேயில்லை. காவல்துறை உயரதிகாரிகளும் அதுபற்றி வாய்திறக்கவேயில்லை.

மணியக்காரர் திரும்பி வந்துவிட்டதால் மீண்டும் யாரை அனுப்புவது என காவல்துறை யோசித்துக்கொண்டிருந்தது. மலைகிராமவாசி யாரை யாவது அனுப்புவதா என ஆலோசித்து, கடைசியில் வேறு ஒருவரை செலக்ட் செய்தது. ஊட்டிமலை பக்கம் இருக்கும் ஓய்வு பெற்ற டி.எஸ்.பி.யின் மகனான செல்வராஜ் என்பவரை வீரப்பனிடம் அனுப்புவதென முடிவு வெடுத்தது காவல்துறை. இவர் ஏற்கனவே ஒரு முறை வீரப்பனிடம் தூது போயிருக்கிறார். இவரை அழைத்துவர காவல் துறையினர் முயற்சிகள் மேற்கொண்டிருந்த நேரத்தில், நமது நிருபர்கள் எப்படியும் வீரப்பனைச் சந்தித்து பேட்டி எடுத்து விடவேண்டும் என்ற முயற்சியில் தீவிரமாக இருந்தனர்.

அந்த பரபரப்பான நேரத்தில் ஈரோடு ஏஜெண்ட்டிடமிருந்து போன் வந்தது.

"அண்ணே... அந்தி யூரிலிருந்து தினமணி ரிப்போர்ட்டர் எனக்கு போன் பண்ணி உங்க கிட்டே ஒரு நியூஸ் சொல்லச் சொன்னார்."

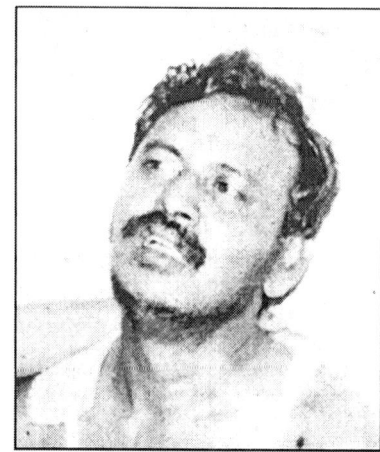

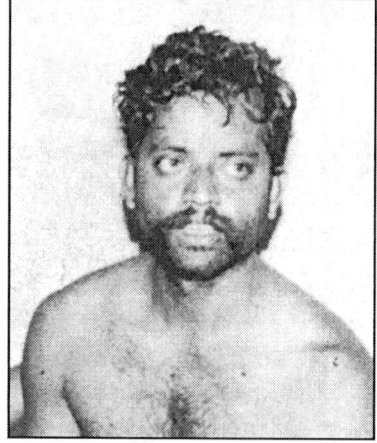

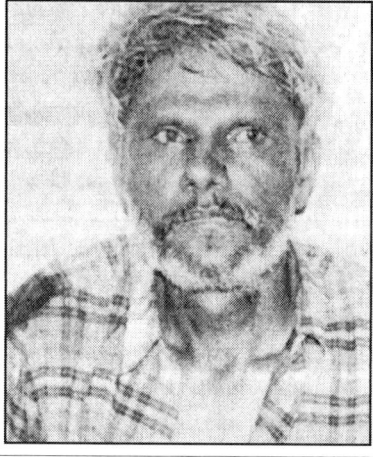

1995-ல் வீரப்பனால் கடத்தப்பட்ட வாட்சர்கள் சுப்ரமணியம், உடையார், ராஜேந்திரன்

அவசரத் தந்தி!

8

உள்ளூர் தினமணி நிருபர் நமது ஈரோடு ஏஜெண்ட்டுக்குப் போன் செய்து தெரிவித்த தகவல் இதுதான். "நக்கீரன் சார்பில் காட்டுக்குள் யார் நுழைந்தாலும் அவர்களை கண்டவுடன் சுட்டுத் தள்ள இரு மாநில அரசுகளும் உத்தரவு பிறப்பித்து விட்டன. மஃப்டியில் சுற்றிக் கொண்டிருக்கும் போலீசார் உட்பட அதிரடிப்படையினர் அனைவரும் நக்கீரன் நிருபர்களைக் குறிவைத்துக் காத்திருக்கிறார்கள். அதனால் அவர்களை ஜாக்கிரதையாக இருக்கச் சொல்லவும்." -தினமணி ரிப்போர்ட்டர் தெரிவித்த இந்த அதிர்ச்சியான செய்தியைத்தான் நம்மிடம் சொன்னார் ஏஜெண்ட். இவ்வளவு கொடூரமான திட்டத்தை அரசாங்கமே செயல்படுத்துமா என நமக்கு அதிர்ச்சியாகவும் வியப்பாகவும் இருந்தது.

"நக்கீரன்காரங்க வந்தா உடனே சுட்டுடுங்க. செத்ததுக்குப் பிறகு செய்தி அனுப்பினால் போதும்" என்று பல பத்திரிகை யாளர்களின் முன்னிலையிலேயே அதிரடிப்படையினரிடம் தேவாரம் சொல்லியிருக்கிறார். அதைக் கேட்டு அதிர்ச்சியடைந்த பத்திரிகை சகோதரர்கள், நமது நலனில் அக்கறை கொண்டு ஏஜெண்ட்டிடம் தெரிவித்திருக்கிறார்கள்.

நாம் உடனே, வீரப்பன் பற்றிய செய்தி சேகரிப்பில் ஈடுபட்டிருந்த ரிப்போர்ட்டர்களை உடனடியாக அலுவலகத் திற்கு காண்ட்டாக்ட் பண்ணச் சொல்லுமாறு ஈரோடு

ஏஜெண்ட்டிடம் தெரிவித்து அந்தியூருக்கு அனுப்பிவைத்தோம். ஈரோடு கலெக்டர் பழனியப்பனின் போன் நம்பரை வாங்கித் தருமாறு தம்பிகளிடம் தெரிவித்தேன். சில நிமிடங்களில் கலெக்டருடன் தொடர்பு கொள்ள முடிந்தது.

“சார்... நக்கீரன் எடிட்டர் பேசுறேன். இது என்னங்க அநியாயம்... வீரப்பனைப் பார்த்தோம்ங்கிற ஒரே காரணத்துக்காக எங்களுக்கு இவ்வளவு பெரிய தண்டனையா? எங்க ஆட்கள் யாராவது காட்டுக்குள் வந்தால், கண்டவுடன் சுட்டுத்தள்ள உத்தரவு போட்டிருக்கிறதா கேள்விப்பட்டோம். இப்படி ஒரு அக்கிரமம் எங்காவது நடக்குமா?”

“மிஸ்டர் கோபால்... அப்படி எதுவும் நடக்காது. போலீஸ் டிபார்ட்மெண்ட்டோடு நான் பேசுறேன். உங்க நிருபர்களுக்கு எந்த ஆபத்தும் ஏற்படாது. நான் கவனிச்சுக்குறேன்” என்றார் கலெக்டர். இருப்பினும் எனக்கு யோசனையாகவே இருந்தது.

இப்படிப்பட்ட பயங்கரமான சூழ்நிலையில் தம்பிகளை உள்ளே அனுப்புவதா? ஏற்கனவே கெத்தேசால் பகுதியில் நமது தம்பிகள் சிவாவையும், ஜீவாவையும் அதிரடிப்படையினர் கொலை வெறியுடன் மிரட்டி, எச்சரித்து அனுப்பியிருந்தது ஞாபகத்திற்கு வந்தது.

போலீஸ் துறையின் பழைய வரலாறுகளைப் புரட்டினால் Encounter என்ற பெயரில் தங்களுக்குப் பிடிக்காத எத்தனையோ பேரை போலீஸார் சுட்டுக் கொன்றிருப்பதை நாம் பார்க்கலாம். குற்றவாளி அல்லாதவரை போலீஸார் சுட்டுவிட்டதாக நாம் நிரூபித்தால் அப்போதும் Crossfire என்ற பெயரில் கதையை குளோஸ் செய்துவிடுவார்கள் என்பது ஊரறிந்த ரகசியம்தான். அதுவும் நமது அதிரடிப்படையினரிடம், அவர்கள் பயன்படுத்தும் தோட்டாக்களும் இருக்கின்றன. வீரப்பன் பயன்படுத்தும் தோட்டாக்களும் இருக்கின்றன. தோட்டாவை மாற்றிப்போட்டு சுட்டுவிட்டு, வீரப்பன் மீது பழியைப் போட அதிரடிப் படையினருக்கு அதிக நேரம் பிடிக்காது.

லட்சக்கணக்கான வாசகர்களைக் கொண்ட நம்பர் 1 புலனாய்வு இதழான நக்கீரனுக்கே இத்தகைய கஷ்டங்கள் என்றால், காட்டுப்பகுதி மக்கள் இந்த அதிரடிப்படையினரிடம் சிக்கி என்ன பாடுபட்டிருப்பார்கள் என்பதை நம்மால் யூகிக்க முடிந்தது. உண்மையை குழிதோண்டிப் புதைப்பதற்காக போலீஸ்காரர்கள் எந்தவிதமான கொடூர எல்லைக்கும் செல்லத் தயாராக இருப்பார்கள் என்பதால்தான் நான் யோசித்து செயல்படத் தொடங்கினேன்.

வனப்பகுதியிலிருந்து தொடர்புகொண்ட தம்பிகளோ,

"அண்ணே... நாங்க ரொம்ப கவனமா இருக்கிறோம். மற்ற பத்திரிகை நிருபர்கள்கூடத்தான் இருக்கிறோம். எங்களுக்கு எந்த ஆபத்தும் இல்லை" என்றனர்.

"உங்களை யாராவது Follow பண்றாங்களான்னு பார்த்துக்குங்க. மஃப்டியில் நிறையபேர் சுத்திக்கிட்டிருக்காங்க. அவங்க உங்களைக் குறி வைச்சிருக்காங்க. அதனால ரொம்ப கவனமா காட்டுக்குள்ள போங்க" என்று சொல்லி மனதேயில் லாமல்தான் அவர்களை காட்டுக்குள் அனுப்பிவைத்தேன்.

அதிரடிப்படையினரால் நமது தம்பிகளுக்கு பெரும் ஆபத்து சூழ்ந்திருக்கின்ற விஷயத்தை சம்பந்தப்பட்டவர்களுக்கு தெரிவித்துவிடவேண்டும் என்பதால் அட்வகேட் பெருமாளை உடனடியாக அலுவலகத்திற்கு வரச்சொன்னேன். போலீஸாரின் கொடூரத் திட்டம் பற்றி பிரஸ் கவுன்சிலுக்கு உடனடியாகத் தந்தி அனுப்பப்பட்டது. அதனைத் தொடர்ந்து சுப்ரீம் கோர்ட் தலைமை நீதிபதி, தமிழக தலைமைச் செயலாளர், உள்துறை செயலாளர்- என எல்லோருக்கும் 15-11-95 அன்று தந்தி கொடுக்கப்பட்டது. சம்பந்தப்பட்டவர்களுக்குத் தந்தி கொடுத்து முடித்த பின், வீரப்பன் விவகாரத்தில் மேலும் என்னென்ன முன்னேற்றங்கள் ஏற்பட்டுள்ளன என்ற புலனாய்வைத் தொடர்ந்தோம்.

தூதர் ஸ்தானத்திற்கு தேர்ந்தெடுக்கப்பட்ட டி.எஸ்.பி. மகன் செல்வராஜைப் போலீஸார் ஒருவழியாகத் தேடி கண்டு பிடித்திருந்தனர். செல்வராஜோ, தான் காட்டுக்குள் செல்லும் பாதையில் ஆள் நடமாட்டமோ, வாகனங்களோ இருக்கக்கூடாது என நிபந்தனை போட்டார். அவர் இதற்கு முன் இரண்டு முறை வீரப்பனைச் சந்தித்தவர். அன்றைய ஆட்சியின்போது சரணடைய விருப்பம் தெரிவித்து ஆடியோ கேசட்டில் வீரப்பன் பேசி, அதை இந்த செல்வராஜ் மூலம் தான் கொடுத்தனுப்பியிருந்தான்.

வீரப்பனைச் சந்திக்க தூதரை தயார்படுத்தும் பணியில் போலீஸார் ஈடுபட்டிருக்க நக்கீரன் டீம் மூன்று பிரிவாகக் காட்டுக்குள் நுழைந்து, வீரப்பனிடம் பேட்டியெடுத்து விட வேண்டும் என்பதில் முனைப்பாக செயல்பட்டுக் கொண்டிருந்தது. மற்ற பத்திரிகை நிருபர்களும் காட்டுப்பகுதியில்தான் வலம் வந்து கொண்டிருந்தனர். இருட்டத் தொடங்கிய நேரம். எல்லோரும் களைப்பாக பாறை மீது படுத்திருந்தனர். நமது தம்பிகள் சிவாவும், ஜீவாவும் உன்னிப்பாக இருந்தனர்.

அப்போது சற்று தூரத்தில் இரண்டு உருவங்கள் நடந்து சென்று ஒரு பாறைக்குப் பின்னால் ஒளிவது தெரிந்தது. சுதாரித்துக்கொண்ட நமது நிருபர்கள் இருவரும் வேகமாக அந்த

புல்லட்டில் துரத்தல்! 9

பாறையை நோக்கி ஓடத் தொடங்கினர். களைப்பில் கண்ணயர்ந்திருந்த மற்ற பத்திரிகையாளர்கள் இதைக் கவனிக்கவில்லை.

நக்கீரன் பெயரைச் சொல்லிக்கொண்டே சிவாவும், ஜீவாவும் அந்த பாறையை நெருங்கியபோது திடுமென எதிர்ப்பட்டான் வீரப்பன்.

அதுவரை அவ்வளவாகத் தன்னை வெளிக் காட்டிக் கொள்ளாத பேபி வீரப்பன், சந்தன வீரப்பனுடன் இருந்தான். சடை சடையாக வளர்ந்த முடியுடனும், தலையில் ஒரு துணிக் கட்டுடனும் பயங்கரவாதிக்குரிய அத்தனை லட்சணங்களும் பொருந்தியவனாகக் காணப்பட்டான் பேபி. டி.எஸ்.பி. உள்ளிட்ட மூவரை வீரப்பன் கடத்தியபோது, தூதராக வந்தான் பேபி. ஆனால் அப்போதும்கூட தனது முகத்தை எல்லோரும் பார்க்கும்படி வெளிக்காட்டிக் கொள்ளாமல் மிகவும் ஜாக்கிரதையாக வந்து போனான். அவனை மிக நெருக்கத்தில் பார்த்து பிரமித்தவர்கள் நமது நிருபர்கள் சிவாவும் ஜீவாவும்தான்.

வீரப்பனையும் பேபியையும் பார்த்ததும் நக்கீரன் பெயரை சத்தம் போட்டுச் சொல்லிக்கொண்டே நமது நிருபர்கள் சென்றதால், காட்டுக்குள் திரிந்த இரண்டு இன்ஃபார்மர்கள் அதைக் கவனித்துவிட்டு போலீசிடம் தகவல் தெரிவிப்பதற்காக ஓடத் தயாரானார்கள். அதைப் பார்த்த நமது நிருபர்களுக்கு

அதிர்ச்சி. இன்ஃபார்மர்கள் மூலம் தகவல் கிடைத்து, போலீஸ் வந்தால் நிச்சயம் ஆபத்துதான். நக்கீரன் நிருபர்களைக் கண்டாலே சுட்டுத் தள்ள தேவாரம் உத்தரவிட்டிருப்பதால் இது அவர்களுக்கு வாய்ப்பாக அமையும். நமது நிருபர்களைச் சுட்டுத் தள்ளிவிட்டு வீரப்பன் மீது பழியைப் போட அதிரடிப்படையினர் தயங்கவே மாட்டார்கள்.

இந்த பயங்கரமான சூழ்நிலையைப்பற்றி நமது நிருபர்கள் யோசித்துக்கொண்டிருந்த நேரத்தில், வீரப்பனோ ஒரே பாய்ச்சலாகப் பாய்ந்து, ஓடிக்கொண்டிருந்த இன்ஃபார்மர்களில் ஒருவனை வசமாகப் பிடித்து, பலம் கொண்ட மட்டும் அடித்து, துவைத்தெடுத்தான். அவனுடைய படுபயங்கரமான பாய்ச்சலும், மிருகத்தனமான அடியும் நமது நிருபர்களை பயமுறுத்தியது. வீரப்பனின் அருகிலிருந்த பேபியோ வேகமாக ஓடிப்போய் ஏதோ ஒன்றை லாவகமாகப் பிடித்துத் தூக்கினான். அது ஒரு மெகா சைஸ் உடும்பு. கொஞ்சம் கூட பயமோ, பதட்டமோ இல்லாமல் சர்வசாதாரணமாக உடும்பைப் பிடித்து தூக்கிய பேபியைப் பார்த்தும் நமது தம்பிகளுக்கு 'பக்'கென்றாகிவிட்டது.

அவர்கள் இருவரும் உடும்பை பிரமிப்புடன் பார்த்துக் கொண்டிருந்த நேரத்தில் திரும்பி வந்த வீரப்பன், "காட்டிக் கொடுக்கிற பசங்க ரெண்டு பேருக்கும் சரியா ஈடுகொடுத்துட்டு வர்றேன்'' என்று வெகு அலட்சியமாகச் சொன்னான். அதைக்கேட்ட தம்பிகளுக்கு மீண்டும் அதிர்ச்சி. அடிவாங்கி இருவரும் நேரே போலீசிடம் போய் தகவல் தெரிவித்து கூட்டிவந்துவிட்டால், மறுபடியும் ஆபத்தை எதிர்நோக்க வேண்டியிருக்குமே என்ற குழப்பத்தில் ஆழ்ந்தனர்.

நிருபர்களை அங்கிருந்து 3 கி.மீ. தூரத்திற்கு அழைத்துச் சென்று பேட்டி கொடுக்கத் தொடங்கினான் வீரப்பன். கடத்தப்பட்டவர்கள் தொடர்பாக நமது இதழிலும் பிற பத்திரிகைகளிலும் வெளியான செய்திகளை கையுடன் எடுத்துச் சென்றிருந்த நமது நிருபர்கள் அதனை வீரப்பனிடம் காட்டினர். அவற்றை கவனமாகப் படித்தான் வீரப்பன்.

அவனிடம், "உங்களுக்கு அரசும் போலீசும்தானே எதிரி. எதற்காக இந்த வனத்துறை ஊழியர்களைப் பழிவாங்குறீங்க?" என்று நமது நிருபர்கள் கேட்டதும், "என் தம்பி அர்ச்சுனன், விசாரணைக்காக கோர்ட்டுக்கு அழைச்சுக்கிட்டு போற வழியிலே கர்நாடக போலீசாரால் கொலை செய்யப்பட்டிருக்கான். அவன் சாவுக்கு நீதி விசாரணை வேண்டும். அதற்காக இந்த அரசாங்க ஊழியர்களைக் கடத்தினேன்" என்றான்.

"உங்க கோரிக்கைகள் என்ன?"

உடும்பை பிடிக்கிறான் பேபி வீரப்பன்

நக்கீரன் கோபால்

“ஒண்ணே ஒண்ணுதான். எனக்கு பணம் வேணும்; மூணு கோடி ரூபா வேணும். இந்த ஒரே ஒரு கோரிக்கைதான்.”

‘‘ஒரு அரசாங்கத்தையே மூன்று கோடி ரூபாய் தர வேண்டும்னு பிளாக்மெயில் செய்றீங்களே?- இது நேர்மையான விஷயமா என்ன?’’

‘‘எது நேர்மையா இருக்குது. எங்கே நீதி இருக்குது? என்னமோ மூணு கோடி கேட்டதை பெரிசா பேசுறீங்களே... நம்ம தமிழ்நாடு முதல்வர் ஜெயலலிதாவுக்கு மூணு கோடிங்கிறது ஒரு நாள் வசூல்தானே?’’ என கோபமாகச் சொன்ன வீரப்பன், ‘உடன்பிறவா சகோதரி’ சசிகலா, ‘வளர்ப்பு மகன்’ சுதாகரன் ஆகியோரைப் பிடிபிடியெனப் பிடித்தான்.

வீரப்பனுடன் சுமார் 4 மணி நேரம் இருந்துவிட்டு புறப்படும் போது, நிறைய புகைப்படங்கள் எடுத்தனர். ஆனால் கடத்தப் பட்டவர்களை மட்டும் சந்திக்க வீரப்பன் அனுமதிக்கவில்லை. பேட்டியை முடித்துக்கொண்டு திரும்பி வரும் வழியில் தம்பிகளுக்குள் ஒரு கேள்வி எழுந்தது. “நாம் உள்ளே சென்று வீரப்பனை சந்தித்ததை இன்ஃபார்மர்கள் பார்த்துவிட்டனர். இந்நேரம் போலீசுக்குத் தகவல் தெரிந்திருக்கும். நாம் திரும்பிப் போகும்போது போலீஸாரோ வனத்துறையோ நம்மை மடக்கி கேட்டால் என்ன பதில்சொல்வது?’’ என்ற யோசனையுடன் நடந்தனர்.

அந்தியூரை நெருங்கிக் கொண்டிருந்தபோது இரண்டு புல்லட்டுகள் எதிர்ப்பட்டன. ஒவ்வொரு புல்லட்டில் இரண்டு இரண்டு பேராக அமர்ந்திருந்த அவர்களைத் தூரத்தில் பார்த்த மாத்திரத்திலேயே எஸ்.டி.எஃப் ஆட்கள்தான் என்பதை புரிந்துகொண்ட நமது நிருபர்கள், கோவிலூர் அருகே சாலை ஓரமாக இருந்த பள்ளத்தில் இறங்கி ஒரு புதருக்குள் மறைந்து கொண்டனர். வீரப்பனை 2 பேர் சந்தித்துவிட்டார்கள். அவர்கள் நக்கீரன் நிருபர்களாகத்தான் இருக்க வேண்டும் என்று எஸ்.டி.எஃப்.பினர் முடிவு செய்ததைத் தொடர்ந்துதான் இந்த புல்லட் ரெய்டு ஆரம்பமாகியிருந்தது.

நமது நிருபர்கள் மறைந்திருந்த பகுதியை புல்லட்டுகள் கடந்து சென்றதும், சிவாவும் ஜீவாவும் மெல்ல வெளியே வந்து, யாராவது தெரிகிறார்களா என பார்த்துவிட்டு அதன் பிறகு பயணத்தைத் தொடர்ந்தனர். சிறிது தூரம்தான் சென்றிருப்பார்கள். புல்லட்டுகள் இரண்டும் அசுர வேகத்தில் திரும்பி வந்து கொண்டிருந்தன. புல்லட் சத்தம் கேட்டவுடனேயே நமது நிருபர்கள் வேகமாக நடந்து, அங்கிருந்த ஒரு டீக்கடையில் ஒதுங்கினர்.

அதே டீக்கடை அருகே புல்லட்டுகளின் வேகம் குறைந்தது. "இப்படித்தான் போயிருக்கணும். அந்தியூரைத் தாண்டுவதற்குள் பிடிச்சிடலாம்; வேகமாக போ" என அவர்கள் சொல்லிக் கொண்டே புல்லட்டின் வேகத்தை அதிகரிப்பதை தம்பிகள் காதில் வாங்கினர். ஆபத்து சூழ்கிறது என்பதை உணர்ந்து, புல்லட்டுகள் மறையும்வரை காத்திருந்துவிட்டு, அதன் பிறகு மீண்டும் அதே பாதையில் நடக்கத் தொடங்கினர்.

அதிரடிப்படையின் அடுத்த வாகனம் வருவதற்குள் அந்தியூரைக் கடந்துவிட வேண்டும் என்ற துடிப்பு சிவாவிடமும் ஜீவாவிடமும் காணப்பட்டது. அந்த வழியாக வந்த பைக்கை நிறுத்தி, அதனை ஓட்டி வந்தவரிடம் கெஞ்சிக் கூத்தாடி லிஃப்ட் கேட்டு ஏறிக்கொண்டனர். அதே நேரத்தில், முன்னே சென்ற புல்லட் ஆட்கள் கொடுத்த தகவலின் அடிப்படையில், அதிரடிப்படையைச் சேர்ந்த இரண்டு ஜீப்புகளும் இரண்டு பைக்குகளும் வேகமாக எதிரே வந்தன. செல்லம்பாளையம் என்ற இடத்தில், எதிரே வந்த வாகனங்களை கண்ட நிருபர்கள், உடனடியாக பைக்கை நிறுத்தச் சொல்லினர். தம்பி ஜீவா அவசரமாக இறங்கி அருகிலிருந்த டீக்கடைக்குள் மறைந்தார். தம்பி சிவா இறங்குவதற்குள் அதிரடிப்படையின் வாகனங்கள் இறங்கிவிட்டன. இனி இறங்கினால் சந்தேகம் என தயங்கினார் சிவா. அதிரடிப்படையின் வாகனங்கள் சிவாவைச் சூழ்ந்தன. அதிலிருந்து இறங்கிய ஒவ்வொருவரும் கைலி, பனியனுடன் கிராமவாசிகள் போல் உடையணிந்திருந்தாலும் எல்லோர் கையிலும் ஏ.கே.47 துப்பாக்கி. மாறுவேடத்தில் காடு முழுவதும் அலைந்த அதிரடிப்படையின் டீம்தான் அது. வண்டியிலிருந்து இறங்கிய ஒரு நபர், சிவாவை நெருங்கி, சட்டையைப் பிடித்து முரட்டுத்தனமாகத் தூக்கியபடி, "இன்னொருத்தன் எங்கடா?" என்று கேட்டார்.

10

இருதயமே நின்றது!

அதிரடிப்படையினரின் பிடியில் சிக்கியிருந்த சிவாவிற்கு உடல் முழுக்க வியர்த்தது. இவர்களின் பிடியிலிருந்து எப்படியும் தப்பித்துவிடவேண்டும்; அப்போதுதான் உரிய நேரத்தில் நக்கீரனுக்குத் தகவல் தெரிவிக்க முடியும் என்பதே சிவாவின் யோசனையாக இருந்தது. அதனால்தான் தூரத்தில் அதிரடிப் படையின் வாகனம் வரும்போதே தன்னிடமிருந்த இரண்டு ஃபிலிம் ரோல்களில் ஒன்றை ஜீவாவிடம் கொடுத்துவிட்டு, மற்றொன்றை உள்ளாடைக்குள் மறைத்து வைத்திருந்தார். அதிரடிப்படையினரிடம் அது சிக்கிவிடக்கூடாது என்பதில் கவனமாக இருந்தார்.

“உன்னோடு வந்த இன்னொரு ஆள் எங்கே?” -சிவாவின் சட்டையைப் பிடித்தபடி, அதிரடிப் படையினர் மீண்டும் கேட்ட நேரத்தில், சர்ரென ஒரு கார் அருகில் வந்து நின்றது. ‘Press’ என்ற வாசகம் ஒட்டப்பட்டிருந்த அந்த காரினுள் பத்திரிகையுலக நண்பர்கள் இருந்தனர்.

‘‘என்ன சிவா, உங்களை அந்தியூர் பக்கம் தேடிக் கிட்டிருக்காங்க; நீங்க இங்கே இருக்கீங்க?’’ என்று அவர்கள் கேட்க, சிவாவோ, “உங்களைத்தான் எதிர்பார்த்துக்கிட்டிருக் கேன்’’ என்றபடி சாதுர்யமாகப் பிரஸ் காரில் ஏறிவிட்டார். பத்திரிகைக்காரர்களின் முன்பாக எதையும் செய்ய இயலாமல் அதிரடிப்படையினர் கையைப் பிசைந்தபடி நின்றனர்.

சிவாவை ஏற்றிக்கொண்டு பிரஸ் கார் புறப்பட... வேறு

வழியில்லாமல் அதிரடிப்படையின் வாகனங்களும் வந்த வழியே திரும்பின. ஜீவா, அந்த டீக்கடையிலேயே இருந்துவிட்டார். அவருக்கு சிவா தப்பிய விபரமே தெரியாது. 'அப்பாடா... தப்பித்தோம்' என்று நினைத்தபடி பிரஸ் காரில் வந்த சிவாவுக்கு செலம்பூரம்மன் கோயில் அருகே மீண்டும் சோதனை ஏற்பட்டது. இந்தமுறை அவரை மடக்கியது கர்நாடக அதிரடிப்படை. பிரஸ் காரை அதிரடிப்படையினர் நிறுத்திய மாத்திரத்தில் தம்பி சிவா தன்னிடமிருந்த ஃபிலிம்ரோலை பக்கத்திலிருந்த போட்டோ கிராபரின் Bag-ல் அவருக்கே தெரியாமல் போட்டுவிட்டார்.

காரை மடக்கி, சிவாவை இறங்கச் சொன்ன கர்நாடக அதிரடிப்படையினர் அவரைத் தனியாக அழைத்து விசாரித்தனர். விபரம் எதுவும் கிடைக்காததால் அவரிடம் ஃபிலிம் ரோல் மற்றும் ஏதாவது தடயம் இருக்கிறதா என்பதை அறிவதற்காக செக்-அப் செய்தனர். அவர்கள் கையில் எதுவும் சிக்கவில்லை.

அதேநேரத்தில் நிருபர் ஜீவா, அதிரடிப்படையினரின் கழுகுக் கண்களிலிருந்து தப்பித்து, அந்தியூருக்கு வந்தார். பிறகு அங்கிருந்து ஈரோட்டுக்கு வந்து இரவு 7 மணிக்கு நமது அலுவலகத்திற்கு போன் செய்தார். அவர் குரலில் பதட்டம் தெரிந்தது.

"அண்ணே... நான் இப்ப ஈரோட்டிலிருந்து பேசுறேன். அந்தியூரிலிருந்தே பேசணும்னு நினைத்தேன். ஆனா அங்கே எல்லா இடத்திலும் போலீஸ்காரங்க இருந்ததால் இங்கே வந்து போன் செய்றேன். அண்ணே... சிவாவை எஸ்.டி.எஃப். ஆட்கள் தூக்கிக்கிட்டு போய் காட்டுக்குள்ளே வச்சு சுட்டுட்டாங்களாம்."

அவர் சொன்ன வார்த்தைகளைக் கேட்டதும் எனக்கு உயிரே இல்லை.

"தம்பி, என்ன சொல்றீங்க... எப்படி நடந்துச்சு? எங்கே நடந்துச்சு? நல்லா தெரியுமா?" -அதிர்ச்சியும் ஆவேசமும் நிறைந்த குரலில் கேட்டேன்.

"அண்ணே... நாங்க வீரப்பனைப் பார்த்து பேட்டி எடுத்துக்கிட்டிருக்கும் போது போலீஸ் இன்ஃபார்மர்கள் பார்த்துட்டாங்க. அவங்க போய் சொல்லி, எஸ்.டி.எஃப் வந்து வழிமறிச்சப்ப நான் ஒளிஞ்சுக்கிட்டேன். சிவசுப்ரமணியத்தை மாத்திரம் ஜீப்பிலே தூக்கிப் போட்டுக்கிட்டு போனாங்க. காட்டுக்குள்ள கொண்டு போய் சுட்டுட்டாங்கன்னு சொல்றாங்க."

எனக்கு இருதயமே நின்றுபோய்விட்டது.

"ஜீவா... நீங்க இப்ப எங்கே இருக்கீங்க?"

"ஈரோட்டில்தான் இருக்கேன்."

அவரிடம் ஒரு டெலிபோன் நம்பரைக் கொடுத்து அந்த

வீரப்பனைத் தேடும் அதிரடிப்படை

நம்பரில் வந்து பேசச் சொல்லிவிட்டு தம்பி காமராஜையும் லாயரையும் தொடர்புகொண்டு உடனடியாக அலுவலகத்திற்கு வரச்சொன்னேன். ஈரோடு மாவட்ட கலெக்டரின் நம்பரை தொடர்பு கொண்டு இந்த செய்தி உண்மைதானா என விசாரிக்க முயன்றேன். லைன் கிடைக்கவில்லை. நொடிக்கு நொடி பதட்டம் அதிகரித்துக்கொண்டேயிருந்தது. ஜீவா சொன்ன செய்தி பொய்யாக போகக்கூடாதா என மனம் வேண்டிக்கொண்டது.

பத்திரிகை அலுவலகங்கள் அனைத்திற்கும் போன் செய்து, அப்படியொரு செய்தி ஏதேனும் வந்ததா என விசாரித்தபோது பாதிப்பேர் அதை உறுதி செய்தனர். மீதிப்பேர் அப்படி எந்த தகவலும் வரவில்லை என்றனர். நமக்குள் வேதனையும் குழப்பமும் அளவுக்கதிகமாக இருந்தது.

"வீரப்பன் எங்கள் முதல் எதிரி என்றால், நக்கீரன்தான் இரண்டாவது எதிரி. நக்கீரன் என்று சொல்லிக்கொண்டு யார் காட்டுக்குள் சென்றாலும், அவர்களைச் சுட்டுக்கொன்றுவிடுவோம்" என்று கருவிய போலீஸ்துறை, தான் நினைத்தபடி வெறித்தனமாக நடந்துவிட்டதே என்பதை எண்ணிப்பார்த்து ஆவேசம் கொண்டேன். ஜீவாவிடமிருந்து

மேற்கொண்டு எந்த தகவலும் கிடைக்கவில்லை. போனை எதிர்பார்த்துக் காத்திருந்தேன். இந்த நொடியில் சிவசுப்ரமணியம் நம் முன்னே வந்து நின்றுவிடக்கூடாதா என மனம் தவித்தது. என்னுடைய பரிதவிப்பைப் புரிந்து கொண்ட தம்பிகள் சுரேஷ், குரு, பிரான்சிஸ், சிவகுமார் அனைவரும் அலுவலக பணிகளைப் பொறுப்பாக கவனித்துக்கொண்டனர்.

நெருப்பின் மீது நிற்பதுபோல ஒவ்வொரு நிமிடமும் தணலாக இருந்தது. அந்த அக்னி நிமிடத்தில் டெலிபோன் மணி ஒலித்தது. ஜீவாதான் மீண்டும் லைனில் வந்திருந்தார்.

“தம்பி... நீங்க சொன்ன தகவல் உண்மைதானா; நல்லா தெரியுமா?”

“அண்ணே... உண்மைதான்.”

“என்ன தம்பி சொல்றீங்க.... இங்கே பத்திரிகை ஆபீஸ் களுக்குக் கேட்டால் சரியான விபரம் தெரியமாட்டேங்குது. எப்படி இது நடந்தது? நீங்க எப்படி தப்பிச்சீங்க?”

“நான் ஏற்கனவே சொன்ன மாதிரி எஸ்.டி.எஃப். ஆட்களைப் பார்த்ததும் நான் புல்லட்டிலிருந்து இறங்கி டீக்கடையிலே ஒளிஞ்சுக்கிட்டேன். சிவா மட்டும் மாட்டிக்கிட்டாரு. அதற்கப்புறம்தான் சுட்டிருக்காங்க. போலீஸ்காரங்க சொல்லித் தான் எனக்கு இந்தத் தகவல் தெரியும்.”

ஜீவா பேசி முடித்த மறுவினாடி இன்னொரு லைனில் மணி ஒலித்தது. தம்பி கௌரிதான் ரிசீவரை எடுத்து அவசரமாக கொடுத்தார். அதைக் கையில் வாங்கும்போதே, “யாரு போன்ல?” என்று கேட்டபடி காதருகே ரிசீவரை கொண்டு சென்றேன்.

11 உயிர் தப்பிய ஜீவா!

"அண்ணே... நான் சிவசுப்ரமணியம் பேசுறேன்..."

சிவசுப்ரமணியனின் குரலைக் கேட்டதும் நமது இதயத்திற்கு இறக்கைகள் முளைத்தன. மிகக்கொடூரமான பயங்கரத்திலிருந்து மீண்டது போன்ற உணர்வு உள்ளமெங்கும் பரவியது. அந்த நொடியில் ஏற்பட்ட மகிழ்ச்சியின் அளவை எதனாலும் அளவிட முடியாது. நமது இரண்டு நிருபர்களுக்கும் எந்த ஆபத்தும் ஏற்படவில்லை என்பது உறுதியானதும், ரிசீவரை கையில் பிடித்தபடியே அலுவலகத்திலிருந்த தம்பிகள் அனைவரிடமும் "சிவா நல்லா இருக்காரு... அவருக்கு எந்த ஆபத்துமில்லை" என்று சொல்லி விட்டு சிவாவுடன் பேசத்தொடங்கினேன்.

"தம்பி... சொல்லுங்க... என்ன நடந்தது... எப்படி தப்பிச்சீங்க?"

"அண்ணே... மஃடியில் இருந்த எஸ்.டி.எஃப் ஆட்கள் ஏ.கே.47 துப்பாக்கிகளோடு என்னை சுத்திட்டாங்க. ஜீவா தப்பிச்சிட்டாரு. எஸ்.டி.எஃப் ஆட்கள் என்னை மிரட்டிக்கிட்டிருந்த நேரத்தில் பிரஸ்னு போட்ட கார் வந்தது. அதிலே இருந்த பத்திரிகை நண்பர்களோடு சேர்ந்து தப்பிச்சிக்கிட்டேன். அதற்கப்புறம் கர்நாடக எஸ்.டி.எஃப் என்னை மடக்கி தனியா அழைச்சுகிட்டுப் போய் விசாரித்தாங்க" என்றபடி தான் சந்தித்த நெருக்கடியான அனுபவத்தை விவரித்தார்.

சிவாவை மடக்கிய கர்நாடக அதிரடிப்படையினர் "ஏய்... ரெண்டு பேர் உள்ளே போனீங்களே... இன்னொருத்தன் எங்கே" என கோபமாகக் கேட்க, சிவா மிகவும் பொறுமையாக, "ரெண்டு

நிருபர் ஜீவாதங்கவேல்

பேர் உள்ளே போயிட்டாங்களா? எனக்கு எதுவும் தெரியாது... நான் காட்டுக்குள்ளே போகலை" என்றார். அதைக்கேட்ட கர்நாடக அதிரடிப் படையில் ஒருவர், "சார்... இவன் உள்ளே போயிருந்தா அதற்குள்ளே ஏன் இங்கு வர்றான்?" என்று சொல்ல, மற்றொரு வரோ "எனக்கு நல்லா தெரியும் Blue சட்டை போட்டுக் கிட்டு ஒருத்தனும் அவன்கூட இன்னொருத்தனும் போனாங்க. அவனுங்க யாரு தெரியுமா?" என்று சிவாவைப் பார்த்து கேட்டார்.

"எனக்கு தெரியாதுங்க சார்."

"Blue சட்டை போட்டுக்கிட்டு குள்ளமா இருந்தான்; தலைமுடி நரைச்சிருந்தது. அந்த மாதிரி தோற்றத்திலே எந்த பத்திரிகைக்காரன் இருந்தாலும் சுட்டுப்போட்டுட வேண்டியதுதான். இந்நேரம் அவன் அந்தியூரைத் தாண்டியிருக்க முடியாது. அதனால அந்தியூருக்கு இன்ஃபார்ம் கொடுத்துட்டு, ஈரோட்டுக்கு இன்ஃபார்ம் கொடுத்திடணும். எங்கே அவனைப் பார்த்தாலும் சுட்டுத்தூக்கி வீசிட வேண்டியதுதான்."

அதிரடிப்படையினரின் பேச்சுக்களைக் கேட்ட சிவாவுக்கு, 'பகீர்' என்றது. ஏனெனில், Blue சட்டை அணிந்திருந்தவர் நமது நிருபர் ஜீவாதான். அவரைத் தீர்த்துக்கட்ட அதிரடிப்படை முடிவெடுத்துவிட அந்த பயங்கரமான நேரத்தில் சிவா ஒரு வழியாக அதிரடிப்படையினரிடமிருந்து மீண்டு ஈரோட்டுக்கு வந்துவிட்டார். அதன் பிறகுதான் நம்மை தொடர்புகொண்டு இந்த விபரங்களைத் தெரிவித்தார். சிவா தெரிவித்த செய்தியைக் கேட்டதும் எனக்கும் அதிர்ச்சியாக இருந்தது.

"தம்பி... ஜீவாவை அவங்க அடையாளம் கண்டுபிடிச்சிட் டாங்களா?"

"அண்ணே... Blue சட்டை, லேசாக நரைத்த தலை இரண்டையும் அவங்க அடையாளமா சொல்றாங்க. என் மேலே அதிரடிப்படைக்கு சந்தேகம் வரலை. அவர்மீதுதான் சந்தேகம். அதனால அவர் எங்கிருந்து போன் பண்ணினாலும் அவரை நீங்க கையிலே எடுத்துக்குங்க."

"நீங்க போன் பண்றதுக்கு கொஞ்ச நேரம் முன்னாடிதான் அவர் போன் செய்தாரு. நீங்க அதிரடிப்படைகிட்டே சிக்கிக் கிட்டதாகவும் உங்களைச் சுட்டுட்டதாகவும் அவர் சொன்னாரு. அதனால இங்கே எல்லா தம்பிகளுமே பதட்டமா இருந்தாங்க.

வீரப்பனுடன் சிவசுப்ரமணியம்

உங்க குரலைக் கேட்ட பிறகுதான் நிம்மதி. ஜீவாவைப் பற்றி கவலைப்படவேண்டாம்; அவரும் ஈரோட்டுக்கு பத்திரமா வந்துட்டாரு."

"அண்ணே... ஜீவாவும் போன் பண்ணிட்டாரா, நல்லவேளை..."

"அதனாலதான் நாங்களும் நிம்மதியா இருக்கோம். இப்ப நீங்க பேசிக்கிட்டிருக்கிற நம்பரில் உள்ள போனைத்தான் கவர்மெண்ட் ஒட்டு கேட்டுக்கிட்டிருக்கு. அதனால இன்னொரு நம்பரிலே வாங்க. அந்த நம்பர் தெரியும்ல... அதிலே வந்து பேசுங்க."

சில விநாடிகளில் அந்த நம்பரில் தொடர்பு கொண்டார் சிவா.

"தம்பி... வீரப்பனைப் பார்த்தாச்சா?"

"பார்த்தாச்சுண்ணே."

"கடத்தப்பட்ட 3 பேரும் நல்லா இருக்காங்களா... அவங்களைப் பார்த்தீங்களா?"

"அண்ணே... மூணுபேரும் நல்லா இருக்காங்கன்னு வீரப்பனே சொன்னான். ஆனா அவங்களைப் பார்க்க அனுமதிக்கலை. நாங்க வீரப்பனைப் பார்க்கும்போது இன்ஃபார்மர்கள் ரெண்டு பேரு எங்களைக் கவனிச்சிட்டதாலே ரொம்ப நேரம் எங்களாலே வீரப்பன்கூட இருக்க முடியலை. ரொம்ப பதட்டமாகவும் பயமாகவும்தான் இருந்துச்சு. பேபி வேற ஒரு உடும்பை கையிலே பிடிச்சுக்கிட்டு விளையாட்டு காட்டிக் கிட்டிருந்தான். அதைப்பார்த்து நான் பயப்பட என்னைவிட அதிகமா ஜீவா பயந்துகிட்டிருந்தாரு. அதனால ரொம்ப நேரம் அங்கு இருக்க முடியலை. கடத்தப்பட்டவர்களைப் பற்றியும் அவங்களோட குடும்பங்களைப் பற்றியும் பத்திரிகையில் வந்த

வீரப்பன், பேபி வீரப்பனுடன் ஜீவா தங்கவேல்

செய்திகளையெல்லாம் எடுத்துக்கிட்டு போயிருந்தோம்ல, அதை வீரப்பன்கிட்டே காட்டினோம். எல்லாத்தையும் பார்த்தான். அப்பதான் கடத்தப்பட்ட மூணுபேரும் நல்லா இருக்காங்கன்னு சொன்னாங்க."

கடத்தப்பட்டவர்களுக்கு எந்த ஆபத்துமில்லை என்பதை அறிந்தபோது நமக்கு நிம்மதியாக இருந்தது. வீரப்பனால் வன ஊழியர்களுக்கு ஆபத்து என்றால் அதிரடிப்படையினரால் நமது தம்பிகளுக்கு பயங்கர ஆபத்து காத்திருந்தது. அந்த ஆபத்திலிருந்து இருவருமே சாதுர்யமாகத் தப்பித்ததுடன், அந்த பயங்கரமான நிலையிலும் வீரப்பனைச் சந்தித்து அவனை பேட்டியும் போட்டோவும் எடுத்துவிட்ட நிருபர்களின் திறமையைப் பாராட்டாமல் இருக்க முடியாது.

இதழுக்கான நேரம் நெருங்கிவிட்டதால், இரண்டு நிருபர்களும் சென்னைக்கு வரவேண்டியிருந்தது. எப்படி வருவது என்பது பற்றி சிவாவிடம் தெரிவித்தேன்.

"தம்பி... நீங்க திருச்சி வழியா வந்திடுங்க. ஜீவா கரூர் வழியா வரட்டும். நான் ஈரோடு ஏஜெண்டுக்குப் போன்பண்ணி சொல்லிடுறேன்."

தம்பி சிவாவிடம் பேசி முடித்தபின் ஈரோடு ஏஜெண்டுக்கு போன் செய்தேன்.

"அண்ணே... சொல்லுங்க."

"ஜீவா அங்கே வந்தாரா?"

"வந்தாரு... இப்பதான் ரெண்டு பேர் வந்து அவரை எங்கேயோ அழைச்சுக்கிட்டு போனாங்க."

"ரெண்டு பேரா... யாரு?"

12

பொய் சொல்வதில் போட்டா போட்டி!

பத்திரிகைக்காரங்கதான் வந்திருந்தாங்க. அவங்ககூடத்தான் ஜீவா போனார்."

"என்ன கலர்லே சட்டை போட்டிருந்தாருன்னு தெரியுமா?"

"Blue கலர் சட்டை."

"அடடா... எவ்வளவு தூரம் போயிருப்பாரு?"

"கொஞ்ச தூரம்தான்."

"உடனே கூட்டிகிட்டு வாங்க"- அவசரமாகச் சொல்லிவிட்டு லைனை கட் செய்தேன்.

சிறிது நேரம் கழித்து ஈரோடு ஏஜெண்ட் போன் செய்து தன் அருகிலிருந்த ஜீவாவிடம் ரிசீவரைக் கொடுத்தார்.

"அண்ணே... சொல்லுங்கண்ணே"

"தம்பி... நீங்க Blue சட்டை போட்டிருக்கிறதை எஸ்.டி.எஃப் ஆட்கள் அடையாளம் கண்டுகிட்டாங்க."

"அண்ணே... இங்கே 4 ஜீப்பில் போலீஸ் சுத்திகிட்டிருக்கு."

"பார்த்தீங்களா... இப்படிப்பட்ட நேரத்திலே நீங்க அதே சட்டையோடு வெளியே போனா எப்படி? ஜாக்கிரதையா இருக்க வேணாமா?"

"அண்ணே... சிவா..."

"அவர் நல்லா இருக்காரு தம்பி... நீங்க சொன்ன மாதிரி எதுவும் நடக்கலை... அவருக்கு எந்த ஆபத்துமில்லை. இப்பதான் போனிலே பேசினாரு. நீங்க ஏஜெண்ட்கிட்டே போனை கொடுங்க."

ஈரோடு ஏஜெண்ட் கைக்கு ரிசீவர் சென்றதும் பேசத்

தொடங்கினேன். "ஜீவா போட்டிருக்கிற சட்டையை உடனே கழற்றச் சொல்லிட்டு உங்க சட்டையில ஒண்ணைக் கொடுத்து போட்டுக்கச் சொல்லுங்க. சைஸ் பெரிசா இருந்தாலும் பரவாயில்லை. சட்டையை மாற்றியதும் உங்க டூவீலரில் அவரை அழைச்சுகிட்டுப் போய் நல்ல கடையிலே புது சட்டை ஒண்ணு வாங்கி கொடுத்து போடச் சொல்லுங்க. அப்புறமா உங்க டூவீலரிலேயே அவரைக் கரூர் வரைக்கும் அழைச்சுகிட்டு வாங்க."

"கரூர் வரைக்குமா?"

"ஆமா... அதைத் தவிர இப்ப வேற வழியில்லை. காரிலேதான் வருவோம்னு எதிர்பார்த்து எல்லா காரையும் போலீஸ்காரங்க நோட் பண்றாங்க. அதனால ரிஸ்க் பார்க்காமல் அவரை கரூர் வரைக்கும் கொண்டு வந்து மெட்ராஸ் பஸ்ஸிலே ஏற்றிவிடுங்க."

"சரிங்கண்ணே."

"ஜீவாவிடம் போனைக் கொடுங்க"

ஜீவா லைனுக்கு வந்தார்.

"ஜீவா... உங்களை இப்ப வெளியிலே கூட்டிகிட்டுப் போனது யாரு?"

"லோக்கல் பத்திரிகைக்காரங்கதான்."

"காட்டுக்குள்ளே நீங்க போயிட்டு வந்த விவரம் அவங்களுக்குத் தெரிஞ்சிடுச்சா?"

"இல்லீங்கண்ணே... அவங்ககிட்டே எந்த தகவலும் சொல்லலை."

"சரி... இப்ப நீங்க போட்டிருக்கிறது ஃபுல் ஹேண்ட் சட்டையா, ஹாஃப் ஹேண்டா?"

"ஃபுல் ஹேண்ட்தான்"

"அப்படின்னா நீங்க ஏஜெண்ட் கூடப்போய் ஹாஃப் ஹேண்ட் சட்டை ஒண்ணு வாங்கிப் போட்டுக்குங்க. Blue கலர் வேண்டாம். ரொம்ப கவனம். ஏஜெண்ட்டோட டூவீலரிலேயே கரூர் வரைக்கும் வாங்க. லேட் பண்ணிடாமல் சீக்கிரமா வாங்க." -பேசி முடித்துவிட்டு போனை வைத்தேன்.

நமது நிருபர்கள் இருவருமே எந்தவித ஆபத்துமின்றி வீரப்பனைச் சந்தித்துவிட்டு வெற்றிகரமாகத் திரும்புகிறார்கள் என்பதை நினைக்கையில் மனசு சந்தோஷத்தில் மிதந்தது. கண்டவுடன் சுட உத்தரவு இடப்பட்டிருந்த பயங்கரமான நேரத்தில், நமது நிருபர்களில் ஒருவரை சுட்டு வீசிவிட்டதாக அநியாயமான வதந்தி பரவிய சூழ்நிலையில் இரண்டு பேரும் வீரப்பனிடம் பேட்டியும் படமும் எடுத்துக்கொண்டு திரும்புகிறார்கள் என்பது ஒட்டுமொத்த அலுவலகத்திற்கும் சந்தோஷத்தையும் நிம்மதியையும் கொடுத்தது.

வீரப்பனின் பேட்டியுடன் வெளியான இதழில் மூன்று பணயக் கைதிகளின் நிலைமையும் வெளியிடப்பட்டது. இதழ் வெளியான ஒரு வாரம் கழித்து திடீர் பரபரப்பு. வீரப்பனிடம் பிணைக் கைதிகளாக இருந்த மூவரையும் நாங்கள் உயிருடன் மீட்டுவிட்டோம் என்று அறிவிப்பு செய்தார் கர்நாடக அதிரடிப்படை டி.ஜி.பி. சங்கர்பிதாரி. அவர் அந்த 3 பேருடன் இருப்பதுபோன்ற புகைப்படங்கள் மாலைமுரசு, மாலைமலர் ஆகிய நாளிதழ்களில் வெளியாயின.

அதே நேரத்தில், சென்னை தூர்தர்ஷனுக்கு பேட்டியளித்த தமிழக டி.ஜி.பி. தேவாரம் அவர்கள், ''நாங்கள் (தமிழக அதிரடிப்படை) வீரப்பனிடமிருந்து 3 பணயக்கைதிகளை மீட்டு விட்டோம்'' என்று சென்னையிலிருந்தபடியே தகவல் கொடுத்தார். இது பொதுமக்களை அதிகமாகக் குழப்பியது. பத்திரிகைகளில் வெளியான படங்களிலெல்லாம் கர்நாடக அதிரடிப்படை யினருடன்தான் அந்த மூவரும் இருந்தனர். அதற்குத்தான் முக்கியத்துவம் தரப்பட்டது. ஆனால் இங்குள்ள தேவாரமோ வேறு மாதிரியாக பேட்டியளித்தார். நமக்குள் சந்தேகம் எழுந்தது.

உண்மையில் என்ன நடந்தது? அந்த 3 பேரையும் மீட்டது யார்? இவற்றைப் புலனாய்வு செய்வதற்காக நமது நிருபர்களை அனுப்பினோம். அப்போதுதான் அதிரடிப்படையினரின் கபட நாடகம் வெளிச்சத்திற்கு வந்தது.

இரு மாநிலங்களையும் சேர்ந்த 20,000 அதிரடிப்படையினர் வீரப்பன் வேட்டையில் ஈடுபட்டிருக்க, வீரப்பனோ அந்த 3 பேரையும் ஒரு குறிப்பிட்ட தூரம் வரை கொண்டுவந்து விட்டுவிட்டு தனது ஆட்களுடன் ஓடிவிட்டான். அதிகாலையில் விடுவிக்கப்பட்ட அந்த 3 பேரும் காடு மேடெல்லாம் நடந்து மதியம் 1 மணியளவில் ரோட்டுப்பகுதிக்கு வந்து, இளைப்பாறியபோது அந்தப் பக்கமாக வந்த கர்நாடக அதிரடிப்படையினர் இவர்களைப் பார்த்ததும் அடையாளம் தெரியாமல், ''யார் நீங்க, வீரப்பன் ஆட்களா?'' என விசாரணையில் இறங்க, பயந்து போன மூவரும் தாங்கள்தான் கடத்தப்பட்ட வன ஊழியர்கள் என்று சொன்னவுடன், அவர்களைத் தங்கள் வாகனத்தில் ஏற்றிய அதிரடிப்படையினர் நேரடியாக சங்கர்பிதாரியின் முன்னால் கொண்டு போய் நிறுத்திவிட்டனர்.

வீரப்பனால் உயிர்ப்பிச்சை கொடுக்கப்பட்ட 3 பேரையும் கர்நாடக அதிரடிப்படையினர் தாங்களே மீட்டது போல் போட்டோவுக்குப் போஸ் கொடுத்து அறிக்கையும் வெளி

வீரப்பனை பிடிக்க லாரி நிறைய எஸ்.டி.எஃப்

யிட்டனர். இங்கே தேவாரமோ தமிழக அதிரடிப்படைதான் மீட்டது என்று இருந்த இடத்தில் இருந்தபடியே கூசாமல் பேட்டி கொடுத்தார். பொய் சொல்லியே பாராட்டு வாங்கிக்கொள்ள இரு மாநில போலீசாரும் போட்டா போட்டி போட்டனர். வீரப்பன் விவகாரத்தில் ஆரம்பம் முதலே போலீசார் பொய் சொல்லிவருவதை வெட்டவெளிச்சமாக்க வேண்டும்; ஆட்களை கடத்துவதும் விடுவிப்பதுமாக இருக்க வீரப்பன் என்னதான் செய்ய விரும்புகிறான் என்பதை அறிய வேண்டும்; இவற்றை மையமாகக் கொண்டு வீரப்பன் விஷயத்தில் அடுத்தகட்ட சவாலை சந்திக்க முடிவு செய்தோம்.

13 வீடியோ பயிற்சி!

வீரப்பன் விவகாரத்திற்கு ஒரு முற்றுப்புள்ளி வைக்க வேண்டும் என தீர்மானித்தோம். அரசாங்கமும் காவல்துறையும் தினந் தோறும் பொய்யைக் கக்குகின்றன என்பதை பாமர மக்களும் புரிந்துகொள்ளும் வகையில் வெட்ட வெளிச்ச மாக்க வேண்டும். அதற்கு எந்தெந்த வழிகளில் இந்த விவகாரத்தைக் கொண்டு போக முடியுமோ அவை அனைத்தையும் பயன்படுத்திக் கொள்ள வேண்டும் என முடிவு செய்தோம்.

பத்திரிகைகளுக்கு அடுத்தபடியாக வளர்ந்து வரும் மீடியாவான டி.வி. மூலமாகவும் அரசாங்கத்தின் முகமூடியைக் கிழித்தெறிய விரும்பினேன். மக்களை முட்டாளாக்க வேண்டும் என வீட்டிலேயே சத்தியம் செய்துவிட்டு புறப்படுகிறார் முதல்வர் ஜெயலலிதா. மக்களுக்கு பாதுகாவலாக இருக்க வேண்டிய முதல்வரே இப்படி என்றால் அவருடன் போட்டி போட்டுக் கொண்டு அப்போது பொறுப்பில் இருந்த காவல்துறை அதிகாரி களும் புளுகு மூட்டையை அவிழ்த்து விட்டனர். இவர்களுக்கு ஈடுகொடுக்கும் வகையில் கர்நாடகத் தரப்பிலிருந்தும் பொய்களை கட்டவிழ்த்துவிட்டனர். 1% கூட யாரிடமும் உண்மையில்லை.

நூற்றுக்கும் அதிகமான கொலைகளைச் செய்த ஒருவன். அதை நான்தான் செய்தேன் என்று ஒப்புக்கொள்வதுடன் ஏன் இந்தக் கொலைகளைச் செய்தேன்? எதற்காகச் செய்தேன்? இதற்கெல்லாம் காரணமாக அமைந்தது எது? என்று

பட்டவர்த்தனமாக சொல்கிறான். இப்படி வெளிப்படையாகச் சொல்லக்கூடியவன் உலகத்திலேயே இல்லை. அவன் செய்த தவறுகளை அவனே ஒப்புக்கொள்ளும்போது அதை வீடியோவில் பதிவு செய்து அதன் மூலமாக இரு மாநில அரசுகளும், இரு மாநில காவல்துறையும் சொல்கின்ற பொய்களை மக்களுக்கு அம்பலப்படுத்தவேண்டும். ஒரு தனிமனிதன் இரு மாநிலத்திற்கும், ராணுவத்திற்கும் சவால் விடக்கூடிய வகையில் எப்படி இவ்வளவு பெரிய குற்றவாளியானான்? உண்மையில் அவனுக்குப் பின்னணியாக இருந்து செயல்பட்டவர்கள் யார் என்பதை அம்பலப்படுத்தியே தீரவேண்டும் என்பதை நக்கீரன் சவாலாக ஏற்றுக்கொண்டது.

கத்தரிக்காயை வெட்டுவது போல் நூற்றுக்கும் அதிகமான வர்களை வீரப்பன் வெட்டித் தள்ளினான் என்று அரசும், போலீசும் அவன் மீது குற்றம் சாட்டுகிறது. தனியொரு மனிதனால் எப்படி இதைச் செய்யமுடியும்? அப்படியே செய்திருந்தான் என்றால் அதற்கு என்ன காரணம்? போன்ற கேள்விகள் நெஞ்சைத் துளைத்துக்கொண்டிருந்தன.

கொலை என்பது இரு தரப்பிலுமே ஈவிரக்கமற்ற முறையில் நடந்திருக்கிறது என்பதுதான் உண்மை. சமீபகாலமாக வியாக்கியானம் போல் பேட்டியளித்துவரும் முன்னாள் டி.ஜி.பி. தேவாரமும் முன்னாள் முதல்வர் ஜெயலலிதாவும் "நாங்கள் பொறுப்பில் இருந்தபோது வீரப்பன் ஆட்கள் 145 பேரைக் கொன்று அவனுடைய பலத்தைக் குறைத்தோம்" எனத் திரும்பத் திரும்ப சொல்லிக்கொண்டேயிருக்கிறார்கள். ஆக, வீரப்பனால் கொல்லப்பட்டவர்களின் எண்ணிக்கை 132. போலீசாரால் கொல்லப்பட்டவர்களின் கணக்கு 145. அப்படியானால் யார் பெரிய வீரப்பன் என்பதைப் புரிந்துகொள்ளலாம்.

'வீரப்பன் ஆட்களைத்தான் நான் சுட்டுக்கொன்றேன்' என்று தேவாரம் இப்போது சொல்லலாம். ஆனால் உண்மையில், போலீசாரால் சுட்டுக்கொல்லப்பட்ட வீரப்பன் ஆட்கள் சில பேர்தான். பெரும்பான்மையானவர்கள் 'வீரப்பன் காட்டில்' உள்ள அப்பாவி மலைக்கிராம இளைஞர்களும், ஏதுமறியாத பெண்களும், துளிக்கூட சம்பந்தமேயில்லாத முதியோர்களும் தான். இவர்கள்தான் அதிகளவில் சுட்டுக்கொல்லப்பட்டிருக் கிறார்கள். அதற்கான சாட்சியங்களும் நம்மிடம் ஏராளமாக உள்ளன.

போலீசின் பொய் புரட்டுகளை அம்பலப்படுத்துவதற்காக இந்த மலைக்கிராம மக்களைத்தான் நாம் முதலில் பேட்டி காண முயற்சித்தோம். அதிரடிப்படையினரின் முற்றுகையில் இருந்த

அவர்களை நெருங்கி பேட்டி எடுப்பதென்பது பெரும்பாடு. வீரப்பனை பேட்டி எடுக்க எந்த அளவு ரிஸ்க் எடுக்க வேண்டுமோ அதைவிட 3 பங்கு அதிகமான ரிஸ்க் எடுத்தால்தான் மலைக்கிராம மக்களைப் பார்க்க முடியும் என்ற பயங்கரமான சூழ்நிலை நிலவியது. அதனால் அந்த முயற்சி தாமதப்பட்டுக் கொண்டேயிருந்தது.

நாட்கள் கடந்து கொண்டேயிருந்ததால் நாம் எடுத்துக் கொண்ட முயற்சியை விரைவாக முடித்திட வேண்டும் என்ற லட்சிய வெறி நமக்குள் அதிகமாகிக் கொண்டே இருந்தது. வீரப்பனை வீடியோவில் பதிவு செய்தே ஆக வேண்டும் என்ற தீர்மானத்துடன் வியூகம் வகுக்கப்பட்டது. மூன்று முறை காட்டுக்குள் சென்று, எல்லாவித ஆபத்துகளையும் கடந்து

வெற்றிகரமாக வீரப்பனிடம் பேட்டி எடுத்து வந்த சிவசுப்ரமணியனின் திறமையைப் பாராட்டி நக்கீரன் சார்பில் அவருக்கு ஒரு வீடியோ கேமரா பரிசளிக்கப்பட்டது. அதை எப்படி இயக்குவது என்பது பற்றியும் அவருக்கு ஸ்பெஷல் டிரெயினிங் கொடுக்கப்பட்டது. இதில் தம்பி சிவாவுக்கு உதவியாக இருந்து பயிற்சி அளித்ததில் பெரும்பங்கு வகித்தவர் ஆத்தூர் வீடியோ சுப்பு என்பவர்.

நமது நக்கீரன் குடும்பத்தில் நடக்கும் விழாக்களையெல்லாம் வீடியோவில் கவரேஜ் செய்வதை ஒரு பிராக்டிகல் ஒர்க்காகவே மேற்கொண்டார் தம்பி சிவா. வீடியோவில் படமெடுப்பதென்பது அவருக்கு வெகு குறைவான நாட்களிலேயே கைவரப்பெற்றது. இதைத்தான் நாம் எதிர்பார்த்தோம்.

ஜெயலலிதா, ஆட்சியில் இருக்கும் நாட்களுக்குள்ளாகவே அவரது ஆட்சியின் லட்சணத்தையும் அன்றைய காவல்துறையின் போலி வீரத்தையும் மக்கள் முன் தோலுரித்துக்காட்ட வேண்டும் என்பதில் தீர்மானமாக இருந்தேன். 100 கோடி செலவில் வளர்ப்பு மகன் திருமணம். அதில் ஆடம்பர அணிவகுப்பு, தனது தொலைக்காட்சியில் உடனடி ஒளிபரப்பு, தங்க, வைர நகை ஜொலிப்பு என ஏகப்பட்ட அமர்க்களங்களை நடத்திய ஜெயலலிதா அத்துடன் நிற்கவில்லை. தனது 'உடன்பிறவா சகோதரி' சசிகலாவுடன் சேர்ந்து கொண்டு சென்னையிலிருந்து மகாபலி புரம் வரையிலான கடற்கரை பகுதியில் நீச்சல் குளத்துடன் கூடிய சொகுசு பங்களாக்கள், தஞ்சை மாவட்டம் முழுவதும் சொத்து குவிப்பு என மக்கள் வரிப்பணத்தில் அடித்த கொள்ளைகள் கணக்கிலடங்காதவை. இவற்றையெல்லாம் மத்திய அரசு கண்டுகொள்ளக்கூடாது என்பதற்காக அன்றைய பிரதமர் நரசிம்மராவின் மகன்களை எப்படியெல்லாம் தாஜா செய்தார் என்பது அரசியலின் அசிங்கமான பக்கங்கள்.

இம் என்றால் சிறைவாசம்; ஏன் என்றால் வனவாசம் என்பதையே தனது ஆட்சியின் கொள்கையாகக் கொண்டிருந்த ஜெயலலிதா தன்னை எதிர்க்கின்ற ஒரே பத்திரிகையான நக்கீரனை நசுக்கியே தீரவேண்டும் என 5 ஆண்டுகால ஆட்சியில் ஏராளமான அடக்குமுறைகளைக் கட்டவிழ்த்துவிட்டார். அவ்வளவையும் தாங்கிக்கொண்டு, எழுந்துநின்ற நக்கீரன், ஜெயலலிதா ஆட்சியின் அக்கிரமங்களை எல்லா வழியிலும் அம்பலப்படுத்திக் கொண்டுதான் இருந்தது. வீரப்பன் விவகாரத்திலும் இந்த ஆட்சியின் பொய், புரட்டுகளை அம்பலப்படுத்த வேண்டும். அதுவும் அவரது ஆட்சிக் காலத்திலேயே செய்ய வேண்டும். நிரந்தர முதல்வர் என்ற கனவில் மிதக்கும் ஜனநாயக கொலைகாரி முகமூடியைக் கிழிக்க நாள் குறித்தோம்.

96-ஆம் வருடம் மார்ச் 16-ந் தேதி...

முதல் வீடியோ பேட்டி! **14**

முதன் முதலாக வீடியோ கேமரா முன்பாக நின்றான் வீரப்பன். இந்த மகத்தான நாளுக்கு சில நாட்கள் முன்பாக தம்பி சிவா எனக்கு போன் செய்து வீடியோவுடன் காட்டுக்குள் செல்வதற்கான வழிகளை பார்த்துக்கொண்டிருப்பதாகவும் சிக்னலுக்காக காத்திருப்பதாகவும் தெரிவித்தார். 15-ந் தேதியன்று நிச்சயமாக காட்டுக்குள் சென்று வீடியோ பேட்டி எடுத்துவிட முடியும் என்று சிவா திடமாக நம்பினார். உடனே எனக்குப் போன் செய்து தகவல் தெரிவித்தார்.

வீரப்பனை வீடியோ பேட்டி எடுப்பது பத்திரிகையுலகில் மகத்தான சாதனை என்பதும் மிக முக்கியத்துவம் வாய்ந்தது என்பதும் உண்மைதான். ஆனால் அதைவிட தம்பியின் உயிர் மிகவும் முக்கியமானதாயிற்றே! அவருக்கு எந்த பாதிப்பும் ஏற்பட்டுவிடக்கூடாது என்பதால் மிகுந்த கவனமாக இருக்கும்படி அறிவுறுத்தினேன். தம்பி சிவாவுக்குத் துணையாக சென்ற சுப்பு, டிரைவர் பாலு மூவரையும் கவனமாக இருக்கும்படி சொன்னேன். ஏனெனில் சென்ற முறை தம்பி சிவா காட்டுக்குள் போனதற்கும் இப்போது செல்வதற்கும் வித்தியாசமிருந்தது.

கையடக்க ஸ்டில் கேமரா, மைக்ரோ டேப் இவை இரண்டையும் மறைத்து எடுத்துச்சென்று வீரப்பனை போட்டோவுடன் பேட்டி எடுத்து வந்து விடுவார் சிவா. ஆனால் இந்த முறை அப்படி எளிதாக செல்ல முடியாது. வீடியோ கேமரா, மைக், பேட்டரி, ஸ்டில் கேமரா என ஏகப்பட்ட

நக்கீரன் கோபால் 77

புகைப்பட ஆல்பத்தை ஆர்வமாக பார்க்கும் வீரப்பன் கூட்டாளிகள் மாதேஸ், சேத்துக்குளி கோவிந்தன், ரெங்கசாமி, சித்தன்

பொருட்களை தூக்கிச் செல்லவேண்டும். எல்லாமே கனமான பொருட்கள். மெல்லிய தேகம் கொண்ட தம்பி சிவா அதை எடுத்துச் செல்வதே கடினம் என்றால், அந்த நிலையில் போலீஸின் பார்வையில் பட்டுவிட்டால் தப்பிப்பது என்பது மிகவும் கடினம். அதனால்தான் மிகுந்த கவனத்துடன் செல்லும்படி எச்சரித்தேன்.

வெயிட்டான சாதனங்களுடன் காடு நோக்கிச் செல்லும் சிவாவை மலைக்கிராம மக்கள்தான் வீரப்பனிடம் அழைத்துச்செல்ல வேண்டும். சரியான தருணம் பார்த்துதான் உள்ளே செல்லமுடியும். அதுவரை அவர் அந்த சாதனங்களுடன் காத்திருப்பதென்பது பெரும்பாடு. அப்படியே காட்டிற்குள் சென்றாலும் எதிர்ப்படும் யானைக் கூட்டத்திடமிருந்து மீள்வதென்பது லேசான காரியமல்ல, இத்தனை ஆபத்துகளும் சங்கடங்களும் என் மனக்கண் முன் தோன்றியதால்தான் சிவாவை ஜாக்கிரதையாக இருக்கச் சொன்னேன்.

“தம்பி... இதையெல்லாம் மீறி நீங்க எப்படி வீடியோ பேட்டி எடுத்து வருவீங்கன்னு எனக்குத் தெரியாது. ஆனா ரொம்ப ஜாக்கிரதையா இருக்கணும்.”

“அண்ணே... ரொம்ப ஜாக்கிரதையா இருக்கேன். இன்றைக்கு சிக்னல் கிடைச்சிடும். காட்டுக்குள்ளே போயிடுவேன்” என்றார். ஆனால், மறுபடியும் அவர் போன் செய்து, “அண்ணே... சிக்னல் கிடைக்க லேட்டாகுது. நாளைக்குத்தான் போறேன்” என்றார்.

சொன்னபடி, மறுநாள் சிக்னல் கிடைத்தது. வீடியோவுடன் காட்டுக்குள் நுழைந்தார் சிவா. எனக்கு மனதே சரியில்லை. அவருடைய போனுக்காக இரவு பகலாக காத்திருந்தேன். உறக்கம் வரவில்லை. தம்பி சிவா இப்படி ஒரு பயணத்தை மேற் கொண்டிருக்கிறார் என்று அலுவலகத் தம்பிகளுக்குக்கூடத் தெரியாது. யாரிடமும் சொல்லவில்லை, வெளியாட்களுக்கும் தெரியாது. தெரியவும் கூடாது என்பதில் கவனமாக இருந்தோம். வீடியோ கேமராவுடன் சிவா காட்டுக்குள் நுழைந்திருப்பது தெரிந்தால் இரண்டு மாநில அதிரடிப்படையினரும் அவரை வளைத்துப் பிடிக்க தீவிரமாகிவிடுவர். கண்டவுடன் சுடவேண்டும் என்று ஏற்கனவே அவர்களுக்கு கட்டளை பிறப்பிக்கப் பட்டிருப்பதால் பெரிய விபரீதம் ஏற்படக்கூடும். அதனால்தான் இந்தப் பயணம் பற்றி யாரிடமும் மூச்சுவிடவில்லை.

ஒரு நாள், இரண்டு நாள், மூன்று நாள், நான்கு நாள், ஐந்து நாள் என நாட்கள் கடந்துகொண்டேயிருந்தன. தம்பி சிவாவின் குரலுக்காகக் காத்துக் கொண்டேயிருந்தேன். இரவு 2 மணி. வீட்டிலுள்ள டெலிபோன் அலறியது. அதனருகிலேயே படுத்திருந்த நான் சடாரென அதை எடுத்தேன்.

"நானும் படம் புடிப்பேன்" -வீரப்பன்

"அண்ணே... காட்டுக்குள் போயிட்டு வந்துட்டேன்."
அந்த வார்த்தைகளைக் கேட்டதும் காதுக்குள் தேனாறு ஓடுவதுபோல் இருந்தது. எவ்வித ஆபத்துமின்றி தம்பி திரும்பிவிட்டார் என்பதை நினைக்கையில் மனம்

நிம்மதியடைந்தது. நிஜமாகவே ஒரு நீண்ட பெருமூச்சு விட்டபடி சிவாவிடம் பேசத் தொடங்கினேன். "தம்பி... எங்கேயிருந்து பேசுறீங்க?"

"சத்தியிலிருந்து"

"உடனே புறப்பட்டு மெட்ராசுக்கு வந்திடுங்க."

"அங்கேதான் வந்துகிட்டிருக்கேன். காலையிலே வந்திடுவேன்."

சிவாவின் வரவுக்காகக் காத்திருந்தோம்.
சிவாவும் வந்தார்.

"இந்த முறை பயணம் எப்படியிருந்தது?"

"நீங்க சொன்ன மாதிரி எல்லா விவரங்களையும் பதிவு செய்திருக்கேன். யார் அவன்? அவனோட குடும்பப் பின்னணி என்ன? ஏன் இப்படி ஆனான்? ஏன் இத்தனை கொலைகள் செய்தான்? போலீஸ் இவனை என்ன செய்தது...? உட்பட எல்லா விஷயத்தையும் எடுத்திருக்கேன்" என்றார்.

சிவா எடுத்து வந்திருந்த 9 மணி நேரக் கேசட்டை தம்பிகள் அனைவரும் பார்த்தனர். மிகத் தேர்ந்த ஒளிப்பதிவாளரைப்போல் படப்பதிவு செய்திருந்தார் சிவா. அதைப் பார்க்கப் பார்க்க தம்பிகளுக்கு பெருமையும் பூரிப்பும் பொங்கி வழிந்தது. என் நிலைமையும் அப்படித்தான் இருந்தது. என்றாலும் உள்ளுக்குள் ஒரு கவலை.

இவ்வளவு சிரமப்பட்டு எடுக்கப்பட்டிருக்கும் வீடியோ பேட்டியை நாம் எப்படி பத்திரப்படுத்தி மக்களிடம் கொண்டு போய் சேர்க்கப் போகிறோம். நம்மிடம் இருப்பது பத்திரிகை மீடியாதானே! நாம் ஒப்படைத்த பணியைச் சிவா திறம்பட சாதித்துவிட்டார். அவருடைய சாதனையை மக்களிடம் சரியாகக் கொண்டு போய் சேர்க்க வேண்டியது நமது பொறுப்பு. என்ன செய்வது? எப்படி மக்களிடம் சேர்ப்பது? என்ற யோசனையில் மூழ்கினேன்.

15

வீரப்பனுக்கு தரப்பட்ட 3 லட்சம்!

சிவா படப்பதிவு செய்து வந்திருந்த 9 மணி நேர வீடியோ கேசட்டை முழுமையாகப் பார்த்த போது இரண்டு மாநில அரசுகளும் எவ்வளவு பொய்களை அள்ளி விட்டிருக்கின்றன என்பது முற்றிலுமாகப் புரிந்தது. இரண்டு தரப்பு அதிகாரிகளும் வீரப்பன் விஷயத்தில் எந்தளவுக்கு பொய் சொல்லியிருக்கிறார்கள் என்பதையும் அறிய முடிந்தது.

கர்நாடகத்தைச் சேர்ந்த டி.எஃப். ஓ. சீனிவாசனின் தலையை வீரப்பன் தனியாகத் துண்டித்து எடுத்துச் சென்றதைப் பற்றித்தான் காவல்துறையும் வனத்துறையும் திரும்பத் திரும்பச் சொன்னதே தவிர, டி.எஃப்.ஓ.வை வீரப்பன் எதற்காகக் கொன்றான் என்பது பற்றி இதுநாள்வரை வாய் திறக்கவில்லை. அதை வீரப்பனே அந்த வீடியோ பேட்டியில் தெரிவித்திருந்தான். தன் தங்கையை டி.எஃப்.ஓ. சீனிவாசன் கற்பழித்து சீரழித்ததால்தான் தலையை வெட்டினேன் என்று பேட்டியில் கூறியிருந்தான். போலீஸ் தரப்பில் மறைக்கப்பட்ட எத்தனையோ உண்மைகள் வீடியோ பேட்டி மூலம் வெளிப்பட்டது.

டி.எஸ்.பி. சிதம்பரநாதன் உட்பட 3 பேரை கடத்தி வைத்து 1000 கோடி ரூபாய் கேட்டபோது போலீஸ் எப்படி காட்டுக்குள் வந்தது, காட்டுக்குள் என்ன நடந்தது, கடத்தப்பட்ட 3 பேரும் எப்படி விடுவிக்கப்பட்டனர் என்பது பற்றி வீரப்பன் அளித்த வீடியோ பேட்டியில், சிதம்பரநாதன் ஏற்கனவே நம்மிடம் என்ன சொல்லியிருந்தாரோ அதேவார்த்தைகள்தான் இடம்பெற்றிருந்

தன. டி.எஸ்.பி. உட்பட மூவரையும் அதிரடிப்படையினர் மீட்கவில்லை, வீரப்பன் ஸ்பாட்டில் இல்லாததால் டி.எஸ்.பி. தனது சாதுர்யத்தால் வீரப்பன் கூட்டாளிகளான அய்யன்துரை, ரங்கசாமி இருவரையும் அழைத்துக்கொண்டு தப்பிவிட்டார் என்பதை உறுதி செய்த வீரப்பன், “சிதம்பரநாதன் கெட்டிக்காரர், பேசியே என் ஆட்கள் 2 பேரை கொண்டுபோயிட்டார்” என்று பேட்டியளித்திருந்தான்.

தனது ஆட்களில் ஒருவனைக் காட்டெருமை முட்டிவிட்டதால் அவனைப் பார்க்க தான் சென்றதாகவும் அந்த நேரத்தில்தான் டி.எஸ்.பி. தப்பித்தார் என்றும் வீரப்பன் தனது பேட்டியில் தெரிவித்திருந்தான். “என் தம்பி அர்ஜுனனை போலீஸ்காரனுங்க கொன்னதாலதான் அந்தியூர் பாரஸ்ட் அதிகாரிகளைக் கடத்தினேன். அவர்களை விடுதலை செய்யணும்னா 3 கோடி ரூபாய் வேணும்னு கேட்டேன். ஆனா அரசாங்கம் 3 லட்சம்தான் கொடுத்தது. அதிலிருந்து, கடத்தப்பட்ட 3 பேருக்கும் ஆளுக்கு 5000 கொடுத்து, அவர்களை அழைத்துக்கொண்டு வந்து ரோட்டோரமா விட்டுட்டுப் போனேன். போலீஸ் வந்து அவர்களை மீட்டதா சொல்றது வெறுங்கதை” என கோபமாக அந்த கேசட்டில் பேசியிருந்தான் வீரப்பன்.

ஒன்பது மணிநேர கேசட்டில் பதிவாகியிருந்த ஒவ்வொரு ஷாட்டும் வெளிவராத உண்மைகளை வெளிச்சத்துக்குக் கொண்டு வந்தன. அப்போது மந்திரியாக இருந்த செங்கோட்டையன், எம்.எல்.ஏ.க்கள் நாச்சிமுத்து, அந்தியூர் பெரியசாமி மற்றும் நெகமம் கந்தசாமியின் மருமகன் இவர்களுடன் தனக்கு எந்த அளவில் பழக்கம், போலீஸ்காரர்களில் தன்னுடைய ஆட்கள் யார் யார், தன்னைக் காட்டிக் கொடுக்க முயன்றவர்களைக் கொன்றது எப்படி, யார் யார் உதவியுடன் சந்தன மரத்தைக் கடத்தினேன். யானைகளை எப்படிக் கொன்று தந்தத்தை விற்றேன் என்பது பற்றியெல்லாம் விலாவாரியாகச் சொல்லி யிருந்தான் வீரப்பன். ஒவ்வொன்றையும் அவன் சொல்லி யிருந்தவிதம் ஆச்சரியமாக இருந்தது. யானைகளை ஏன் கொன்றேன் என்பதற்கு ராமாயணம், மகாபாரதம் போன்ற இதிகாசங்களிலிருந்து உதாரணங்களை எடுத்துச் சொன்னான். எம்.ஜி.ஆர். பற்றியும், கலைஞர் பற்றியும், ரஜினி பற்றியும், டாக்டர் ராமதாஸ் பற்றியும், தம்பி பிரபாகரன் பற்றியும் தனக்குத் தெரிந்ததை சொல்லி அவர்களைப் பாராட்டினான்.

நாட்டு நடப்புகள் பலவற்றையும் பேசியிருந்த அவன், ஜெ.-சசி பற்றி பேசும்போது மட்டும் கோபத்தின் உச்சிக்குச்

சென்றான். விமர்சனத்துக்குரிய தோழிகளின் வாழ்க்கைமுறை, அரசு பணத்தை கொள்ளையடித்து சொத்து சேர்த்த விவரம், மக்களுக்கெதிராக ஜெ.வும் சசியும் செய்துவரும் காரியங்கள். இவைகளைப் பற்றி பேசும்போது அவனிடமிருந்து ஆத்திரம் கலந்த வார்த்தைகள் வெளிப்பட்டன. கொலையும் கடத்தலும் புரிந்த ஒரு ஆளை இந்தளவுக்கு பேச வைத்து வீடியோ எடுக்க வேண்டிய அவசியம் நக்கீரனுக்கு ஏன் வந்தது, நக்கீரன் அவனுக்கு வக்காலத்து வாங்குகிறதா எனக் கேள்வி எழலாம். நாம் அவனுக்கு எந்த இடத்திலும் வக்காலத்து வாங்கவில்லை. மிருகம் போல் காட்டில் இருக்கும் வீரப்பனை மனிதனாக்கவேண்டும். அவனுடைய விவகாரத்திற்கு முற்றுப்புள்ளி வைப்பதன் மூலம் மலைக்கிராம மக்களின் வாழ்க்கையில் நிம்மதியை உருவாக்க முடியும். அதற்கு வீரப்பன் தன் பக்கமுள்ள விஷயங்களைப் பேசுவதற்கு ஒரு வாய்ப்பளிக்க வேண்டும். இதுதான் நமது குறிக்கோள். பல மாதங்கள் நாம் மேற்கொண்ட தீவிரமுயற்சியின் பலன்தான் வீரப்பன் அளித்த வீடியோ பேட்டி.

உலகுக்குத் தெரியாத உண்மைகள் பல அடங்கிய அந்த வீடியோ கேசட்டை மக்களிடம் கொண்டுபோக என்ன செய்ய வேண்டும் என்ற ஆலோசனையில் இறங்கினோம். டி.வி. மீடியா மூலம்தான் இதை மக்களிடம் கொண்டுபோக முடியும். அதிக மக்கள் பார்ப்பது அரசுத் தொலைக்காட்சியான தூர்தர்ஷனைத் தான். அதனை அடுத்து அதிக அளவில் பார்க்கப்படுவது சன் டி.வி. இவை தவிர, ராஜ் டி.வி. அப்போதிருந்த கோல்டன் ஈகிள் டி.வி. மற்றும் ஈ.நாடு, ஜெமினி, உதயா ஆகிய டி.வி. நிறுவனங்களும் ஒளிபரப்பில் ஈடுபட்டிருந்தன. நம்மிடமுள்ள பொக்கிஷத்தை யார் மூலம் ஒளி பரப்புவது? அரசுத் தொலைக்காட்சியான தூர்தர்ஷனால் இந்த பேட்டியை ஒளிபரப்ப இயலாது. அதற்கு நிறைய கட்டுப்பாடுகள் இருப்பதால் தொலைக்காட்சி நிலையத்தாருக்கு தயக்கம் ஏற்படுவது இயல்பு. அடுத்த நிலையிலிருப்பது சன் டி.வி. நமக்கு டி.வி. மீடியாவில் பரிச்சயமில்லாததால் நண்பர் ரமேஷ்பிரபாவை அவசரமாக வரச் சொல்லி விவரத்தைத் தெரிவித்தேன். இதை சன் டி.வி. மூலம் ஒளிபரப்புவது குறித்து நமது சார்பாக பேசச் சொன்னோம்.

நண்பர் ரமேஷ்பிரபா இது பற்றி சன் டி.வி. நிறுவனத்துடன் பேசிவிட்டு விவரம் தெரிவிப்பதாகச் சொல்லி புறப்பட்டார்.

இப்படியொரு வீடியோ கேசட் நம்மிடம் இருப்பதை ரகசியமாகவே வைத்திருக்க வேண்டும். இது ஜெயலலிதா அரசாங்கத்துக்குத் தெரிந்தால் என்ன பயங்கரம் நடக்கும்

என்பதை யோசிக்கவே முடியாது. 132 கொலைகளைச் செய்த ஒருவன், அதுவும் போலீஸ்காரர்களையும் வனத்துறையினரையும் அதிகளவில் கொலை செய்த ஒருவன் தான் செய்த கொலைகளை ஒப்புதல் வாக்குமூலமாகவே தந்திருக்கிறான். இப்படிப்பட்ட ஒரு விஷயம் நம்மிடம் இருப்பது தெரிந்தால் ஜெ. அரசு சும்மா இருக்குமா? சாதாரண விஷயங்களுக்கே 'ரெய்டு' என்ற பெயரில் அலுவலகத்தில் அத்துமீறி நுழையும் ஜெ. அரசின் போலீசார் நம்மை விட்டுவைப்பார்களா?

பொதுத்தேர்தல் தேதி அறிவிக்கப்பட்ட நிலையில் நம்மிடம் உள்ள வீடியோ கேசட்டுகள் மிக முக்கியத்துவம் பெற்றுவிட்டன. எனவே இதற்குரிய காப்பிரைட்டை பெறுவது குறித்து ஆலோசிப்பதற்காக நமது அட்வகேட் பெருமாளை அலுவலகத்திற்கு வரச் சொல்லி போன் செய்தேன். அவருடன் பேசி முடித்த சில நிமிடங்களில் சன் டி.வி.யிலிருந்து ரமேஷ்பிரபா பேசினார்.

16

தனியார் டி.வி.க்களின் தயக்கம்!

"அண்ணே... வீரப்பன் பேட்டியை சன் டி.வி.யில் ஒளிபரப்ப கொஞ்சம் தயக்கம் காட்டுகிறார்கள். நான் நேரா நம்ம ஆபீசுக்குத்தான் வந்துகிட்டிருக்கேன்."

சிறிது நேரத்தில் அலுவலகத்திற்கு வந்து சேர்ந்தார் ரமேஷ்பிரபா. சற்று களைப்பாகக் காணப்பட்டார். "அண்ணே... சன் டி.வி.யிலே யோசிக்கிறாங்க. மற்ற தனியார் டி.வி.க்களெல்லாம் ஒளிபரப்பவே தயங்குது" என்றார். குறிப்பாக, கோல்டன் ஈகிள் டி.வி. மிகவும் தயங்கியது. சன் டி.வி.யிலிருந்த ரபி பெர்னார்ட், கோல்டன் ஈகிள் டி.வி.க்குச் செல்லப்போகிறார் என்ற பேச்சு அடிபட்டுக்கொண்டிருந்த நேரம் அது. அப்போது அவர் பொறுப்பேற்கவில்லை. அதற்கான முயற்சிகளில் இருக்கிறார் என்ற தகவல் மட்டும் கிடைத்தது. அந்த சமயத்தில் கோல்டன் ஈகிள் டி.வி.யின் பொறுப்புகளை கவனித்து வந்த முன்னாள் ஐ.ஏ.எஸ். அதிகாரி முருகனிடம் தொடர்புகொள்ளும்படி சொன்னதால் அவருடன் பேசினோம். 'ஒளிபரப்ப இயலாது' என தெரிவித்துவிட்டார் முருகன். ராஜ் டி.வி.நிறுவனத்தினரும் ஆர்வம் காட்டவில்லை.

தமிழகத்தில் யாருமே யோசித்துப் பார்க்க முடியாத ஒரு விஷயத்தை நாம் வீடியோவில் பதிவு செய்து வந்திருந்தும், தமிழகத்தில் உள்ள டி.வி. நிறுவனங்கள் அதன் மதிப்பினை புரிந்துகொள்ளாமல் ஒளிபரப்பத் தயங்குகிறதே என்ற வருத்தம் அதிகமாக இருந்தது. நமது அட்வகேட் பெருமாளை டெல்லிக்கு அனுப்பினோம். அவருக்கு நமது நிருபர் ஷாஜஹான்

ஒத்துழைப்பாக செயல்பட்டார். டெல்லியிலுள்ள அனைத்து பத்திரிகையாளர்களுக்கும் வீரப்பனின் வீடியோ பேட்டி போட்டு காண்பிக்கப்பட்டது. பிரமித்துப் போன பத்திரிகையாளர்கள் நக்கீரனின் சாதனையையும், துணிச்சலையும் பாராட்டினர்.

டெல்லியில் அலுவலகங்களைக் கொண்டுள்ள டி.வி. நிறுவனங்களான பி.பி.சி., சி.என்.என்., ஜீ.டி.வி. உட்பட அனைத்திற்கும் சென்று வீரப்பன் கேசட் பற்றி தெரிவிக்குமாறு அட்வகேட்டிடம் சொன்னோம். டி.வி. நிலையங்களுக்குச் சென்று வந்த அட்வகேட் நம்மை டெலிபோனில் தொடர்பு கொண்டார்.

“அண்ணாச்சி... சண்டே பத்திரிகையில எடிட்டரா இருந்த அனிதா பிரதாப்தான் இப்ப சி.என்.என்.ல் இருக்காங்க. வீடியோ பேட்டியை அவங்க ரொம்ப பாராட்டினாங்க. ஆனால் 3 நிமிடம் தான் அவங்க டி.வி.யில் ஒளிபரப்ப முடியும்னு சொன்னாங்க.”

“பி.பி.சி?”

“அவங்ககிட்டேதான் பேசிக்கிட்டிருக்கோம். வீரப்பன் பேட்டியை அவங்க அதிக தொகைக்குக் கேட்கிறாங்க. ஆனா மிகப்பெரிய கண்டிஷன் ஒண்ணு போடுறாங்க.”

“என்ன கண்டிஷன்.”

“மொத்த ரைட்ஸூம் அவங்களுக்கே தரணுமாம். வேற யார்கிட்டேயும் கிளிப்பிங்ஸ்கூட கொடுக்கக்கூடாதாம். நமக்கு ஒண்ணேகால் கோடிவரைக்கும் தரத்தயாரா இருக்காங்களாம். பி.பி.சி.யுடன் நம்மை மீடியேட் செய்தவர் இதைச் சொன்னார். எப்ப ஒளிபரப்பு செய்றாங்களோ அப்போதெல்லாம் நமக்கு ராயல்டி தர்றதா சொல்லியிருக்காங்க. ஆனா முதலில் 3 நிமிடம் மட்டும்தான் ஒளிபரப்புவோம்னு சொல்றாங்க அண்ணாச்சி.... உங்க பதிலைத்தான் எதிர்பார்த்திருக்கோம்.”

அட்வகேட் சொன்ன தகவல்கள் நமக்குப் புதிதாக இருந்தன. தமிழகத்தில் வீரப்பன் வீடியோ கேசட்டை எந்த டி.வி. நிறுவனமும் உணர்ந்துகொள்ளாத நேரத்தில் வட இந்தியாவில் இந்தளவுக்கு அதற்கு விலை நிர்ணயிக்கப்படுகிறது என்பது நமது சாதனைக்கு கிடைத்த மரியாதை என்று ஒருபுறம் சந்தோஷம். அதேசமயத்தில் கோடி ரூபாய் கிடைக்கிறதே என்பதற்காக வெறும் 3 நிமிடம் மட்டுமே ஒளிபரப்புவதை எப்படி அனுமதிக்க முடியும்?

பணத்திற்காக நாம் இந்த கேசட்டை டெல்லிக்கு எடுத்துச் செல்லவில்லை. கோடி ரூபாய்க்காக இதைக்கொடுத்துவிட்டால் வீரப்பனை விலைபேசி கொடுத்த மாதிரி ஆகிவிடும். மூன்று கேசட்டுகளில் 9 மணிநேரம் பேசியுள்ள வீரப்பன், அரசியல் வாதிகளின் முகத்திரைகளைக் கிழித்திருக்கிறான். போலீசாரின்

கொடூரத்தனத்தை தோலுரித்துக் காட்டியிருக்கிறான். வேண்டுமானால் அதனை 9 மணி நேரத்திலிருந்து 5 மணி நேரமாக குறைத்தால் அவன் சொல்லியிருப்பது என்ன என்பதை மக்களால் புரிந்துகொள்ள முடியும். வெறும் 3 நிமிடம் மட்டுமே ஔிபரப்புவதால் வீரப்பனின் முகத்தை மட்டும்தான் மக்களால் பார்க்க முடியுமே தவிர, அவன் என்ன சொல்கிறான் என்பதில் ஒரு சதவீதத்தைக்கூட தெரிந்துகொள்ள முடியாது. பணம் நிறைய வருகிறது என்பதற்காக இதை நாம் பி.பி.சி.யிடம் கொடுத்தால், சந்தையில் வியாபாரம் செய்தது போலாகிவிடும். அதனால் அது வேண்டவே வேண்டாம் என முடிவு செய்தேன்.

அட்வகேட்டைத் தொடர்புகொண்டு பேசினேன். "சார்... 3 நிமிஷம்னா வேண்டாம். வீரப்பன் என்ன சொல்றான்னும் தெரியாது. நக்கீரனின் உழைப்பும் தெரியாது. அதனால நீங்க இங்கே வந்திடுங்க."

"சரிங்க அண்ணாச்சி... நான் புறப்படுறதுக்கு முன்னாடி மறுபடியும் போன் செய்றேன். அப்புறம் இன்னொரு விஷயம். இந்தியா டுடே-யிலிருந்து வீடியோ கேமரா, டேப்போடு வந்து வீரப்பன் பேட்டியை டி.வி.யிலிருந்து நேரடியா ஷூட் பண்ண ட்ரை பண்ணினாங்க."

"அதை அனுமதிக்கக் கூடாதே?"

"அனுமதிக்கலீங்க அண்ணாச்சி. நாங்க சுதாரிப்பா இருந்து அவங்களை வீடியோ எடுக்கக்கூடாதுன்னு சொல்லிட்டோம்" என்ற தகவலைத் தெரிவித்துவிட்டு ரிசீவரை வைத்தார் அட்வகேட்.

சிறிதுநேரம் கழித்து மீண்டும் போன் செய்தார்.

"அண்ணாச்சி.... சி.என்.என்.ல் கிளிப்பிங் கேட்கிறாங்க... கொடுக்கலாமா?"

"கொடுக்கலாம்... ஆனா, நக்கீரன் தமிழ் வீக்லி என்று கார்டு போடணும். ஒரு தமிழ் பத்திரிகை சி.என்.என். போன்ற சர்வதேச டி.வி.யில் வருகிறது என்பதுதான் நமக்கு லாபம். அதனால் அதை கன்ஃபார்ம் பண்ணிக்குங்க சார்."

"சரிங்க அண்ணாச்சி... அப்புறம் இன்னொரு விஷயம். இங்கே உள்ள பத்திரிகையாளர்களெல்லாம் நீங்க டெல்லிக்கு வந்து இங்குள்ள பிரஸ்ஸை மீட் பண்ணணும்னு சொல்றாங்க. நக்கீரனோட சாதனையை அவங்ககூட பகிர்ந்துக்கணும்னு ஆசைப்படுறாங்க."

"சார்... அது நல்ல விஷயம்தான். ஆனா முதலில் தம்பி சிவா எடுத்துட்டு வந்திருக்கிற வீடியோ கேசட்டை மக்களுக்குப் போட்டு காட்டி, ஜெ.ஆட்சியும், கர்நாடக அரசும், இரண்டு

மாநில அதிரடிப்படையும் என்னென்ன செய்திருக்குன்னு அம்பலப்படுத்தியாகணும். மலைக்கிராம மக்கள் எந்த அளவுக்கு கஷ்டப்படுறாங்கன்னு மக்களுக்குத் தெரிய வைக்கணும். வீரப்பனை மக்கள் முன்னாடி பேச வைக்கணும். இதெல்லாம் முடிந்த பிறகு நான் டெல்லிக்கு வர்றேன். நீங்க உடனே புறப்பட்டு இங்கே வாங்க."

-அட்வகேட்டிடம் பேசி முடித்ததும் சன் டி.வி. கலாநிதியிடமிருந்து எனக்கு போன்.

"புகழ் பேசுறேன்... (கலாநிதியின் செல்லப் பெயர் புகழ்) உங்ககிட்டே பேசணும். அங்கேதான் வந்துகிட்டிருக்கேன்" என்றார்.

"நானே வருகிறேன்" என்று புறப்பட்டுச் சென்றேன்.

17. பேஜரில் வந்த திடுக்!

சன் டி.வி.யில் அக்கவுண்ட்ஸ் மேனேஜராக இருக்கும் நடராஜன் என்னை கலாநிதி மாறனிடம் அழைத்துச் சென்றார். என் கையில் வீரப்பன் வீடியோ பேட்டியின் சாம்பிள் கேசட் இருந்தது. ஒரு மணி நேரம் ஓடக்கூடிய அந்த கேசட்டை கலாநிதி மாறனிடம் கொடுத்தேன்.

"வீரப்பன் பேட்டியை ஒரு மணி நேரத்துக்கு இந்தக் கேசட்டில் பதிவு பண்ணியிருக்கோம். இதை நீங்க முதலில் பாருங்க. எவ்வளவு பெரிய விஷயத்தைப் பதிவு பண்ணியிருக்கோம்னு உங்களுக்குப் புரியும். மொத்தம் 9 மணி நேரத்துக்கு நாங்க வீடியோ எடுத்திருக்கோம். நக்கீரன் டீம் இதை 2 முறை பார்த்திருக்கு. மயிர்கூச்செறிகிற அளவுக்கு பல விஷயங்கள் இந்தக் கேசட்டில் இருக்கு. நான் காசைப் பற்றிப் பேசறதுக்கு இங்கே வரல. எங்களோட உழைப்பும் வீரப்பன் கொடுத்திருக்கிற பேட்டியும் வீணாயிடக் கூடாது. இதை மக்களிடம் கொண்டு போய் தீரணும். அதனால நீங்க இதைப் போட்டுப் பாருங்க" என உறுதியான குரலில் சொன்னேன்.

நான் சொன்னதை கவனமாகக் கேட்டுக்கொண்ட கலாநிதிமாறன், "உங்க திறமை மேலே எனக்கு நம்பிக்கையிருக்கு. இந்தக் கேசட்டைப் பார்க்கணும்ங்கிற அவசியமில்லை. நான் இது விஷயமா என்ன பண்ணணும்னு சொல்லுங்க" என்றார்.

"தொடர்ந்து 6 நாள் உங்க சன்.டி.வி.யில் பிரைம் டைமில் வீரப்பன் பேட்டி ஒளிபரப்பாகணும்."

"சரி, அப்புறம்?"

"எங்களுக்கு டி.வி. மீடியாங்கிறது புதுசு. இந்த ஏரியாவுக்கே இப்பதான் நாங்க வர்றோம்."

"அதற்கு நான் ஏதாவது செய்யணுமா?"

''எங்களால ஸ்பான்ஸரெல்லாம் பிடிச்சுகிட்டிருக்க முடியாது. விளம்பரதாரர் அது இதுன்னு அலைய முடியாது. அப்படி இதை வியாபாரம் செய்யவும் விரும்பலை. எங்களுக்கு அந்தத் துறையும் பழக்கமில்லை. நான் என் சைடில் சொல்லிட்டேன். நீங்க என்ன சொல்றீங்க.''

"நீங்க கேட்டபடி 6 நாள் பிரைம் டைமை ஒதுக்கித் தர்றேன். வீரப்பன் பேட்டியை ஒளிபரப்புங்க. அதிலே மூணு நாள் டைம் உங்களுக்கு ஃப்ரியா தர்றேன். மீதியுள்ள 3 நாளுக்கு டெலிகாஸ்ட் தொகை கொடுத்திடுங்க. ஒவ்வொரு நாள் ஒளிபரப்பாகும்போது நீங்க 4 நிமிஷம் விளம்பரம் பண்ணிக்கலாம். அதை நீங்க யூஸ் பண்ணிக்கலாம்."

கலாநிதி மாறனுடன் நடத்திய பேச்சுக்கள் வெற்றிகரமாக முடிந்ததில் எனக்குத் திருப்தி. இந்தியாவில் எந்த பத்திரிகையும் செய்யாத மிக முக்கியமான ஒரு காரியத்தை நக்கீரன் செய்திருக்கிறது. விலை மதிப்பிட இயலாத அந்த பேட்டி அடங்கிய வீடியோ கேசட்டுகள் ஜெயலலிதா அரசாங்கத்திடமோ போலீசாரிடமோ சிக்கினால் நக்கீரன் டீம் உழைத்த உழைப்பு ஒட்டுமொத்தமாக வீணாகிவிடும். அப்படியொரு சூழ்நிலை உருவாவதற்கு முன்பாக இதை மக்களிடம் கொண்டு போய் சேர்த்து விட வேண்டும் என்பதால்தான் சன் டி.வி.யில் ஒளிபரப்ப முடிவு செய்தோம். சன் டி.வி. நிர்வாகம், நாம் கேட்டபடி பிரைம் டைம் கொடுத்தால் எல்லா தரப்பு மக்களிடமும் வீரப்பன் பேட்டியை கொண்டு போய் சேர்த்துவிடமுடியும் என்ற நம்பிக்கை மலர்ந்தது. வீரப்பன் பேட்டியை ஒளிபரப்புவதற்கான பணிகள் வேகமாகத் தொடங்கின.

டி.வி. மீடியாவில் பேட்டி ஒளிபரப்பாவதைக் காரணமாக வைத்து வழக்கமான பத்திரிகை பணிகளுக்கு எவ்வித பாதிப்பும் ஏற்பட்டுவிடக் கூடாது என்பதில் கவனமாக இருந்தேன். அதனால் அலுவலகப் பணிகள் பாதிக்காதவாறு வீடியோ பேட்டிக்கான வேலைகள் நடைபெற்றன. டி.வி.யில் அரை மணிநேர நிகழ்ச்சியை ஒளிபரப்ப என்னென்ன செய்ய வேண்டியுள்ளது, எவ்வளவு தடைகள் உள்ளன, எப்படிப்பட்ட சிரமங்கள் ஏற்படுகின்றன என்பதையெல்லாம் அப்போது நாம் புரிந்துகொள்ள முடிந்தது.

நண்பர் ரமேஷ்பிரபாவின் கேலக்ஸி நிறுவனத்தில்தான்

எடிட்டிங் வேலைகள் நடந்தன. எடிட் சூட்டில் இருந்த தம்பி ராஜாமணிதான் 9 மணிநேரக் கேசட்டையும் முழுமையாக எடிட் செய்து டி.வி. நிகழ்ச்சிக்குத் தகுந்தாற்போல் வடிவமைத்தார். எடிட் செய்யப்பட்ட கேசட் கச்சிதமாக இருந்தது.

முதலில் நக்கீரன் வழங்கும் 'வீரப்பனின் நேருக்கு நேர்' என்பதற்கு பதில் சன் டி.வி.யின் நேருக்கு நேர் என்று ஒளிபரப்பு செய்தது.

இதைப் பார்த்து நண்பர்கள் எனக்குச் சொன்னார்கள நக்கீரனுக்குப் பதில் சன் டி.வி.யின் 'நேருக்கு நேர்' என்று வருகிறது என்றார்கள். நான் உடன் கலாநிதிக்கு போன் செய்து, "வேண்டாம். நிகழ்ச்சி நீங்கள் போடவேண்டாம்" என்று சொன்ன பின்பு, மன்னிப்பு கேட்டு "நக்கீரன் வழங்கும் வீரப்பனின் நேருக்கு நேர்" என்று விளம்பரம் செய்தார்கள். எப்படி சன் டி.வி. உழைப்பை சுரண்டும் என்று முதல் பாடம் கற்றுக் கொண்டோம். உதாரணத்திற்கு 1996-லிருந்து இன்று வரை வீரப்பன் பற்றிய செய்தி சன் டி.வி.யில் ஒளிபரப்பினால் பயன்படுத்தப்படும் வீடியோ நக்கீரன் எடுத்தது. அதில் இருக்கும் நக்கீரன் லோகோவை அழித்துவிட்டு ஏதோ அவர்கள் உயிரை பணயம் வைத்து எடுத்தது போல் காட்டுவார்கள். பலமுறை இதுபற்றி சொல்லிவிட்டோம். கேட்டபாடில்லை...

ஏப்ரல் 7-ந் தேதியன்று சன்.டி.வி.யில் நக்கீரன் வழங்கும் வீரப்பனின் நேருக்குநேர் என்று ஒவ்வொரு நிகழ்ச்சிக்கிடையிலும் விளம்பரம் செய்துகொண்டே இருந்தனர். 96-ம் வருடம் ஏப்ரல் 6-ந் தேதியன்று நமது அலுவலகத்தில் ஒரு பிரஸ்மீட் நடத்தினோம். அப்போது வீரப்பனின் வீடியோ பேட்டி அனைத்துப் பத்திரிகையாளர்களுக்கும் போட்டுக் காண்பிக்கப் பட்டது. இந்த பேட்டி சன் டி.வி.யில் தொடர்ச்சியாக ஒளி பரப்பாகிறது என்ற விபரத்தையும் பத்திரிகையாளர் களிடம் தெரிவித்தோம். 7-ந் தேதி வெளியான காலை நாளேடுகளில் நக்கீரனின் வீரப்பன் பேட்டிக்கு மிகுந்த முக்கியத்துவம் கொடுக்கப்பட்டிருந்தது.

அன்றிரவு வீரப்பனின் பேட்டி சன் டி.வி.யில் ஒளிபரப்பாவதால் தமிழகம் முழுவதும் பலத்த எதிர்பார்ப்பு இருந்தது. நமக்கு வழங்கப்பட்டுள்ள 4 நிமிடத்தில் நம்மால் முடிந்தளவுக்கு சில விளம்பரங்களை வாங்கிச் சேர்த்தோம். மீதமிருந்த நேரத்தில் நக்கீரன் விளம்பரங்களை இணைத்தோம். ஒளிபரப்பு நேரம் நெருங்க, நெருங்க தமிழகமே பரபரப்பாக இருந்தது. கர்நாடகத்தில் இதைவிடவும் அதிக பரபரப்பு இருப்பதாக பெங்களூரிலிருந்தும் மைசூரிலிருந்தும் வாசகர்கள்

நக்கீரன் நிருபர் சுப்புவும்
வீடியோ இயக்குகிறார்

தொடர்ந்து போன் செய்த வண்ணம் இருந்தனர். ஏகப்பட்ட எதிர்பார்ப்புகளுடன் முதல் நாள் ஒளிபரப்பான வீரப்பன் பேட்டிக்கு ஏகோபித்த பாராட்டு கிடைத்தது. அதிகளவுக்கு நேயர்களைக் கவர்ந்த நிகழ்ச்சி இதுதான் என்று டி.வி. சர்வேக்கள் தெரிவித்தன. குக்கிராம மக்கள் வரை டி.வி. முன்பு உட்காரவைத்த நிகழ்ச்சி இதுதான் என பலரும் வெளிப்படையாக பேசினார்கள். வீரப்பன் பேட்டியை பார்ப்பதற்காக ஈரோடு, தருமபுரி ஆகிய மாவட்டங்களின் பல கிராமங்களில் புதிதாக கேபிள் கனெக்ஷன் கொடுக்கப்பட்டது. அந்த மாவட்டங்களில், 'பந்த்'தின் போது எப்படி தெருக்களெல்லாம் வெறிச்சோடியிருக்குமோ அதுபோல் வீரப்பன் பேட்டி ஒளிபரப்பான நேரத்தில் வீதிகளில் ஆள் நடமாட்டமின்றி இருந்தன. வெளிநாடுகளிலிருந்து தமிழர்கள் போன் செய்து வீரப்பனை வீடியோ பேட்டி எடுத்ததற்காக வாழ்த்து தெரிவித்தனர்.

எல்லா தரப்பிலும் கிடைத்த பாராட்டுக்களால் நாம்

மகிழ்ச்சியடைந்த போதிலும் மனதின் ஓர் ஓரத்தில் அழுத்தமான வருத்தம் இருந்தது. நமது நிகழ்ச்சியின் முன்பும் பின்பும் இடையிடையேயும் ஏராளமான விளம்பரங்களை சன் டி.வி. நிறுவனம் புகுத்திவிட்டது.

கொடுமை என்னன்னா... யாரும் நமக்கு விளம்பரம் தர மறுத்தார்கள். காரணம்... சன் டி.வி. எல்லோரிடமும் முன்பே பேசி விளம்பரம் வாங்கிவிட்டார்கள்.

நாம் நக்கீரன் விளம்பரம் + பீனா கேஸ் என்ற ஒரு விளம்பரம் மட்டும்தான் போட முடிந்தது. ஒளிபரப்பு டைம் அரைமணி நேரம் முன்பாக சன் டி.வி. விளம்பரம்.

இந்த விளம்பரங்களை நாம்தான் சேர்த்தோம் என்பது போன்ற தோற்றமும் ஏற்பட்டுவிட்டது. அன்றிரவு எனக்கு போன் செய்த நண்பர்கள், “நல்லா சம்பாதிச்சிட்டீங்க” என்றனர். அது என்னை மிகவும் பாதித்துவிட்டது.

கலாநிதி மாறனை மீண்டும் தொடர்பு கொண்டேன். அவரோ, ‘‘டெலிகாஸ்ட் ஃபீஸ் வாங்காததால்தான் நிறைய விளம்பரங்கள் போட்டோம். உங்களுக்காக இனி அதையும் போடப்போவதில்லை’’ என்றார். (அதான் ஒரே மூச்சில் அரைமணிநேரம் உலக விளம்பரங்களை எல்லாம் போட்டு காசாக்கிட்டீங்களேன்னு மனசுக்குள் கூறிக்கொண்டேன்)

“வீரப்பன் விஷயத்தை நக்கீரன் காசாக்கி விட்டது என்று பேசுவார்கள். அப்படியொரு பழி வரக்கூடாது” என்றேன்.

“ஓ.கே... அப்படியே செய்யலாம். 6 நாளுங்கிறதை 8 நாளா தர்றோம். பணம் எதுவும் தரவேண்டாம். நாங்களும் விளம்பரங்களை குறைச்சிடுறோம்” என்றார் கலாநிதி மாறன்.

இரண்டாவது நாளாக வீரப்பன் பேட்டி ஒளிபரப்பான போது இந்தியா முழுவதும் அது பிரபலமானது. பல வடநாட்டு பத்திரிகைகள் அதனை முக்கியத்துவம் கொடுத்து வெளியிட்டன. மூன்றாவது நாள் பேட்டியை எதிர்பார்த்து நாடே காத்திருந்த நேரம். ஏதோ ஒரு பயங்கரம் காத்திருக்கிறது என்பது போன்ற உள்ளுணர்வு.

இரவு 7 மணி. சன் டி.வி. கலாநிதி மாறனிடமிருந்து நமது அலுவலகத்திற்கும், பிரஸ்ஸுக்கும் தொடர்ச்சியாக போன். நான் வேறு வேலையாக வெளியில் சென்றிருந்ததால் பேஜர் மூலமாகவும் தொடர்பு கொண்டார். “very urgent contact immediately KALANIDHIMARAN’’ என்றது பேஜர். உடனடியாக கலாநிதி மாறனுக்கு போன் செய்தேன்.

அவருடைய குரலில் பரபரப்பும் பதட்டமும் இருந்தது. மிகப்பெரிய தடை ஒன்று குறுக்கிட்ட உணர்வில் பேசத் தொடங்கினார்.

திடீர் தடை! 18

மைசூரிலிருந்து இங்கே போலீஸ்காரங்க வந்திருக்காங்க. தேனாம்பேட்டை ஸ்டேஷன் ஜீப்புலதான் வந்தாங்க. வீரப்பன் சீரியலைப் போடக்கூடாதுன்னு மைசூர் கோர்ட் ஸ்டே ஆர்டர் போட்டிருக்குதாம். அந்த ஆர்டரை எடுத்துக்கிட்டு நம்ம ஆபீஸ் வாசலுக்கே வந்துட்டாங்க. கீழேதான் வெயிட்பண்ணிக்கிட்டிருக்காங்க. சீரியல் ஒளிபரப் பாகிற நேரத்திலே இப்படி திடீர்னு ஸ்டே ஆர்டர் வந்திருக்கிறதாலே என்ன பண்றதுன்னு தெரியல. உங்களுக்கு இது சம்பந்தமா ஏதாவது தெரியுமா? ஸ்டே ஆர்டர் காப்பி ஏதாவது உங்களுக்கு வந்திருக்குதா?''

"நீங்க சொன்னபிறகுதான் இப்படி ஒரு ஸ்டே வந்திருக்கிற விஷயமே தெரியுது. எங்களுக்கு இதுவரைக்கும் எந்த காப்பியும் வரலை.''

வீரப்பன் தொடருக்கு ஏதாவது ஒரு பெரிய தடங்கல் வரும் என்பதை நாம் ஆரம்பத்திலிருந்தே எதிர்பார்த்துத்தான் இருந்தோம். ஜெயலலிதா அரசிடமிருந்துதான் சிக்கல்கள் வரும் என்று நினைத்திருந்தோம். ஆனால் மைசூர் கோர்ட்டில் ஸ்டே வாங்குவார்கள் என்று எதிர்பார்க்கவில்லை. எதிர்பார்க்காத இடத்திலிருந்து எதிர்பாராத நேரத்தில் வரும் சவால்களை எதிர்கொள்வது நக்கீரனுக்குப் பழக்கப்பட்டுபோன ஒன்று என்பதால் இந்த சவாலையும் எதிர்கொள்ளத் தயாரானோம்.

கலாநிதி மாறன் தொடர்ந்து பேசினார். "உங்க நக்கீரனுக்கும் ஸ்டே ஆர்டர் காப்பி ஒண்ணு கொண்டு வந்திருக்காங்க. முக்கியமா இன்றைக்கு ஒளிபரப்பாகிற நிகழ்ச்சியை தடை செய்யணும்னு குறியா இருக்காங்க."

"ஏதாவது காரணம் சொல்லி அந்த ஆர்டரை வாங்காமல் டிலே பண்ணுங்க. இன்னும் அரை மணிநேரம் டிலே பண்ணி 8-30 மணிக்கு வீரப்பன் பேட்டியை ஒளிபரப்பிடுங்க. நிகழ்ச்சி யோட கடைசியிலே ஒரு பிரேக் கொடுத்து, ஸ்டே வாங்கிட்டாங்க அப்படிங்கிறதை கார்டு போட்டுக் காட்டமுடியுமா?"

"நானும் அதைத்தான் நினைச்சுக்கிட்டிருந்தேன்; நீங்களும் சொல்லிட்டீங்க."

இரண்டுபேரும் ஒரே மாதிரி மன ஓட்டத்தில்தான் இருந்தோம். இன்றைய நிகழ்ச்சியை எப்படியும் ஒளிபரப்பிவிட வேண்டும் என்பது பற்றி கலாநிதி மாறனிடம் தெரிவித்தேன்.

''புரோகிராமை ஒளிபரப்பாமல் ஸ்டே வாங்கிட்டதா சொன்னால் நேயர்கள் அப்செட் ஆயிடுவாங்க. தமிழ்நாடு முழுக்க டி.வி.முன்னாடி காத்துக்கிட்டிருக்கும். அந்த நேரத்தில் ஸ்டே வாங்கிட்டதா சொன்னா சரியா இருக்காது. அதனால அரைமணி நேரமாவது அவங்ககிட்டேயிருந்து ஸ்டே ஆர்டர் காப்பியை வாங்காமல் இருக்கிறதுதான் நல்லது."

''ஒருமணி நேரமா சுற்றி அலைஞ்சுட்டு இப்பதான் என்னையே பிடித்தாங்க. நான் டிலே பண்ணிக்கிறேன்."

"நல்லது... அவங்ககிட்டேயிருந்து ஆர்டரை வாங்குவதற்கு முன்னாடி புரோகிராமை ஒளிபரப்ப ஆரம்பிச்சிடுங்க. இடையிலே எப்படி கார்டு போடுவீங்க. மணிலாவுக்கு அனுப்பித்தானே நீங்க எதையும் டெலிகாஸ்ட் பண்ணமுடியும்?"

"அதற்கு நான் வழி பண்ணிக்கிறேன். கையாலேயே எழுதியே போட்டுடுவோம்.

-வீரப்பன் பேட்டி ஒளிபரப்பாகவேண்டும் என்பதையும், நிகழ்ச்சியின் இடையில் தொடர் நிறுத்தப்பட்டு ''கர்நாடக மாநிலம் மைசூர் கோர்ட்டில் வீரப்பன் தொடரை ஒளிபரப்பக் கூடாது என தடை விதிக்கப்பட்டுள்ளது. விரைவில் மீண்டும் தொடர் ஒளிபரப்பாகும்'' என்ற கார்டு போடவேண்டும் என்பதையும் கலாநிதிமாறனிடம் தெரிவித்தேன். அவர் என்னிடம், ''பிலிப்பைன்ஸிலிருந்து அந்த கார்டை போடுவதற்கு நான் ஏற்பாடு பண்ணிடுறேன். ஸ்டே விவகாரத்தை நீங்க பார்த்துக்குறீங்களா?" என்றார்.

"நான் பார்த்துக்குறேன். அந்த ஸ்டே ஆர்டரோட காப்பியை மட்டும் எனக்கு அனுப்பச் சொல்லுங்க" என்றேன்.

என் பதிலைக் கேட்ட கலாநிதி மாறன் மிகவும் ஆச்சரிய மாகக் கேட்டார். "உங்களால ஸ்டேயை உடைச்சிட முடியுமா?"

"நக்கீரனுக்கு இந்த மாதிரி பூச்சாண்டியெல்லாம் ரொம்ப பழகிப்போன விஷயம். நீங்க அந்த காப்பி கிடைக்கிறதுக்கு மட்டும் ஏற்பாடு பண்ணுங்க; உடைச்சிடுறோம்."

"எப்படி ஸ்டேவை பார்க்காமலேயே இவ்வளவு கான்ஃபிடெண்ட்டா சொல்றீங்க?"

"நக்கீரனைப் பொறுத்தவரை பல ஸ்டேக்களைப் பார்த்தாச்சு. எல்லா ஸ்டேவையும் உடைச்சு நொறுக்கிட்டோம். அதனால தான் உறுதியா சொல்றேன். இந்த ஸ்டேவையும் ரொம்ப சீக்கிரமா உடைச்சிட முடியும்."

-ஸ்டேவை கையில் வாங்குவதற்கு முன்னால் வீரப்பன் பேட்டியின் தொடர்ச்சியை ஒளிபரப்பு செய்துவிட வேண்டும் என்பதில் கலாநிதி மாறனும் ஆர்வமாக இருந்ததால் உடனடியாக பிலிப்பைன்சுடன் தொடர்புகொண்டு பேசினார். எதிர்பார்த்தது போலவே வீரப்பன் பேட்டி ஒளிபரப்பானது. தமிழகத்திலும் பிற மாநிலங்களிலும் அண்டை நாடுகளிலும் உள்ள தமிழர்கள், கன்னடர்கள், அரசியல் மற்றும் பொதுவிஷயங்களில் ஆர்வம் கொண்டோர் என பல தரப்பினரும் டி.வி.பெட்டியின் முன்னால்

கண் இமைக்காமல் இருந்தனர். வீரப்பன் பேட்டியில் ஒட்டுமொத்த டி.வி.நேயர்களும் லயித்திருந்த நேரத்தில்தான் அந்த கார்டு போடப்பட்டது.

'வீரப்பன் பேட்டிக்கு இடைக்கால தடை' என்ற கார்டைப் பார்த்ததும் நம்மைவிடவும் அதிகமாகப் பதட்டமடைந்தது நேயர்கள்தான். கார்டைப் பார்த்த மறுவிநாடியிலிருந்தே நமக்கு போன்கால்கள் வரத்தொடங்கிவிட்டன. எல்லோருக்கும் பொறுமையாக நிலைமையை விளக்கினோம். சன் டி.வி.க்கும் ஏராளமான போன்கால்கள் வந்தது பற்றி கலாநிதி மாறன் தெரிவித்தார். ஸ்டே வந்திருந்த நேரத்திலும் நிகழ்ச்சியை ஒளிபரப்பச் செய்ததும், இடையில் கார்டு போட்டு நிலைமையை விளக்கியதும் நாம் எதிர்பார்த்தபடியே மக்களிடம் பெரும் பரபரப்பை ஏற்படுத்தியிருந்தது. உடனடியாக செயல்பட்டு கார்டு போட்ட கலாநிதி மாறனின் செயல்பாடு பாராட்டுக்குரியது.

மக்களின் பெரும் ஆதரவு கிடைத்துள்ள இந்த நேரத்திலேயே ஸ்டேயை உடைத்து விடவேண்டும் என்பதில் தீவிரமானோம். நமது அட்வகேட் பெருமாள் இன்னொரு வழக்கிற்காக வெளியூர் சென்றிருந்ததார்; அதனால் ஆண்டிராஜ் என்ற வழக்கறிஞரை அன்றிரவே போய் பார்த்து, ஸ்டே பற்றிய விவரத்தைத் தெரிவித்தேன். அவரை மைசூருக்கு புறப்படச் சொன்னேன்.

நமது ஓசூர் நிருபர் ஜெயப்பிரகாஷையும் மைசூருக்கு அனுப்பி, அங்கு வேணுகோபால் என்ற அட்வ கேட்டைப் பார்க்கச் சொல்லி, என்ன கேஸ் போடப்பட்டிருக்கிறது, எதற்காக ஸ்டே என்பது பற்றி விசாரித்து உடனடியாக தெரியப்படுத்தச் சொன்னேன்.

மைசூர் சென்ற ஆண்டிராஜ் அங்கிருந்து அவசரமாக என்னைத் தொடர்பு கொண்டார். அவருடன் ஜெயப்பிரகாசும் இருந்தார். எதற்காக ஸ்டே கொடுக்கப்பட்டிருக்கிறது என்ற காரணத்தை அட்வகேட் ஆண்டிராஜ் சொன்னபோது நமக்கு விசித்திரமாக இருந்தது.

அலறியது பேஜர்!

19

வீரப்பன் தனது ஆரம்பகாலத்தில் யானைகளைக் கொன்று தந்தத்தை கடத்துவதில் தீவிரமாக இருந்தான். அவனுக்குப் போட்டியாக 4 பேர் இருந்தனர். பிறகு முழுமையான எதிரிகளாகி விட்டனர். அந்த நால்வரும் தனக்கு துரோகம் செய்துவிட்டதாகவே வீரப்பன் நினைத்தான். யார் தனக்கு துரோகம் செய்கிறார்கள் என்று வீரப்பன் நினைக்கிறானோ அவர்களைப் பழிவாங்கியே தீருவதென்ற சபதத்தை மனதுக்குள் எடுத்திருக்கிறான் வீரப்பன். அதனால் அந்த 4 பேரையும் காட்டுக்குள் வைத்து கொடூரமாகக் கொன்று, அவர்களின் உடலை துண்டு துண்டாக வெட்டி, சாக்கு மூட்டையில் வைத்துக் கட்டி காவேரி ஆற்றில் வீசிவிட்டான். இந்த சம்பவத்தை டி.வி. பேட்டியில் விலாவாரியாக தெரிவித்திருந்தான்.

அந்த 4 பேர் கொலை செய்யப்பட்ட வழக்கு, மைசூரில் நடந்து கொண்டிருந்தது. கொலையாளிகள் என்று சிலரை கர்நாடக போலீசார் பிடித்து வைத்திருந்தனர். டி.வி.யில் வீரப்பன் பேட்டி ஒளிபரப்பான நேரத்தில்தான் அந்த வழக்கு டிரையலுக்கு வந்தது. இரண்டாம் நாள் பேட்டியாக ஏப்ரல் 96, 8-ந் தேதியன்று ஒளிபரப்பான நிகழ்ச்சியில் வீரப்பன், 'நான்தான் அந்த 4 பேரையும் கொலைசெய்தேன்' என ஒப்புதல் வாக்குமூலம் போல பட்டவர்த்தனமாகத் தெரிவித்திருந்தான். கர்நாடக போலீசாரோ வேறு சிலரை கொலையாளிகள் எனப் பிடித்து வைத்திருந்தனர்.

கொலையாளிகள் என குற்றம் சாட்டப்பட்டவர்களுக்காக வாதாடிய வழக்கறிஞர்கள், போலீஸ் சொல்வதற்கும் வீரப்பன் கொடுத்த வாக்குமூலத்திற்கும் உள்ள முரண்பாட்டை உணர்ந்து, அதையே அடிப்படையாக வைத்து தங்கள் கட்சிக்காரர்களைக் காப்பாற்றிவிட வேண்டும் என்பதில் கவனமாக இருந்தனர். டி.வி.யில் வீரப்பன் அளித்த பேட்டியை நீதிமன்றத்தில் சுட்டிக் காட்டி, வீரப்பன்தான் அந்த 4 பேரை கொலைசெய்துள்ளான். அதனால் இங்கே பிடிபட்டிருப்பவர்களை விடுதலை செய்யவேண்டும் என்று அழுத்தமாக வாதாடத் தொடங்கினர். வழக்கில் திடீர் திருப்பம் ஏற்பட்டதைத் தொடர்ந்து, "இந்த வழக்கு முடியும்வரை வீரப்பன் பேட்டியை ஒளிபரப்பக்கூடாது என இடைக்காலத் தடைவிதிக்கிறேன்" என உத்தரவிட்டார் மைசூர் கோர்ட் நீதிபதி. இந்த விவரங்கள் அனைத்தையும் நம்மிடம் தெரிவித்தார் அட்வகேட் ஆண்டிராஜ்.

இப்படியொரு சோதனை வரும் என்பதை நாம் கொஞ்சமும் எதிர்பார்க்கவில்லை. தமிழக அரசுதான் ஏதாவது இடைஞ்சல் கொடுக்கும், கேசட்டுகளை கைப்பற்ற முயற்சிக்கும், ரெய்டு என்ற பெயரில் அலுவலகத்திற்குள் புகுந்து துவம்சம் செய்யும் என நினைத்திருந்தோம். நாம் நினைத்ததற்கு நேர் மாறாக மைசூரிலிருந்து நம்மீது குண்டு வீசப்பட்டிருந்தது.

இடைக்காலத் தடை ஏன் கொடுக்கப்பட்டது என்பதற்கான காரணம் நமக்கு விசித்திரமாகவே இருந்தது. எத்தனையோ ஆண்டுகளுக்கு முன் நடந்த கொலை; அது தொடர்பான வழக்கு இப்போதுதானா டிரையலுக்கு வரவேண்டும். அதுவும் அந்த கொலை சம்பந்தமான விவரங்களை வீரப்பன் வாக்குமூலமாகத் தரும் சமயத்தில்தானா வரவேண்டும்; அதைப் பார்த்துத்தானா

வழக்கறிஞர்கள் திருப்புமுனையை ஏற்படுத்த வேண்டும்; இடைக்காலத் தடையை நீதிபதி வழங்கவேண்டும்... என அடுக்கடுக்கான யோசனைகள் நெஞ்சைத் துளைத்தன.

காரணம் எதுவாக இருந்தாலும் சரி; இந்த தடையை தகர்த்து, வீரப்பன் பேட்டியை மீண்டும் டி.வி.யில் ஒளிபரப்பு செய்துவிட வேண்டும் என்பதில் உறுதியாக இருந்தேன். தடையை உடைப்பதில் ஏதேனும் தடங்கல் இருக்குமோ என அட்வகேட் ஆண்டிராஜிடம் கேட்டேன்.

"ஒண்ணும் பிரச்சனையில்லை" என்றார் அவர்.

நக்கீரன் கோபால்

"முடிவை எப்ப எதிர்பார்க்கலாம்" -நான்.

"வேலையை முடிச்சிட்டு இன்றைக்கு அல்லது நாளைக்கு வந்திடுறேன்" -நம்பிக்கையுடன் தெரிவித்தார் அட்வகேட்.

நமக்குள்ளும் அதீத நம்பிக்கை இருந்தாலும் தடையை உடைப்பதில் ஏதேனும் சிக்கல்கள் உண்டாகுமோ என்ற தயக்கத்தில் மனது 'திக், திக்' என்றிருந்தது. காரணம், இது நமது கௌரவப் பிரச்சனை மட்டுமல்ல; ஒட்டுமொத்த மக்களின் எதிர்பார்ப்பு. அனைத்து தரப்பு மக்களாலும் விரும்பி பார்க்கப்பட்ட ஒரு நிகழ்ச்சிக்கு இடைக்காலத் தடை என்பதே பல லட்சம் நக்கீரன் வாசகர்களுக்கும், டி.வி. நேயர்களுக்கும் அதிர்ச்சியான செய்தியாக இருந்தது.

ஏனெனில், சன்.டி.வி. தெரியும் நாடுகளில் வாழும் தமிழர்கள் புதிது புதிதாக இதற்கென தங்கள் இல்லங்களுக்கு கேபிள் தொடர்பை எடுத்திருந்தனர். நமது தமிழ்நாட்டில் முக்கியமாக நிறைய கிராமங்களுக்கு Cable T.V. போனது இந்த பேட்டி மூலமாகத்தான். அதனால் 'வீரப்பன் பேட்டிக்குத் தடை' என்ற செய்திதான் அனைவரிடமும் பரபரப்பாக பேசப்பட்டது. எல்லா ஊர்களிலிருந்தும் போன் கால்கள் தொடர்ந்து நமக்கு வந்து கொண்டிருந்தன. சொந்தத்தில் ஒரு துக்கம் நேர்ந்துவிட்டது போன்ற சோகத்துடன்தான் நமது வாசகர்களும், டி.வி. நேயர்களும் வருத்தம் தோய்ந்த குரலில், தடை பற்றி விசாரித்தனர். முகமறியாத அந்த வாசகர்களுக்கு ஆறுதல் தரும் வகையிலாவது நாம் ஏதேனும் செய்தாக வேண்டுமெனில், இந்த தடையை உடைத்து வீரப்பன் பேட்டியை மீண்டும் ஒளிபரப்பியே தீரவேண்டும் என்ற கட்டாயம் நமக்கு ஏற்பட்டிருந்தது.

அதற்கான முயற்சிகளில் நாம் மும்முரமாக இருந்த நேரத்தில் தமிழக தேர்தல் களமும் மும்முரமாக சூடுபிடிக்கத் தொடங்கியிருந்தது. அரசியல் கட்சிகளின் அனல் பறக்கும் பிரச்சாரம், தேர்தல் கமிஷன் விதித்திருந்த நிபந்தனைகள், மக்களிடம் தோன்றியிருந்த மவுனப் புரட்சி என எல்லா வகையிலும் 96-ம் வருட பொதுத் தேர்தல் களம் புதுவிதமாக இருந்தது.

பத்திரிகைத் துறையிலும், டி.வி. மீடியாக்களிலும் வாக்காளர்களின் நாடித் துடிப்பை அறிந்துகொள்ளும் முயற்சிகள் முழுவீச்சில் நடைபெற்றுக் கொண்டிருந்தன. நக்கீரன் டீம் மிகத் துல்லியமாக வெற்றி வாய்ப்புகளை கணித்துக் கொண்டிருந்து.

அந்த பரபரப்பான சூழ்நிலையில், ஆப்ட் (APT) டி.வி. என்ற நிகழ்ச்சி தயாரிப்பு நிறுவனம் தேர்தல் கருத்துக் கணிப்பு ஒன்றை நடத்தியது. அதுபற்றிய விவாதத்தில் கலந்துகொள்வதற்காக நான்

அழைக்கப்பட்டேன். குமுதம் மாலன், என்.ராம், சுதாங்கன், அசைடு சத்தியமூர்த்தி அப்போது பி.டி.ஐ.யில் பணியாற்றிய ரங்கா ஆகியோரும் விவாதத்தில் பங்கேற்றனர்.

அனல் பறக்கும் விவாதத்தை ஒளிப்பதிவு செய்து கொண்டிருந்தனர். ஒவ்வொரு நொடியிலும் சுவாரஸ்யம் கூடிக்கொண்டேயிருந்த அந்த நிகழ்ச்சியின் நடுவில், என்னுடைய பேஜர் அலறியது.

20 மவுன புரட்சி!

நிருபர் ஜெயப்பிரகாஷ் பேஜர், மூலம் தெரிவித்த செய்தி நமக்கு இன்ப அதிர்ச்சியாக இருந்தது. "Good News. Stay vacated in Mysore Court. -Jayaprakash'' என பேஜரில் மின்னிய எழுத்துக்கள் நக்கீரனின் மற்றொரு சாதனையை பறைசாற்றியது.

தேர்தல் கருத்துக் கணிப்பு நிகழ்ச்சியினை நடத்திக் கொண்டிருந்த குமுதம் இணையாசிரியர் மாலனிடம் பேஜரில் வந்த தகவல் பற்றித் தெரிவித்தேன். அவருக்கு ஆச்சரியமாக இருந்தது.

''கோபால்... இவ்வளவு சீக்கிரமா ஸ்டேயை உடைச்சிட்டீங்களே... வெரிகுட் ஒர்க்" என்றார்.

ஸ்டே உடைக்கப்பட்ட செய்தியைக் கேட்டு மாலனைப் போலவே வியப்படைந்த இன்னொருவர், சன் டி.வி. நிர்வாக இயக்குநர் கலாநிதிமாறன்.

"உண்மையாகவா... அதுக்குள்ளே எப்படி உடைச்சீங்க?"

"அதுதான் நக்கீரன்."

"இவ்வளவு சீக்கிரமா ஸ்டேயை வெகேட் பண்ண முடியும்னு நான் எதிர்பார்க்கவேயில்லை. கங்கிராட்ஸ்'' என்றார் கலாநிதிமாறன்.

ஸ்டே உடைக்கப்பட்ட மகிழ்ச்சியை நக்கீரன் தம்பிகள் அனைவரிடமும் பகிர்ந்து கொண்டேன். மகிழ்ச்சிக்கிடையில் கடமையில் கண்ணாக இருந்தேன். ஸ்டே உடைக்கப்பட்டதால் மீண்டும் டி.வி.யில் வீரப்பன் பேட்டியை ஒளிபரப்பு

செய்யவேண்டும். கேசட்டுகளை எடிட் செய்ய வேண்டும். அடுத்தகட்ட நடவடிக்கைகளை தொடங்கினோம். ஸ்டே உடைக்கப்பட்டதால் நம்மைப் போலவே கலாநிதிமாறனும் மகிழ்ச்சியில் இருந்தார். சன் டி.வி. நேயர்களில் அதிகமானோர் விரும்பிப் பார்த்த நிகழ்ச்சி வீரப்பன் பேட்டிதான் என்பது ஆய்வுகள் தெரிவித்த முடிவு. மக்களின் ஏகோபித்த ஆதரவைப் பெற்ற ஒரு நிகழ்ச்சிக்கு தடைவிதிக்கப்பட்டு அது உடனடியாக உடைக்கப்பட்டால் மகிழ்ச்சி பொங்குவது இயல்புதானே.

13-ந் தேதியிலிருந்து வீரப்பன் பேட்டியை மீண்டும் ஒளிபரப்பு செய்யலாம் என தெரிவித்திருந்தார் கலாநிதிமாறன். வீரப்பனின் பேட்டியை தாமதப்படுத்தாமல் மக்களிடம் கொண்டுபோய் சேர்க்கவேண்டும் என்பதில் நாம் வேகமாக இருந்தோம். அதற்கான முயற்சிகள் பரபரப்பாக நடந்து கொண்டிருந்தன.

தமிழ்ப்புத்தாண்டு தினமும் அதனைத் தொடர்ந்து 6 நாட்களும் கோர்ட்டிற்கு விடுமுறை தினங்களாக இருந்தன. விடுமுறை தினத்திற்கு முதல்நாள் ஜெயலலிதா அரசு தனது விபரீத புத்தியை வெளிப்படுத்தி, மீண்டும் நமக்கு ஏதாவது தொந்தரவுதர நினைத்தால் நாம் மறுபடியும் ஒரு போராட்டத்தைச் சந்திக்க வேண்டியிருக்கும். இந்த கொடுங்கோல் ஆட்சியில் ஏற்கனவே நாம் இதுபோன்ற கொடுமைகளை அனுபவித்து மீண்டு வந்திருக்கிறோம். மீண்டும் அத்தகைய ஒரு வாய்ப்பை ஆட்சியாளர்களுக்குத் தந்துவிடக்கூடாது என்பதில் கவனமாக இருந்தோம்.

வேறு ஸ்டே எதையும் தமிழக அரசு வாங்கிவிடக் கூடாது என்பதற்காக முன்னெச்சரிக்கை நடவடிக்கையுடன் கேவியட் ஒன்றை ஃபைல் செய்தோம். ஜெயலலிதா தனது குறுக்குபுத்தியைப் பயன்படுத்தி நமக்குத் தொல்லைதர நேர்ந்தாலும் அதனை சமாளித்து, வீரப்பன் பேட்டி ஒளிபரப்பாவதற்கு எந்தத் தடையும் வராத வண்ணம் கேவியட் ஃபைல் செய்யப்பட்டது.

'96 ஏப்ரல் 13-ந் தேதி அன்று தமிழ்ப் புத்தாண்டு தினம். தடையைத் தகர்த்து வீரப்பன் பேட்டி ஒளிபரப்பானது. ஊரடங்கு உத்தரவு பிறப்பிக்கப்பட்டதுபோல் நகரெங்கும் அமைதி. ஒவ்வொரு வீட்டிலும் திருவிழாக் கூட்டம். நகரத்தைவிட கிராமப்புறங்களில் இன்னும் அதிக வரவேற்பு. தடைக்கு முன்னால் வீரப்பன் பேட்டிக்குக் கிடைத்த ஆதரவைவிட தடைக்குப் பின்னால் இன்னும் அதிகமான ஆதரவு கிடைத்தது.

தன்னைப் பற்றியும் தனது காட்டு வாழ்க்கை பற்றியும் பேட்டியளித்திருந்த வீரப்பன் ஆட்சியாளர்களைப் பற்றிய தனது

இங்கிலீஸ்
பேப்பர்ல
படம் எல்லாம்
நல்லா
வந்துருக்கே...
THE HINDU
India rules out talks with Pakistan in U.S.
Mir spinning out of control

தங்கபாண்டியன் மரணம்
தினகரன்

மாலை மலர்
கிருஷ்ணகாந்த்
பதவி ஏற்

தினமணி

தினத்தந்தி

தினமலர்

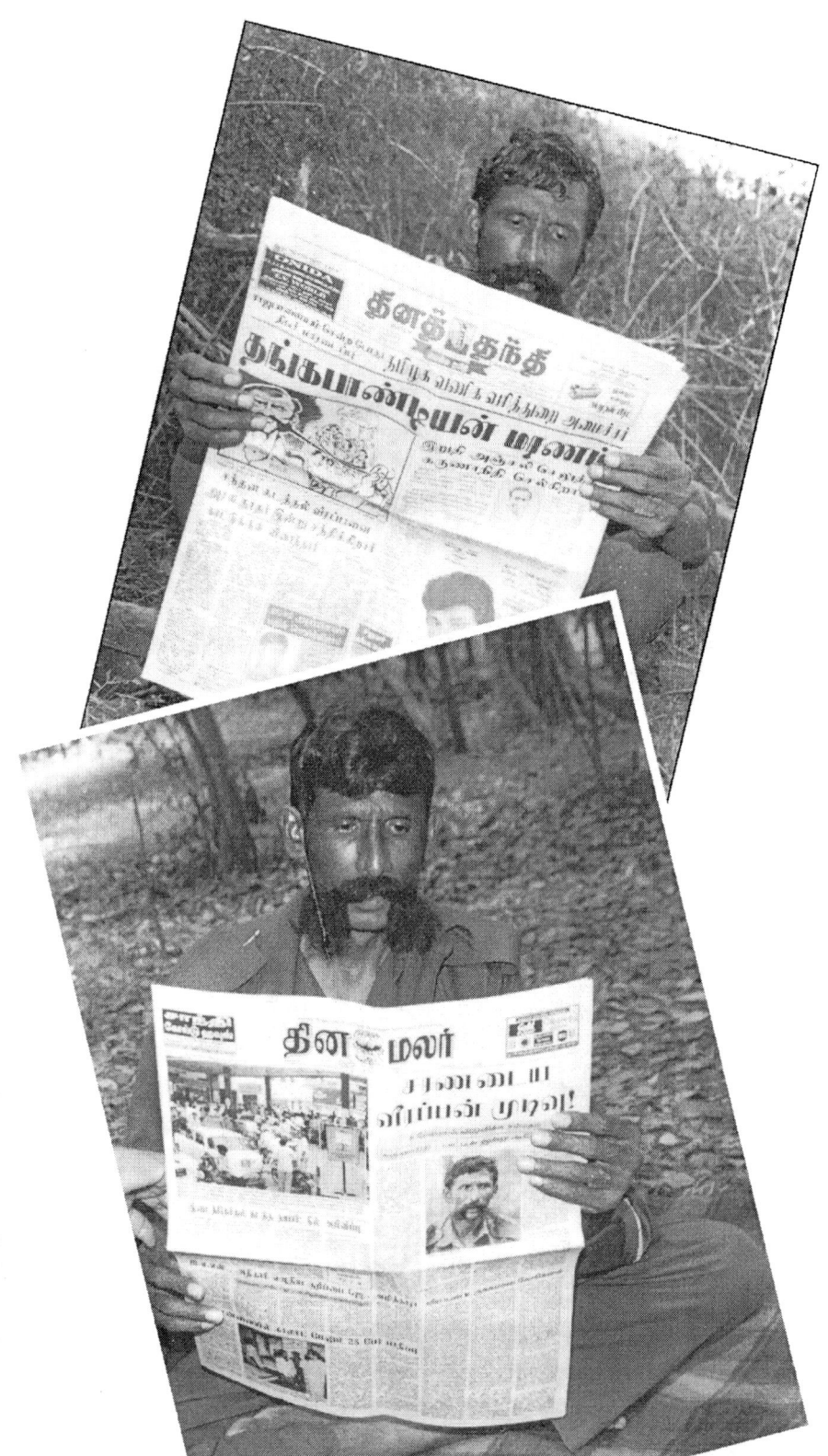

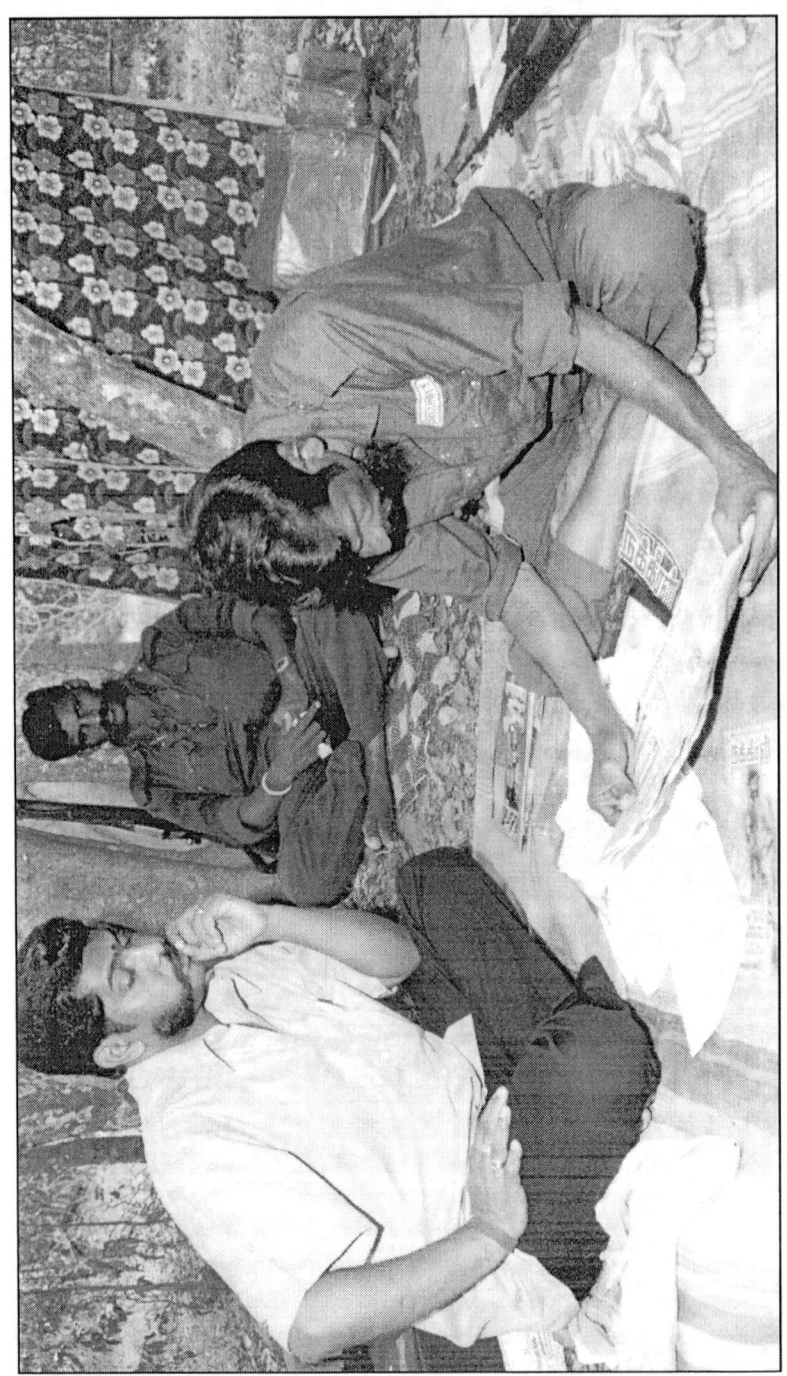

விமர்சனத்தைச் சொல்லத் தொடங்கினான். தங்கள் மனதுக்குள் இருப்பதை மற்றொருவன் பகிரங்கமாக வெளிப்படுத்தும்போது அவன்மீது மரியாதை ஏற்படுவது இயல்பு. அவனை ஒரு நாயகனாக பார்ப்பது தமிழக மக்களின் வழக்கம். அக்கிரமங்களை எதிர்த்து திரையில் சண்டைபோடும் சினிமா ஹீரோவை நிஜக் கதாநாயகனாக தமிழ் மக்கள் கருதுவதும் இதனால்தான்.

வீரப்பன் விஷயத்திலும் அதுதான் நடந்தது. 5 ஆண்டுகால கொடுங்கோல் ஆட்சி நடத்திய ஜெயலலிதாவைத் தமிழக மக்கள் கஷ்டப்பட்டு சகித்துக் கொண்டிருந்தார்கள். விமர்சனம் செய்தால் வீட்டிற்கு ஆட்டோவில் அடியாட்கள் வருவார்களோ என்ற பயம் சாதாரண ஜனங்களுக்குக்கூட இருந்தது. மகாமக சாவுகள் தொடங்கி, சந்திரலேகா மீதான ஆசிட் வீச்சு, சிதம்பரம் பத்மினி கற்பழிப்பு, பத்திரிகைகள் மீதான அடக்குமுறை, எல்லா மட்டத்திலும் நீக்கமற நிறைந்திருந்த லஞ்ச லாவண்யம், அதன்மூலம் ஜெயலலிதாவும் சசிகலா வகையறாக்களும் வாங்கிக் குவித்த மாட மாளிகைகள், நிலம் நீச்சுகள், கோடிக்கணக்கில் செலவழிக்கப்பட்டு ஆடம்பரமாக நடத்தப்பட்ட வளர்ப்பு மகன் திருமணம், இவற்றையெல்லாம் மத்திய அரசு கண்டுகொள்ளக் கூடாது என்பதற்காக அப்போதைய பிரதமர் நரசிம்மராவின் மகன்களுக்கு 'விருந்தளித்து' அரங்கேற்றிய அரசியல் ஆபாசம் என ஏராளமான அசிங்கங்களையும் கொடுமைகளையும் பற்றி வாய்திறக்க முடியாமல் தமிழக மக்கள் மவுனமாக இருந்தார்கள்.

அவர்கள் எதைச் சொல்லமுடியாமல் தவித்துக் கொண்டிருந்தார்களோ அதை அக்குவேறு ஆணி வேறாகப் பிய்த்து எடுத்துவிட்டான் வீரப்பன். ஜெயலலிதா ஆட்சியில் நடந்த அக்கிரமங்களில் ஒன்றைக்கூட விட்டுவைக்காமல் விளாசித் தள்ளினான். காட்டுக்குள் வாழ்பவன் நாட்டு நடப்புகளைப் போட்டு உடைத்தது மக்களுக்கு ஆச்சரியமாக இருந்தது. அது, அவர்களுக்குள் ஒரு மவுனப்புரட்சிக்கு வித்திட்டது. எம்.ஜி.ஆர். காலத்திலிருந்து அ.தி.மு.க.வின் கோட்டையாக விளங்கிவந்த சேலம், ஈரோடு, தருமபுரி, கோவை ஆகிய மாவட்டங்களில் வீரப்பன் பேட்டி பெரும் தாக்கத்தை உண்டாக்கியது. குக்கிராமங்களில்கூட ஜெ. எதிர்ப்புஅலை பலமாக உருவானது, அது தேர்தலிலும் பிரதிபலித்தது.

தேர்தல் முடிவுகள் வெளியானபோது அ.தி.மு.க. கூடாரமே காலியானது என்றால் அதற்கு முக்கிய காரணம் நக்கீரனும், நக்கீரனுக்கு வீரப்பன் அளித்த வீடியோ பேட்டியும்தான் என்பதை நாடே உரக்கச் சொன்னது. தற்போது அமைச்சராக உள்ள அந்தியூர் செல்வராஜ், தேர்தல் முடிவு வெளியானபோது

"நக்கீரன் எடுத்த வீரப்பன் பேட்டிதான் என் தொகுதியில் பெரும் மாற்றத்தை ஏற்படுத்தியது" என்றார்.

மாபெரும் அரசியல் மாற்றத்திற்கு அடித்தளமாக அமைந்த வீரப்பனின் வீடியோ பேட்டியைக் கண்ட பலரும் அவன் செய்த கொலைகள் பற்றிய வாக்குமூலத்தையும், அவனுடைய காட்டு வாழ்க்கையையும், ஆட்சி மீது அவன் செய்த விமர்சனத்தையும் மட்டுமே பார்த்தனர். ஆனால் நமக்கோ அந்த பேட்டியினூடே மிக முக்கியமான இழையோட்டம் இருப்பது தெரிந்தது.

அந்த இழையோட்டத்தை நாம் அடுத்தகட்ட சவாலாக எடுத்துக்கொண்டோம்.

கிழக்கே மேட்டூர், மேற்கே ஊட்டி, தெற்கே அந்தியூர், வடக்கே ஒகேனக்கல், தமிழகம், கேரளம், கர்நாடகம் ஆகிய 3 மாநிலங்களுக்கு நடுவில் 16,000 சதுர கிலோமீட்டர் பரப்பளவில் அடர்ந்த மலைக்காடு. இதுதான் சந்தன வீரப்பனின் 35 ஆண்டுகால ராஜாங்க பூமி. தெய்வ நம்பிக்கை மிகுதியான வீரப்பன் தினமும், உதயகாலத்தில், சூரியனை வழிபடுகிறான். தனது துப்பாக்கிகளுக்கும் பூஜை செய்கிறான்.

அன்றும் (18-3-96) அப்படித்தான்...

வீரப்பன், பேபி, சித்தன், கோவிந்தன், மாதேஷ் சாமி கும்பிட்டு ஆயுதங்களை வணங்குகிறார்கள். நக்கீரனுக்கு வாக்குமூலம் கொடுப்பதற்காக சகுனத்தை எதிர்பார்த்து காத்திருக்கிறான் வீரப்பன். சிறிதுநேரத்தில் கெவுலிச் (பல்லி) சத்தம் மேற்கு திசையில் இருந்து கேட்கிறது. வீரப்பனின் முகம் ஏமாற்றத்திற்குள்ளாகிறது. மீண்டும் காத்திருக்கிறான். நீண்ட நேரத்திற்குப்பின் கிழக்கிலிருந்து கெவுலிச் சத்தம் கேட்கிறது. வீரப்பனின் முகம் பிரகாசமடைகிறது. "உத்தரவு கிடைத்துவிட்டது. பேட்டியைத் தொடங்கலாம்" என்றபடி பேச ஆரம்பிக்கிறான் சந்தன வீரப்பன்.

இதோ அந்த 9 மணிநேர வீடியோவில் வீரப்பனே சகுனம் பார்த்து, அவனது வாழ்க்கை வரலாற்றை, நான் ஏன் இப்படி ஆனேன்? ஏன் இத்தனை கொலைகள்? யார் யாரெல்லாம் இதற்கு காரணம்? காட்டு வாழ்க்கை... சுவாரஸ்யங்கள், கஷ்டங்கள், ஒளிவுமறைவு வாழ்க்கை பற்றி மனம் திறக்கிறான்...

21

தமிழ்தான்
தமிழ் ரத்தம்தான்!

அதாவது...

எனது நாட்டு மக்களுக்கு, அதாவது தாய்மார்களுக்கு, பெரியோர்களுக்கு, சிறியோர் களுக்கு எல்லோருக்கும் கேட்கும்படி, பார்க்கும்படி நான் பேசுகிறேன். இதில் என்ன கருத்துகள் இருக்கிறதென்று நாட்டு மக்களெல்லாம் கூர்ந்து பாருங்கள்; நான் பேசுகிறேன்.

தப்பு என்னுடையதா? அல்லது அரசாங்கத்துடையதா? அதை நீங்கள் புரிந்து கொள்ளுவீர்கள். நான் நல்லபடியா பேசுகிறேன் என்ன நடந்ததோ, என்னுடைய வாழ்க்கை வரலாறை, அப்படியே எடுத்துச் சொல்லுகிறேன். சின்ன வயதிலிருந்து, நான் எப்படி மனிதனானேன். என்னுடைய 50 வருட அனுபவத்தைச் சொல்கிறேன்.

நாட்டு மக்களுக்கு எனது வணக்கம். கடவுளே! ஆண்டவா! முருகா!

அதாவதப்பா... என்னுடைய குடும்பம்... வரலாறு... நான் எப்படிப் பிறந்தேன்... வளர்ந்தேன். ஏன் இப்படி வந்தேன் என்பதையெல்லாம் கரெக்டா சொல்கிறேன். புரிந்து கொள்! நாட்டு மக்களெல்லாம் புரிந்து கொள்ளட்டும். எல்லாரும்... பார்க்கட்டும்.

நான் எப்போதுமே பொய் பேச மாட்டேன். எதிரியை

தேடுதல் வேட்டையில் கர்நாடக அதிரடிப்படை

ஒழித்துக் கட்ட மட்டும் பொய் பேசுவேன். என்னை அழிக்க பல்லாயிரக்கணக்கான பொய் பேசுவாங்க. அவர்களை ஒழித்துக் கட்ட நானும் நாடகம் போடுவேன்.

ஆனால் உண்மையான பொதுமனிதனுக்கு என் உயிரையே கொடுப்பேன். இது என்னைக்கும் என் நெஞ்சில் குடிகொண்டிருக்கும் உண்மை.

அரசியல்வாதிகள் மாதிரி மேடையேறி உங்களைக் காப்பாத்துகிறேன். உங்களுக்கு அதைச் செய்கிறேன், இதைச் செய்கிறேன் என்று நாடகம் போட்டுவிட்டு ஆட்சிக்கு வந்ததும், அவர்கள் சம்பாதிப்பது... அவர்கள் குடும்பம், சொந்தம் என்று போய்விடுவார்கள். மக்களுக்கு ஒன்றும் செய்ய மாட்டார்கள். அப்படி செய்பவன் நானல்ல. சொன்னதைக் காப்பாற்றும் வீரப்பன் நான், பூமியில் வீரத்தை விதைப்பவன் நான்.

எங்களுக்கு 10 ஏக்கரா பூமி. எங்கள் பாட்டன் சம்பாதித்தது. பரம்பரைச் சொத்து. எங்கள் சித்தப்பன், அப்பன் ரெண்டுபேரும்... அண்ணன் தம்பிகள் ஆளுக்கு பாதியா அஞ்சு அஞ்சு ஏக்கரா.

செங்கப்பாடி என்ற கிராமம் எங்களுடையது. ஒரு வில்லேஜ். பாலாற்றுபக்கமா... காவிரி ஆத்துக்கரையிலே இருக்கிறது. கர்நாடக எல்லையில் இருக்கிறோம். சொல்லப் போனால்... நாங்க

கர்நாடகக்காரர்கள்... பூர்வீகம் தமிழ்தான். உண்மையான தமிழன்தான் தமிழ் ரத்தம்தான். இருந்தாலும் கர்நாடக எல்லையில் குடியிருக்கிறோம்.

என்னைப் பொறுத்தவரை நாட்டுமக்கள் எல்லாருக்கும் என் மீது உயிர்தான் எனக்கும் அவர்கள் மீது உயிர்தான்.

இந்தியாவில், 24 மாநிலத்தில் உள்ள மக்களுக்கு என் மீது ஆசைதான். அவர்கள் மீது எனக்கு உயிர்தான். அப்படியான ஆள் நான். மறக்க மாட்டேன். ஆனால், திசைமாறி வந்த, போலீசுக்கு விரோதம் வந்த காரணம்-

நான் விளக்கமாக சொல்கிறேன். யார் மீது தப்புன்னு மக்களே முடிவு செய்யட்டும். அதையெல்லாம் கேட்டுவிட்டு, நீ செய்தது தப்பு... நீ வா என்றால் நேராக செல்கிறேன். அவர்கள் பல கோடி மக்களும் சேர்ந்து நடுச்சபையில் நிறுத்தி என்னைக் கல்லால் அடித்துக் கொல்லட்டும். ஏற்றுக் கொள்கிறேன். இவங்க ஏன் என்னைக் கொல்வதற்கு மிலிட்டரி அது இது என்று போட்டு கற்பழித்துக் கொண்டு திரிய வேணும்? நியாயம் பேச நான் பஞ்சாயத்தில் உட்கார்ந்தால் இவர்கள்தான் தோற்க வேண்டும். நான் தோற்க மாட்டேன்.

இவர்கள் கையில் ஆட்சி இருக்கிறதென்று சொல்லி எப்படி வேணுமினாலும் இவர்கள் ஆடலாம். நியாயம் பேசினால் நான் தான் ஜெயிப்பேன்.

அதிருக்கட்டும். அப்புறம் பேசலாம்.

எங்கள் நிலம் ஒரு மேட்டுக்காடு. எல்லாம் சரியாக விளையாது. ஏதோ இப்படி அப்படி விதைத்தால் விளையும்.

எங்க பாட்டன் காலத்திலிருந்தே வேட்டைதான். எங்களை வளர்த்ததே அப்படித்தான். எனக்குப் படிப்புக் கிடையாது. காட்டுக்குள்ள வந்து சுமாரா படித்தேன். இங்கேதான் தாய்மொழி தமிழ் படிச்சேன். அதற்கு முன்னால் என் குடும்பத்தில் என்னைப் படிக்க வைக்கக்கூட வாய்ப்புக் கிடையாமல் போச்சு. பட்டினியாக நான் கஷ்டப்பட்டவன். எங்களைக் காப்பாற்ற எங்க அப்பனும் அம்மாவும் பெரும்பாடு பட்டாங்க.

ஒரு ஆனை தன் குட்டியை கூட்டிக்கிட்டு எப்பிடி வளர்க்குதோ அப்படி கஷ்டப்பட்டு வளர்த்தாங்க.

என் சின்ன வயசில நான் மாடு மேய்ப்பேன். கூலி மாடு... காட்டுக்குள் போய் மேய்ப்பேன். ஊரார் மாடுகளை கூலிக்கு மேய்ப்போம்.

அப்படியிருந்தாலும் எனக்கு வேட்டை மேல்தான் குறி. எங்க அப்பன், எங்க பாட்டன் தொழில் அது. வேட்டையாடுவது, வேட்டையாடணும் என்பதுதான் என் குறியே. காட்டுக்குள் மாடு

மேய்த்ததால் காட்டின் அனுபவம் பூரா எனக்குத் தெரியும்.

அப்பனே என்னை கையாளாக வேட்டைக்கு கூட்டி போகும். எப்படிச் சுடுகிறார்கள் என்று பார்ப்பேன். எப்படி துப்பாக்கியில் லோடு செய்கிறார்கள் என்று பார்ப்பேன். இப்படியெல்லாம் பழக்கம். அதனால்தான் இந்த வேட்டை அனுபவம் வந்தது.

மேலும், வேட்டையாடுவது தப்பு. கொலை செய்கிறீர்கள் என்று சொல்கிறீர்கள். ஒத்துக் கொள்கிறேன். தப்புதான். அடிக்கக்கூடாதுதான். இந்த நரகனை (மனிதனை) ஆண்டவன் படைத்து புல், பூண்டு, செடி, கொடி, மரம், மட்டை, உயிர்பிராணி எல்லாவற்றையுமே இந்த நரகனுக்காக ஆண்டவன் படைத்தான்.

நமக்காகவேதான் கடவுள் படைத்து வைத்துள்ளார். இதை யாரும் மாற்றவும் முடியாது. எல்லாமே மனிதனுக்காகவே படைத்துள்ளார். ஆனால், அதற்காக ஒரேயடியாக எல்லாம் அழிந்து போகக்கூடாது என்பதற்காகவே இந்த ஜனநாயக நாட்டில் அரசாங்கம் ஒன்றை ஏற்படுத்தி, உயிரினங்களின் வளர்ச்சியும் அழிவும் ஒரே சமமாக இருக்க வேண்டுமென்று மனிதனே ஏற்படுத்திக் கொண்டது இது.

அதனால, வீரப்பன்தான் காரணம் என்று என் மீது தப்புச் சொல்ல முடியாது. அதனாலதான் விளக்கமாக நானே சொல்கிறேன். நானே விடை சொல்கிறேன். இப்படித்தான் நான் வேட்டையாடிக் கொண்டு வந்தது. நான் வேட்டையாடினேன். எதுக்காக வேட்டையாடினேன்? குடும்பச் சூழ்நிலை, வேட்டையில் பயங்கர ஆர்வம். என் குடும்பம் பிழைக்க வேற வழியுமில்லை. வேட்டையாடுனாத்தான் குடும்பம் பிழைக்க முடியும். என்னை வன்னிய படையாச்சி என்றுதான் சொல்ல வேண்டும். நாங்கள் உண்மையில் வேடப் பரவர்தான்.

ஏனென்றால்... அதாவது எந்த அரசாங்கம் உதவி செய்கின்றது? எந்த அரசியல்வாதி உதவி செய்கின்றான்? எதுவும் கிடையாது. அதாவது... நம்மள மாதிரி ஏழைகளை ஒரு பிச்சக்காரனாக கூட மதிக்கிறது கிடையாது.

நடுத்தரமாக கொஞ்சம் பெரியவனான பிறகு துப்பாக்கி எடுத்தேன். நான் சுமார் பதிமூன்று வயதிலெல்லாம் துப்பாக்கி எடுத்தேன். பதினான்கு வயதில் பயங்கர வேட்டைக்காரன். எல்லாரையும் விட நான் நல்லா சுடுவேன். வேட்டையைப் பொறுத்தவரை நான்தான். வேறு எவரும் துப்பாக்கியை ஈட்ட முடியாது. அதாவது, சினிமாவில் நடப்பவர்க்கு அதன் மேல் ஆர்வம். டிரைவரா போகணும்னா அவனுக்கு அந்த ஆர்வம். படிக்கணும்னா அவனுக்கு அந்த ஆர்வம், எனக்கு இந்த ஆர்வம்

கடவுள் கொடுத்திருக்காரு. நான் என்ன செய்யட்டும். சரீன்னுட்டு, வேட்டை கத்துக் கொண்டு ஜீவனம் பண்ணிக்கொண்டும் இருந்தேன்.

நான்தான் வேட்டையாடுகின்றேன் என்று தப்பா சொல்றாங்க. சில பேர் அதாவது சமுதாயத்தில் பெரிய அந்தஸ்துல உயர் பொறுப்புல வேலை பார்க்குற ஆபீஸருங்க கார்ல வர்றாங்க. நானே என் கண்ணால பார்த்தேன். இது நாட்டு மக்களுக்கே தெரியும். துப்பாக்கியும் எடுத்துக்கொண்டு வருகின்றான். லைசென்ஸ் துப்பாக்கி, அவன் கூட ரேஞ்சரும் வருகின்றான். டி.எஃப்.ஓ.வும் வருகின்றான். பெட்டி பெட்டியா விஸ்கி, பிராந்தியெல்லாம் வாங்கி வர்றாங்க. நாலு, மூணு மானை அடிக்கிறாங்க. சாப்புடுறாங்க. மஜா பண்றாங்க. வீட்டுக்குத் தூக்கிக்கினுப் போறாங்க. அவங்க எல்லாம் ஆபீசரு. அவங்க செய்யறது எல்லாம் தவறு கிடையாது. அவரு செஞ்சா எல்லாம் தப்பு கிடையாது. ஆனா வீரப்பன் மாதிரி பைத்தியக்காரன், வயித்துக்கு இல்லாம அடிச்சா அது தப்பு. அந்த மாதிரி எல்லாம் அடிக்கக்கூடாது. அது தப்பு. ஆனா அவங்க செஞ்சா அது பாவம் கிடையாது. அது ஒரு பக்கம் இருக்கட்டும். உலகம் அப்படிப் போகின்றது. அதனாலதான் நான் விளக்கமா சொல்றேன்.

22

கொலைகள் செய்ய ஆரம்பித்தது ஏன்?

நான் வந்து ஜீவனம் பண்ணிக்கொண்டு இருந்தேன். மேற்கொண்டு என்னை அப்படி இருக்கையில சேவிக் கவுண்டர் வந்தாரு. அதாவது என்னுடைய குருநாதர். அவருதா பஸ்ட்டு வேட்டைக்காரரு. அந்த ஏரியாவுக்கே அவருதா. இந்த யானைத் தந்தமெல்லாம் வாங்கி விக்கிறவரு. அவரு ஒருவகையில எனக்கு மாமா. நான் இப்படி காட்டுல போயிக்கிட்டு இருக்கையில அவரு வந்தாரு. பார்த்து பேசுனாரு.

அவர என்ன மாமா யான அடிக்க வந்தியலான்னே. ஆமா மச்சான் என்றாரு. எந்த சின்னப்பசங்க னாலும் மச்சான்னுதான் கூப்பிடுவாரு. எனக்கும் ஒரு ஆர்வம். எப்படி மாமா யானை அடிக்கிறது. பார்க்க நானும் வர்றேன். அப்புடின்னேன். வாப்பா அப்புடீன்னு கூட்டிக்கொண்டு போனாரு. கூட்டிப் போயி அவரு சொன்னாரு. இந்த இடத்துல அடிச்சா யானை விழுகும்னாரு. (பொட்டில், நெற்றியில், அக்குளில் என்று அடையாளம் காட்டு கின்றார்) அப்படித்தான் அடிக்கணும்னாரு. 577 ரைபில், அதாவது பெரிய ரைபில், அத கொடுத்தாரு அடிக்கச் சொல்லி அடிச்சேன். யானை விழுந்து விட்டது. அதுதான் நான் பஸ்ட் அடிச்ச யானை.

அது செங்கப்பாடி பக்கத்தில் ராமதானியம் என்கின்ற காட்டில் அதை எப்படி வெட்டுறதுன்னு வெட்டி கோடாரியால் அதன் தலையை வெட்டி, அதன் தந்தத்தை வெட்டி, செதுக்கி எடுத்துச் சென்றோம். அதுல இருந்து நானும் யானை வேட்டை யாடினேன். மிருகமும் வேட்டையாடுவேன். ஏதோ சம்பாதித்தேன்.

ஆனா பல பேரு எம் பேரச் சொல்லி யானை வேட்டை யாடினார்கள். எவ்வளவோ அரசியல்வாதிகள் அடிச்சாங்க. ஆளு

வச்சு அடிச்சாங்க. ரைபில் வாங்கிக்கொடுத்து. ஆன்னால் பேரு மட்டும் வீரப்பன் பேரு. அப்புறம் வேட்டையாடினேன். ஆபீசர்களுக்கு லஞ்சம் கொடுத்தேன். பாரஸ்ட் ஆபீசர்களுக்கு லஞ்சம் கொடுத்தேன். அப்படி நடந்துக்கிட்டே இருந்துச்சு.

ஆனா, நா நேரடியா அவங்ககிட்ட பேசமாட்டேன். அத எங்கண்ணன் பார்த்துக்குவான். நாங்க வேட்டையாடுறதுக்கு டிபார்ட்மெண்டு காசு வாங்கிக்கினு போயிடுவாங்க. அந்த மாதிரி வேட்டையாடி சம்பாதிச்ச காச நாங்க சாப்பாட்டுக்கு மட்டும் வச்சுக்கிட்டு ஜனங்ககிட்ட கொடுத்திருவோம். தர்மம் பண்ணிடுவோம். செங்கப்பாடியில உள்ள குடும்பங்களுக்கு எங்க குடும்பம் மாதிரிதான் அந்த குடும்பங்களும் வறுமையில வாடிச்சு. நான் வறுமையில் வாடியதால் அந்தக் கஷ்டம் எல்லாம் எனக்குத் தெரியும். ஆக ஒரு மனுஷன் பட்டினியா கிடந்தா எவ்வளவு கஷ்டம்னு எனக்குத் தெரியும். ஆக அவங்களுக்கு பல பேருக்கு உதவி செஞ்சுக்கிட்டு இருந்தேன். காசு வச்சுக்கிடலை. வேட்டையாடிய காசு கொஞ்சங்கூட வச்சுக்கிடலை.

அரசியல்வாதிகள், ஒரு கிராமத்துல ஒரு பெரிய ஆளு இருந்தா அவனை வளைத்துக் கொள்வார்கள். அப்படி இருக்கையில அவங்க வந்து, "வீரப்பா, நீ கொஞ்சம் சப்போர்ட் பண்ணுப்பா"ன்னு கேட்டாங்க. எப்புடீன்னாலும் ஒரு கட்சிக்கு சப்போர்ட் பண்ணித்தானே ஆகணும். நாஞ்சொன்னா மக்கள் கேட்பாங்க. அதாவது இந்திய குடிமகன் ஓட்டுப் போட்டாகணும். அதனால செஞ்சேன். ஆனா, எதிர்க்கட்சிக்காரங்க சொன்னாங்க. வீரப்பன் சப்போர்ட் பண்ணுனான்னு, அரசியல்வாதிகளுக்கு காசு கொடுத்தான்னு. ஆனால் நான் ஆபீசர்களுக்கு காசு கொடுத்தது உண்மை. ஆனா அரசியல்வாதிகளுக்கு அஞ்சு பைசா கொடுக்கலை. ஓட்டுப் போடச் சொன்னேன். நான் சொன்னால் மக்கள் கேட்பாங்க. அடுத்தவங்களுக்கு ஓட்டுப் போட மாட்டாங்க. இந்த வகையில வந்து எதிர்க்கட்சிக்காரங்களுக்கு பொறாமை வந்துடுச்சு. அது வந்து, வெங்கட கௌடா. அவனுடைய கண்ட்ரோல்லதான் இந்த ஊரே இருந்துச்சு. அவன் பஸ்ட்டு காங்கிரஸ்ல இருந்தான். அவன் வந்து வக்கீலு. அவனுக்குதான் மக்கள் ஓட்டுப் போட்டாங்க. அவன் செத்த பிறகு ராஜீ கௌடா அரசியலுக்கு வந்தாரு. நம்ம ஊர்ல பெரியவுக பேச்ச கேட்க மாட்டாங்க. நம்ம பேச்சதான் கேட்பாங்க. ஆலோசனை எல்லாம் பண்ணுவாங்க. அப்ப ராஜீ கௌடா வந்து எங்கிட்ட வீரப்பா கொஞ்சம் ஹெல்ப் குடுப்பா அப்புடீன்னாரு. அவருக்கு அதுதான் முதல் எலக்சன். அவரு கேட்ட உடனே நானும் சரீன்னு மக்களை எல்லாம் ஓட்டுப்

போடச் சொன்னேன். எல்லாரும் ஓட்டுப் போட்டாங்க. அப்ப நான் அந்தக் கிராமம் மட்டும் இல்லாமல் அந்த ஏரியாவுல எல்லார்கிட்டயும் சொன்னேன். ஓட்டுப் போட்டாங்க. அவருதான் ஜெயிச்சாரு. சரி அப்ப வந்து ஜனதாவுல யாரு நிக்கிறாரு. நாகண்ணன் நின்றாரு. அவரு தோத்துப் போயிட்டாரு. நாகண்ணனுக்கு அப்பவே எம் மேல கொஞ்சம்... அப்புறம் அரசியல்வாதிகள் எல்லாம் மக்களை வீரப்பன்தான் திசை திருப்பி விட்டான். இல்லையினா ராஜீ கௌடா ஜெயிச்சிருக்க முடியாதுன்னு சொன்ன உடனேயே அவருக்கு அப்பவுள இருந்தே எம்மேல கொஞ்சம் வருத்தம். அதாவது என்னால் ராஜீ கௌடாவுக்கு ஐம்பது ஆயிரம் ஓட்டு கிடைத்து இருக்கும். அதாவது செங்கப்பாடி, கோபிநத்தம் மாதேஸ்வரமலை, மாட்டல்லி, நல்லூர், ஜல்லிபாளையம், ஊங்கியம், கூடலூர், காசலூர், கொப்பம், இதுபூராம்... அல்லூர் தொகுதி. இங்க பூராம் நான் சொன்னால் கேட்பார்கள். வீரப்பனால்தான் இப்படி நடந்தது என்று என் மேல் வருத்தம்.

அப்புறம் ஐந்து வருடம் நடந்தது. அடுத்த எலக்ஷன் நடந்தது. இப்படி இருக்கையில உள்ளூரில் ஒரு தகராறு. அவனுங்களும் எங்க ஜாதிக்காரப்பசங்கதான். அவனுங்க வந்து நாகண்ணன் கோஷ்டியில இருந்தானுங்க. அப்புறம்தான் என் மேல் பகை வந்தது. எப்படியாவது இந்த வீரப்பனை ஒழிச்சுக் கட்டிப்புடணும். அவனுங்களுக்கும் விவசாயம்தான். எனக்கும் விவசாயம்தான். அவனுங்களும் யானை, வேட்டையாடு வானுங்க நானும் வேட்டையாடுவேன். அவனுங்க வேற தொழிலும் செய்வானுங்க. திருடுவானுங்க. பட்டியில ஆடு இருந்தா விட மாட்டானுங்க. வீட்டில கோழி இருந்தா விடமாட்டானுங்க. அதாவது தேங்காய் திருடு வானுங்க. ஆனா எங்கக்கிட்ட அவனுங்க வர மாட்டா னுங்க. ஏன்னா அவனுங்களுக்கு பயம். பொதுமக்களுடைய எல்லாத்தையும் திருடுவானுங்க. எதையுமே விடமாட்டானுங்க. சுட்டுப்புடுவேன் நானு. அதனால வரமாட்டானுங்க. பணத்துல இருந்து பொட்டி வரைக்கும் எதையும் விட மாட்டானுங்க. இப்படி இருக்கையில... அவங்க அந்தக் கட்சியில இருந்ததால என்ன சுட்டுப்புடணும்னு ஒரு வயித்தெரிச்சல். அதுக்குப் பிறகு என்னை சுட்டுக்கொல்ல முடிவு பண்ணினாங்க, நாகண்ண னுடைய ஆளுங்க. ஒரு முப்பது பேரு இருப்பாங்க. அவங்க கேங்குல நல்லா துப்பாக்கி சுடக் கூடியவங்கதான்... நா எங்கு எங்கு போறேனோ அங்கெல்லாம் வந்தாங்க என்னை சுடுறதுக்கு. நானும் ரொம்ப நாளு ஒளிஞ்சு பார்த்தேன். அதே டைம்ல எங்க

அம்மாவுக்கு கேன்சர் வந்திடுச்சு. நானு காட்டுக்குள்ளேயே இருந்தேன். ஒளிஞ்சுக்கிட்டு ஏன்னா ஊருக்குள்ளே வந்தா... சுடுவானுங்கன்னு நிறைய ஊரு மக்கள் என்கிட்டச் சொன்னாங்க. ஏமாந்திடாத சுட்டுப் புடுவானுங்கன்னு. எங்கையிலையும் துப்பாக்கி இருக்கும். இருந்தாலும் அவனுங்க மறஞ்சிருந்து சுடுவானுங்க. நானு எச்சரிக்கையா இருந்தேன். அதே டைம்ல எங்க அம்மாவுக்கு உடம்பு சரியில்லாமப் போயிடுச்சு. நான் போயி பார்த்துக்க முடியலை. ஒரு நாளு ஆளு சொல்லி. அம்மா வீரப்பன வரச் சொல்லுச்சு. அப்படீன்னு வந்து சொன்னாங்க. அதனால நம்ம பசங்க ஒரு பதினைஞ்சு பேரை கூட்டிக்கொண்டு போனேன். அம்மா பாத்துட்டு அழுதாங்க. பகல் 12.30 இருக்கும். ஏம்மா அழுகின்றாய் எனக் கேட்டேன். ஒன்றும் இல்லையப்பா. நான் பொழைக்க மாட்டேன். ஒரு ஐந்து, ஆறு நாளைக்குக் கூட இருக்க முடியாது. அந்த அளவு இருக்கு உடம்பு. நான் செத்தா நீ வர வேண்டாம். பார்க்க வேண்டாம். நீ வந்தா உன்னை சுட்டுப்புடுவாங்க. நா வாழ்ந்தாச்சு. எல்லாம் பார்த்தாச்சு. நீ வாழணும். எப்படியாவது பொழச்சுக்க. இங்க உள்ளவுக அடக்கம் பண்ணட்டும் நீ வர வேண்டாம் அப்புடீன்னு சொன்னாங்க. சரி அம்மா இப்படி சொல்லுதேன்னுட்டு நான் சரீன்னு இங்க வந்துட்டேன். மாயாறு வந்துட்டேன். சரி அம்மா நல்லாத்தானே பேசுது, ஆகாது அப்படீன்னுட்டு வந்துட்டேன். தம்பி அருச்சுகனன்கிட்ட தம்பி நீ வந்துடு. அதாவது ஒரு பதினைஞ்சு நாளைக்கு அப்புறம் ஒரு தேதி சொல்லி... நீ வந்துடு அப்படீன்னு சொன்னேன், ஒரு இடத்துக்கு. அவனுக்கு அந்த இடம் தெரியும்.

அருச்சுனனும் சொன்னபடியே வந்தான். அம்மா எப்படி இருக்குன்னு கேட்டேன். நீ வந்து ஐந்தாம் நாள் அம்மா செத்துப் போச்சு தகனம் எல்லாம் பண்ணியாச்சு அப்புடீன்னு சொன்னான். அப்பதான் எனக்கு ரொம்ப வெறி கிளம்பிப் போயிடுச்சு. பெத்த தாயி இல்லைனா பத்து மாசம் வயித்துல சுமந்து பெத்து, ஈ கடிக்காம, எறும்பு கடிக்காம காப்பாத்துன தாயிக்கு கடைசியா வாயிக்கு தண்ணி ஊத்த முடியாம போச்சேன்னு வருத்தம். இவனுங்களால்தானே தாயை பார்க்க முடியாமல் போச்சேன்னு வெறி வந்திடுச்சு. இவனுங்கள சுடணும். அப்பத்தான் வெறி வந்து கொலை செய்ய போனேன். நேரா போனேன். அங்க அங்க எங்க தலை தெரியுதான்னு சுடணும்னு பாத்துக்கினு இருந்தானுங்க. அதனால நைட்ல போனே. எனக்கும் பசங்க இருக்காங்க. போயி ஒளிந்து இருந்தேன். வந்தானுங்க. அடிச்சுப்புட்டேன். மெயின் ஆளுங்க ரெண்டுபேர சுட்டுட்டேன். அவனுங்கள சுட்டுத்

தள்ளிப்புட்டு, அப்ப காட்டுக்குப் போயி ஒளிஞ்சுக்கிட்டே காட்டுலயே இருந்தேன் சில காலம்.

வேட்டையாட வேண்டியது. ஜீவனம் செய்ய வேண்டியது. பின்ன பின் ஜீவனத்துக்கு என்ன பண்றது காட்டுல? சரீன்னு, ஒரு இடத்துல இந்த, குண்டலபேட்டை காடு. அது பெரிய காடு. அங்க போயி இருந்தேன். அது புதுக்காடு எனக்கு. எங்க ரோடு போகுதுன்னு தெரியலை எனக்கு. அப்ப நைட்ல ஒரு இடத்துல இருந்தேன். அப்ப சமச்சு சாப்புட்டுட்டு... அது ஒரு பெரிய யானைக்காடு. யானையெல்லாம் சுத்தி மேயிது. அங்குன நான்

படுத்துக்கிட்டு இருக்கேன். உணவுப்பொருள், அரிசி, பாத்திரம், எண்ணெய் எல்லாம் 30 கிலோ, 40 கிலோ இருக்கும். தூக்கிக்கினு போவோம். எப்பவுமே எனக்கு குறைந்தது 15 பேரு பசங்க வருவாங்க. வேணும்னா 50 பேரும் வருவார்கள். ஆனா வந்து 15 பேரு மாறி மாறி வருவாங்க. அப்ப நாங்க 12 பேரு இருந்தோம்.

குண்டலபேட்டை காட்டுல. அப்பவெல்லாம் சும்மா 2 அல்லது 3 துப்பாக்கி இருக்கும் வேட்டையாடுவதற்காக. சமையல் சமைத்து சாப்பிட்டு விட்டு தூங்கிப் போயிட்டோம். இப்ப மாதிரி காவலெல்லாம் கிடையாது. யாரும் நம்மளத் தேட மாட்டாக. அரசாங்கமா தேடுது? அப்ப யாரோ காட்டுவாசிகள் நெருப்பு எரியிறதப் பார்த்துட்டு பாரஸ்ட்காரங்ககிட்ட சொல்லி யிருக்காங்க. அதைக் கேட்டவுடனே பாரஸ்ட்டுக்காரங்க 30 துப்பாக்கியத் தூக்கிக்கிட்டு சேர்ந்து வந்துட்டாங்க. அப்ப நான் பிரபலமும் இல்லை. வீரப்பனையும் அவுகளுக்குத் தெரியாது மக்களுக்கும் வீரப்பனைத் தெரியாது. இது நடந்து 12 வருஷம் இருக்கும். படுத்துட்டு எல்லாரும் தூங்கிக்கிட்டு இருந்தோம். பயங்கரமான புல். அந்தப் புல்லுல மடமடன்னு ஓடி வந்தாங்க. நான் ஆனை தான் வருதுன்னு சொல்லி... திடீர்னு படுக்கைக்கு கீழே இருந்த துப்பாக்கியை தூக்க வெறிச்சியில் தேடினேன். துப்பாக்கி இல்லை. துப்பாக்கியை என் தலைமாட்டில் வச்சிருந்தேன். வாரிச்சுருட்டிப் பார்த்தா ஆனை இல்லை. ஆளுங்க. சரி நம்ம ஆளுங்க ஒண்ணுக்குப் போயிட்டு வாராங்கனு நினைச்சேன். ஆனா நம்ப ஆளுங்க தலையில குல்லா இருக்காதே? அப்புறம்தான் தெரிஞ்சது பாரஸ்ட்காரங்கனு.

ஒரு துப்பாக்கி, ரெண்டு துப்பாக்கி... டபார்னு அந்தப் பக்கம் குதிச்சு ஓடினேன். அதுக்குள்ள பாரஸ்ட்காரன் ஒருத்தனை நம்ப பையன் ஒருத்தன் சுட்டுட்டான். அதுக்குள்ள அவங்க சுதாரிச்சுக் கிட்டாங்க. எல்லார்கிட்டயும் துப்பாக்கி ஏழெட்டு... நம்மளால துப்பாக்கி எடுக்க முடியலை. நம்ம பசங்களும் குதிக்க ஓடிப் போயிட்டானுங்க... அதுக்குள்ள ஒரு ஆளை அவனுங்க சுட்டுட் டானுங்க... செத்தவன் பேரு ரத்தினம். என்னால துப்பாக்கியை எடுக்க முடியலை. மரத்தோரம் மறஞ்சிருந்தேன். துப்பாக்கியை மட்டும் எடுத்திருந்தேன்னு வச்சுக்க... பூராத்தையும் சுட்டுப்பிட்டி ருப்பேன். என்னா என் துப்பாக்கியை 47 ரைப்பிள், 124 ரைப்பிள் -புல்லா லோடு பண்ணி முடியலையே... துப்பாக்கியை நீட்டின படியே நிக்கிறானுங்களே. இனி ஒண்ணும் ஆகாது போகட்டும் அப்பிடீன்னு நானும் போயிட்டேன். என் துப்பாக்கியையும் எடுத்துக்கிட்டு போயிட்டானுங்க... அப்புறம்தான் என்னை பெங்களூர்ல புடிச்சது.

தந்தமெல்லாம் சிலையாகி அமெரிக்கா போயிருக்கும்!

23

அப்ப பவானியில ராஜாமணிங்கிறவன் இருந்தான். உலகக்கேடி. பயங்கரமான துரோகி. அந்தத் துரோகி விடுதலைப்புலிகள்கிட்டயெல்லாம் எவ்வளவோ கொள்ளையடிச்சிருக்கான். அவனை நான் கொல்லணும்னு இருந்தேன். ஆனா வேற எவனோ தட்டித் தூர எறிஞ்சிட்டுப் போயிட்டா னுங்க. அந்த ராஜாமணி ஒரு புரோக்கர். துப்பாக்கி வாங்கிக் கொடுப்பான். தோட்டா வாங்கிக் கொடுப்பான். சந்தன கட்டை வாங்குவான். ஆனைக் கொம்பு வாங்குவான். எல்லா கேப்மாரித்தனமும் பண்ணுவான். அவங்கிட்ட போயி துப்பாக்கி கிடைக்குமாடான்னு கேட்டேன். ஆமா அங்கே இருக்கு... ஊட்டியில இருக்குதுன்னான்.

ஒரு காரு எடுத்துக்கிட்டு ஊட்டிக்கு போனோம். அங்கே கிடைக்கலை. சேலம் போனோம். அங்கேயும் கிடைக்கலை. அப்புறம் பெங்களூர் போனோம். அங்கே ரூம் போட்டோம். ஹசன்ல ஒரு துப்பாக்கிக் கடை இருக்கு நான் போயி பார்த்துட்டு வர்றேன்னான். நானும் வர்றேன்னேன். வேண்டாம் வேண்டாம் நீ இங்கே இரு. அங்கே ஒரு கலாட்டா நடந்துருக்கு. நீ வந்தா தொந்தரவு அப்பிடீனு சொல்லிட்டு போனான்.

எங்கே போனான்? கலாட்டா நடந்த குண்டலப் பேட்டைக்கே போயிட்டான். கார்ல நேரா ரேஞ்சர்கிட்ட போயி "வீரப்பனை ரூம்ல தங்க வச்சிட்டு வந்திருக்கிறேன். நம்பளுக்கு என்ன கொடுக்கிறாய்? பார்த்துக் கொடுத்தியனா அவனை

புடிச்சுக் கொடுத்திடுவேன்"னு சொல்லியிருக்கிறான். எல்லோரும் சேர்ந்து அதாவது ரேஞ்சர், கார்டு, பாரஸ்டர், டி.எஃப்.ஓ., டி.எஸ்.பி.யும் வந்திருந்தான். எஸ்.பி.யும் வந்திருந்தான். அவங்களையெல்லாம் அங்கே ஒரு ஹோட்டல்ல சிவில் டிரஸ்ல உட்கார வச்சுட்டு என்கிட்ட வந்தான். என்னப்பா ஆச்சுன்னேன். அதெல்லாம் பின்னாடி வருது... தோட்டாக்கள் 47 எல்லாம் கொண்டுகிட்டு வர்றாங்க. அதுக்குள்ளேயும் நாம போயி சாப்பிட்டு வந்திடலாம்னு என்னை கூட்டிக்கிட்டு போனான். அதாவது பெங்களூர் கண்டோன்மெண்ட் பஸ் ஸ்டாண்டு வடக்கு பக்கமா மாடியில ஒரு மிலிட்ரி ஹோட்டல் அங்கே போயி பைப்பை திருகி கையை கழுவிவிட்டு டேபிள்ல உட்கார்ந்தேன். இந்தக் காட்டிக் கொடுக்கிற திருடனும் (ராஜாமணி) என் கூட உட்கார்ந்தான்.

உட்கார்ந்து நாலாபக்கமும் பார்வையை விட்டேன். இரண்டு பார்வை என் மேல விழுந்ததை கவனிச்சேன். அது திருட்டுப் பார்வை. ரெண்டாவது சோப்ல (பையில்) கை வச்சதைப் பார்த்தேன். சரின்னுட்டு... என்னப்பா சாப்பாடு என்ன சொல்லுன்னேன். நீ சொல்லுன்னான். ரெண்டு சிக்கன் பிரியாணி கொண்டுகிட்டு வான்னேன். கொண்டு வந்து ரெண்டு கண்ணாடி கிளாஸில் தண்ணி வச்சான். அப்ப ஒருத்தன் வந்து சாதாரணமாக என் பக்கத்தில் உக்கார்ந்தான். யார்ராவன் அப்பிடீன்னு பார்த்தேன். என் பேண்ட்ல கையை வச்சான். நம்ம பேண்ட்ல கையை வக்கிறவன் யார்? தெரிஞ்சுகிட்டேன். அப்ப என் மேல ரெண்டு கொலைக்கேஸ் இருக்கு. ஒளிஞ்சுக்கிட்டு இருக்கேன். ஓ... அதுக்காகத்தான் புடிக்கிறாக நம்மளை. அப்பிடினு.. அவன் புடிச்சதும் தொடர்ந்து அப்பிடியே ஒரு இருபது கையி ஒண்ணா வந்து என்னைப் புடிச்சிச்சு. "ரிவால்வார்... பிஸ்டல் எதாச்சும் இருக்கும் எடு எடுன்னாங்க!".

"அடேய் என்கிட்ட ஒரு மண்ணாங்கட்டியும் இல்லை... புடிச்சிட்டீங்கள்ல" என்றேன். "எந்த ஊருன்னானுங்க. ஊரைத் தெரிந்துதான் புடிக்கிறீங்க" என்றேன்.

நீ வீரப்பன்தானே அப்பிடினாங்க. "ஆமா!" என்ன செஞ்சிருக்கிறாய் என்றாங்க. "ரெண்டு கொலையைச் செஞ்சிருக்கிறேன். ஆனை சுட்டிருக்கிறேன். அதுக்காகத்தான் புடிக்கிறீங்க. கேஸ் போடுங்க. நான் ஒத்துக்கிட்டுப் போறேன்". அப்பிடீன்னேன்.

எங்கே போகணுமோ போகலாம் ஆனா மேல கை வைக்கக்கூடாது. அடி மட்டும் அடிக்கக்கூடாது. இங்கிட்டு அஞ்சு பேரு அங்கிட்டு அஞ்சு பேரு சேர்ந்து கூட்டிக்கிட்டு போறாங்க.

இந்தப் புடிச்சுக்கொடுத்த திருடன் ராஜாமணி அப்பிடியே நடிக்கிறான். அவனையும் இழுத்துக்கிட்டு வந்தாங்க. அங்கே போயி பார்த்தா எஸ்.பி., டி.எஸ்.பி., எல்லாம் ரெடியா இருக்காங்க. என்கிட்ட யார் என்ன என்று விசாரிச்சாங்க.

எங்க ஊரு செங்கப்பாடி. பேரு வீரப்பன் என்றேன். நீ என்ன செஞ்சேன்னாங்க. ரெண்டு பேரைச் சுட்டேன் என்றேன். ஏன்னாங்க. எங்களுக்குள்ள விரோதம் ஆயிடுச்சு. என்னைக் கொல்ல துப்பாக்கியைத் தூக்கிட்டு வர்றவனை நான் என்ன செய்ய முடியும். சுட்டேன். வேறன்னா செய்ய முடியும்?

நீங்க கேஸைப் போடுங்க. நான் கோர்ட்ல பார்த்துக்கிறேன். நான் எதையும் மறைக்கலை. நான் பொய் சொல்லி உதை வாங்க மாட்டேன். நீங்களும் தெரிஞ்சுதான் புடிக்கிறீங்க. கேஸைப் போடுங்க. கோர்ட்ல பார்த்துக்கிறேன். ஆகா... நல்லா பேசுறியே அப்பிடீன்னான். வேற என்னென்ன செஞ்சேனாங்க. வேறென்ன செஞ்சேன். வயித்து ஜீவனத்துக்காக ஆனையைச் சுட்டேன். மிருகத்தைச் சுட்டிருக்கேன். இவ்வளவுதான் என்றேன்.

அப்புறம், எனக்கும் ரொம்ப அயர்ச்சியா பசியா இருக்கு. முதல்ல சாப்பாடு வாங்கிவரச் சொல்லுங்க. மத்ததை நாளைக்கு சொல்றேன்னேன். தயிர் சோறு வாங்கி வந்தாங்க. சாப்பிட்டேன். ஒரு ரூம்ல கொண்டு என்னை வச்சிருந்தாங்க. பெங்களூர்லேயே என்கிட்ட கொஞ்சம் பணம் இருந்தது. ஐயாயிரம் ரூபாய். அதை எடுத்து வச்சுக்கிட்டு என் பணத்திலே எனக்கு சாப்பாடு வாங்கி வந்து கொடுத்தாங்க.

இப்பிடி 15 நாள் ஆகிப்போச்சு. அப்ப ஒரு போலீஸ் காரனைக் கூப்பிட்டு, இங்கே வாய்யா போயி டி.எஸ்.பி.யைக் கூட்டிக்கிட்டு வா என்றேன். என்னன்னான் உன்கிட்ட என்னத்தை சொல்ல, போயி டி.எஸ்.பி.யை கூட்டிக்கிட்டு வான்னேன். சரி போன் பண்றேன்னான். போன் பண்ணினான். மறுநாள் காலையில டி.எஸ்.பி. வந்தான். என்னப்பா வரச் சொன்னியாம்ல என்றான். ஆமான்னேன். அவன் சேர்ல உக்கார்ந்தான். நான் தரையில் உட்கார்ந்தேன்.

குண்டலப்பேட்டை காட்ல நடந்ததை பாரஸ்ட்காரனுங்க டி.எஸ்.பி.கிட்ட தப்பா சொல்லியிருக்கானுங்க. அதாவது நம்ம ஆளு ஒருத்தனை அவனுங்க நாலைஞ்சு பேர் மடக்கிப் புடிக்க, நம்ம ஆளு திமிர... அவனுங்க பிடிக்க, இவன் திமிர, அப்ப பாரஸ்ட்காரன் ஒருத்தன் நம்ம ஆளைச்சுட, அது ஈடுதப்பி, நம்ம ஆளு மேல படாம பாரஸ்ட்காரன் மேலேயே பட்டுச்சு. அதை, வீரப்பன்தான் பாரஸ்ட்காரனைச் சுட்டான்னு டி.எஸ்.பி.கிட்ட சொல்லிப்பிட்டானுங்க. இதை டி.எஸ்.பி. என்கிட்ட கேட்டாரு.

நான் குண்டலபேட்டையில நடந்ததை நடந்தது மாதிரி சொன்னேன்.

அப்ப டி.எஸ்.பி. சொன்னான். சூட்டிங் ஆர்டர் இல்லாமல் அவங்களும் சுடக்கூடாது. அவங்க மேலயும் கேஸ் போடலாம் அப்பிடின்னாரு.

அப்ப, எனக்கு ஒரு உதவி செய்ய முடியுமான்னு டி.எஸ்.பி.கிட்ட கேட்டேன். என்ன உதவின்னாரு. "நான் கேட்கிறேன்னு தப்பா நினைக்காதீங்க. ஒத்துகிட்டா ஒத்துகிடுங்க. இல்லையினா விட்டுறுங்க. ஒரு லட்சம் வேணுமா... பணம் குடுக்கிறேன் சொல்லுங்க... தர்றேன். என்னை ரிலீஸ் செய்ய முடியுமா?" என்றேன். "நீ எப்பிடி பணம் கொடுப்பே" அப்பிடீன்னான்.

போலீஸ்காரனைப் பத்தி நமக்குத் தெரியாதா? பணமிருக்குனா அதுக்காக ஒரு கேஸ் போடுவான். அரசியல்வாதிகிட்ட தோப்புக்கரணம் போடுவான். நம்ம மாதிரி அப்பாவிகள்கிட்ட நம்ம தலையைப் புடுச்சு மாட்டிவிடுவான். அதனால, நான் டி.எஸ்.பி.கிட்ட "நமக்கு கொஞ்சம் காணியிருக்கு. சுமார் 30 ஏக்கர் பூமியிருக்கு. அந்த இடத்தில ஒரு ஏக்கர் இடம் குறைஞ்சது ஒரு லட்ச ரூபாய்க்கு விற்கும். உனக்கு பாதுகாப்புக்கு உனக்கு நம்பிக்கையான 4 போலீஸ்காரனைக் கூட்டிக்க... என்னோட வா... போவோம்.

அங்கே வசதியானவங்ககிட்ட நான் சொன்னா கொஞ்ச நேரத்தில 2 லட்ச ரூபாய் புரட்டிடுவாங்க. பணத்தை வாங்கி நான் கொடுத்திர்றேன். அப்புறம் நீ என்னை ரிலீஸ் பண்ணு"ன்னேன்.

அதுக்கு அவர் "வீரப்பா... எனக்கு 35 வருஷ சர்வீஸ். இதுவரைக்கும் அஞ்சு பைசா நான் வாங்கவே கிடையாது. எவனோ வாங்கியிருப்பான். அயோக்கியத்தனம் பண்ணியிருப்பான். ஆனால் நான் வாங்கலை. நான் டி.எஸ்.பி.யாக வந்து 35 வருஷம் ஆயிப்போச்சு. ரிடையர்டு ஆக இன்னும் 2 வருஷம் இருக்கு. இதுவரை வாங்காமல் இருந்துட்டு இப்ப எதுக்கு... வாங்கினா என்ன? எங்கயாச்சும் மாத்துவாங்க அவ்வளவுதான். ஆனா கெட்ட பெயர். அது எதுக்கு. நல்லாவே இருந்துட்டு போகலாம். எனக்கு பணம் வேண்டாம். உன் மேல கேஸ் போட்றேன். நீ பயப்படாதே உனக்கு ஒண்ணும் ஆகாது. என்ன, இனிமேல் நீ ஆனைவேட்டைக்கெல்லாம் போகாதே. ஐயப்பன் கோயில்ல போயி நீ செஞ்ச தப்புக்கெல்லாம் மன்னிப்பு கேட்டுக்கொள். 30 ஏக்கர் பூமி இருக்கிறதென்கிறாய். விவசாயம் பண்ணிப் புழைச்சுக்க" என்றார். "நான் சரண்டர் பண்றேன். நீ

பெயில்ல போகலாம். இந்தக் கேசும் தாங்காது. பணம் தர்றேன்னு என்கிட்ட சொல்ற மாதிரி வேற யார்கிட்டயும் சொல்லாதே. வாங்கிக் கொண்டு போய்விடுவான். ஆனால் ஏதும் உனக்கு நல்லது நடக்காது அப்பிடீன்னான்.

சரி. நியாயமானது. ரொம்ப கரெக்டா சொல்றான் சரின்னு...

தந்தமெல்லாம் சிலையாகி அமெரிக்கா போயிருக்கும். அதையெல்லாம் விடு. என்கிட்ட துப்பாக்கி இருக்கு. அதை எடுத்துத் தர்றேன். அதை வச்சு... ஆதாரம் வேணும்ல... நீங்க கேஸ் போடுங்க. நான் ஒத்துக்கிறேன் என்றேன். சரின்னுட்டு.

எஸ்.பி., ஒரு டி.எஸ்.பி., ஒரு சப்-இன்ஸ்பெக்டர், 2 பாரஸ்டர், 3 போலீஸ்காரங்க எல்லாம் வந்தாங்க. கூட்டி வந்து துப்பாக்கியை எடுத்துக் கொடுத்தேன். எடுத்துக் கொண்டார்கள்.

அப்ப பெங்களூர்ல சார்க் மாநாடு போட்டிருந்தாங்க. ஆறுநாட்டு பிரதமர்கள் வந்திருக்காங்க. உச்சி மாநாடு. ராஜீவ்காந்தி வருவதற்கான ஏற்பாடுகள் நடக்குது. அதுக்காக டி.எஸ்.பி., எஸ்.பி., எல்லாம் போறோம். நாங்கள் உன்னை ஒப்படைச்சிட்டு போறோம்னு... டி.எஸ்.பி. சீனிவாசன்கிட்ட ஒப்படைச்சிட்டு போனாங்க. அந்த டி.எப்.ஓ. முகரையை அன்னைக்குத்தான் நான் பார்க்கிறேன். அதுவரை அவனைப் பார்த்ததில்லை. (அவர் தலையைத்தான் பின்னால் வீரப்பன் வெட்டிக்கொண்டு வந்தது).

அதாவது என் எதிரிகள் தங்கவேல், மாதையன் இரண்டுபேரையும் சுட்டுக் கொன்றேனே... அவனுங்க 30 பேருக்கும் துப்பாக்கியெல்லாம் கொடுத்து வீரப்பனை சுட்டுக் கொல்லுங்கள் என்றும், நாங்கள் சுட்டதாக ஏற்றுக் கொள்கிறோம் என்றும், திட்டமெல்லாம் போட்டவன் இந்த சீனிவாசன்தான்.

அந்த டி.எப்.ஓ.கிட்டதான் என்னைக் கொடுத்திட்டுப் போறாங்க. டி.எப்.ஓ. சீனிவாசன் ஏற்பாட்டால்தான் என் எதிரிகள் என்னை கொல்லத் தேடுறாங்க என்று எனக்குத் தெரியும். ஆனால் சீனிவாசன் டி.எப்.ஓ.வை நான் பார்த்ததேயில்லை. அப்பத்தான் பார்க்கிறேன்.

எதுக்காக சீனிவாசன் டி.எப்.ஓ. ஏற்பாடு செஞ்சான்னா... .இந்த தங்கவேலு, மாதையன் இவங்களுக்கெல்லாம் ஒரு யானைக் கேஸ் இருந்துச்சு. இவங்க டி.எப்.ஓ.கிட்ட மாட்டிக்கிட்டாங்க. அப்ப இவனுங்க நீங்க எங்களை மட்டும்தான் புடிப்பீங்களா? வீரப்பனெல்லாம் யானை வேட்டை ஆடலியா? அவனைப் புடிக்கக் கூடாதா அப்பிடீன்னு கேட்க அவனைப் புடிக்க முடியாது. வேணும்னா சுட்டுக் கொல்லலாம்னு இவனுங்க

சொல்ல, சரின்னு துப்பாக்கியெல்லாம் கொடுத்து என்னைச் சுடச்சொல்லி ஏற்பாடு செஞ்சவன் இந்த டி.எப்.ஓ. சீனிவாசன்தான். இவங்களோட இதுக்கெல்லாம் எம்.எல்.ஏ. நாகண்ணனும் கூட்டு. எல்லாரும் 'தகிரியம்' குடுத்ததினாலும் தான் இவனுங்க ரெடியானானுங்க. வீரப்பனை, ஊருல கிடைச்சாலும் காட்டில கிடைச்சாலும் எங்கின கிடைச்சாலும் சரி, கண்ணில

தட்டுப்பட்டா சுட்டுப்புடுங்க அப்பிடீன்னுட்டாங்க.

நீதிமன்றக் காவல்ல இருக்கிறவனையே சயனைட் வச்சு கொன்னுபுட்டு, இல்லைங்கிறானுங்க... சும்மா போறவனைக் கொன்னா யார் கேக்கப் போறாங்க. கவர்மெண்ட் இப்ப அப்பிடித்தானே இருக்கு. சரிபண்ணிட்டு...

இந்த டி.எப்.ஓ. என்னை விசாரிச்சான். நீங்க யாருங்க? தமிழ் பேசுறீங்களே அப்பிடீன்னேன். ம்... ம்... நானும் தமிழ்நாட்டுக்காரன்தான் அப்பிடீன்னார். அப்ப அங்கே ஒரு கார்டு இருந்தான். அவன்கிட்ட 'இவன் என்ன அதிகாரி?' அப்பிடீன்னு கேட்டேன். இவரு டி.எப்.ஓ. சீனுவாசன் அப்பிடீன்னான் அவன். ஓஹோ இருடா இரு உன்னைக் கவனிச்சிக்கிறேன் ஒக்காலே... அப்பிடீன்னு மனசுக்குள்ள நினைச்சுக்கிட்டேன்.

இவன்- டி.எப்.ஓ. என்ன பேசியிருக்கிறான்னா. எஸ்.பி.யும் டி.எஸ்.பி.யும் திரும்பி வந்தவுடனே அவங்ககிட்ட சொல்லிவிட்டு,.

என்னைக் கொண்டு போயி மலைக்காட்டில வச்சு சுட்டுக் கொன்னுடணும்னு பேசியிருக்கிறான். இதை ஒரு வாட்சர் பையன் எங்கிட்ட வந்து, "அண்ணே நாளைக் காலைல உன்னைக் கொண்டுபோயி மலைக்காட்டில் வச்சு சுட்டுக் கொல்லப் போறாங்க- நைட்டுக்கு ஒரு எஸ்.பி.யும் டி.எஸ்.பி.யும் வந்தவுடன் இவன் சொல்லப் போறான். இவன் சொன்னா அவுங்க கேட்பாங்க. காலையில உன்னை ஜீப்ல வச்சு கொண்டு போகப் போறாங்க" அப்பிடீன்னான் அந்த வாட்சர் பையன்.

அதுவரைக்கும்... இருபது நாளா கேஸ் கீசு ஒண்ணும் போடலை. ஆபீசருங்க என்ன பண்ணப் போறாங்க? நாம அதிகாரிகளுக்கோ இந்த பாவிக்கோ ஒண்ணும் கெடுதல் பண்ணலையே. அதனால அதுவரைக்கும் நம்பிக்கையாதான் நானும் இருந்தேன்.

எதுக்காக இந்த டி.எப்.ஓ. என்னை முதல்ல சுடலைன்னா, டி.எஸ்.பி.யும் எஸ்.பி.யும் என்னை இவன்கிட்ட ஒப்படைச்சாங்க. அப்புறம் அவங்களுக்கு பதில் சொல்லணும்ல அதனாலதான் அவங்க வந்ததும் அவங்ககிட்ட சொல்லிட்டு கொல்லலாம்னு பிளான் போட்டுருக்கிறான்.

இதையெல்லாம் வாட்சர் பையன் சொன்னதும், இனிமேல்பட்டு நாம தப்பிச்சுப் போயிடணும்னு முடிவு பண்ணினேன்.

வாய்ப்பு கிடச்சது. கையில விலங்குதான் போட்டு வச்சிருந்தாங்க. அந்த விலங்கை எப்பிடி கழட்டணும்னும் நமக்குத் தெரியும். எந்த விலங்கு போட்டாலும் உடைச்சுவிட்டு

வந்துடுவேன் சரிபண்ணிட்டு.

பகல் 3 மணி இருக்கும் கார்டு வாட்சரெல்லாம் அந்தப் பக்கமா சாப்பிட்டு இருந்தாங்க. கையில் போட்ட விலங்கை ஒப்படைச்சிட்டு அங்கே உயரத்தில் கம்பி போடாத ஜன்னல் ஒண்ணு இருந்துச்சு. ஜம்ப் பண்ணி அதுவழியா குதிச்சு, கையில ரெண்டு கல்லை எடுத்துக்கிட்டு தப்பிச்சு ஓடிவந்தேன். 4 நாள் காட்டுக்குள்ளே நடந்து வந்தேன்.

சாம்ராஜ் நகர்ல ஒரு காட்ல பூதிபடுகாங்கிற எடத்தில தான் என்னை அடைச்சு வச்சிருந்தாங்க.

இந்த டி.எப்.ஓ. பையன் என்ன பண்ணுவான்னா... எவனைப் புடிச்சாலும் சரி கேஸ் போட்றது கிடையாது. புடிச்சுக்கினு போவான். ஒரு உதைன்னு உதைக்கிறது என்னை மட்டும்தான். அவன் அடிக்கலை. ஏன்னா நான் எதையும் மறைக்கலையில்லையா? அதோட என்னைச் சுட்டுக் கொன்று விடலாம் என்று அவங்களுக்கு ஆசை. மீதி ஜனங்களை எல்லாம் கொண்டு போயி தப்பு செஞ்சாலும் சரி. செய்யலைன்னாலும் சரி. போட்டு நுணுக்கு நுணுக்குனு நுணுக்குறது. கேஸ் போடறதே கிடையாது. இரண்டு வருஷம் வச்சிக்கிடுவாங்க. வக்கீல் போயிப் பார்த்தார். எவ்வளவோ தூரம், போயி பார்த்தா எங்கையுமே கிடைக்கலை. ஆளே கிடைக்க மாட்டேங்கிறது. ஒரு ரெண்டு வருஷம் கழிச்சு, அவனாகவே பார்த்து அப்பத்தான் ஏழெட்டு நாளைக்கு முன்னாடி புடிச்சதாக் கொண்டு போயி கேஸ் போடுவான். இல்லைனா காட்ல கொண்டு போயி சுட்டுப் போடுவான்.

இதெல்லாம் எனக்குத் தெரியும். அதனாலதான் நான் தப்பிச்சு வெளியே வந்துட்டேன். வெளியே வரும்போதே அவனைக் கொல்லணும்கிற குறியிலதான் வந்தேன். என் மேல கேஸ் போடலாம்ல. எதுக்காக என்னை சுட்டுக்கொல்ல நினைச்சான். நான் இவனுக்கு என்ன துரோகம் செஞ்சேன். காடென்ன இவன் அப்பன் வீட்டுச் சொத்தா? அரசியல்வாதிங்க செய்யறாங்க, பல கோடி ரூபாய் ஊழல். கோடி கோடியா நாட்டையே கொள்ளையடிக்கிறானுக. அவனுங்க மயிரைக் கூட இவனுங்க புடுங்க முடியாது. சொல்லு பாக்கலாம். நான் என்னமோ மிருகத்தை சுட்டேன். கொண்டு போயி கேஸ் போடட்டுமே.

24

இரண்டரை நாள்... 300 கி.மீ. நடந்தேன்!

நான் தப்பிச்சு வந்ததாலே இந்த டி.எப்.ஓ. சீனிவாசன் மேல போலீஸ் ஒரு தப்பு கணக்கு போட்டிடுச்சு. பணம் வாங்கிக்கினு தான் வீரப்பனை விட்டுட்டான்னு. அதனாலே அவனை சிக்மகளூருக்கு மாத்திப்பிட்டாங்க. கன்சல்ட்டா பிரமோசனை எல்லாம் கேன்ஷல் பண்ணி பழைய டி.எப்.ஓ.வாக மாத்திப்பிட்டாங்க.

அப்ப அவன் கேட்டான் போலீஸ் படையைக் கொடுங்க நான் வீரப்பனை புடிக்கிறேன்னு. நீ வீரப்பன்கிட்ட லஞ்சம் வாங்கிகிட்டு அவனை விட்டவன். நீ எங்கேடா அவனைப் புடிக்கிறதுனு அவனை முடுக்கி விரட்டிட்டாங்க. என் எதிரியா இருந்தாலும் என் வாயிலிருந்து பொய் வராது. அவன் என்னிடம் பணம் வாங்கவில்லை. என்னைக் கொல்றதுக்குத்தான் அவன் ரெடியாயிருந்தான். அப்ப அதுமட்டும் அதாவது டி.எஸ்.பி. சொன்ன மாதிரி கேஸ் போட்டுருந்தா, இப்ப நடந்த எதுவுமே நடந்திருக்காது. ஒருநாய் கூட செத்திருக்காது. அந்த டி.எப்.ஓ. துரோகிதான் இதுக்கெல்லாம் ஆணிவேர்.

அந்தத் துரோகி முதல்ல என் துரோகிகளை வச்சு கூட ஏற்பாடு செஞ்சான். அப்புறம் அவனே சுட்டுக்கொல்ல நினைச்சான். அதனாலதான் தப்பிச்சேன். இல்லைனா கேஸ் நடந்திருக்கும். நானும் என் குடும்பத்தோட நிம்மதியா வாழ்ந்திருப்பேன்.

அப்புறம் காட்ல வந்து நான் பாட்டுக்கு வாழ்ந்தேன். அப்பப்ப வில்லேஜ்கெல்லாம் வருவேன். போவேன். அப்பிடியே இருந்தேன். அப்பிடி இருந்துக்குனு இருக்கையில...

சர்வதேச அளவில் யாரும் யானைக் கொம்பெல்லாம் வாங்கக்கூடாதுனு யாரும் அதை வாங்கிறதில்லை. ஏன்னா தந்தத்துக்காக யானை இனத்தையே அழிக்கிறாங்க. அப்பிடின்னு தடை பண்ணியாச்சு. அப்ப... நம்ம செலவுக்கு என்ன பண்ணமுடியும். நானும் எங்கக்கூட இருந்த பத்து 15 பேரும் சாப்பிடணும்ல... ரொம்ப கஷ்டமாப் போச்சு.

அந்த நைட் என்னோட குலதெய்வ தேவர்களையெல்லாம் நினைச்சேன். படுத்துத் தூங்கையில எங்கம்மா கனவுல வந்துச்சு. பாத்திட்டு அழுதுச்சு. ஏம்மா அப்படீன்னேன். என்னய்யா இப்பேர்பட்ட கஷ்டத்திலே மாட்டிக்கிட்டியே... அப்படீன்னுச்சு. என்னம்மா பண்றது. இப்படி ஆயிப்போச்சு. அப்படீன்னேன். அப்படியே மறைஞ்சு போச்சு எங்கம்மா. விடிஞ்சதும் என்ன இப்படி அம்மா கனவுல வந்துக்கிறானு நெனைச்சேன். அப்பத்தான் உள்ளே வச்சிருந்த என்னை வெளியே ஹால்ல கொண்டாந்து ஒரு கம்பில புடிச்சுக் கட்டுனாங்க. என் கையில விலங்கு. கட்டிப்புட்டு ஜன்னல்ல மூணு கம்பியில்லை. அதுவழியா வெளியே கால் பெருவிரல் மட்டும் பூமியில பதியிற மாதிரி குதிச்சேன். தெரிஞ்சா ஆபத்து. ஏன்னா ஆயுதத்தோட எல்லாரும் காவலுக்கு இருந்தாங்களே. ஏன் கையில கல்லெடுத்துக்

கிட்டேன்னா... யாராவது மீறி துரத்தினா எரியலாம்னுதான் கல்லெடுத்தேன். ஒரே ஓட்டம் ஓடி மலையேறிட்டேன்.

அளவு கடந்த வனம். சரியான வானம்புள்காடு. நடந்தே வந்தேன். ரொம்ப குளிர்காலம். சாப்பாட்டுக்கு ஒண்ணுமில்லை. என் துணியெல்லாம் புடுங்கிகிட்டு, பெரிய சைஸ்ல பேண்டும் சர்ட்டும் கொடுத்திருந்தாங்களா... அதைப் போட்டுகினு நடந்தேன்.

காட்டெருமையெல்லாம் தொல்லைதான். செய் செய்னு கையைத் தட்டி அதையெல்லாம் விரட்டினேன். நடந்துகிட்டே இருந்தேன். அந்தப் பகுதி எனக்கு அத்துபடியான காடுதானே... ஒரு பழைய கால ரோட்ல நடந்து வந்துகிட்டே இருந்தேன். 30 கிலோமீட்டர் நடந்துகினு இருந்தேன். பெரிய யானைக்காடுதான். ஆனா, அன்னைக்கு எந்த ஆனையும் வரலை. நிலாவும் விழுந்திடுச்சு. ரொம்ப இருட்டு. ஏகப்பட்ட பசி. கண்ணே தெரியலை. அந்த மூணு நாளும் நெல்லிக்காயைச் சாப்பிட வேண்டியது. தண்ணி கிடந்தா குடிக்க வேண்டியது இப்படியே... அட்டை... மனிதனைக் கண்டால் காலில் ஒட்டிக் கொள்ளும். ரத்தத்தை உறிஞ்சிடும். புடுங்கவோ, தடுக்கவோ முடியாது. உள்ளே புகுந்துக்கிரும். ரத்தத்தைக் குடிச்சு பெருத்துப் போடும் இப்பிடி ஏகப்பட்ட அட்டைகள்.

இப்பிடியே நடக்கிறேன். வழியில ஒரு பெரிய மரம். கீழே படுத்தால் ஆனை ஏதாச்சும் வந்தா... அதனால மரத்து மேல ஏறிப் படுத்துக்கலாம்னு அந்தப் பெரிய மரத்திலே ஏறுனேன். ஒரு அரை மரத்தில, ரெண்டு வாது இணையிற எடத்திலே அதில ஒரு கட்டில்கூட போடலாம். அதில் ஏறிப் படுத்துக்கிட்டேன்.

விடிகாலம் ஐந்து, அஞ்சரை மணியாச்சு. கரி குருவி, காட்டுக்கோழி எல்லாம் கத்துது. விடியத் தொடங்கிடுச்சு. கிடுகிடுன்னு இறங்கினேன். என்னைப் புடிக்கிறதுக்காக எல்லாரும் ரெடியாயிருப்பாகனு தெரியும். அந்தப் பக்கமெல்லாம் ஒரு இருநூறு கார்டுகளாச்சும் எப்பவும் இருப்பானுக. காட்டுவாசிக கிட்டயும் சொல்லியிருப்பானுக. நானும் மாறி மாறி நடந்து, ரெண்டரை நாள் இப்பிடி நடந்து ஒரு இடத்துல வந்து சேர்ந்தேன். நான் முன்னூறு கிலோமீட்டர் நடந்திருப்பேன். செருப்புதான் இல்லையே... காலெல்லாம் ஒரே முள்ளுக் குத்துதான் காயம். வேலாம் முள்ளு விரல் நீளம் ஈட்டி மாதிரி ஏறிப் போயிருந்துச்சு. அதைக் கிளையவே இடம் இல்லை.

திண்ணலி சத்தியமங்கலம்கிற சின்ன கிராமம். கார்கைகடி பக்கத்தில்... அதுக்கு மேல... கண்ணு மங்கிப் போச்சு. காதும் கேக்கலை. சரி எங்கேயாச்சும் ஏதாச்சும் பசியாறிட்டுப்

போகலாம்னு... நைட் எட்டரை மணியிருக்கும்... ஒரு சின்ன வீடு... அங்கே போனேன். கொஞ்சமா விளக்கு வெளிச்சம் தெரிஞ்சது. அம்மானு கூப்பிட்டேன். ஒரு அம்மா வெளியே வந்திச்சு. "என்னப்பா நீ யாரு?" என்னை அடையாளம் தெரியலை. நான் போட்டிருந்த துணிமணிகளைப் பார்த்து பயந்திருச்சு. "அம்மா நான் நல்லூரும்மா" "எங்கே வந்தே?" மாடு ரெண்டு மூணு தப்பிச்சு வந்திருச்சு... அது உடைத்தாலப்பட்டியில நிக்கிறதா சொன்னாக... தேடிப் பாத்தேன் கிடைக்கலை. சாப்பிட்டு மூணு நாளாகுது. ஏதாவது கொஞ்சம் உப்புத் தண்ணி குடும்மா அப்பிடீன்னு கேட்டேன்.

''இன்னைக்கு காட்ல வேலை இருந்துச்சு. பழையது கிடந்ததை சாப்பிட்டுவிட்டோமே" எனச் சொல்லி, "இந்தா"னு சோளம் ரெண்டை தந்துச்சு. மக்காசோளம். புறப்பட்டேன். "மூணு நாளா சாப்பிடலைனு சொல்றே... அந்தா வெளிச்சம் தெரியுதே அங்கே போ"னு ஒரு வீட்டைக் காட்டுச்சு அந்த அம்மா. சரீன்னு

அங்கே போனேன். அங்கே போயி பார்த்தா... ரெண்டு பொண்ணுங்க உரல்ல போட்டு எதையே குத்திக்கினு இருந்திச்சுங்க. அதுக்கிட்டே கேட்டேன். அதுக இன்னொரு வீட்டைக் காட்டுச்சுங்க. நான்தான் கிழவி சொன்ன வீட்டை விட்டுட்டு வேற வீட்டுக்கு போயிட்டேன். அந்த வீட்டுக்கு போனேன். பத்து பதினைஞ்சு மாடு கட்டிக் கிடந்துச்சு. தேங்காய் பழமெல்லாம் வச்சு பூஜை பண்ணி, ஒரு பத்து இருபது பேரு சாமி கும்பிட்டுக்கிட்டு இருந்தாங்க. நானும் போயி நின்னு கும்பிட்டேன். என்னை எல்லாரும் பார்த்தாங்க. கரெண்ட் லைட் வெளிச்சம். "யாருப்பா நீ?" "நல்லூருங்க நாலஞ்சு மாடு தப்பிச்சு போயிருச்சு. தேடித்தான் வந்தேன். ரொம்பப் பசி. அந்த வீட்ல கேட்டேன். இந்த வீட்டைக் காட்டி அங்கே போயி பசியாறிட்டு போனாங்க" என்றேன்.

கத்திரிக்காய் கொழம்பெல்லாம் ஊத்தி சாப்பாடு கொடுத்தாங்க. திருப்தியா சாப்பிட்டேன். எவனோ பைத்தியக் காரன் வந்து நிக்கிறானேனுதான்... பூசணி இலையில தண்ணி தெளிச்சு... சாப்பாடு போட்டாங்க. சாப்பிட்டு எந்திருச்சு "ஏதாவது நெருப்பட்டி குச்சி இருந்தா கொடுங்க. நான் எங்க ஊருக்கு பொறப்படுவேன்" அப்டீன்னேன். நல்லா ஞாபகம் இருக்கு.

எட்டு குச்சியை போட்டு நெருப்பெட்டியை கொடுத்தாங்க. வாங்கி சோப்பில (பையில்) போட்டுக்கிட்டு, நடக்க ஆரம்பிக்கையில ஒரு பையன் வந்து பார்த்துட்டு என்ன இதெல்லாம் கால்ல காயம்னான். "தம்பி நடந்ததில கால் வீங்கிப் போச்சு. காலெல்லாம் முள்ளு" "ஏன் பொய் சொல்கிறாய். யாரோ புடிச்சு உதைச்சிருக்காக" "இல்லைப்பா யாரும் அடிக்கலை. நானும் என் மூதாதைகளும் செஞ்ச தர்மம் இன்னைக்கு இங்கே அன்னபோஜனமா கிடைச்சது. ஒரு நாளைக்கு நான் திரும்பி வருவேன். அப்ப நான் யாருன்னு உங்களுக்குத் தெரியும்" சொல்லிட்டு புறப்பட்டு வந்தேன். அப்பவும் யாரும் என்னைக் கண்டுக்கிடலை.

நேரா வந்து, தெரியாமலே ஒரு சுடுகாடு. அதில் படுத்துக்கிட்டேன். நல்ல தூக்கம். குளிராயிருந்துச்சு. எந்திருச்சு குளிர்காயலாம்னு நெருப்பு மூட்டினேன். என்னமோ தெரியலை. மனுஷன் மாதிரியே என்னமோ கூப்பிட்டுச்சு. ஆனா மனுசனே கிடையாது. பேய், காத்துனு சொல்றாங்களே... அதுவாகத்தான் இருக்கணும். புள்ளி மான்கள் கூ கூனு கத்துச்சு. புலி கட்ரு கட்ருனு கத்துச்சு. புலியைப் பத்தித்தான் நமக்குத் தெரியுமில்லை. அப்ப இந்தப் பக்கமா அப்பா அப்பா ஐயோனு சத்தம். நான் தெரிஞ்சுகிட்டேன். இது சேட்டைதான் பண்ணுதுன்னு "நானே

ரிஷியாயிட்டேன். இப்ப என்னைத்தான் மிரட்டணுமா? இப்ப நேரே நீ வந்தா எந்த ரூபத்தில வந்தாலும் நான் பேசுவேன். நான் இனிமேலும் மனிதனில்லை. நானும் ரிஷியாகி விட்டேன். என்னையேன் மிரட்டுகிறாய்?'' அப்படீன்னேன். கப்புனு நின்னுபோச்சு. அப்புறம் படுத்துக்கிட்டேன். பொழுது விடிஞ்சது புறப்பட்டேன். அந்த அம்மா கொடுத்ததே சோளக்கதிரு. அதில ஒண்ணு பாக்கி இருந்துச்சு. அதையும் எடுத்துகிட்டு புறப்பட்டேன். வழியில ஒரு பள்ளத்தில தண்ணி கிடந்துச்சு. அங்கே சோளக்கதிரை சாப்பிட்டு தண்ணியை குடிச்சேன். முள்ளுகளை ஒடிச்சு, கால்ல இருந்த முள்ளையெல்லாம் கிளைஞ்சு எடுத்தேன். அவ்வளவு முள்ளுகள். காலை கீழே வைக்கவே முடியலை. அவ்வளவு வலி.

அப்பவும் எனக்கு இப்படித்தான் மீசை. போலீஸ்காரங்க போட்டோ எடுத்திருக்காங்களே. அதே மீசை அதை போலீஸ்காரங்க சொன்னாங்க. ஷேவிங் பண்ணிட்டிருந்தேன்.

ஒரு பட்டி... அங்கே வந்தேன். அந்த பட்டிக்காரன் எதிர்த்தாப்லே மாடு ஓட்டிக்கிட்டு வந்தான். அவனாலயும் என்னை அடையாளம் கண்டுக்கிட முடியலை. மீசை இல்லாத தாலயும், சட்டை பேண்டெல்லாம் தொம்பா தொம்பானு போட்டிருந்தனா அடையாளம் தெரிஞ்சுக்கலை. அவனை (பட்டிக்காரனை) எனக்கு நல்லா தெரியும் ''யாருப்பா நீ'' அப்பிடின்னான். "தெரியுலையா?" கூர்ந்து பார்த்துட்டு, "ஐயோ, ஏங்க இப்பிடி ஆச்சு?" "இப்படி வந்தேன். ரொம்ப பசியாயிருக்கு" அப்பிடீன்னேன். மாட்டை விட்டுட்டு வந்தால் நரி தின்னுடும். நீங்க போங்க. பட்டியில பையனுங்க இருக்காங்க சொல்லுங்க. மாவு இருக்கு பால் இருக்கு எல்லாம் ரெடி பண்ணிக் கொடுக்கச் சொல்லி சாப்பிட்டு போன்னான். போனேன். சொன்னேன். கொஞ்ச நேரத்திலேயே ரெடி பண்ணி சாப்பிடக் கொடுத்தானுங்க. சாப்பிட்டு கை கழுவும்போது, மரம் எடுத்துக்கினு வந்த ரெண்டு பேரு என்னைப் பாத்தாங்க. அடையாளம் தெரிஞ்சு போச்சு. ''அடடா, மாமா ஏன் இப்படி இந்தக் கோலத்தில இருக்கே?"னாங்க. "வா போகலாம்"னு கூட்டிக்கிட்டுப் போனாங்க. புதுசா வேட்டி, சட்டை எல்லாம் கொண்டு வந்து கொடுத்தாங்க. வாங்கிப் போட்டுக்கிட்டேன். அன்னைக்கி அங்கே தங்கிட்டேன்.

நம்ம ஆளுங்ககிட்ட போகணுமே, மறுநாள் புறப்பட்டு போனேன். அங்கே நமக்கு சொந்தமான ஒருத்தர்... அங்கே போனாத்தான் நம்ம ஆளுங்களைக் கண்டுபிடிக்க முடியும். அங்கே போயி ஒரு பகலும், ஒரு ராவும் தங்கியிருந்துட்டு, நம்ம ஆளுங்க இருக்கிற இடத்துக்கு ஆளுவிட்டேன். கண்டுபிடிக்க

முடியாமல் திரும்பிவிட்டான். இன்னொரு இடத்துக்கு போனா நம்ம ஆளுங்களைக் கண்டுபிடிக்க முடியும்னு, போய் ஒரு லாரி கொண்டுவரச் சொன்னேன். பையன்கள் போய் நைட் ஒரு மணிக்கு லாரி கொண்டு வந்தாங்க. லாரியில ஏறி போனேன். மேட்டூர் டேம் தாண்டி ஒரு டர்னிங்ல லாரி போயிக்கினு இருக்கு. கரெக்டா, அதே டி.எஸ்.பி. என்னைப் புடிச்சு டி.எப்.ஓ.கிட்ட ஒப்படைக்காதே. அதே டி.எஸ்.பி. பணம் வாங்கமாட்டேன்னு சொன்னாரே அவன். அவன் ஜீப்பும் எனக்கு நல்லா தெரியும். ஜீப்ல இருந்தபடியே தலையை வெளியே நீட்டி லாரியை நிறுத்தினான். லாரி ஹெட்லைட் மூஞ்சில பட்டு நல்லா தெரியுது. நான் லாரியில முன்னாடி- பிரண்ட் சீட்ல உட்கார்ந்திருந்தேன். கண்டுகிட்டேன். ஆகா இங்கே இருக்கானா? நான் கண்ணை மூடிக்கிட்டு, தலையைக் குனிஞ்சு உக்காந்துகிட்டேன். கால் நடக்க முடியாது. அவ்வளவு புண். என்கிட்ட ஆயுதமும் கிடையாது. ஆண்டவன் விட்ட வழியினு உட்கார்ந்திருந்தேன். “எங்கேய்யா போகுது லாரி?'' என்றான். வண்டி எம்டி ஒண்ணுமில்லை. கடலைக்கார வீட்டுக்கு போகுதுன்னான் கிளீனர் பையன். சரின்னு பார்த்துட்டு ‘போ’னு விட்டுட்டான். அவுங்களும் புறப்பட்டானுங்க. அந்தப் பக்கம் போனதும் அந்தப் பசங்ககிட்டே விஷயத்தைச் சொன்னேன். “அடடா, முன்னே சொல்லக்கூடாதா? ஜீப்பு மேல லாரியை விட்டுறக்கலாம்ல

அப்பிடினானுங்க பையனுங்க. சரின்னுட்டு... இனிமே எங்கயும் நிக்காதீங்க. போங்கனேன். விட்டானுங்க. விடிகாலம் அஞ்சு மணி கொண்டு விட்டானுங்க. அவனுங்களுக்கு வாடகையெல்லாம் கொடுத்து அனுப்பிவிட்டேன்.

அது, தெரிஞ்ச வீடு. போய் பார்த்தா ரெண்டு பசங்க படுத்துக்கிடந்தாங்க. என்னை பார்த்ததும் "மாமா, எங்கே மாமா, இத்தனை நாளும் என்ன மாமா பண்ணினே" அப்பிடீன்னான். விஷயத்தை சொல்லிட்டு ''எங்கேடா ஆளுங்க''ன்னேன். சொன்னான். அப்புறம் ஆளுங்களும் சேர்ந்துகிட்டாங்க. மற்ற மீதி ஆளுங்க எல்லாம் பச்சைமலைல இருக்கிறதா சொன்னானுங்க.

நான் இந்த ஊருக்குத்தான் வருவேன்னு ராஜாமணி சொல்லியிருக்கான்.

அதனால சி.ஐ.டி.கள் எல்லாம் அங்கே சுத்திகிட்டு இருந்தாங்க. அந்த ஊர்க்காரங்க எங்களை மறைச்சு வச்சாங்க. ரெண்டு சி.ஐ.டி.கள் ஊர்க்காரங்க எங்களை உள்ளவச்சி கதவைச் சாத்தி சாப்பாடெல்லாம் கொடுத்தாங்க. ஒண்ணுக்கு போறதுக்குக் கூட பாத்திரமெல்லாம் கொண்டு வந்து கொடுப்பாங்க. அப்பிடி நல்ல மனுஷங்க. எங்ககிட்ட ஆயுதமில்லை. அதனால ரெண்டு சூரிக் கத்தி வாங்கிகிட்டேன். மிளகாய் பொடியெல்லாம் தயார் செய்து கிட்டோம். வெளில யாராவது மடக்கினா... அதுக்காக வாடகைக்கார் எடுத்தாரச் சொன்னேன். கார்ல வந்தேன். போலீஸ்காரர் யாரும் வழியில வரலை. வாடகைக் காசைக் கொடுத்தனுப்பிவிட்டு, அங்கிருந்து எங்க ஆளுங்க இருந்த இடத்துக்கு வந்தோம். சேர்ந்தோம்.

25

“உன்னை நான் சுடுறேன்...”னு சொல்லி சுட்டேன்! சுட்டேன்!!

அந்த டைம்லதான் ஆனை கொம்பை சர்வதேச அளவில் தடை செய்தது. யாருமே வாங்குவது இல்லை. விலையெல்லாம் குறைந்து போய் விட்டது. கர்நாடக அரசாங்கத்தில் யானைக்கொம்பு வெட்டினால் பெரிய தண்டனை. சாப்பாட்டிற்கு வேறு வழியில்லை. என்ன பண்றது என்று பையன் சொன்னான்.

“அண்ணே, அண்ணே நெறைய சந்தன மரம் கிடக்குது. ஏகப்பட்ட பேர் ஓட்டுறாங்க. நாமளும் போயி இரண்டு எடுத்து விக்கலாம்” சரி போகலாம்னு போயி கொங்கூர் பாளைகிட்ட, குன்றக்காடு-சத்தியமங்கலம் ரேஞ்சுல என்ன ஆச்சுன்னா, எங்க அண்ணே வீட்ல இருந்தாரு. இந்த டி.எப்.ஓ. பய எங்க அண்ணன வந்து புடிச்சுக்கினு போயிட்டான். எங்க அண்ணன் எதுக்கும் போக மாட்டான். அவனுக்கு கையில ஒடிஞ்ச காலத்துல துப்பாக்கி வேட்டையாடுவான். அவன் ஒரு துப்பாக்கி வெடிச்சு இந்த கையில ஒடஞ்சுருச்சு இரண்டா. கொண்டு போயி சிகிச்சை செஞ்சோம். அவன் விவசாயத்தோட சரி. மாடு கண்ணு நிறைய இருக்கு. மூன்று கிணறு மோட்டார் போட்டிருக்காரு. அவருக்கு கல்யாணம் ஆயிடுச்சு. மூணு குழந்தைகள் இரண்டு பொண்ணு, ஒரு பையன். பையன் ஏர்காட்ல படிக்கிறான். எதுக்கும் வர மாட்டான் எங்க அண்ணன். ஆனா அதிகாரிகளுக்கு லஞ்சம் கொடுக்கிறது அதெல்லாம் பார்த்துக்கொள்ளும். போயி பார்த்து பேசுவான் செய்வான். அதுதான் செய்வான். வேற எதுவும் செய்ய மாட்டான்.

அப்புடி இருக்கையில சந்தன கட்டையை வெட்டி பதினோரு ஆயிரம் ரூபாய்க்கு கொடுத்தோம். செலவுக்கு காசுக்கு ஆச்சு அந்த பணம். வாங்கியாந்து மறு நாளு அங்கேயும் ஒருத்தன் சந்தன மரம் கேட்டான். அவன் யாருன்னா நெகமம் கந்தராமியின் மச்சினன். அவன் வந்து கட்டைகளை எனக்குக் கொடுப்பா. நான் காட்டுலயே வந்து எடுத்துக்கிறேன். அப்புடீன்னு சொன்னான். ஏன்னா, மணல் லாரி மணல் அடிக்க நிறைய வரும்.

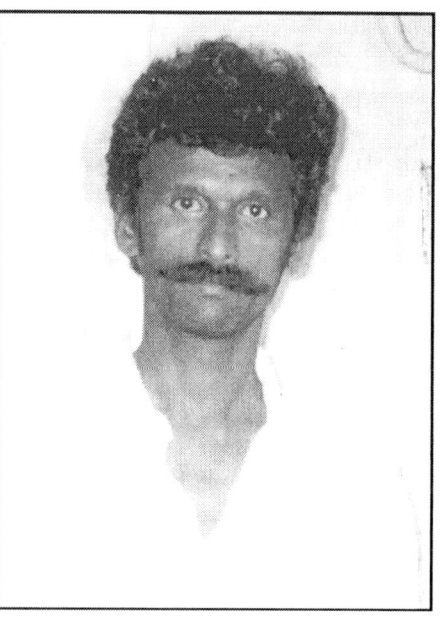

அங்க எடுத்துக்கிடறேன். காட்ல நெறைய கட்டை சும்மா கிடக்கும். அப்ப அந்த காட்டுல உள்ள மக்கள் கூப்புட்டு, உங்களுக்கும் கிலோவுக்கு இவ்வளவு தாரேன் அப்புடீன்னு சொல்லி எனக்கும் அஞ்சு, பத்து கிடைக்கிறா மாதிரி, பாத்து... ஒரு முப்பது பேரு வந்தாங்க. நாலு டன்னு கட்டைங்க எடுத்துப் போட்டேன். ஒரேநாள்ல நாலு டன்னு எடுத்தாந்துப் போட்டுட்டாங்க. அது கிடக்குது. நாள்ல நாலு டன்னு எடுத்தாந்துப் போட்டுட்டாங்க. அது கிடக்குது. அங்கயே அப்பா லாரி வரச்சொல்லி ரெண்டு பசங்கள அனுப்பிச்சே. ஆனா லாரி வர்றதுக்கு டைம் ஆயிப் போச்சு. விடியிற நேரமாச்சு. அதனால மறுநாளு லாரி அனுப்புச்சு வக்கிறேன்னுட்டு, அந்த லாரிய ஒரு ஏரிக்கிட்ட நிறுத்தி, அத தண்ணியில கழுவி, நிப்பாட்டி வச்சுட்டேன். அப்ப அந்த லாரி டிரைவரு பக்கத்துல இருந்த ஹோட்டல்ல போயி சாப்பிட்டுக்கிட்டு இருக்கையில அப்ப வாட்சர் பாத்துட்டுப் போயி சொல்லிட்டு இருக்கான். ரேஞ்சர் கிட்டச் சொல்லிட்டு இருக்கான். நேரா அந்த ரேஞ்சர் வந்து டிரைவரப் புடிச்சு சாப்புட்டுக்கிட்டு வந்தவன கையப் புடிச்சு லாரி எங்கடா போகுதுன்னு சொல்லி இருக்கான். மணல் லோடுக் காப் போகுதுன்னு டிரைவரை ஓங்கின படி அடிச்சிருக்கான். ஒரே அடி அவனுக்கு முன்னாடி இரண்டு பல்லும் விழுந்திருக்கு. சிதம்பரம் ரேஞ்சர். தொர தொரன்னு ஒரே ரத்தம் அவனுக்கு.

கட்றா கையன்னு ரெண்டு கையையும் புடிச்சு கட்டி லாரியில போட்டுக்கிட்டு, அந்த வாட்சரையும் கூட்டிக்கிட்டு டேமுக்கே வந்துட்டு இருக்கான் ரேஞ்சரு. இரண்டு தோட்டா துப்பாக்கி. 22 பிஸ்டல் ஒன்று எடுத்துக்கொண்டு அந்த டேமுக்கு வந்துட்ருக்காரு. நாங்க வந்து ஒரு மலையில இருக்கோம். இரண்டு ஆளுங்க வெட்டிப் போட்ட கட்டைக்கு காவலுக்கு வச்சிருந்தேன். அந்த ரெண்டு ஆளும் தூங்கிப் போயிட்டாங்க. எப்படி காவலாளிங்க பாரு. துப்பாக்கியை வச்சுட்டு காக்கி பேண்ட், காக்கிச் சட்டையோட தூங்கிட்டானுங்க.

அப்ப ஒரு 20 பாரஸ்ட்காரங்களோட ரேஞ்சர் சிதம்பரம் வந்து ரெண்டு பேரையும் மடக்கிட்டாங்க. இந்த ரெண்டுபேரும் திமிறி இருக்கானுங்க. அவனுங்களைப் போட்டு அடிச்சு, கையைக் கட்டி அடிச்சதில வாயிலயும் மூக்கிலயும் ரத்தம் தொர தொரன்னு புடுங்கிகிட்டுப் போகுது. தோட்டா துப்பாக்கியை திருப்பிக்கிட்டு அடிச்சதில், துப்பாக்கி கட்டையே உடைஞ்சு போச்சு. பயங்கரமான அடி. குழந்தான்கிறவனை புறங்கையைக் கட்டி அந்த சிதம்பரம் ரேஞ்சர் "சொல்றா... சொல்லு எங்கேடா வீரப்பன்?" அடி தாங்க முடியாமல் "அந்தா அங்கே பாரு மலை மேல... அங்கே இருக்கிறான்" அப்படீன்னு சொல்லியிருக்கிறான் சாயங்காலப் பொழுதாகிப் போச்சு அப்ப. "டேய் சீக்கிரம் போங்க. போய் புடிச்சுக்கிட்டு வாங்க அவனை" அப்பிடீனு சிதம்பரம் சொல்ல, "எப்பிடீங்க பொழுதாகி வேற போச்சு?"ங்கனு அவங்க சொல்ல, "டேய் நீங்க போறீங்களா இல்ல நான் போகவா?"னு இவன் மிரட்டவும் அவுங்க என்னை பிடிக்க புறப்பட்டாங்க.

அப்ப நான் ஒரு கல்லுமேல் படுத்துகிட்டு இருந்தேன். கோவிந்தன் என்ன பண்ணினான்னா, ஒரு மரத்திலேறி இதையெல்லாம் பாத்துகிட்டே இருந்திருக்கிறான். அப்ப சின்ன பையன் கோவிந்தன் துப்பாக்கியெல்லாம் சுடத் தெரியாது. நாங்க அஞ்சு பேரு இருந்தோம்.

நான், ஆண்டியப்பன், துரைசாமி, கோவிந்தன், பால்ராஜ். பால்ராஜ் வேட்டைக்கார பையன் நல்ல திறமைசாலிதான். கோவிந்தன் பார்த்துட்டு ஓடிவந்து "அண்ணா அண்ணா, நாம் கட்டை போட்ட தாவிதுல (பள்ளம்) என்னமோ ஒரு கும்பலே போகுது என்னமோ தெரியலை" அப்படீன்னான். நானும் ஓடிவந்து பார்த்தேன். எல்லாரும் தாண்டிப் போயிட்டாங்க. ஒரு நாலஞ்சு பேர் தெரிஞ்சுச்சு. என்னமோ அங்கே நடந்திருக்கு. முதல்நாள் ஒரு சகுனம் நடந்தது. அதைப் பார்த்து சொன்னேன். "இந்த சகுனத்துக்கு ஏதாவது ஏடாகூடமாக நடக்கும் தூங்கப்

போகக்கூடாது!" அப்படீன்னு சொன்னேன். நைட்டு ஒரு சகுனம். விடிஞ்சு ஒரு சகுனம். அதாவது கால் மேல ஒரு கெளரி (பல்லி) ஏறுச்சு. மனுஷன் மேல கெவுளி ஏறக்கூடாது. ஆகாது, சாஸ்திரப்படி இதுக்கெல்லாம் தண்ணி குடிக்கணும். ரெண்டாவது சகுனம். காக்கைகள் கூட்டம் கூட்டமா கத்திகினு கூட்டம் கூட்டமாக தலைக்குமேல் சுத்துச்சு. காக்கை கத்தினா அந்த இடத்தில் இழவு நடக்கும். இது நிஜமாகவே நிச்சயமா நடக்கும் அப்பிடீனு சொல்லிவிட்டுத்தான் வந்தேன். ஹூ ஹூம்னு சொல்லிவிட்டு, அந்தச் சாப்பாடு ராமனுங்க நல்லா தூங்கிப்பிட்டானுங்க, ஆயாசமாக. அவனுங்க கரெக்டா வந்து புடுச்சிக்கிட்டானுங்க. குருநாதனும் குழந்தானும்தான் மாட்டினது. அடிச்சுக்கொண்டு போயி, அதே லாரியில கட்டிப்பிட்டானுங்க. 15 பேருக்கு மேல பாரஸ்ட்காரனுங்க என்னைப் புடிக்க மேல் வந்திட்டானுங்க. நாங்க ஒரு தடத்தில கீழே வர, அவனுங்க வேற தடத்தில மேல வர்றானுங்க. கீழே நான் வந்து எட்டிப் பார்த்தேன். அந்த ரேஞ்சர் ரெண்டு கையையும் பேண்ட் பாக்கெட்ல விட்டுக்கிட்டு நிக்கிறான். பசங்க ரெண்டுபேரும் லாரியில தொங்குறானுங்க. அப்ப இந்த ரேஞ்சர் யாருனு எனக்குத் தெரியாது. துப்பாக்கி ரெண்டும் லாரியில சாத்தியிருக்கு. இப்பிடியிருந்தது. அங்கே ரெண்டு ரேஞ்சருங்க. ஒரு ரைட்டரு. ரெண்டு வாட்சரு. பொதுஜனங்க ஒரு நூறு பேரு அந்த இடத்தில லாரியில மணல் லோடு பண்றது அதுனால லோடு பண்றவங்க, வர்றவங்க போறவங்க எல்லாரும்.

நான் விறுவிறுனு போயி ஒரு திட்டுமேல நின்றுகிட்டு, துப்பாக்கியை நீட்டி "டேய் ஒழுங்கா அவுத்துவிடுறியா... என்ன சொல்கிறாய்?" என்றேன். இது இப்படியே நிற்கட்டும். அப்புறம் சொல்றேன்.

26 ஒரு பிளாஷ் பேக்...

சிதம்பரம் ரேஞ்சரை ஏன் சுட்டேன். சுட வேண்டிய அவசியமென்னங்கிறதை இப்ப சொல்லிப்பிடுறேன்.

சிதம்பரம் ரேஞ்சரை சுடுறதுக்கு 11 மாதங்களுக்கு முன்னாடி நடந்தது. இது டி.எப்.ஓ. சீனிவாசன் சும்மா வீட்ல இருந்த எங்க அண்ணனை புடிச்சுக்கிட்டு போயி வச்சுக்கிட்டான். 20 நாள் வச்சுக்கிட்டான். வீட்ல பாத்தாங்க... கொண்டு போய் சரண்டர் பண்ணலை. இவன் பழக்கமே மலைக்காட்டில் அடைச்சு வைப்பதுதானே... இதனால விஷயம் தெரிஞ்சவங்க கிட்ட போயி, என்ன செய்யலாம்னு வீட்ல விசாரிச்சிருக்காங்க. “ஒரு ரிப்போர்ட் கார்ப்பரேஷனுக்கு கொடுங்க” அப்பிடீனு... ஒரு வக்கீல் புடுச்சு ஹைகோர்ட் நீதிபதிகிட்ட ரிப்போர்ட் கொடுத்தாங்க.

ஐந்து பேரை இன்னின்ன ஆபீஸருங்க புடுச்சிகிட்டு போனாங்க. இத்தனை நாளைக்கு முன்னாடி இத்தனை மணிக்கு புடிச்சிக்கிட்டு போனாங்க. அவங்க என்ன ஆனாங்கன்னே தெரியலை அப்பிடீனு ரிப்போர்ட் கொடுத்தாங்க.

புடிச்சுகிட்டு போனதில டி.எஸ்.பி.யும் ஒருத்தன். அவன் நியாயமான ஒரு ஆளு. எல்லாம் இந்த டி.எப்.ஓ. பண்ணினதுதான். கொண்டு போனா பர்ஃபெக்டா கேஸ் போட வேண்டியதுதானே. நியாயமா நடக்கணும். இந்த டி.எப்.ஓ. எவ்வளவோ ஜனங்களை தன்னோட அதிகாரத்தை வச்சு பழிவாங்கிவிட்டான்.

ரிப்போர்ட் கொடுத்ததும் ஜட்ஜ்கிட்ட இருந்து இவனுங்களுக்கு மெமோ வந்திச்சு.

அந்த டி.எஸ்.பி. ஆர்.பூஜாரி அவன் கொஞ்சம் நியாயமானவன்தான். ஆனால், அவன் கேஸ் போட்டிருக்கலாம்ல. அப்புறம் எப்படி நியாயமானவன்னு சொல்றது. கோர்ட்ல சரண்டர் பண்ணி 10 நாள் வாய்தா வாங்கியிருக்கலாம்ல.

25 நாள் வச்சிருந்து, பிறகு கொண்டு போய் ஜட்ஜ்கிட்ட நிப்பாட்டினா காரணம் கேட்பாரில்லை? அதுக்காக இந்த டி.எப்.ஓ. (சீனிவாசன்) என்ன செஞ்சான். ரேஞ்சர் சிதம்பரத்துக் கிட்ட போனான். ரேஞ்சர் சிதம்பரம் தமிழன். அதிலும் நம்ம சொந்தக்காரன். நம்ம தமிழன் கன்னடக்காரனுக்கு சப்போர்ட் பண்றான் பாரு தமிழனே காட்டிக் கொடுக்கிறான் பாரு.

சிதம்பரம் ரேஞ்சர்கிட்ட டி.எப்.ஓ. போய், "உனக்கும் ஒரு பங்கு கொடுக்கிறேன். அதாவது, ஒரு செட் யானைக்கொம்பு தர்றேன். ரெண்டு துப்பாக்கி கொடுக்கிறேன். நீ இவனுங்க சத்தியமங்கலம் காட்ல வேட்டையாடுவது மாதிரியும் பாரஸ்காரங்க துரத்தி புடிச்சது மாதிரியும் கேஸ் புக் பண்ணி கோர்ட்ல சரண்டர் பண்ணிப்பிடு'' அப்பிடின்னு ஒப்படைச்சிட்டான்.

அதாவது, நம்ம ஆளுங்க ரிப்போர்ட் கொடுத்தாங்கள்லே, அந்த தேதிக்கு முன்னாலயே இவங்களை அரெஸ்ட் பண்ண மாதிரி ஏற்பாடு பண்ணிட்டானுக. சிதம்பரம் ரேஞ்சர் ஒத்துக்கிட்டான்.

இவன் சொல்லியிருக்கலாம்ல, "பாருய்யா ஒரு மனுஷன் மேல என்னாலே பொய் கேஸ் போட முடியாது. பொருளோட கைப்பிடியாக் கிடைச்சா கேஸ் போடலாம். எனக்கும் குழந்தை குட்டி இருக்கு". அப்பிடினு சொல்லியிருக்கலாம்ல. சொல்லலை. இவனுக்கு பொய் கேஸ் போட்டே பழக்கம். ரோட்ல நிக்கிறவனையெல்லாம் புடுச்சிகிட்டுபோய் அடியடியடியென அடிக்க வேண்டியது. லஞ்சம் கொடுத்தா வாங்க வேண்டியது. இல்லையானா கோர்ட்ல கொண்டு போயி நிறுத்த வேண்டியது. ஆபீஸ்ல கொண்டு போயி ஒரு சுமை சந்தனக்கட்டையை வச்சு பொய்க்கேஸ் போட்டு, இப்பிடி ஆயிரக்கணக்கான ஜனங்களை கொடுமைப்படுத்திப்பிட்டான் இந்த சிதம்பரம் ரேஞ்சர்.

இந்த அரக்கன்கிட்ட அவன் இவங்களைக் கொண்டாந்து ஒப்படைச்ச உடனே சரின்னு ஒரு செட் ஆனைக்கொம்பு, 2 துப்பாக்கி, இதுகளை வச்சு, எங்க அண்ணன், முனியன், பிரவா, தாவுநாயக்கா, குழந்தைப்பையன் இவங்கதான். அஞ்சு டிக்கெட்டையும் வச்சு பாவம் இவங்களெல்லாம் வீட்ல இருந்தவங்க சத்தியமங்கலம் காட்ல புடிச்ச மாதிரியும், எங்களை கண்டு ஓடுனாங்க. மூணு மைல் தூரம் துரத்தி, போராடி

புடிச்சோம் அப்பிடிங்கிற மாதிரி கேஸ் போட்டு, பேப்பர்லயும் வந்திடுச்சு.

அந்த பேப்பர் எனக்கு வந்துச்சு. பார்த்தேன். சரியான கோபம் வந்திருச்சு எனக்கு. இவனெல்லாம் ஒரு அதிகாரி? ஏன்டா? மேலும் மேலும் இப்பிடி நம்மளை வதை பண்றாங்களே அப்படீன்னு இங்க ஜனங்களை கேட்டேன். “இந்த சிதம்பரம் ரேஞ்சர் எங்கேப்பா இருக்கிறான்?'' “இங்க தான் கோயில்ல இருக்கிறான். இங்கேயெல்லாம் வந்து அப்பப்ப கத்துவான். ஒரு பத்து இருபது பேரோட வருவான்” அப்பிடீன்னாங்க. “எத்தனை பேரோட வருவான்?” சரி அவனை நான் சுட்டாகணும். எங்க வாழ்க்கையை அவன் ஒழிச்சுப்பிட்டான்.

“துரோகி, பொய் கேஸ் போடலாமா அவன்?” அப்டீன்னு முடிவு செஞ்சேன். கன்னடக்காரன் சொல்றான். தமிழன் இவன் பொய் கேஸ் போடறான். என்ன நியாயம்? அதுவும் 11 மாதமா அவங்களை பெயில்ல கூட விட மாட்டேங்கிறாங்க. அதனால அவன் கதையை முடிக்கணும். அப்பிடின்னு பேசிக்கிட்டு இருக்கும் போது இது நடந்தது.

அதே சிதம்பரம்தான் சரின்னு ஓடி, ''டேய் ஒழுங்கா விட்றியா... இல்லையா, என்னடா சொல்றாய்''னு டபுள் கன், துப்பாக்கியை இப்படி நீட்டினேன். நிமிர்ந்து பார்த்தான். திடீர்னு கவுந்து படுத்தான். பயந்துகினுதான் கவுர்றானு நினைச்சேன். பிஸ்டலை எடுத்து சடார் சடார்னு சுட்டான். ஓஹோ... சுட்றியா மாப்பிள்ளை அப்பிடீன்னு நினைச்சேன். அதுக்குள்ள, துரைசாமி, குதிச்சு ஓடி, துப்பாக்கியை சிதம்பரம் ரேஞ்சர் முதுகு மேல் வச்சு, “எங்கேடா சுடுகிறாய், ஏய்” அப்பிடீன்னு இடிச்சான். படக்னு அவன் பிஸ்டலை பூமியில மணலுக்குள்ள சொறுகிப்பிட்டான். இது நமக்குத் தெரியாது. நான் “நம்ம துப்பாக்கியை எடுங்கடா, பசங்க கையை அவுத்து விடுங்கடா!” அப்பிடீன்னேன். நம்ம பசங்ககிட்ட கூட்டமா நின்னுகிட்டு இருந்தவங்க என்னைக் கண்டதும் பயந்து ஓடிட்டாங்க. இவனுங்க துப்பாக்கிகளை எடுத்துக்கிட்டானுங்க. பசங்க கையை அவுத்து விட்டானுங்க.

ஈடுகட்டின பையன் ஒருத்தன் சிதம்பரம் ரேஞ்சர் பின்னாடி துப்பாக்கியை நீட்டினான். “டேய்... டேய்... சுடாதே... சுடாதே நான் வர்றேன்'' சொல்லிகிட்டே நேரா போனேன். போய் “இங்கே வாடா!” அப்பிடீனு ரேஞ்சரைக் கூப்பிட்டேன். “ஆமா... நீ யாரு? என்ன அதிகாரி? சொல்?” அப்டீன்னேன். “ரேஞ்சர்” “உன் ஜாதி என்ன?” “படையாச்சி”. “உன் பெயர் என்ன?” “சிதம்பரம்”. “ஏண்டா, பாதகத் துரோகி, நானும் தமிழன், படையாச்சினு சொல்றாய். எவனோ கர்நாடகக்காரன் கொண்டு வந்து உன்கிட்ட

ஆனைக்கொம்பைக் கொடுத்தான். மனசார வாங்கி பொய் கேஸ் போட்டுட்டியே. உனக்கு நாங்க என்ன பாவம் செஞ்சோம். உன் குடும்பம் பிழைக்க நீ எவ்வளவு பாடுபடணும். எங்களை ஏன் இப்பிடி வதை பண்ணினே. எவ்வளவு கஷ்டம். அதனால, உன்னை நான் சுடுறேன்" அப்பிடீன்னேன். அப்பிடியே பாத்தான். எடுத்துச் சுட்டேன். சுட்டேன் "ஆ" அப்பிடினு விழுந்துட்டான்.

இன்னொரு ரேஞ்சரை "டேய் இங்கே வாடா" வந்தான். "நீ யாரு?" "நான் பாரஸ்ட்தான்". "நீ யாரா வேணும்னாலும் இரு. என்ன ஜாதி நீ." "நான் பாய்ங்க" அப்பிடீன்னான். "நீ எதுவும் பாவம் செய்யலை. உன்னை நான் சுடமாட்டேன். நீ போகலாம்" அப்பிடின்னேன்.

இன்னொருத்தன் நின்னான். "டேய் வாடா" இன்னொருத்தன் வந்தான். நீ என்ன ஜாதி அப்புடீன்னேன். நான் முதலியாருங்க அப்பிடீன்னான். நீ என்ன அதிகாரி அப்புடீன்னேன். ரைட்டரு அப்புடீன்னான். ரைட்டரு உனக்கு ஆபீசுல தானே வேலை நீ ஏன் இவனுங்க கூட வந்தே அப்புடீன்னேன். தெரியாம வந்துட்டேன் அப்புடீன்னான். சரி, நீயும் போ அப்புடீன்னுட்டு நீ எதுவும் பாவம் செய்யலை. அதனால நீயும் போ அவன் ரேஞ்சரு.

பாவம் செஞ்சான். பழியை ஏத்துக்கிட்டான். ரேஞ்சரை வீரப்பன் சுட்டுக் கொன்னுட்டான்னு போயிச் சொல்லு போ. அப்புடீன்னுட்டு இந்தப் பசங்களைக் கூட்டிக்கிட்டு வந்துட் டேன். அந்த வெட்டின கட்டையெல்லாம் எடுத்துக்குனாங்க. வித்தாங்க. அத நாங்க என்ன பண்றது. சிதம்பர ரேஞ்சர நான் கொல்லையில எங்க அண்ணன் மாதையன் ஜெயில்லதான் இருந்தான். அப்புடீன்னு நினைச்சுக்கிட்டேன். ஆனா அவன் அப்பத்தான் இரண்டு நாளோ எட்டு நாளோ வெளிய வந்துட்டு இருக்கான். எனக்கு இது தெரியாது. நானே பேப்பரைப் பார்த்துதானே தெரிந்து கொண்டேன். நாந்தான் அந்தப் பக்கமே போறது இல்லையே. அப்பவே இந்தப் பக்கம் வந்தவன் தானே. அப்புடியே ஆளுங்கள பார்த்துப் பேசுவேன். பேப்பர் படிப்பேன். அப்போ சிதம்பரம் ரேஞ்சரை கொன்றது மாதையன்தான்னு கேஸ் போட்டுட்டாங்க. இப்ப அவன் ஜெயில்ல தான் இருக்கான். ஏழு வருஷமா உள்ளதான் இருக்கான். அவனுக்கும் இந்தக் கொலைக்கும் சம்மந்தம் இல்லை. அவனுக்கு கை ஒடிஞ்சதோட சரி, விவசாயம் குடும்பம்னு இருந்தான். இந்தப் பக்கமே வர்றதில்லை. பாவம் அவன். நான் முன்னாடியே எதிரிகளைக் கொல்லும்போது கூட அவன் உள்ளதான் இருக்கான். இன்னொரு விஷயம்.

எங்க 12 நாய்களுக்கும் விஷம் வச்சுக் கொன்னுப்புட்டான் டி.எப்.ஓ.!

27

இதே டி.எப்.ஓ. பையன் என்னை சிதம்பரம் ரேஞ்சரு சாகுறதுக்கு முன்னேயே தேடிக்கினு வந்தான். ஊர்ல நான் மாடு மேய்த்துக்கொண்டு இருக்கும் போது 12 நாய் வளர்த்தேன். நாய்கள்னா எனக்கு ரொம்ப பிரியம். நாய்கள மத்தவங்க மாதிரி இல்லாமல் இப்ப உங்கள எப்புடி சுப்பிரமணி வாப்பா அப்புடீங்கிறேன். அது மாதிரி அவங்களுக் கும் பேரு வச்சுருந்தேன். அதுகல மாட்டுப் பாலு ஊத்தி வளர்த்தேன். எல்லாம் நாட்டு நாயிங்கதான்.

சின்னையா, வீதா, சிக்கா, சேனா, சின்னக்குட்டி, சிங்கிலி அப்புடீன்னா பேரு ஒவ்வொன்னுக்கும். ஏய் சிங்கிலி இங்க வா அப்புடீன்னா போதும் வந்துரும். எல்லாம் நல்லா வேட்டையாடும் மிருகங்களை. அதுகளுக்கு வீட்டுல பெட்சீட் போட்டாத்தான் படுக்கும். கீழ எல்லாம் எப்போதும் படுக்காது. கட்டுல்ல சமுக்காளம் விரிச்சு 4, 5ன்னு படுக்க வப்பேன். அப்ப அந்த டி.எப்.ஓ. சீனிவாசன் அந்த நாய்களுக்கு எல்லாம் இட்லீல விஷம் வச்சுக் குடுத்து 12 நாயையும் கொன்னுபுட்டான். இரண்டாவது மாட்டு வண்டி, சக்கரம் எல்லாம் போட்டு எரிச்சுப்புட்டான். அப்பவே எனக்கு ரொம்ப ஆத்திரம். 12 நாயை கொன்னுபுட்டான். அதுங்க அவன என்ன செஞ்சிச்சு, வாயில்லா ஜீவன். அவன சுட்டுப்புடணும்னு திரும்புனேன். ஆனா எங்க அண்ணன் தடுத்துட்டான். நீ சுட்டுப்புடுவே, ஆனா நான மாட்டிக்கிடுவேன். அதுனால சுடாதே அப்புடீன்னுட்டான். சில நேரம் தடுத்திருக்கான். ஆனால் அவன் உள்ள இருக்கும்

போதுதான் ரேஞ்சரை கோபம் வந்து கொன்னுபுட்டேன்.

ரேஞ்சரை கொன்னுபுட்டு எங்க வந்தேன்... மறுபடியும் நம்ம எடத்துக்கே கோபிநத்த காட்டுக்கே வந்துட்டேன். அப்ப முதல் எதிரிகளோட முக்கியமான அஞ்சு பேரு. மொத்தம் மெயின் ஆளுங்க. ஒண்ணு ஐயனன், ஐயந்துரை, குணசேகரன், முத்துக்குமார், தனபால் இவங்க ஐந்து பேரும் இவனுங்க நல்ல வேட்டைக்காரனுங்க. வீரப்பன் நம்ப ஆளுங்கள சுட்டுக் கொன்னுபுட்டான். அவனை எப்புடியாவது சுட்டுப்புடணும்னு திரிஞ்சானுங்க. எப்புடியும் சுடுவானுங்கன்னு தெரியும். அவனுங்களை எங்கப் போறாங்கன்னு பின்னாடியே போயி அவனுங்களை அடிச்சுப்புட்டேன். எப்புடி அடிச்சேன்னா, அவனுங்க ஐந்து பேரும் துப்பாக்கி கொண்டுக்கினு என்னைத் தேடி வந்தானுங்க. ஆனா நான் அவனுங்க ஐந்து பேரையும் மறைந்திருந்து கொன்றுவிட்டேன். கொன்ன உடனே டெட்பாடியை அங்கே விடவில்லை. அதைத் தூக்கிக்கினு 5 கிலோமீட்டர் தாண்டி போயி காவிரி ஆத்துல தூக்கிப் போட்டுட்டேன். அவனுங்ககிட்ட துப்பாக்கியெல்லாம் (ஐந்து) இருந்தது. அதயெல்லாம் நாங்களே பொறுக்கிட்டோம். அவனுங்கள தண்ணியில தூக்கிப் போட்டுட்டேன்.

அப்படியே வந்து இருந்தேன். போலீஸ்ல கேஸ் கொடுத்து, போலீசும் தேடுனாங்க. கொலை கேஸ் தேடிக்கிட்டிருந்தாங்க. அப்பிடி ஒண்ணும் பெரிசா நடவடிக்கை எடுக்கலை. போலீசும் தெரிஞ்சுகிட்டாங்க. இவனுங்க அவனைச் சுடத் தேடித் திரிஞ்சானுக. அவன் இவனுங்களைச் சுட்டுவிட்டான். அப்டீன்னு அதனால பெரிசா எடுத்துக்காமல் அப்பிடியே லெவலா விட்டுட்டாங்க.

அது அப்படியே இருந்தது. இந்த டி.எப்.ஓ. சிக்மகளூர் தர்மசாலா லைனுக்கு போயிட்டான்.

அப்ப எனக்கு சாப்பாட்டுக்கே ரொம்ப கஷ்டமா போச்சு. நிறைய சம்பாதிச்சேன். ஜனங்களுக்கும் வாரி வாரிக் கொடுப்பேன். இப்ப கஷ்டப்படுறானேனு, ஜனங்களா பார்த்து அவுங்களே கொண்டு வந்து எனக்குக் கொடுப்பாங்க. “செலவுக்கு வச்சுக்க” அப்டீன்னு ஏழைகள் எல்லாம் கொடுப்பாங்க. நான் வேண்டாம்னு சொல்லுவேன்.

அப்படியே இருந்தேன். அப்புறம் பஞ்சாயத்தெல்லாம் பேசித் தீர்த்து வைப்பேன். இந்தப் பக்க ஜனங்க எல்லாமே என்கிட்ட பஞ்சாயத்துக்கு வருவாங்க. யாருகிட்டயும் அஞ்சு பைசா லஞ்சம் வாங்க மாட்டேன். ஊரு மக்களுக்கு ஏதாச்சும் பிரச்சினைன்னா பேசித் தீர்த்து வைப்பேன். யாருக்கும்

வஞ்சனையா பேசமாட்டேன். கோபத்திலே எதிரிகளைக் கொன்னுபுட்டு இப்ப வனவாசம் திரிகிறோம். இப்பிடி அவுங்களுக்கெல்லாம் புத்தி சொல்வேன்.

பொண்ணு நியாயம்- அதாவது ஒரு பொண்ணை கற்பழிச்சு வயித்தில குழந்தையைக் கொடுத்துட்டு ஏமாத்திட்டு போயிடுவான். வந்து அழுவாங்க. ஆளுகளை விட்டு அவனை இழுத்தாரச் சொல்லி, அந்தப் பொண்ணுக்கும் அவனுக்கும் கல்யாணம் பண்ணி வைப்பேன். இப்பிடி நிறைய இப்ப அவங்க எல்லாம் குழந்தை குட்டிகளைப் பெற்றுக்கொண்டு நல்லா இருக்காங்க. என்கிட்ட வரக்கூடாது. அப்புறம், பூமி, ஞாயம்-

அதாவது கோர்ட்ல தேங்கிக் கிடக்குதே அதெல்லாம் என்கிட்ட வரும். போய் கோர்ட்ல ராசி எழுதிக்கொடுத்து வாபஸ் வாங்கி வரச்சொல்லி ஞாயம் சொல்லுவேன். இப்பிடியெல்லாம் என் ஞாயம் பிரபலமாயிப் போச்சு. ஒரு வழக்கு பேசிக்கினு இருக்கும்போதே, இந்தப் பக்கம் பத்து வழக்கு காத்துக்கினு இருக்கும். நைட்ல கூட தூங்க விடமாட்டாங்க. லைட் வச்சுக்கிட்டு ஞாயம் பேசுவேன். காட்டுப் பகுதி மட்டுமில்லை. டவுன்ல இருந்தெல்லாம் வருவாங்க.

ஒரு பெரிய கல்குவாரி ஞாயத்தைக் கூட முடிச்சு வச்சேன். அதாவது ஒருத்தன் வந்து சேர்மன் இன்னொருத்தன் கல்லு அதிபர். கருங்கல் அதிபர் கூட்டணியிலே அவங்க ரெண்டுபேருக்கும் தகராறு. இதை யாராலும் தீர்த்து வைக்க முடியலை. எம்.பி.கிட்ட கூட சொல்லிப் பாத்திருக்காங்க. அங்கேயும் ஆகலை. என்கிட்டே வந்து சொன்னாங்க. ரெண்டுபேரையும் கூப்பிட்டு நல்லபடியா தீர்த்து வச்சேன். "நீ இப்படி போ, நீ அப்படி போ"ன்னு.

எப்படி இந்த வழக்கை தீர்த்தேன்? ரெண்டுபேரையும் உக்கார வச்சு, கல்லுகுவாரியை ஏலம் விட்டேன். ரெண்டுபேரும் ஏலம் கேட்டாங்க. அப்புறம் ஒருத்தன் விட்டுட்டான். ஒருத்தனுக்கு ஏலம் கிடைத்தது. ஏலம் எடுக்காதவன் நான்கரைக்கு ஒன்பது லட்சமாக் கொடுக்கணும்னு சொல்லி அனுப்பினேன். அதுமாதிரி கொடுத்திருக்கான் ஏலம் எடுத்தவன். குவாரியை 15 லட்சத்துக்கு வித்துப்பிட்டான். நான் மட்டும் தீர்த்து வைக்கலை என்றால், அது கொலையில் முடிஞ்சிருக்கும். ஏன்னா ரெண்டுபேருமே பெரிய பார்ட்டிங்க.

இப்பிடி, காட்டு நாயம், பொண்ணு நாயம், அடிபுடி நாயம், சிலர் கொலையே செஞ்சிருப்பாங்க. கோர்ட்டுக்கு போனா என்ன ஆகும். வக்கீலுக்கு கொடுப்பீங்க. உங்களைப் போட்டு அஞ்சாறு வருஷம் இழுப்பான். அங்கே என்னாகப் போகுது ஒண்ணுமே ஆகாது.

ஆனா, நமக்கிட்ட, செத்தவனுக்கு ஒரு அமௌண்டு... இவ்வளவு கொடுத்திடு. ஏதோ பைசல் பண்ணி... பாதிக்கப்பட்டவங்க பொழைக்கிறதுக்கும் வழிபண்ணி அனுப்பி வைப்பேன்.

பத்து பதினைந்து ஈடு... நாலு பேரு அந்த இடத்திலே காலி!

28

அப்புறமும் ஜனங்க சொன்னாங்க. சந்தனக் கட்டை ஓட்டலாம்னு அய்யய்யோ வேண்டாம். அந்தச் சந்தனக் கட்டை ஓட்றமினுதான் ரேஞ்சரைச் சுட்டோம்னேன். அட... நிறைய பேர் லட்சக்கணக்கானவங்க ஓட்றாங்க. சந்தனக் கட்டையும் நிறையக் கிடக்கு. அப்டீன்னாங்க. அப்புறம்தான் சந்தனக் கட்டை குவிச்சோம். நான் என்ன... தலைமை தாங்கினேன். மக்கள் கட்டை சேர்த்தாங்க. ஆளுக்குப் பத்து ரூபாய் சாப்பிட்டாங்க. சந்தனமர வீரப்பன்னு பேராகிப் போச்சே தவிர, அந்தச் சந்தனக் கட்டையால வீரப்பன் சம்பாதிச்சது ஒண்ணுமே கிடையாது. வெறும் 11 மாசம்தான் சந்தன மரம் ஓட்டினேன். ஆனால் பேரு மட்டும் இப்பிடியாகிப் போச்சு.

அதில என்ன வந்திருக்கும். ஒரு கோடி ரூபாய் வந்திருக்கும். எல்லாம் ஜனங்களுக்குத்தான் கொடுத்தேன். அவ்வளவுதான் பல வருஷம் ஓட்டி, பல ஆயிரக்கணக்கான கோடிகளை சம்பாரிச்சவன் எல்லாம் சம்பாதிச்சான். ஒரு மசிருமில்லை. வேணும்னா பேரு மட்டும் கிடைச்சது.

போலீஸ்காரங்க முகாம் போட்டு தங்கிக்கிட்டு இருக்காங்க. ஆனா, நம்ம அந்தியூர் எம்.எல்.ஏ. பெரியசாமிக்கு தினம், நாள் தவறாம 4 லோடு ஈட்டி மரம் போகுது. அது என்னமோ எம்.எல்.ஏ. லாரியைக் கண்டால் செக்போஸ்ட் கம்பு அப்பிடியே

தூக்கிக்கிறதே. அவனுக்கு ஏன் ஈட்டிமரம் பெரியசாமினு பேர் வைக்கவில்லை. ராசி இல்லை. எனக்கு ராசி இருந்தது சந்தன மரம் வீரப்பன்னு பேரு வந்தது. வேற என்ன சொல்ல முடியும் நான்.

சந்தனக்கட்டை ஓட்டுனது ஒரு பத்து பதினோரு மாதம். அப்ப கருணாநிதி ஆட்சி. ரெண்டு அரசாங்கமும்- கர்நாடகம், தமிழ்நாடு படைகளையெல்லாம் போட்டு ரொம்ப கலாட்டா பண்ணுனாங்க. டாப்பா... சுண்டைக்காய்க்கு முண்டம் போன கதையா அதிகாரிகளைப் போய் சுடலாமா... வேண்டாப்பான்னேன். கொஞ்ச நாளைக்கு ஒரு அறுபது டன் தெரிஞ்சு ஆயுதப்படை எல்லாம் போட்டு ஒரு ஐயாயிரம் பேரு வந்திட்டாங்க. நம்ம பையன்கள் வெறும் பத்துபேரு... ஒண்ணும் செய்ய முடியலை. வந்துட்டானுங்க. ''என்னடா''ன்னேன். "கட்டையெல்லாம் அள்ளிகிட்டு போறானுங்க". "போனா போகுது போங்கடா கவர்ன்மெண்ட் சொத்து கவர்ன்மெண்ட்டுக்கு போகுது" அப்பிடீன்னுட்டு விட்டேன்.

அந்தக் கட்டைகளை நல்லா இருந்த சந்தனக்கட்டைகளை போலீஸ்காரனுங்க ஆளுக்கு ஒரு சுமையா கட்டி எடுத்துக்கிட்டானுங்களாம். மீதியிருந்ததை ரெண்டு அரசாங்கமும் ஆளுக்கு பாதியாக எடுத்துக்கிட்டதா கேள்விப்பட்டேன். அதோட முடிஞ்சது. அந்த சந்தனக் கட்டை பிசினஸையும் நான் விட்டுட்டேன்.

அப்ப நான் சிங்காபுரத்தில் இருந்தப்பதான் எனக்கு கல்யாணம் நடந்தது.

அதே டைம்ல என்னைத் தேடிப் போன போலீஸ்காரங்க, ஆலாம்பாடிங்கிற இடத்தில போயி, அங்கே ஒரு சாமியாரும் அவர் மனைவி ஒருத்தியும் அவங்களுக்கு 60 வயது இருக்கும். அந்தக் கோயிலும் ரொம்ப பழைய கோயில் ஒரு முன்னூறு வருஷம் இருக்கும். ராஜாக்கள் அழகழகா இருக்கும் அங்கே இல்லாத சிலைகளே இல்லை. அந்தக் கோயிலில் அவங்க பூஜை பண்ணிகிட்டு இருப்பாங்க.

இந்த போலீஸ்காரனுங்க அங்கே ஜீப்புகளை எடுத்துகிட்டு போயி, "நீ வீரப்பனுக்கு பூஜை பண்ணிக்குடுத்தியல்ல?''

"சாமி நாங்க பூஜாரி. வீரப்பனோ யாரோ இங்கே வந்தா பூஜை பண்ணித்தான் கொடுக்கத்தான் செய்வோம்ங்க பழம் கொடுத்தாலும் உடைச்சு... கொடுக்கத்தான் செய்வோம்ங்க'' அப்பிடின்னு சொல்லியிருக்காங்க. அவங்க ரெண்டுபேரையும் அங்கேயே அடிச்சு போட்டுட்டாங்க. கொன்னே போட்டுட்டு வந்திட்டாங்க. சாமியாரையும் அவரு பொண்டாட்டியையும்.

அங்கே, ஆலாம்பாடியில காட்டுவாசிகள் எல்லாம் காட்ல விவசாயம் பண்ணிகிட்டு, வீடு கட்டிக்கினு இருந்தாங்க. அந்த வீட்டைப் பூரா வெட்டி வெட்டித் தள்ளி நெருப்பை வச்சிட்டு வந்திட்டானுங்க.

இந்தத் தகவல் எனக்குக் கிடச்சது. "அடடா ரெண்டுபேரைக் கொன்னுபுட்டாங்களே 60 வயதுக் கிழவன் பூஜாரி. அவன் பொண்டாட்டிக்கும் 60 வயது. இவங்களைக் கொன்னு போட்ட இவனெல்லாம் ஒரு அதிகாரி கிடையாது. இவனை முதலில் சுடணும்".

மறுபடியும் ஜீப்பு. அதே ஆலாம்பாடி. மறுநாள் போச்சு. பெட்டுகள் இருக்கும் இடத்தில போயி ஒளிஞ்சிருந்தேன். பகலில் வந்திருந்தா ஒருத்தனையும் விட்டுருக்க மாட்டேன். ஆனா இருட்டில வந்திட்டானுங்க. நல்ல இருட்டு அமாவாசை இருட்டு. எட்டு மணி இருக்கும். ஜீப் வந்திச்சு. ஹெட்லைட் வெளிச்சம் பாத்து கண்ணாடியில அடிச்சேன். ஒரு பத்து பதினைஞ்சு ஈடு நான் ஒருத்தனைத் தான் சுட்டேன். ஆனா, நாலு சப்-இன்ஸ்பெக்டருங்க வந்திருக்கானுங்க. நாலு பேரு அந்த இடத்திலேயே காலி. நாலு சப்-இன்ஸ்பெக்டருங்க, ஒரு ரேஞ்சர், போலீஸ்காரனுங்க. அதிலே மூணு சப்-இன்ஸ்பெக்டருங்க ஒரு போலீஸ்காரன் ஆக நாலு பேர் அந்த இடத்திலே அவுட்.

நக்கீரன் கோபால்

29. டி.எப்.ஓ. சீனிவாசன் தலையை தனியே அறுத்தெடுத்தேன்...!

அதுக்குப் பின்னாடிதான் கவர்ன்மென்ட் பயரிங் ஆர்டர் கொடுத்து கண்ட இடத்தில் சுடணும்னு கடுமையான நடவடிக்கை எடுத்தாங்க. என்னைத் தேடுறாங்க. ஜனங்களையெல்லாம் அடிக்கிறது, கேஸ் போடுறதுன்னு ரொம்ப கலாட்டா.

அப்பத்தான் இந்த டி.எப்.ஓ. சீனிவாசன் கேட்டிருக்கான். நான் போய் பிடிக்கிறேன். ஐநூறு ஆயுதப்படை போலீசை என்கிட்ட கொடுங்கனு அவன் கேட்டிருக்கான்.

என் தங்கச்சி மாரியை, நாட்றாம்பாளையம்கிற வில்லேஜ்ல குடுத்திருந்தேன். மாரிக்கு 3 பசங்களும் ஒரு பொண்ணும், ஒரு அஞ்சு ஏக்கரா பூமி. அவங்க விவசாயம் பண்ணிக்கிட்டு இருந்தாங்க. எப்பவாச்சும் இரண்டு, மூணு வருஷத்துக்கு ஒருதரம் தங்கச்சினு போயி பார்த்தாலும் பார்ப்பேன். இல்லையினா இல்லை.

என் தங்கச்சி புருஷன் மாரி மேல பொய் கேஸ் போட்டு உள்ளே தள்ளிட்டாங்க. என் தங்கச்சியையும் குழந்தைகளையும் கூட இந்த டி.எப்.ஓ. புடிச்சிகிட்டு வந்து செங்கம்பாடில வச்சிருந்தான். என்ன பண்ணினானோ ஏது பண்ணினானோ எனக்குத் தெரியலை. ஆனா, ஒரு பொண்ணு ஏன் விஷம் குடிச்சு சாகணும். என்னமோ நடக்காதது நடந்திருக்கு? என்ன நான் சொல்றது? 4 குழந்தைகளை விட்டுவிட்டு பாலிடால் குடிச்சு சாகிறதுனா... தனியா ஒரு வீட்ல என் தங்கச்சிய வச்சிருந்தானாம். இந்த டி.எப்.ஓ. பையன் நைட்ல அந்த வீட்டுக்குப் போவானாம். போய் கலாட்டா செய்ய. என் தங்கச்சிக்கும் துப்பாக்கி எடுத்து

டி.எப்.ஓ. சீனிவாசன்

சுடத்தெரியும். சொல்லிக் கொடுத்திருந்தேன். அப்ப என் தங்கச்சி எனக்குச் சொல்லிவிட்டிருந்தாள் ஒரு சின்னப் பையனிடம். அவன் வந்து சொன்னான். "எனக்கு ஒரு தோட்டா துப்பாக்கி கொடு. நான் இந்த டி.எப்.ஓ.வை சுட்டுக் கொன்னுட்டு உங்ககூட வந்து சேர்ந்துக்கிறேன்'' அப்பிடி சொல்லி அனுப்பியிருந்தாள். அதுக்கு நான், ''அவசரப்பட வேண்டாம் 4 குழந்தைகளோட காட்ல கஷ்டப்பட முடியாது... கொஞ்சம் பொறுக்கச் சொல், நானே டி.எப்.ஓ. பயலை அடிச்சுப்பிடறேன். காட்டுக்கு நான் வரக் காரணமே அவன்தான். அவனை ஒழிச்சுப்பிடுறேன். கொஞ்சம் பொறுக்கச் சொல்'' அப்பிடின்னு சொல்லி அனுப்பினேன். இவன் போய் சொன்ன மறுநாளே என் தங்கச்சி மருந்தைக் குடிச்சு செத்துப்போச்சு. எப்பிடி ஒரு பொண்ணு சாவாள்?

அந்த ஊர்ல இப்ப போயி கேட்டாலும் டி.எப்.ஓ.வுக்கு பாதகமா யாரும் எதுவும் சொல்லமாட்டாங்க. ஒவ்வொரு வீட்டிலும் டி.எப்.ஓ. படம் மாட்டியிருக்கணும். இல்லையானா தொலைச்சுப்பிடுவானுங்க. பொதுமக்களுக்குப் படாத கஷ்டம்.

மக்களைப் புடிச்சாத்தானே வீரப்பனை புடிக்கலாம். அதனால இந்த டி.எப்.ஓ., ஜனங்ககிட்ட கேட்டிருக்கான்.

"வீரப்பன் உங்களுக்கு என்ன செய்யிறதா சொன்னான்?"

"வீரப்பன் மாரி கோயிலை கட்டித் தாரதா சொன்னான். வீரப்பன் கடவுளுக்கு ரொம்ப பூஜை பண்ணுவான். ஒருத்தன் ஒரு பொண்ணை கெடுத்திட்டுப் போயிட்டா அவனைக் கூப்பிட்டு கல்யாணம் பண்ணிவைப்பான். கல்யாணம் ஆகாதவங்களுக்கு கல்யாணம் பண்ணிவைப்பான். தப்பெல்லாம் எதுவுமே செய்யலீங்க. எல்லாருக்கும் நல்லதுதான் செஞ்சிருக்கான்'' அப்டீனு பொதுமக்கள் சொல்லியிருக்காங்க.

அப்பதான் இந்த டி.எப்.ஓ. காக்கிச்சட்டையை கழற்றிவிட்டு காவி உடை போட்டுக்கிட்டான். "கோயில் கட்டணும். நான் பக்தியோட இருக்கணும். நீங்கெல்லாம் போலீஸைக் கண்டு பயப்பட வேணாம். பயந்து ஓடாதீங்க'' அப்டீன்னு சொல்லியிருக்கான்.

போலீஸ்காரங்ககிட்ட "யாரும் பொதுமக்களுக்கு இடைஞ்சல் பண்ணாதீங்க. வீரப்பனை ஒரு லெவல் பண்ணிப் பிடிக்கணும்" அப்படின்னுட்டான்.

அவன் என்ன பண்ணினான். ஒவ்வொரு பட்டியா போகவேண்டியது. அவங்க நிறைய வெள்ளாடு செம்மறியாடு வச்சிருப்பாங்க. அந்த பல்லாயிரக்கணக்கான ஆடுகள் மேஞ்சுதான் காடே அழிஞ்சது. அங்கே போயி ஒவ்வொரு பட்டியிலும் 'ரெண்டு ஆடு' கேட்பான். "ஐயா, ஆடுக என்னுடையது இல்லை. நான் வாரத்துக்குத்தான் மேய்க்கிறேன். ஐந்து குழந்தைகள். வாரத்துக்கு மேச்சுதான் ஜீவனம் செய்கிறோம்" அப்பிடீம்பாங்க. "ஓஹோ... வீரப்பன் கேட்டா கொடுப்பீங்க, நான் கேட்டா கொடுக்கமாட்டீங்க இல்லையா?" என மிரட்டுவான். "ஐயா சாமி புடுச்சுக்கிட்டுப் போங்க" அப்டீனு கொடுத்துவிடுவாக. இப்பிடி ஏகப்பட்ட ஆடுகளைக் கொண்டாந்து ஏலம் போட்டு, அந்தப் பணத்துல சிமெண்டு அது, இதுன்னு வாங்கிக் கொடுத்து மாரி ரொம்ப சக்தி வாய்ந்த சாமி. இந்த டி.எப்.ஓ. ஷூ போட்டுக்கிட்டுதான் கோயிலுக்குள்ள போறது வாரது.

மாரி கோயில்ல ஒரு சிலை இருந்தது. அது ரொம்ப பழைய சிலை. அந்தக் கல்லு சிலையை பெயர்த்து காவேரியில கொண்டுபோயி போடச் சொல்லிட்டான். இந்த டி.எப்.ஓ. அதுவோ ரொம்ப சக்தி வாய்ந்த தெய்வம். திருவிழாவில பல்லாயிரக்கணக்கான ஆடு, கோழி வெட்டுப்படும். ரத்த ஆறா ஓடும். அப்பிடி காவு வாங்கிற தெய்வம் ஒரு காலத்துல அந்த ஊரு ரெண்டு கட்சியா பிரிஞ்சு கோர்ட்ல கொண்டுபோயி கேஸ் போட்டுட்டாங்க. அப்ப ஒருத்தன் வந்து உப்புப் பொட்டி ஏறி பொய் சாட்சி சொன்னான். எட்டாவது நாளே பொய் சாட்சி சொன்ன அவன் உடம்புல ஆயிரங்கண்ணு வச்சு செத்துப்போனான். பொதுமக்கள் எல்லாம் சொன்னாங்க... பொய் சாட்சி சொன்னான் ஆயிரம் கண்ணு வச்சு அந்த மாரி கொன்னுப்பிடிச்சி அப்பிடின்னாங்க. அவனும் பொய் சாட்சி சொன்னேன், இப்பிடி சாகிறேன்னு சொல்லிட்டுத்தான் செத்தான்.

டி.எப்.ஓ.வுக்கு அந்தச் சாமியைப் பத்தி என்ன தெரியும். இவன் வீரப்பனைப் பிடிக்க நாடகம் ஆடுபவன்தானே, காவி வேட்டி -காவி சட்டை போட்டுக்கிட்டு செட்டப் போட்டு நடிக்கிறான். காவேரி ஆத்துல எறியச் சொல்லி, ஒரு பையன்கிட்ட குடுத்துவிட்டான் டி.எப்.ஓ. ஆனா, அந்தப் பையன் ஆத்துல வீசலை. ஒரு கல்லுமேல வச்சிட்டு வந்திட்டான். டி.எப்.ஓ. செத்த பிறகு அந்தச் சிலையை எடுத்து வந்து மறுபடியும் கோயிலேயே வச்சிட்டாங்க.

அதோட, இந்த டி.எப்.ஓ. பல்லாயிரக்கணக்கான தலை காவு வாங்கின கோயில்ல ஆடு, கோழி வெட்டப்படாதுனு சொல்லிட்டான். ஒரு ரெண்டு கிடாய் மட்டும் கோயில்ல வெட்டீட்டு, மற்ற ஆடு, கோழியை எல்லாம் அங்கங்கே வெட்டிக்கிற சொல்லிட்டான் இவன். மக்களும் பயந்துகிட்டு இருந்துட்டாங்க. இப்படி மக்களை திசை திருப்பினான்.

அதைத்தான் இப்பவும் பேப்பர்ல போடுறாங்க. டி.எப்.ஓ. சீனிவாசன் மக்களுக்கு நல்லதுதானே செஞ்சான், அவரை எதுக்காக வீரப்பன் சுட்டான்னு?

என் தங்கச்சி செத்தவுடனே இந்த டி.எப்.ஓ.வை எப்படியும் கொல்லணும்னு முடிவு பண்ணினேன். எங்கே வந்தாலும் 100 பேரோடு பெரும்படையோடுதான் வருவான் இவன். அதனால கண்ணிவெடியாலதான் அடிக்கணும்னு கண்ணிவெடிக்கு ரெடி பண்ணினேன். சுமார் 2000 கிலோ உப்பு. ஆமா, 2000 தோட்டா

வெடி மருந்து ரெடி பண்ணிட்டேன். அதாவது அது, ஒரு நாடகம், செட்டப். 300 பேரல்ல 400 பேர் வந்தாலும் உயிரோடு விடக்கூடாது.

ஒரே ஷாட் பிச்சுப்பிடணும் பிச்சு. 4 திசையிலும் அரை கிலோமீட்டருக்கு எவன் வந்தாலும் உயிரோட திரும்பக்கூடாது. அப்பிடி இடமெல்லாம் ரெடிபண்ணிக்கொண்டு வந்து வச்சிருந்தேன்.

அதே டைம்ல என் தம்பி அர்ச்சுனனும் வந்துவிட்டால் அதுக்கு முன்னாடி அவன் காட்ல என்னோட சீரழிய முடியாம அவனே போயி சரணடைஞ்சான்னா... நான் சிதம்பரம் ரேஞ்சரை சுட்டேனே... அதுக்குப் பிறகு சரணடைஞ்சான். எதிரிகள் ரெண்டுபேரை சுட்டதுக்குத்தான் அவன் மேல் கேஸ். கேஸ் முடிஞ்சதும் அவன் வெளியே வந்துட்டான். அப்ப அவன்கிட்ட....

“நீ வெளியே போனா உன் அண்ணன் வீரப்பனைப் புடிச்சுக் கொடுப்பியா''னு கேட்டிருக்காங்க. ''சரி பிடிச்சுக் கொடுக்கிறேன்”னு சொல்லியிருக்கிறான், அனுப்பிவிட்டார்கள்.

கூடப்பிறந்த அண்ணனை, தம்பி காட்டிக்கொடுப்பானா? தெரிய வேணாமா? அவ்வளவு முட்டாள்தனமாகச் சொல்லி அனுப்பினார்கள் போலீஸ்காரர்கள்.

வெளியே வந்த அர்ச்சுனன் தனது பூமியில் விவசாயம் செய்ய அனுமதி கேட்க, அதெல்லாம் முடியாது. “உன் அண்ணனைப் புடுச்சுக் கொடுத்துவிட்டு ஓட்டு” என்று கண்டிப்பா சொல்லி ட்டானுங்க.

அந்த நேரத்துலதான் எங்க தங்கச்சிய கொன்னுப்புட்டாங்க. அந்தச் சமயத்துலதான் அர்ச்சுனன் என்னைத் தேடிக்கொண்டு வந்தான். வந்தவன்.... “அண்ணா அண்ணா நீ சரண்டர் ஆகிவிடு”.

“ஏன்டா அர்ச்சுனா என்னத்தை நினைச்சுக்கிட்டு இதை நீ சொல்றே? நம்ம தங்கச்சியவே கொன்னுப்புட்டாங்க. டி.எப்.ஓ.தான் கொன்னது. இப்ப அவனைக் கொல்ல எல்லா ஏற்பாடும் செஞ்சுப்புட்டேன். எல்லாம் கண்ணிவெடிதான். அவனோட சேர்ந்து எல்லா போலீஸ்காரனும் சாகட்டும். அவ புருஷனையும் கொண்டுபோய் கேஸ் போட்டுட்டு, 4 குழந்தைகளோட நாட்றாம்பாளையத்துலேர்ந்து கூட்டியாந்து இங்கே கொன்னுட்டானுங்க. அதனாலதான் அவனைக் கொல்லப்போறேன்” அப்படீன்னேன்.

''அண்ணா... அண்ணா அப்படியெல்லாம் வேண்டாம். அங்கே இருக்கிற போலீஸ்காரர்கள் எல்லாம் ஒண்ணும் செய்யலை. இந்த டி.எப்.ஓ. பண்ணின வேலைதான். திருட்டுத் துரோகி. அவன் எங்கே கூப்பிட்டாலும் வருவான். வாடா

வீரப்பன் கூப்பிடுறான் அப்பிடீன்னு நான் சொன்னா வருவான். நீ என்ன வேணுமினாலும் செஞ்சுக்க. ஆனா அத்தனை போலீஸ்காரர்களையும் ஒண்ணும் செய்யாதே" அப்டீன்னான் அர்ச்சுனன்.

"சரி கூட்டி வா. எவ்வளவோ மக்களை துண்டந்துண்டமா அறுத்தான். வதை பண்ணினான். அதனால, நானும் அவனை வதை செய்யணும். உயிரோட கூட்டிகிட்டுவா" என்றேன்.

"அதெல்லாம் வேணாம். ஒரு எதிரி அவன். கூட்டி வர்றேன். சுட்டுப்புடு"

"சரி கூட்டிக்கிட்டு வா".

அர்ச்சுனன் போனான். அப்ப காட்டுல 20 நாள் என்கூட அர்ச்சுனன் இருந்தான். 20-ம் நாள்தான் எல்லாம் ஐடியா சொல்லி அனுப்பினேன். இவன் டி.எப்.ஓ.கிட்ட போயி, "20 நாளா தேடிப்புடிச்சு என் அண்ணனைப் பார்த்து புத்தி சொல்லி, அவன் மூளையை மாத்தினேன். சரண்டராக ரெடியாயிட்டான். சில கோரிக்கை இருக்கு. டி.எப்.ஓ.கிட்டே பேசணும்கிறான். நீங்க வந்தா பேசுறம்கிறான்... அப்டீங்க, "ஓ யெஸ் வர்றேன்" அப்பிடின்னு சொல்ல, டி.எப்.ஓ.வைக் கூட்டிக்கிட்டு வந்தான். அவங்களோட ரெண்டு மூணு பேரு பொதுமக்களும் வந்தாங்க.

நாலுபேர் பொதுமக்களைக் கூட்டிக்கிட்டு டி.எப்.ஓ. அங்கேர்ந்து வந்தான். பார்த்தேன். சரி, அடிச்சிடலாம் அப்டீன்னு அடிச்சேன்... விழுந்துட்டான் கீழே. ஒரு பள்ளம் தாண்டும்போது அடிச்சுப்புட்டேன். தண்ணிக்குள்ளேயே விழுந்துட்டான். போயி அவனைத் தூக்கி தரையில போட்டுக்கிட்டு, தலையை மட்டும் தனியா அறுத்து எடுத்திட்டு, ரெண்டு லிட்டர் பெட்ரோல் வச்சிருந்தேன். அதை ஊத்திஅவன் பாடியைக் கொளுத்தினேன். சுட்டபோதே ரெண்டுபேரு ஓடிப்போயிட்டாங்க. மத்த ரெண்டுபேரு பயந்துபோயி நின்னாங்க. உங்களை ஒண்ணும் பண்ணமாட்டேன். நீங்க போங்க. "வீரப்பன் சுட்டு டி.எப்.ஓ. தலையை அறுத்து எடுத்துக்கிட்டுப் போயிட்டான்னு போய் சொல்லுங்க" அப்டீனு அவுங்கள்கிட்ட சொல்லிட்டு தலையைக் கொண்டாந்து தலைமுடியையெல்லாம் பொசுக்கினேன்.

ஏன்னா கவர்ன்மெண்டுக்கு இவன் தலை சிக்கக்கூடாது. துரோகி என் வாழ்க்கையையே கெடுத்து என் தங்கச்சியையும் கொன்னுப்புட்டானே.

ஆயிரம் ஆம்பிளைக்கு அவ கேடு நினைச்சாலும் ஒரு பொண்ணுக்கு பிழைகேடு நினைக்கக்கூடாதுன்னு சாஸ்திரம் சொல்லுது. என் தங்கச்சி சாகும் முன்னாடி அந்த டி.எப்.ஓ. மேல கோபம் இருந்திச்சு. ஆனா, அப்பதான் இவனைச் சுடணும்னு

திட்டமே வந்திச்சு. தம்பி அர்ச்சுனனும் நாங்களும் சேர்ந்துக்கிட்டு நெருப்பு போட்டு டி.எப்.ஓ. தலையைப் பொசுக்கினோம். அப்புறம் 'எறக்கி'ங்கிற பாரஸ்ட்ல, அந்த தலையை வச்சு, நீ செஞ்ச பாவங்களுக்காக இந்த பாரஸ்ட்டில் நீ காவலுக்கு இருன்னு வச்சிட்டு வந்துட்டோம்.

சிலநாள் கழிச்சு, மாடு மேய்ப்பவர்கள் சொன்னாங்க. தலை மட்டும் கிடக்குதுனு சொன்னாங்க. "அது இருக்கட்டும்டா... அவரு அதிகாரி இல்லையா? காட்டுக்கு காவலுக்கு இருக்கிறார்" அப்பிடீன்னு சொன்னேன்.

அதற்கப்புறம் மிலிட்டரிக்காரங்க போலீஸ்காரங்க எல்லாம் வந்த பிறகு "எங்கேடா கிடக்கு தலை?"னு மாட்டுக்காரர்களிடம் கேட்டுத் தெரிஞ்சு எடுத்துக்கிட்டுப் போயிருக்காங்க.

அதோட முடிஞ்சது டி.எப்.ஓ. கதை.

ஒகேனக்கல் பிரச்சினை அப்படி -அதாவது சப்-இன்ஸ்பெக்டர்களை அடிச்சது.

ரெண்டாவது, தங்கச்சியக் கொன்னதுக்காக டி.எப்.ஓ.வைச் சுட்டது.

அப்பதான்...

30

ராமாபுரம் போலீஸ் ஸ்டேஷன்ல 7 பேரை கொன்னேன்...!

கர்நாடகா ஸ்டேட்டுக்கும் தமிழ்நாட்டுக்கும் தண்ணீர் பிரச்சினை உண்டாச்சு. ரொம்ப பற்றாக்குறையா இருக்குனு கர்நாடகாவிடம் ஜெயலலிதா தண்ணி கேட்டாள்.

தண்ணீர் கேட்டா, கொடுக்க விருப்பமிருந்தா கொடுக்கணும், இல்லையினா இல்லைன்னு சொல்லிட்டு போகவேண்டியதுதானே நியாயம். பசி, பட்டினிக்காக பஞ்சம் பிழைக்க வந்த அப்பாவி மக்களை அழிக்கிறதில் என்ன நியாயம்?

கர்நாடக அரசாங்கம் அரக்கர்களை ஏவி விட்டு, நம்ம தமிழர்களை பயங்கரமா அடிச்சு ரணம் பண்ணி, வீடுகளுக்கு நெருப்பு வச்சு... ஆயிரக்கணக்கான பெண்களை கற்பழிச்சு... அதாவது தாயைக் கற்பழிச்சு கொன்னு போட்டு, அழுதுகிட்டுப் போன குழந்தையைக் கொன்னு வீட்டுக்கு தீ வச்சு, அந்தக் குழந்தையைத் தூக்கி நெருப்புல போட்டிருக்கானுங்க பாவிங்க.

வெட்றதும், குத்துறதும், கற்பழிக்கிறதுமா ஒரு இருநூறு கொலைக்கு மேல பயங்கரமான அட்டூழியம். ஒரு பொண்ணோட ஒரு பக்கத்து மார்பை மட்டும் அறுத்துட்டானுக. ஒரு லட்சம் பேருக்கு மேல தமிழ் மக்கள் அங்கேர்ந்து அகதிகளாக இங்கே வந்தாங்க. கொடுமை தாங்காமல் ஓடியாந்தாங்க. ஐயா, எங்களை காப்பாத்துங்கனு போலீஸ் ஸ்டேஷன் போனா, அவனுங்க -போலீஸ்காரனுங்க புடிச்சு கற்பழிக்கிறது, "அங்கேர்ந்து என்னடி போட்டுக்கினு வந்தீங்க. சும்மாதானே வந்தீங்க, சும்மாவே ஓடுங்க" அப்படினு விரட்டுறது இதெல்லாம் நான் காதில் கேட்டேன். பயங்கரமான வெறி. வெக்காளி நாமளும்

ராமாபுரம் ஸ்டேஷன்

போயி சுடலாம்னு ஆத்திரம்.

பார்த்தேன். ராமாபுரம் ஸ்டேஷன்தான் பக்கமா இருந்தது. போயி ராமாபுரம் ஸ்டேஷனை அடிச்சேன். அட, தமிழனா இருக்கட்டும் யாராக இருக்கட்டும்.... மனுஷனில்லையா. இருநூறு பேரை கொன்னுட்டீங்களே பாதகத் துரோகிகளா.

ஒரு ரிடையர்ட் மிலிட்டரி அதிகாரி. அவர் மகளுக்கு 15 வயசு. அந்தப் பொண்ணை தகப்பனுக்கு முன்னாடி நேரடியாக கற்பழிச்சிருக்கானுக. பேப்பர்ல பார்த்தேன். பேரெல்லாம் மறந்துபோச்சு. அவன்கிட்ட -மிலிட்ரிக்காரன்கிட்ட துப்பாக்கி இல்லை. இருந்திருந்தா போட்டுத் தள்ளியிருப்பான்.

இப்பிடி எவ்வளவோ அக்கிரமம். இவனுங்க -போலீஸ்காரனுங்க ஏன் தடுக்கலை. அதுதான் ராமாபுரம் போலீஸ் ஸ்டேஷனை அடிச்சது. 7 பேரை கொன்னுப்புட்டு அங்கிருந்த துப்பாக்கியையெல்லாம் புடுங்கிக்கிட்டு வந்தேன்.

அது அப்பிடியாயிப் போச்சா!

31

உன்னைச் சுடவா... அல்லது கூட்டி வருகிறாயா?

கர்நாடகாவில நல்லூர் கிராமம். அங்கே உள்ளவங்க எல்லாம் நம்ம தமிழ்க்காரங்க. அங்கே ஒரு சப்-இன்ஸ்பெக்டர் அவன் பெயர் சகீல் அகமது. ஒரு எஸ்.பி. அவன் பெயர் ஹரிகிருஷ்ணன். அவங்க ரெண்டுபேருக்கும் போலீஸ் படையைக் கொடுத்து ஏ.கே.47 எல்லாம் கொடுத்திருந்தானுங்க. படுபாதகத் துரோகிங்க. ஒரு தப்பு செய்தவனை தேடுங்க. புடிங்க. சரி, ஆனா பொதுமக்களை அடிக்க, கற்பழிக்க என்ன காரணம். கல்யாணம் ஆகாத 4 பசங்களை புடிச்சுக்கிட்டுப் போனாங்க. கொண்டுபோயி மக்காநாளே சுட்டுப்பிட்டானுங்க. அந்தப் பசங்க எதுக்குமே வராத நல்ல பசங்க. அவங்களைச் சுடலாமா?

கர்நாடக போலீசுக்கு தமிழன் அப்படீன்னா வெறி. 4 பேரை சுட்டு, மூணுநாள் கழிச்சு நல்லூர் கிராமத்துக்கே லாரியில கொண்டாந்து நடுரோட்ல பிணங்களைத் தூக்கி வீசி "அடியே வாங்கடி தமிழ்த் தேவடியாளுகளா?"னு போட்டுட்டு, அந்தக் கிராமத்துக்கே நெருப்பு வச்சிட்டாங்க. அந்தக் கிராமத்துல உள்ளவங்க சிலர் வந்து சொன்னாங்க. அங்கேயும் பொய அராஜகம். ஏகப்பட்ட பெண்களைக் கற்பழிச்சிருக்காங்க.

ஒரு நாலஞ்சு பேர் ஓடிவந்து என்னோட சேர்ந்துக்கிட்டாங்க. எங்க பொண்டாட்டி புள்ளைகளை கற்பழிச்சு சித்ரவதை செஞ்சுப்புட்டானுக. ''அவங்களைச் சுட்டுக் கொன்னுட்டு நாங்களும் சாகணும்'' அப்பிடின்னாங்க. அதுக்குப் பின்னாடிதான்

கூறு கட்டி சகீல் அகமது, சப்-இன்ஸ்பெக்டர், ஹரிகிருஷ்ணன், எஸ்.பி., அவனோட வந்த படையையும் சுட்டது. எப்படின்னா...

ராமாவரத்திலிருந்து கொப்பம் வரும் வழியில், திட்டம் போட்டு நானே வரவழைச்சு கொன்னேன்.

இந்த அரக்கர்களை எப்படி அழிப்பது என்று யோசனை பண்ணினேன். ஒரு சி.ஐ.டி. ஒருத்தன் இருந்தான். அதாவது இன்பார்மர். அவனுங்கதான் குருநாதனைப் புடிச்சுக் கொடுத்தது. அந்த இன்பார்மர்கிட்ட ஆனைக்கொம்பு இருபது கிலோவைக் கொண்டுபோய் குருநாதன் கொடுத்திருக்கிறான். அவன் யாரையோ புடிச்சு விற்றுக் கொடுத்திருக்கிறான். வாங்கி, அவனுக்கும் கொஞ்சம் கொடுத்திட்டு, இவனும் வந்திட்டான்.

அந்த நம்பிக்கையில நம்ப ஆளு நெருங்கிப் பழகிவிட்டான். “துப்பாக்கி வேணும். ஏ.கே.47 ஏதாச்சும் வாங்கிக் கொடுக்கிற பார்ட்டி இருந்தா கூட்டிக்கிட்டு வா பணம் கொடுத்திடலாம் அப்டீங்க... “சரி வாங்கித் தர்றேன்”னு நேரே போனதும், “வீரப்ப னோட மெயினான ஆளு குருநாதன்னு பேரு. அவனைத்தான் போலீஸ் தேடுது. இப்ப நம்ம வீட்லதான் இருக்கிறான். ஏ.கே.47 துப்பாக்கி வேணுமாம்” அப்டீன்னு சொல்ல... அடடே... நல்ல ஐடியா... சேட்டுகிட்ட சொல்லியிருக்கிறேன். சேட்டு துப்பாக்கி எடுத்துக்கிட்டு வர்றாரு அப்படின்னு சொல்லு. நாங்க சேட்டு வேஷம் போட்டுகினு வர்றோம்னு எஸ்.பி.ஹரிகிருஷ்ணனும் சகில் அகமது சப்-இன்ஸ்பெக்டரும் சொல்லிவிட்டாங்க. இவனும் வந்து குருநாதனிடம் “நாளைக்கு 12 மணிக்க சேட்டு, கையோட ஏ.கே.47 எடுத்துக்கிட்டு வர்றாரு. நீ அதைப் பார்த்து விலைபேசி எடுத்துக்க” சரினு சொல்லி குருநாதன் நிஜமாகவே நம்பி இருந்துட்டான்.

அது ஒரு வில்லேஜ். சுற்றி அடங்காடு. இருந்திருக்கிறான். மறுநாள் 12 மணிக்கு வெள்ளை அம்பாசிடர் வந்து நின்னுருக்கு. எஸ்.பி., சப்.-இன்ஸ்பெக்டர், 3 போலீஸ்காரங்க... ஆக 5 பேரு வந்திருக்காங்க. ஏ.கே.47 எடுத்துக்கினு, பிஸ்டல் இடுப்புல சொருகிகிட்டு, எல்லாத்தையும் கழட்டிப்பிட்டு ஏ.கே.47-னை சும்மா வச்சிருக்காங்க. ரோட்டுக்கும் வீட்டுக்கும் ஒரு அரை பர்லாங்கு. காரைத்தான் எதிர்பார்த்துக்கிட்டு இருக்காங்களே... காரு வந்திருச்சு, வாக போகலாம்னு குருநாதனைக் கூட்டிக்கிட்டு வந்திருக்கான் இன்பார்மர். கார்ல இருந்தவங்க ‘சேட்’ வேஷத்துல இருந்திருக்கானுங்க.

‘‘வாங்க... வாங்க... நீங்கதான் குருநாதனா? வெளியே நிக்காதீங்க காருக்குள்ள வாங்க’’.

இவனும் காருக்குள்ள புகுந்து உட்காந்துக்கிட்டான். விலை பேசியிருக்கானுங்க. அப்புறம் “இந்தத் துப்பாக்கி எதுக்குங்க?”

அப்பிடினு கேட்க...

குருநாதன், "அந்த வெக்காளி... சகீல் அகமது இருக்கானே அவன் ஏகப்பட்ட பொண்ணுகளை கற்பழிச்சிட்டான். அவனை சுடத்தான்..." அப்டீன்னானாம். அப்பிடியா... கேட்டபடியே பிஸ்டலை இடுப்பிலேர்ந்து உருவி, குருநாதன் காதுல வச்சுக்கிட்டான். "நானேதான் சகில் அகமது. என்னை யாருன்னு நினைச்சுக்கிட்டே?" உடனே மத்தவங்க இவன் கையை மடக்கிப் புடுச்சுக்கிட்டாங்க. என்ன செய்ய முடியும்? ஆளை மடக்கி, புடுச்சுக்கிட்டுப் போயி அப்பிடியே சுட்டுப்பிட்டானுங்க.

அந்த இன்பார்மரை நான் புடிக்க நினைச்சேன். இவன் மூலமாத்தான் சகில் அகமதை வரவழைக்கணும்னு ஒரு ஐடியா பண்ணினேன். முப்பது பேரு நாங்க புறப்பட்டோம். அவங்க வீட்ல எந்த நேரமும் எட்டுபேர், பத்து பேர் இருப்பாங்க. ராம நாயக்கர், அண்ணன்-தம்பி அஞ்சாறு பேரு. அப்பிடியே வீட்டைச் சுற்றி வளைச்சுக்கிட்டேன். மளமளன்னு வீட்டுக்குள்ள போயி பூராத்தையம் கையைக் கட்டிப்பிட்டேன். அஞ்சு பேரு ஆம்புளைங்க.

"நான் யாருன்னு தெரியுமா?"

"தெரியாது"

"நான்தான் வீரப்பன். அதாவது என்னுடைய சிஷ்யனைத்தான் நீ கொன்னது. குருநாதன் என் தோழன். அவன் குரு நான்தான். உனக்கு என்ன பாவம் செஞ்சான். நம்புனவனுக்கு துரோகம் செஞ்சுப்புட்டியே. பணத்துக்காகத்தானே அந்தப் பாவத்தைச் செஞ்சே. இப்ப உன் உயிரைக் காப்பாத்துறதுக்காக சகீல் அகமதை கொண்டாந்து என்கிட்ட கொடு. அப்படி கூட்டிவந்து விட்டால் உன் குடும்பம் தப்பும். இல்லைனா உன் குடும்பத்தைச் சுடுவேன் . சுடவா அல்லது கூட்டி வருகிறாயா?"

"கூட்டி வருகிறேன்"

"ரைட்! அவன் போலீஸ் ஸ்டேனுக்குப் போய் வந்து கொண்டிருப்பது எனக்குத் தெரியும். அவனுங்க நம்பியிருக் கானுங்க. குருநாதனைப் புடிச்சுக் கொடுத்துட்டான். இனி அர்ச்சுனன் அப்புறம் வீரப்பன் அப்டீன்னு நம்பிக்கிட்டிருக் கானுங்க. நிறைய நிறைய காசெல்லாம் அவங்களுக்கு செலவுக்கு கொடுத்து இப்பிடி இருக்கு.

அதனால எனக்குத் தெரியும். இவன் போய் சொன்னா சகில் அகமது வருவான்னு, அதனாலதான் இந்த 5 பேரையும் கிட்நாப் பண்ணுனேன்.

"வீட்டாண்ட இருங்க நான் போய் கூட்டி வர்றேன்"னான்.

"அதெல்லாம் வேண்டாம். நன் சொல்றதை நீ கேளு. 4 ஆளு

எஸ்.ஐ. சகீல் அகமது

என் கஸ்டடியில இருக்கணும். உன் ஒரு ஆளை -நீதானே மெயின் ஆளு. சி.ஐ.டி. சரி, இந்த 4 பேரையும் 300 கிலோமீட்டருக்கு அந்தப் பக்கம் கொண்டுபோயி வச்சுக்கிறேன். சொல்லு, நீ அவனுங்களை எப்படிக் கூட்டி வருவாய்? உனக்கு ஐடியா சொல்லிக் கொடுக்கிறேன் கேளு. அர்ச்சுனன், குழந்தான் ரெண்டு பேரும் 40 கிலோ யானைத்தந்தம் எடுத்துக்கிட்டு இப்ப என்கிட்ட வந்தாங்க. இதை வித்துக்குடுப்பானு கேட்டாங்க. நான் குருநாதனைப் புடிச்சுக் கொடுத்தது அவங்களுக்குத் தெரியாது. வித்துக்கொடு, செலவுக்குப் பணமில்லைனு சொன்னாங்க. சரி வீட்டாண்ட இருங்க, நான் போயி பார்ட்டி சேட்டைக் கூட்டிக்கிட்டு வர்றேன்னு சொன்னேன். ஐயையோ எங்க குருநாதனை இப்பிடித்தான் யாரோ சுட்டுப்பிட்டாங்கனு எங்களுக்குப் பயமா இருக்குது. இங்கே வேண்டாம். நாங்க ராமாவரத்திலேர்ந்து கொப்பம் வர்ற ரோட்ல 30 மைல் பெருங்காட்ல தார்ரோடு, அதுல வர்றோம். வெள்ளை அம்பா சிடர்ல வாங்க. நாங்க சைடுல இருந்தே பார்த்துக்கிட்டிருக் கிறோம். நாங்க சிக்னல் கொடுக்குறோம். 'டக்'குனு நிறுத்திக் கிடுங்க. எடைக் கல்லெல்லாம் கொண்டுவாங்க. அங்கேயே எடையைப் போட்டுட்டு காசை கொடுங்க அப்டீன்னு சொல்லி யிருக்காங்க. ஒண்ணுமில்லை... வெறும் கையோடதான் வந்திருக்காங்க. ஒரு ஆளு கொம்பை வைத்திருக்கான். ஒரு ஆளு மரத்தடியை வச்சிருக்கான் வேற ஒண்ணும் கிடையாது அப்டீன்னு சொல்லி கூட்டிவா, இல்லைனா இந்த 4 பேரை சுட்டுப்பிடுவேன் என்ன சொல்கிறாய்?" என்றேன்.

32

எஸ்.பி.ஹரிகிருஷ்ணனும் எஸ்.ஐ. சகீல் அகமதுவும் காலி!

சகீல் அகமதுவையும், ஹரிகிருஷ்ணன் எஸ்.பி.யையும் எங்கே வேண்டுமானாலும் கூட்டி வர்றேன்னான் அந்த இன்பார்மர்.

ஒருநாள் போகட்டும்... மறுநாள் 12 மணியிலிருந்து 3 மணிக்குள்ள வெள்ளைக் கார்ல கட்டாயம் வரணும்... வரலைனா உங்க 4 ஆளு தலையும் ரோட்ல இருக்கும். எடுத்துக்கிட்டுப் போகலாம்" அப்டீன்னேன்.

உடனே போயி சகீல் அகமதுகிட்ட சொல்லியிருக்கிறான். நான் எப்படி சொன்னேனோ அப்பிடியே... இல்லையானா இந்த 4 பேர் உயிர் போய்விடுமே. கூடப்பிறந்த அண்ணன்-தம்பியாச்சே விடுவானா?

அப்ப ஹரிகிருஷ்ணன் பெங்களூர்ல இருந்திருக்காரு. இங்கிருந்து அடிச்சிருக்கானுங்க. ஒயர்லெஸ்ல கேட்டுட்டு பறந்துதான் வந்திருக்கான். எல்லாம் வந்து கூடிட்டானுங்க.

அவனுங்க சந்தேகப்பட்டுகேட்டிருக்கானுக. டி.எப்.ஓ.வை முதல்ல கூப்பிட்டு சுட்டுப்பிட்டான். இப்ப இவன் இப்படிச் சொல்றேனேனிட்டு, "ஏண்டா... என்ன?"

"இல்லீங்கய்யா, நான் யானைக் கொம்பைப் பார்த்தேனுங்க."

இவன், எஸ்.பி., மூணு போலீஸ்காரனுங்க. அஞ்சுபேருக்கும் அஞ்சு துப்பாக்கி. ரெடியா வச்சுக்கிட்டு வில்மேல் கை

ஹரிகிருஷ்ணன் எஸ்.பி. வண்டியை ஓட்டிக்கிட்டு வர்றான். நாங்க சுடுவம்னு சொல்லலை. சொன்னா இவனும் செத்துப்போயிடுவம்னு நினைப்பானே. ஆனா, இவனையும்

எஸ்.பி. ஹரிகிருஷ்ணன்

எஸ்.ஐ. சகீல் அகமது

சுடணும்கிறதுதான் எங்க பிளான். இந்த துரோகியை விடுவமா? சொன்னபடியே சிகப்புச் சட்டை போட்டு, லெப்ட் சைட்ல கதவுல கையை மடக்கி வச்சுக்கிட்டு, எஸ்.பி. ஓட்டிக்கிட்டு வர்றான். இன்பார்மரைத்தான் கொல்லணும். அவன் அண்ணன் தம்பி 4 பேரை கொல்ற எண்ணம் இல்லை.

எல்லாம் கரெக்ட்டா செட்டப் பண்ணிட்டு, கரெக்ட்டா காத்திருந்தோம் 30 பேரும். அப்ப ஒரு லாரி போச்சு. போலீஸ்காரன்தான் ஓட்டிக்கிட்டுப் போனான். நான் ஒரு இடத்துல படுத்தபடியே பார்த்துக்கிட்டிருந்தேன். என்னடா, காரைக் காணும் லாரி மட்டும் போகுதே? லாரிக்காரன் போயி, ரோட்ல கல்லுகில்லு இல்லை, யாரையும் காணும்னு சொல்லி யிருக்கிறான். லாரியும் அவனுங்க செட்-அப்தான். எங்களை வளைச்சுப் புடிக்க.

இவனுங்க கார்ல வர... பின்னாடியே லைலாண்ட் லாரி பனியன் ஜட்டியோட யூனிபார்ம் இல்லாமல் துப்பாக்கி தோட்டாவோட லாரி நிறைய போலீஸ். லாரி பாடியை தார்பாய் போட்டு மூடிப்பிட்டானுங்க. 60 பேர் போலீஸ்காரனுங்க.

கார்ல 5 பேர். மிஷின்கன்னோட ஒருத்தன், இந்த ஆள்காட்டி. அவனுங்களும் ரெடியாத்தான் வந்தானுங்க. நாங்களும் ரெடியாத்தான் உட்கார்ந்திருந்தோம். சிக்னலுக்கு ஆள் வச்சிருந்தேன். சிக்னல் கிடைச்சதும் எல்லாரும் துப்பாக்கியைத் தூக்கிட்டு ரெடியாயிட்டோம்.

ஒரு டர்ன். அதுல திரும்பினாத்தான் நாங்க வச்சிருந்த கல்லைப் பாக்க முடியும். அந்த டர்னில் கார் திரும்பிச்சு. கல்லைப்

பார்த்ததும் ஹரிகிருஷ்ண எஸ்.பி. எட்டிப் பார்த்தான். சகீல் அகமது மடிமேல ரெடியா மெஷின் கன்னு. இரண்டுபேருக்கும் கழுத்துக்கு மேலதான் தெரிஞ்சது. அடிச்சேன். தலைமேல, சகீல் அகமதுக்கு வாய்வழியா தலையை பேத்துக்கினு போச்சு. அவனுக்கு சைடுல ரெண்டுபேரும். அப்படியே மலந்திட்டானுங்க. காரும் அப்படியே போச்சு. அப்பவே பின்னாடியே லாரி வந்துச்சு. நின்னுச்சு. ஒரு இன்ஸ்பெக்டர் குதிச்சான். இறங்கின உடனே "அடி...அடி...சூட்" அப்டீன்னு கன்னடத்துல கத்தினான்.

கார் மல்லாந்து கிடக்கு. கார்ல இருந்த 6 பேரும் காலி. கார்ல அடிச்சா என்னா ஆகும் பகுதி பிச்சுக்கிட்டுப் போச்சு. காரைப் பார்த்ததும் அந்த இன்ஸ்பெக்டர் முன்னே குதிச்சான். அறிவு வேணாம். போலீஸ்காரன் டிரெய்னிங்கை பாரு... சரி கார்ல இருந்த அத்தனைபேரையும் போட்டுட்டானுகளே, முன்னாடி குதிக்கலாமானு அறிவு வேணாமா? குதிச்சான். குதிச்ச உடனே நம்ம பையன் உட்டான் ஒரு ஈடு. அப்பிடியே கவுந்து விழுந்தான். லாரியில அத்தனை போலீஸ்காரனுங்க துப்பாக்கியைத் தூக்கிட்டானுங்க. அவனுங்க அடிக்க... நாங்க அடிக்க லாரியில இருந்ததில... மூணே மூணு பேரு மட்டும்... அவனுங்களும் தப்பிச்சு

ஓடிப்போயிட்டானுங்க. இறங்கி குதிச்ச ஓடினானுங்க. அதுல குறைந்தது அந்த இடத்துல 30-க்கும் மேல செத்துருக்கும். ஆஸ்பத்திரியில கொண்டுபோயி எத்தனை பிழைச்சதோ தெரியாது.

சண்டை மூணுமணி நேரம் நடந்தது. லாரிக்கு பின்னால நின்னு, பாறைக்குப் பின்னால நின்னு அவங்களும் பயங்கரமா அடிச்சாங்க. அவங்க கண்ணை மூடிக்கிட்டு சுடுறான். நாங்க ஆளைப் பார்த்தா மட்டும் சுடுறோம். அங்கே தோட்டா வெல்லாம் குவிஞ்சுக் கிடந்துச்சு. அதுக்கப்புறம் ஒரு ரூட்டு பஸ் வந்துச்சு. கால் இந்து, கை இழந்து, பேச்சு மூச்சு இல்லாமல் செத்துக் கிடக்கிறது இப்படி கோரமா கிடக்கிறாங்க.

பஸ்சில வந்த பொதுமக்கள் இறங்கி இவங்களையெல்லாம் தூக்கிப் போட்டாங்க. பொதுமக்கள் மேல சுடப்பிடாதுன்னு சும்மாவே பார்த்துக்கினு இருந்தோம். பஸ் போயிடுச்சு. அப்பவும் மூணு போலீஸ்காரனுங்களை பஸ் கொள்ளாமல் போட்டுட்டு போயிட்டாங்க. பஸ்சில் ஒரு முப்பது டிக்கெட் இருந்திருக்கும். இவங்க 65 டிக்கெட். பஸ் எப்படி கொள்ளும். அவங்க சுட்டதில, இதுவரைக்கும் சண்டையில, ஒரு மயிர்க்காலைக் கூட பறிச்சது கிடையாது. சரீன்னு போய்ப் பார்த்தோம். ரெண்டு போலீஸ்காரனுங்க அரை உயிரோட கிடந்தானுங்க.

ரைபிள், தோட்டா இப்பிடி கொஞ்சம் ஆயுதமும் அங்கே கிடைச்சது. இப்படித்தான் ஹரிகிருஷ்ணன், சகீல் அகமது கதை முடிஞ்சது.

அதுக்குப் பின்னாடி....

கொஞ்ச நாள் ஆச்சு...

33. கோபாலகிருஷ்ணனுடைய வரலாறு இப்படி!

ஆடு திருடி கோபாலகிருஷ்ணன். அவன் கதைய பெரிய விளக்கமா சொல்றேன் கேளுங்க.

நாட்டு மக்களுக்கெல்லாம் சொல்ல வேண்டிய ஒரு விஷயம். பொய் சொல்லக்கூடாது. பொய் சொன்னா கடவுள் நம்மளை அழிச்சிப்பிடும். போலீஸ்காரன் பொய் சொல்வான். நமக்கு பொய் சொல்ல வேண்டிய அவசியம் கிடையாது. நடந்த கதையை அப்படியே சொல்லிட்டுப் போகவேண்டியது தான்.

அரசியல்வாதிகள் மாதிரி, போலீஸ் மாதிரி ஆயிரம் பித்தலாட்டம் செய்துட்டு மறைக்க மாட்டேன். நான் பாவத்துக்கு கொலை செய்யமாட்டேன். பழி வாங்கியவனை விடமாட்டேன். எனக்காக செய்தது கால்பாகம், மக்களுக்காக செய்ததுதான் முழுபாகம். எவ்வளவோ நடந்தது. ஆயிரம் நடந்ததில் ஒன்றை முக்கியமானதைத்தான் சொல்லிக்கிட்டு வர்றேன்.

இப்ப கோபாலகிருஷ்ணனுக்கு வர்றேன்.

இந்த கோபாலகிருஷ்ணனை சந்தனக்கட்டை பீரியட்லயே போட்டிருந்தாங்க. அப்பவெல்லாம் வந்து சந்தனக்கட்டைகளை எடுத்துக்கிட்டுப் போவான். கொஞ்சநாள் ஆச்சு. இந்த ஜெயலலிதா ஆட்சிக்கு வந்தாள். அவ வந்த பிறகு இவனை மாத்திப்பிட்டாள். போனாலும் இவனால சும்மா இருக்க முடியலை. இவன் இங்கே இருக்கும்போது ஒரு ஆயிரம் ஆட்டையாச்சும் தின்னிருப்பான். எல்லாம் பொதுமக்கள் ஆடுதான். காசு கொடுத்து வாங்கிச் சாப்பிட்டிருந்தால் அவனுக்கு கண்ணிவெடி வைப்பேனா...

முன்னாடியே சொன்னேனே... அந்த ஏரியாவுல 100, 50, 200-ன்னு ஆடு வச்சிருப்பாங்க. பாரஸ்ட்காரனுக்கு மாமூல் கொடுத்து ஆடு மேய்ப்பாங்க. ஏழைகள் கூட ஒரு பத்து, இருபது ஆடு வச்சிருப்பாங்க.

இவன் -கோபாலகிருஷ்ணன் என்ன பண்ணுவான். ஒரு 50 போலீஸ்காரனைக் கூட்டிக்கிட்டு வீரப்பனை தேடுறம்னு வருவான். வரும்போது ஆடுகளைக் கண்டால் 20, 15-ன்னு பிடிப்பான். காலைக்கட்டி வண்டியில கொண்டுவந்து போடுவான். வீட்டுக்கு கொண்டுகிட்டு போயிடுவான். தினமும் 2 ஆடு, 3 ஆடு வெட்டி வெட்டி தின்பான். கொண்டுபோனதும் முடிஞ்சுப் போச்சுனா திரும்ப வருவான் ஆடுதேடி. அப்பிடி ஆட்டைத் தேடி வரும்போது பொதுமக்கள் "அய்யா அய்யா நாங்க ரொம்ப ஏழைங்க அய்யா... நாங்க ஏதோ வாரத்துக்கு ஆ்டு மேய்ச்சு குட்டி கிடைக்கும்னு எங்க வாயில மண்ணு போடாதிய அய்யா"னு சொன்னா அவுங்களை குரல்வளையில காலை வச்சு அடிஅடி அடியினு அடிச்சு, கால் கையை ஒடிச்சு வண்டியில தூக்கிப் போட்டுக்கிட்டு போயிடுவான். கொண்டு போய் என்ன பண்றது?

கோபாலகிருஷ்ணனுக்கு பட்டா நிலம் இருந்துச்சு. அதுல புதுசா கிணறு வெட்டினான். அதுக்காக இப்படியே அடிச்சு 30, 40 ஜனங்களை அங்கே கொண்டுக்கிட்டுப் போயிட்டான். பொழுதன்னைக்கும் கடப்பாறை எடுத்து கிணறு வெட்ட வேண்டியதுதான். எல்லாம் கூலிக்கு வேலை செஞ்சு பிழைக்கிறவங்க. ஒவ்வொருத்தருக்கும் 4 மக்கள், 5 மக்கள். அவங்க ஆடு, மாடுகளையும் தின்னுப்புட்டு இப்பிடியும் அட்டகாசம் தாங்க முடியலை. ஒரு எஸ்.பி. என்ன செய்யணும், தவறு செஞ்சவனை புடுச்சுக்கிட்டுப் போயி அரசாங்கத்துக்கிட்ட ஒப்படைக்கணும். அது அவனுக்கு மதிப்பு. ஆனா இவன்?

அதாவது... சேவி... ஒரு அப்பாவி. அவன் பொண்டாட்டி இன்னமும் அழுகிறாள். ஆடு மேய்ச்சுக்கிட்டிருந்த அவனைக் கொண்டுபோயி ஊஞ்ச மரத்துல கட்டி சுட்டுவிட்டான். சேவி ஆட்டை முதல்ல ஒரு பத்து ஆட்டை புடுச்சுக்கிட்டுப் போயிட் டான். அதுக்கப்புறம் ஒரு சி.ஐ.டி. சேவிகிட்ட வந்து என்னை (வீரப்பனை) உயர்வாகவும், அவனை (கோபாலகிருஷ்ணனை) தாழ்வாகவும் பேசியிருக்கிறான். அப்ப சேவி, "இவன் கிடக்கிறான். நானே ஒரு ஏழை. என்னோட 10 ஆடுகளைக் கொண்டுபோயி தின்னுப்புட்டான். இவனெல்லாம் ஒரு ஆபீசரா? அயோக்கிப் பய... ஆடு திருட்டுப்பய"னு சேவி கோபமா பேசிப்பிட்டான்.

அந்த இன்பார்மர் போயி நேரா கோபாலகிருஷ்ணன்கிட்ட "இந்த மாதிரி சேவி சொன்னாய்யா"னு சொல்லிப்பிட்டான்

எஸ்.பி. கராத்தே கோபாலகிருஷ்ணன்

கோபாலகிருஷ்ணன். நேர வந்தான்... 'யார்ரா சேவி?"

"ஏங்கய்யா நான்தாங்க"

"இவனைக் கொண்டுபோய் ஊஞ்ச மரத்துல கட்டுங்கடா" அப்படீன்னான். கட்டுனாங்க. அடிச்சான் மூணு ஈடு... அந்த சேவி தலைல. பொறவு பாடியை அவுத்து, துண்டு துண்டா வெட்டி, கல்லைக் கட்டி ஆத்துல தூக்கிப் போட்டுட்டு போயிட்டானுங்க. ஆத்து ஓரத்துலதான் அவன் வீடு. சேவியை அப்பிடிக் கொன்னான்.

அப்புறம் இன்னொருத்தன்... அவன் பேரு நெருப்பூர்க்காரன், மீசைக்கார கோவிந்தன். அவன் பாவம் தர்மபுரி ஆஸ்பத்திரியில படுத்துக்கிடந்தான். அவனைப் புடிச்சுக்கிட்டுப் போயி ஏற்காட்டு மலையில சுட்டுக்கொன்னு, எரிச்சுப்பிட்டான். இவன் ஆளைப் புடிக்குமுன்னே, தாக்க சொல்லி அனுப்பிடுவான், கட்டையை வெட்டி ரெடியா அடுக்கி வையுங்கனு. ஆளைக் கொண்டுபோக வேண்டியது. படபடனு சுடவேண்டியது... தூக்கிப்போட்டு தீ வச்சு எரிச்சுப்புட்டு வரவேண்டியது... அப்படித்தான் நெருப்பூர் கோவிந்தன் கதை.

அப்புறம்...

பூசைக்கன்னினு ஒரு பொம்பளை. அவளுடைய சக்களத்தியா மகன். அவன் பேரு சந்திரன். அவன் இன்பார்மர் வேலை செஞ்சுக்கிட்டு அவள் கூடவே திரிஞ்சான். என்ன நடந்ததோ தெரியலை. அவனையும் அப்பிடித்தான் கொண்டுபோயி, ஏற்காடு மலையில வச்சு சுட்டு எரிச்சுப்பிட்டான்.

அப்பாலே, இன்னொரு பையன் அவன் பேரு சேகர். அவன்தான் 60 டன் சந்தனக்கட்டையை புடிச்சுக்குடுத்தவன் எம்.எல்.ஏ. நாச்சிமுத்து. இந்தப் படவாதான் அதுக்கு தூது. இந்தக் கேடி படவா ஓடிப்போயிட்டான். இவனுக்கும் எனக்கும் விரோதம் வந்ததை அப்பாலே சொல்றேன்.

எந்த இடத்துல விட்டேன். சேகர் பையன். அவனைத்தான் கட்டைக்கு காவலுக்கு வச்சிருந்தது. கட்டையைக் காட்டிக் கொடுத்தா நிறையப் பணம் கிடைக்கும்னு... படையாச்சி புத்தியைப் பாரு... அந்தக் காலத்துல சொன்னாங்க. அதாவது பறையனும் படையாச்சியும் ஏர் ஓட்டிக்கிட்டிருந்தாங்களாம். மழை வந்திருச்சாம். பறையன் இடுப்புல இருந்த வேட்டியை அவுத்து தலையில போர்த்திக்கிட்டான். இந்தப் படையாச்சி என்ன பண்ணினான். தன்னோட வேட்டியை கொண்டுபோயி புதைச்சுவிட்டானாம். மழைவிட்ட பிறகு எடுத்துக்கலாம்னு புதைச்சுப்பிட்டு, பறையன் புடுக்குக்கு கீழே உக்காந்துகிட்டானாம். அந்த மாதிரி படையாச்சிபுத்தி.

60 டன் சந்தனக் கட்டையை வித்திருந்தா இவனுக்கு எவ்வளவோ பணம் கிடைச்சிருக்கும். இவனும் பிழைச்சிருப்பான். போலீஸ்காரனுக்கு பெத்த தாயுமில்லை செத்த நாயுமில்லை. பெத்த தாயையே பெண்டாளக்கூடிய துரோகிகள் அவனுங்க. அந்த அரக்கன்கிட்ட சொல்லி புடிச்சுக் கொடுத்தான். அதுக்கு முன்னாடி இந்தப் பையன், நாச்சிமுத்து லாரியை துடைச்சுக்கிட்டு இருந்த இவன். அவன் இவனை “இங்கே வாடா சேகர்... கட்டையைப் புடுச்சுக் கொடு. வீரப்பனைப் புடுச்சுக் கொடு... உன் விருப்பப்படி ஜெயலலிதாகூட நடிக்க வைக்கிறோம்”னு சொல்லியிருக்கானுக நாச்சிமுத்துவும் இந்த கோபாலகிருஷ்ணனும்.

இப்ப வீரப்பன் இல்லை. 9 பேருதான் கட்டைக்கு காவலா இருக்காங்க. இப்ப போனா கட்டையை அள்ளிக்கிட்டு வந்திடலாம்னு கூட்டிக்கிட்டு வந்து கட்டையை அள்ளிக்கிட்டு போயிட்டானுங்க. மூணுமாசம் கழிச்சு “ஏன்யா எனக்கு என்னென்னமோ செய்யிறமுனு சொன்னீங்க. ஆனையாக்குறோம். குதிரையாக்குறோம்னு சொன்னீங்க அப்படின்னு கேட்டிருக்கன். ஒகோ சேகருக்கு வயது முத்திப் போச்சு. கல்யாணம் பண்ணவேண்டியதுதான். இவனை ஏற்காட்டு மலைக்கு கூட்டிப்

போங்க. கொஞ்சம் கட்டி வெட்டி வையுங்க. நான் கூட்டிக்கிட்டு வாறேன்னு சொல்லிவிட்டு கல்யாணம் பண்றமினு சொல்லி கூட்டிக்கிட்டுப்போயி சுட்டு எரிச்சு கருமாதி பண்ணிப்பிட்டான் இந்த கோபாலகிருஷ்ணன்.

சேவி, கோவிந்தன், சேகர், சந்திரன் நாலு டிக்கெட்டையும் ஏற்காட்டு மலையிலதான் முடிச்சது. நாலு டிக்கெட்டையும் டெட்பாடியைக் கூட கொடுக்கலை. என்ன காரணத்திற்காக சுட்டமினும் சொல்லலை. சேவியை சுட்டது மட்டும் கவர்மென்ட்டுக்குத் தெரிஞ்சுப் போச்சு. அதாவது சேவி பொண்டாட்டி அப்பு வக்கீலுகிட்ட ஓடிவந்து, "ஐயா சும்மா இருந்த என் புருஷனை புடிச்சு சுட்டுக் கொன்னுப்பிட்டாகனு"னு சொல்ல... அப்பு வக்கீல் போன்போட்டு "என்னய்யா ஆச்சு"னு கேட்டிருக்கான். இவன், நான் எஸ்.பி.டானு டாய் டூய்னு குதிச்சிருக்கான். வக்கீலுக்கு கோபம் வந்திருச்சு. அவன் பண்ண வேண்டிய வேலையைச் செஞ்சான். விஷயம் தெரிஞ்சுப்போச்சு.

அப்புறம் இந்த கோபாலகிருஷ்ணன் போயி தேவாரத்தை பாத்து, அவன் வக்கீலைக் கெஞ்சி... கோவிந்தம்பாடி பக்கம் இரண்டு பசங்க -சின்னப்பசங்க ஆடு மேய்ச்சுக்கிட்டு இருந்தவனுங்கள்ல ஒருத்தனைப் புடிச்சிக்கிட்டு போயிட்டான் இந்த கோபாலகிருஷ்ணன். அந்தப் பையனை என்ன பண்ணினான்னே தெரியலை.

பையனைக் காணலைனு யாருகிட்ட கம்ப்ளைண்ட் பண்ண முடியும்? அரசாங்கமா நடக்குது இங்கே. எந்த எம்.எல்.ஏ. கேட்கிறான். எந்த எம்.பி., எந்த மந்திரி கேக்குறான். அரசாங்க ஊழலை, நாத்தத்தை அப்புறம் சொல்றேன்.

நெருப்பூர் சேவி கேஸ்ல அப்பு வக்கீல் நல்லா மாட்டி விட்டான். அப்ப தேவாரத்திடம் இவன் போக, ரெண்டுபேருமா தேவாரமும் கோபாலகிருஷ்ணனும் சேர்ந்து அப்பு வக்கீல்கிட்ட 3 லட்ச ரூபாய் பைசல் பண்ணினானுங்க. வக்கீல் வாங்கி இந்த அம்மாவுக்கு ஒரு அமௌண்ட்டை கொடுத்துட்டு அவங்க ஒரு அமௌண்ட்டை எடுத்துக்கிட்டுப் போயிட்டாங்க.

அதுல மாட்டி மூணு லட்ச ரூபாய் தெண்டம் கொடுத்தான் ஆடு திருடி கோபாலகிருஷ்ணன்.

அந்த ஏரியாவே சொல்லுவாங்க இவனை ஆடு திருடின்னு. எஸ்.பினு யாரும் சொல்லமாட்டாங்க. ஆடு திருடுறவனை வேற எப்படிச் சொல்லுவானுங்க. சர்வாதிகாரியா நடந்துக்கிட்டான். சுடுகாட்டை தனியா, ஏற்காடு மலையில் வச்சிட்டான். பசங்களை கொண்டு போகவேண்டியது, சுடவேண்டியது, எரிக்க வேண்டியது.

நாட்ல அக்கிரமம் நடந்தா அடக்கவேண்டிய அதிகாரி இப்படி நடக்கலாமா? கோர்ட்ல ஒப்படைக்காமல் திருட்டுத்தனமா சுட்டுக் கொல்லலாமா?

இதுக்குப்பிறகுதான் நான் கோபாலகிருஷ்ணன் எஸ்.பிய கொல்லணும்னு முடிவுக்கு வர்றேன். ஆனா அப்ப நான் சுடலை. தமிழனா இருக்கானேன்னு விட்டுட்டேன். இவன் தின்னது ஆயிரம் ஆடு இருக்கும். ஒருத்தன் ஒரு ஆடு திருடிப்பிட்டா, அவனைக் கொண்டுபோயி மரத்துல கட்டி லாடம் கட்டி, ராட்டையில போட்டு அவன் வாழ்க்கையையே குளோஸ் பண்றாங்க. இவன் ஆயிரம் ஆட்டைத் தின்னான். இவனை என்ன

பண்ணலாம்? அவனை ஏன் கொல்லக்கூடாது. சொல்.

ஜெயலலிதா வந்த பிறகு இவனை மாத்திப்பிட்டா. ஆனா அவனால அங்கே இருக்க முடியலை. தின்னு ருசி கண்டவனாச்சே. நான் வந்ததினாலே வீரப்பனுக்கு வால் வளர்ந்துப் போச்சு. நான் இருந்திருந்தால் வீரப்பன் வாலை ஒட்ட வெட்டியிருப்பேன். என்னை மறுபடியும் அங்கே போடுங்க... நானும் படையாச்சி, அவனும் படையாச்சினு சபதம் போட்டான். அதே தேவாரம் இவனை மறுபடியும் இங்கே அனுப்பிவச்சான்... எஸ்.டி.எப்.புக்கே.

சாமிக்கு என்ன வச்சுப் படைக்கிறது? காய், கொழுக்கட்டை நாய்க்கு என்ன வச்சுப் படைக்கிறது. பீக்கொழுக்கட்டை. இது நாய்! வாடா... பையா... இந்தத் தடவை உன் கதையை முடிக்கிறண்டா... வாடி...

ஒரு மாட்டுக்காரப் பையன் காட்டுத் தடத்துல வந்திருக்கான். ரோட்ல போன இவன் அவனைச் சுட்டுவிட்டான். வீரப்பன் கூட்டாளில அந்தோணி ராஜை அந்தியூர் காட்ல சுட்டதா போட்டிருந்தானே... இந்த மாட்டுக்காரப் பையனைதான். அந்தப் பையன் சும்மா அப்பாவி. அவன் எங்கிட்ட எதுக்குமே வந்தது கிடையாது. இவன் சுட்டுப்பிட்டான்.

அதுக்கு அவனுக்கு அமைச்சர் செங்கோட்டையன்தான் பரிசு கொடுக்கிற ஆளு. விடிஞ்சா மறைஞ்சா ஜெயலலிதா கால்ல விழுகிறானே. இந்த செங்கோட்டையன் எதுக்காக, என்ன தப்பு பண்ணினான். அப்படி அவள் காலில் விழுகிறான். பதவிக்காக ஒரு பொம்பளை காலில் விழலாமா? கடவுள் கால்ல விழுகலாம். பெத்த தாய்-தகப்பன் கால்ல விழுகலாம். அந்த தெய்வத்து கால்ல விழுடா மடையா... முதியோர்கள் இருக்காங்களே, அவங்க கால்ல விழு, வணங்கு. மக்கள் பார்த்து ஓட்டுப் போட்டு மந்திரியாகியிருக்கிறாய். இந்த ஜெயலலிதா கால்ல ஏண்டா விழுகிறாய்? அசிங்கமா இருக்குது. நாடே சிரிக்குது. ஒரே கும்பலா இருக்கு. அவ கால்ல விழுகிறானே! இவனுங்க எல்லாம் மனுசங்களா? வயித்து கொடுமைன்னுதான் சொல்லணும்.

சரி! இப்ப நம்ம கதையைப் பேசலாம். எந்த இடத்துல விட்டேன்? மறுபடியும் வந்து இந்த ஆடு திருடி கோபாலகிருஷ்ணன், பயங்கரமான அட்டகாசம் ஒண்ணும் சொல்ல முடியலை.... சரி, இனி இவனை தட்டிப்பிடணும். ஆடுகள் சுதந்திரமா வாழணும்னா இவனை ஒழிக்கணும். அப்புறம்தான் கண்ணிவெடி வச்சேன். எதுக்காக கண்ணிவெடி வச்சேன்? ஒருத்தனை மட்டும் சுடுறதுனா சுட்டுப்பிடலாம். அதுவரைக்கும் துப்பாக்கிதான் அப்பதான் அவன் கும்பலை திருட்டு ஆட்டுக்கறி தின்ன அவனோட கும்பலையே ஒழிக்கணும்னுதான் கண்ணி

வெடி வச்சேன். தமிழ்நாட்டுக்கும் கர்நாடகாவுக்கும் எல்லையில... பாலாறுக்கு அந்தண்டை, நாலு இடத்துல கண்ணிவெடி வச்சேன். அவனைத் தட்டணும்னு ஆளு வச்சுப் பார்த்துகிட்டே இருந்தேன். அன்னைக்குதான் அதுல வந்தான். தட்டிப்பிட்டாங்க. பின்னாடி மூணு வண்டி வந்திச்சு. வேண்டாம் விட்டுவிடு அப்பிடீன்னுட்டேன். 14 குழி வெடி வச்சிருந்தேன். வண்டியெல்லாம் பீஸ் பீஸா சிதறி ஓடிப்போச்சு. இவன் ஏறுகிற படிக்கட்டுல நின்னுக்கிட்டிருந்தான். தூக்கியடிச்சதுல நூறு அடி இல்ல இப்பிடி சைடுல ஒரு முன்னூறு அடி போயி விழுந்தான். கால் நொறுங்கிப் போச்சு. தாடை (பவுடு) தூளாகிப் போச்சு. அதை எடுத்துட்டு இப்ப வேற வச்சிருக்காங்க. இதெல்லாம் கடவுள் கொடுத்த தண்டனை. நல்லவனா இருந்தா அப்பவே செத்திருப்பான். தாடையை எடுத்துப்பிட்டா எப்படி ஆட்டுக்கறி தின்பான். எப்பிடிடா ஓடி ஆடு பிடிப்பாய் என்றுதான் காலை நொறுக்கியது. எப்பிடிடா ஆட்டைப் பிடிப்பாய் என்றுதான் கையை உடைத்தான் ஆண்டவன். அப்புறம்தான் ஆடுகள் சுதந்திரமா வாழுதுகள். எல்லாம் கடவுள் கொடுத்த தண்டனை.

அப்புறம், அவனது இன்னொரு சபதம். அதாவது, நான் வீரப்பனை கொன்னுப்பிட்டுத்தான் கல்யாணம் பண்ணுவேன். அப்படி சபத அறிக்கையே விட்டிருந்தான். அப்ப நான் சொன்னேன்... இவன் எனது நடுப்பொண்டாட்டி மகனாக இருப்பான் போலும். நான்தான் அப்பன். சரி! வாடா மகனே என்று கல்யாணம் செய்துவைத்தேன்.

அதுக்கு முன்னாடி சகீல் அகமது அவனும் அப்படித்தான் சொன்னது. அவனுடைய அப்பா, அம்மா 'கல்யாணம் பண்ணிக்கடா'ன்னாங்க.

''அதெல்லாம் முடியாது. வீரப்பனைக் கொலை பண்ணிட்டுதான் கல்யாணம் பண்றதே'' அப்படி சபதம் போட்டான்.

சீனிவாசன் டி.எப்.ஓ. கூட "வீரப்பனைப் பிடிக்காமல் காவி வேட்டியை அவிழ்க்கமாட்டேன்'' ன்னான். அவன் காவி வேட்டியை அவிழ்த்துவிட்டேன்.

சகீல் அகமது கொள்கை என்ன தெரியுமா? பெண்களைப் பிடிச்சுக்கிட்டுப்போயி, சீலையை அவுத்துவிட்டு, உசிர்நிலையில் கரண்ட் விடுறது.

சரி, கோபாலகிருஷ்ணனுடைய வரலாறு இப்படி.

வீரப்பன் பேரைச் சொல்லி காட்ல இருக்கிற ஆட்டையெல் லாம் புடிச்சுக்கிட்டுப் போறதுக்கும், எதிர்த்துக்கேட்டா ஆளுங்களைக் கொண்டுபோயி கிணறுவெட்ட போடுறதும்,

பசங்களைச் சுட்டு எரிக்கிறதுமா இவனைப் போட்டிருக்கு... அதான் இப்படிச் செஞ்சேன்.

கோபால் உசுரு இவன் என்ன பண்ணினான். தமிழ்நாடு பாலாற்றுக்கு கீழே பழையூர்ங்கிற கிராமத்துல புகுந்து ஒரு அஞ்சாற பொண்ணுங்களை ஒட்டக் கற்பழிச்சுப்பிட்டான். இவன்தான், கர்நாடக போலீஸ் படையை விட்டு அப்படிச் செஞ்சான். இவனுக்கு கற்பழிக்கிறதுனா ரொம்ப இஷ்டம்.

தமிழ்நாடு போலீஸ்காரனுங்க மகாவீரனுங்க. கர்நாடக போலீஸ்காரனை கூட்டிக்கிட்டுப் போயி தமிழ் பொண்ணுங் களை கற்பழிக்க விட்டுட்டு, இருந்து பார்த்து ரசிப்பானுங்க. அதுல தமிழ்நாடு போலீஸ்காரனுங்களுக்கு ஒரு இன்ட்ரஸ்ட், மகாகெட்டிக்காரனுங்க... வீரனுங்க. ஜெயலலிதாகிட்ட பரிசு வாங்கணுமே. கண்டவனைக் கூட்டிவந்து தமிழ்த்தாயை, தமிழ்ச் சகோதரியை கற்பழிக்க விட்டா பரிசு, பதக்கம் கொடுக்கிறாக பாரு. இவனுங்களுக்கு எதுக்கு மீசை.

கோயமுத்தூர் சின்னாம்பதியில என்ன நடந்துச்சு. காவிரிப் பிரச்சினையில ஆயிரக்கணக்கான தமிழ்ப்பெண்களைக் கற்பழிக்க கர்நாடகக்காரனை கொண்டுவந்து, சின்னாம்பதியில பொண்ணுங்களைக் கற்பழிக்க விட்டானுகளே, அவன் கற்பழிக்கிறான். இவன் உட்கார்ந்து வேடிக்கை பார்க்கிறான். துப்பாக்கி எடுத்து அவனுங்களைச் சுடவேண்டாமா? ரோட்ல போற பொண்ணுங்களைக் கற்பழிக்கிறதுக்கு. வீரப்பனைப் பிடிக்கிற பேர்ல 80 ரூபாய் இவனுங்களுக்கு பேட்டா.

மனித உரிமைக் கமிஷன் ரங்கநாத் மிஸ்ரா, நேரடியா வந்து விசாரிச்சுக்கிட்டு, வீரப்பனைப் பிடிக்கப்போட்ட போலீஸ் படை, கிராம மக்கள் 'பாலியல் வன்முறை' செஞ்சதுன்னு அவங்களே சொன்னாங்க.

அதாவது மாதேஸ்வர மலையில இருந்து மேற்கு திசை நோக்கி ஒரு பத்து கிலோமீட்டர் தூரம் இருக்கும். அந்த இடத்துல, ஒரு கோயில், சதீஸ்வரன் கோயில்னு. சின்ன கோயில், அதுக்கு அரை கிலோமீட்டர் அந்தப் பக்கம் வண்டிகள் வந்திச்சு, அடிச்சுப்பிட்டேன். எஸ்.பி.க்கு தொடை நொறுங்கிப்போச்சுனு சொன்னாங்க. சரியா தெரியலை. பொண்ணுங்களைக் கற்பழிச்ச ஒரு ஆறு போலீஸ் அரக்கர்களைச் சுட்டு அந்த எடத்திலேயே கொன்னுவிட்டேன். துப்பாக்கிகளையெல்லாம் பொறுக்கிகிட்டு அந்தப் பிணங்களை எல்லாம் இழுத்து ரோட்ல போட்டுட்டேன். கற்பழிச்ச ஒரே காரணத்துக்காகத்தான் கோபால் உசுரை போட்டேன்.

34

கெத்தோசாலில்... ஆள்காட்டிகள்! ஆறு பேரை சுட்டேன்!

கோபால் உசுரை அடிச்ச உடனேயே மிலிட்டரியை போட்டுட்டாங்க. மிலிட்டரியை எதிர்த்து நாம அடிக்கக்கூடாது. நாம் நாடு கேட்கவில்லை. நாம் தீவிரவாதியுமில்லை, ஒரு பயங்கரவாதியுமில்லை. அதாவது நியாயத்தை நிலைநாட்டு கிறோம். அவ்வளவுதான். ஒரு துரோகி பாவம் செய்தால் அதை அரசாங்கம் கேட்பதில்லை. அதுக்காகத்தான் நான் அவங்களுக்கு தண்டனை கொடுத்தேன். மக்களுக்காகத்தான் செஞ்சேன்.

மிலிட்ரியை எதிர்த்து அடிக்கப்பிடாதுனு அங்கிருந்து வந்து உச்சிப்புலிங்கிற எடத்துல வந்து தங்கிட்டேன். சுமார் 3 மாதம் அங்கே தங்கிட்டேன். அங்கே குழந்தை குஞ்சுகள் வயதானவங்க எல்லாரும் இருந்தாங்க. பக்கத்துல கெத்தேசால்ங்கிற இடத்துல காட்டுவாசிகள் இருக்காங்க. 50 வீடுகள் இருக்கும். அவங்களுக்கு மட்டும் காட்டிக்கொடுக்கிறதுதான் வேலை. மற்ற காட்டுவாசிக அவங்ககிட்ட போகமாட்டாங்க. துரோகின்னதான் சொல்லுவாங்க. அவங்களுக்குப் பிறக்கிற பொண்ணுக எல்லாம் பாரஸ்ட்காரனுக்குத்தான் கூத்தியாள். கேரளாக்காரங்க மூணுபேரைக் கூட சுட்டுப்பிட்டாங்க. இப்ப அடிச்சன்ல ஒரு இன்ஸ்பெக்டரை (மோகன்) அதே இடத்துல, பள்ளத்தில் நெருப்பு வச்சுக் கொளுத்திட்டாங்க. மூணு பிணம் கிடக்கும் பாரு. காட்டுவாசிகளுக்கு என்னத்துக்கு இந்த வேலை.

அப்ப என்கிட்ட இருந்த பணம் காலியாப் போச்சு. பணம் எடுக்கணும்னா ஒரு நூறு மைல் போகணும், சரி... நான் போயி எடுத்துக்கிட்டு வர்றேன்னுட்டு என் சம்சாரம் முத்துலட்சுமி எல்லாரையும் விட்டுட்டு, நான் புறப்பட்டேன். என் மனைவி

முத்துலட்சுமி கூட அழுதாள், "நானும் வர்றேன்"னு.

"நீ வேண்டாம் இங்கே இரு" நான் புறப்பட்டேன். ஏன் என் மனைவியை விட்டுட்டுப் போனேன்னா... "என் பொண்டாட்டினு உன்னை மட்டும் கூட்டிப்போனா இங்கே இருக்கிற மற்ற பொண்ணுங்களுக்கெல்லாம் பாதுகாப்பு யாரு? பாவமில்லையா? அவுங்க நல்லா இருந்தா நீயும் நல்லாயிரு. அவுங்க செத்தா நீயும் சாவு'' அப்படீன்னு சொல்லி சண்டைப் போட்டுட்டு நான் போனேன். போய் வர 10 நாள் ஆயிடிச்சு.

அதுக்கிடையில் அங்கே புகை வந்ததைப் பார்த்து மாட்டுக்காரப் பையன் ஒருத்தன் ஊர் கவுண்டருக்கிட்ட சொல்லியிருக்கிறான். மலைவாசி. ஊர் கவுண்டன் பேரு கொத்தாலி. அவன்கிட்ட சொல்ல, அவன் ரெண்டுபேரை அனுப்பியிருக்கிறான். அது பயங்கரமான வனம். எக்கச்சக்கமான அட்டை. உள்ளே நுழைய முடியாது. ஆனை, காட்டெருமை பயங்கரமா இருக்கும். இந்த ரெண்டுபேரும் வந்து ஒளிச்சிருந்து பார்த்திருக்கானுங்க. குழந்தை குஞ்சியெல்லாம் இருக்கிறதைப் பார்த்துட்டுப் போயி சொல்லியிருக்கானுங்க. அவன் போலீசுக்கு சொல்ல, போலீஸ் மிலிட்ரிக்காரனுக்குச் சொல்ல, மிலிட்டரிக்காரன் வந்திருக்காங்க. நாங்க யாரும் முக்கியமானவங்க அங்கே இல்லை.

நாலஞ்சு பேரை சாப்பாட்டு ராமனுங்களை காவலுக்கு போட்டுட்டுப் போனோம். அவனுங்க விட்டுட்டு ஓடிட்டானுங்க. 500 பேர் மிலிட்ரிக்காரன் வளைச்சும் அவனுங்களால் பொட்டைப் புள்ளைங்களைக் கூட பிடிக்க முடியவில்லை. அப்பத்தான் என் மனைவி முத்துலட்சுமி தப்பி ஓடி, வடக்குப் போயி நெப்புறாறு போயி ஒரு பட்டிக்குப் போயிருக்கிறாள். அந்தப் பட்டியில 3 மாட்டுக்காரப் பசங்க இருந்திருக்கானுங்க. அவனுங்ககிட்ட தஞ்சம் புகுந்திருக்கிறாள். ''நான் வீரப்பன் மனைவி. என் பெயர் முத்துலட்சுமி. என்னை எப்படியாச்சும் காப்பாத்திப்பிடுங்க"னு கால்ல விழுந்திருக்கிறாள்.

''அதாவது போலீஸ்காரங்க வந்து பயங்கரமா ஈடு விட்டாங்க. நான் தப்பிச்சு வந்துட்டேன். தெற்கும் தெரியலை... வடக்கும் தெரியலை. என் புருஷன் ஒரு இடம் சொல்லியிருக்கிறான். அந்த இடத்துல கொண்டுபோய் விடுங்க. உங்களுக்கு வேண்டிய பணம் தருகிறேன்"னு சொல்லியிருக்கிறாள்.

''எனக்குத் தெரியாது''ன்னு சொல்லியிருக்கானுங்க. அதுக்குள்ள அவனுங்களுக்கு காதல் வேற வந்திருச்சாம். கையைப் புடிச்சு இழுத்திருக்கானுங்க. ''அடேய்... நான் வீரப்பன் பொண்டாட்டிடா..."

"நீ யாராயிருந்தால் என்ன? எங்களுக்கு பொம்பளை தேவை"

அப்ப, பின்னாடியே போலீஸ்காரனுங்களும் வந்திருக்கானுங்க. 25 பேரு அப்பிடியே கவுந்துக்கிட்டாங்க. அப்ப, காட்டுக்குள்ள தப்பிச்சு ஓடிப்போயிட்டா இவள். அந்த நைட் ஒரு பெரிய மரத்தடியில படுத்திருந்துவிட்டு பயங்கரமா மழை... பசி வேற. விடிஞ்சு 9 மணியிருக்கும். அவளுக்குத் தடம் தெரியலை. மறுபடியும் அதே பட்டிக்கு வந்திருக்கிறாள், வேற யாராவது வந்திருக் காங்களானு பார்க்க. அந்தப் பசங்களோட அப்பாமாருங்க அஞ்சுபேரு அங்கே இருந்திருக்காங்க. பெரியவங்க வந்திருக்காங்க. இனி நம்மளை ஏதும் செய்யமாட்டாங்க அப்படீன்னு சொல்லி பட்டிக்கு போயிருக்கிறாள். அவங்க என்ன ஏதுனு கேட்க, இவ விபரம் பூராவும் சொல்லியிருக்கிறாள். நான் போகும்போது மாமரத்துப் பாறைக்கு போறதா சொல்லிட்டுப் போனேன். அந்தப் பாறையில கொண்டுபோயி விடுங்க அப்படீனு சொல்லியிருக்கிறாள். "என் உயிரைக் காப்பாத்துங்க, உங்களுக்கு

எவ்வளவு பணம் வேணும்னாலும் வாங்கிக் கொடுக்கிறேன்."

"எங்களுக்குத் தெரியாது"னு சொல்லி பால் எடுத்துக்கிட்டு அங்கே போயிருக்காங்க. "ஐயா உங்க ஊர்லயாச்சும் விட்டுருங்க. பஸ் ஏறி பிறந்த ஊருக்காச்சும் போறேன்"னு சொல்லி கால்ல விழுந்து அழுதிருக்கிறாள். மாடெல்லாம் ஓட்டிக்கிட்டுப் போயிருக்கிறானுக மூணுபேரும். இவளும் போயிருக்கிறாள். ஒரு மலைமேல விட்டுட்டு, "நீ இங்கேயே இரு. சாயந்தரம் நாங்க வருவோம். அப்ப வரலாம்"னு சொல்லிட்டு கூடிப் பேசிக்கிட்டு போயிருக்கிறானுங்க. மூணுபேரு மாடு மேச்சிருக்கானுங்க. அவனுங்க கிட்ட விட்டுட்டு இரண்டுபேரும் புறப்பட்டானுங்க. போயி கோழிப்பாளையத்துல போலீஸ்காரனுங்ககிட்ட இன்பர்மேஷன் கொடுத்திருக்கானுங்க, இந்த மாதிரி வீரப்பன் பொண்டாட்டி வந்திருக்கிறாள்னு. போலீஸ்காரனுங்க 25 பேரு வந்திருக்கானுங்க. போலீஸை கொண்டாந்து பக்கத்துல விட்டுட்டு வந்து என் பொஞ்சாதிகிட்ட ''அதோ அந்த பால்மரத்துக்கிட்ட போய் உட்காரு'' அப்பிடீனு சொல்லியிருக்கானுக. ஏதோ சொல்கிறார்களேனு இவளும் அந்தப் பக்கம் போக, போய் உட்கார... போலீஸ்காரனுங்க துப்பாக்கியை நீட்ட அவள்தான் பட்டினியா கிடக்கிறாளே எங்கே ஓடுவது?

அப்புறம் வந்து புடுச்சு வா போகலாம்னு கூட்டிக்கிட்டு போயிருக்கிறாங்க. கொண்டுபோய் உள்ளே வச்சிருந்தாங்க. என்னென்னமோ கொடுமைங்க. நடந்த கொடுமைகளை எல்லாம் கேஸட்ல பேசி எங்கிட்ட அனுப்பியிருந்தாள்.

அதாவது டி.எஸ்.பி.யை கடத்தி வச்சுக்கிட்டு, பேபி வீரப்பனை பேச்சுவார்த்தைக்கு அனுப்பினேனே, அப்ப கலெக்டர்கிட்ட "என் சார்பா ஒரு ஆளை அனுப்புறேன், அந்த எனது பிரதிநிதியைக் கூட்டிச்சென்று சிறையில் போலீஸின் கஸ்டடியில் இருக்கிற எனது ஆட்களையெல்லாம் காட்டு, பார்த்துவிட்டு வரட்டும் எனது ஆள்" என்று சொல்லிவிட்டேன்.

வீரப்பனை அழிக்க இவங்க எத்தனையோ திட்டம் வகுக்கிறாங்க. அதையெல்லாம் முறியடித்து, ஜெயிச்சிட்டு வருகிறேன். பார்க்கச் செல்லும் எனது ஆள் டேப் எடுப்பான்னு யாருக்கும் தெரியாது. என்னை ஒரு காட்டான்னு நெனைச்சுக்கிட்டு இருக்காங்க. பேபி வீரப்பன் பேச்சுவார்த்தைக்கு போகும்போது கேஸட்ல பதிவு பண்ணிக்கொடுத்திருந்தேன். என் மனைவிக்கு, "அதாவது நீ பயப்பட வேணாம். துணிந்தவனுக்கு துக்கமில்லை, நனைந்தவனுக்கு ஈரமில்லை. நடந்ததை நடந்தபடி சொல்லு. கற்பே அழிஞ்சிருந்தாலும் சந்தோஷம். உண்மை என்னவோ, சாகப் பொறந்தவங்கதான் நாம... உண்மையை

உண்மையாக நடந்ததைச் சொல்லு" இதை அவகிட்ட போட்டுக் காட்டவும், அவள் (முத்துலட்சுமி) உள்ளதை உள்ளபடி பேசி, கேஸட் அனுப்பியிருந்தாள்.

பெண்ணென்றால் பேயும் இரங்கும். போலீஸ்காரனுங்க பெரிய வீரர்களாக இருந்தால் என்னோட மோதட்டும். ஒண்ணு நான் சாகிறேன் அல்லது அவர்கள் சாகட்டும். ஆனால், கால்வழியே மூத்திரம் பேயும் பெண்ணிடம் இப்படியெல்லாம் நடந்துக்கலாமா? அயோக்கிய ராஸ்கோல்கள் நிறைய வருகிறது வாயில். ஆனால் சொல்லக்கூடாது. ஏன்னா இதை நாட்டு மக்கள் எல்லாம் பார்க்கக்கூடிய ஒரு விஷயம்.

ஒரு சாதாரண பணத்துக்காக ஒரு பொண்ணையே புடிச்சுக் கொடுத்த பாதகன். இவன் நாட்டில் இருக்கக்கூடாது. அது சம்பந்தப்பட்ட 7 பேரை இப்பத்தான் புளிஞ்சூரில் போய் சுட்டேன்.

அப்ப அந்த ரெய்டுல என்கூட இருந்த பலர், பெண்கள் அங்கங்கே போய் சுட்டும் செத்துவிட்டார்கள்.

பாப்பாத்தி, மணி (மாரியப்பன் மனைவி) இரண்டுபேரையும் சுட்டுக் கொன்னுவிட்டானுங்க. அண்ணா, அண்ணானு காலைப் புடிச்ச பொண்ணுகளை சுட்டுட்டானுங்க வீரப்புருஷனுங்க.

இரண்டு ஸ்டேட்லயும் ரொம்ப போலீஸ் படையைப் போட்டுருந்தாங்க. குறைந்தது 2 லட்சம் அரக்கருங்க. அதுமட்டுமில்லாமல் மத்திய அரசிலிருந்தும், சமாளிக்க முடியாமல் செத்துப் போச்சுங்க. நானும் பல இடங்களில் தேடினேன். கண்டுபிடிக்க முடியலை. அப்புறம்தான் யாரு காட்டிக் கொடுத்தாங்கனு நான் கண்டுபுடிச்சேன். தெரிஞ்ச பிறகுதான் கெத்தேசால் போய் 6 பேரை சுட்டேன். இவங்கதான் காட்டிக் கொடுத்தாங்கனு உறுதியா தெரிஞ்சு, சம்பந்தப் பட்டவங்க 7 பேரு, அதில் ஒருத்தன் தப்பிச்சுட்டான். பணமும் வாங்கியிருக்காங்க. வாயால ஒத்துக்கிட்டாங்க. மாடு மேய்ச்சு காட்டி கொடுத்தானே அவனையும் புடிச்சுக்கிட்டேன். ஜேப்பில இருந்த பணம் 300 ரூபாயை எடுத்துக்காட்டி இதுகூட போலீஸ்காரன் கொடுத்ததுதான்னு சொன்னான். அந்த மாதிரி துரோகிகளை நாட்டில் விடலாமா? அதனால்தான் சுட்டேன்.

பொதுஜனங்களை யாரையும் கொல்லமாட்டேன். ஆனால், அவங்க என் மனமெல்லாம் கொதிக்கிற மாதிரி நடந்துக்கிட்டாங்க. ஆத்திரம் தாங்க முடியலை.

போலீஸ்னு நினைச்சு சல்யூட் அடிச்சானுங்க... 35

அதாவது, கெத்தேசால்காரன் காட்டிக் கொடுத்து, பயந்து ஓடி, மூணு நாள் பட்டினி. அன்ன ஆகாரம் எதுவும் கிடையாது. அதுல சின்னஞ்சிறிய குழந்தையெல்லாம் இருக்கு. 6 வயசு, 7 வயசு, ஒரு தடியூண்டிய பெரிய மனுஷி... மொத்தம் 18 பேரு மாட்டுப்பட்டி பக்கமா போயி அதுல மூணுபேரு நம்ம ஆளுக. துப்பாக்கியையெல்லாம் ஒரு இடத்துல வச்சிட்டு, துணியையும் கழட்டி வச்சுட்டு, வீரப்பன் குரூப்னு சொல்லக்கூடாதுனு ''ஐயா, நான் சந்தனமரத்துக்கு வந்தேனுக. சாப்பிடாம காதே கேட்கலை. கொஞ்சம் உப்புத்தண்ணி தாங்க''னு கேட்டிருக்காங்க. அதுல கடுக்கன் போட்ட ஒருத்தன், "டேய் பட்டியை விட்டு வெளியே போய் நில்லுடா உனக்கு இங்கிலீஷ் தெரியுமா?''

"ஐயா, கொஞ்சம் உப்புத் தண்ணி கொடுங்க"

"அடேய்... இவன் கையைக் கட்டு இவனுக்கு எஸ்.பி.யை தெரியுமா?" அதுக்கும் ஒண்ணும் சொல்லலை நம்ம பசங்க. நம்ம பையனுங்க எதுவும் செய்வானுங்க.

நான் திட்டுவேன்னு பயந்து ஒண்ணும் செய்யலை. பேசாமல் வந்து பட்டினியோட ஒரு இடத்துல படுத்திட்டானுக. ஆனால், இந்தப் பட்டிக்காரன் போயி போலீஸ்காரனுங்களை கூட்டிகிட்டு வந்துட்டான். 200 பேரு வந்துட்டாங்க. இவங்களும் சுட... அவங்களும் சுட சண்டை நடந்திருக்கு. அந்த இடத்துல இருந்த நம்ம ஆளுங்க 18 பேரும் பலவாக்கில் பிரிஞ்சுப்

போயிட்டாங்க. யாருக்கும் அடிபடலை. அந்த சண்டையில தப்பிச்ச ரெண்டு பொம்பளைங்களை போலீஸ் சுட்டது. குழந்தைகளோட இரண்டு பொம்பளைங்க காவிரி ஆத்துல விழுந்து செத்துப்போயிட்டாங்க, கர்நாடகா ஆலாம்பாடிங்கிற இடத்தில்.

இரண்டு, மூணுபேரை உயிரோடு பிடித்து சித்ரவதை பண்ணி உள்ளே வச்சிருக்காங்க. ஒரு பொண்ணு, நிறைமாத கர்ப்பிணி குழந்தான் மனைவி. இவ எங்கேயோ புல்லுல விழுந்து கிடந்திருக்காள். போலீஸ் தேடிப் பார்த்துவிட்டுப் போயிருச்சு. பொழுது ஆக ஆக உஷாராகி எந்திருச்சு, மாடுகன்னு கட்டிக் கிடந்த பட்டி தெரிஞ்சிருக்கு. எந்திரிச்சு அங்கே போயிருக்கிறாள்.

"நீயா?"

"சாமி, நான் வீரப்பன் கோஷ்டி ஆளு. இப்படியெல்லாம் ஆயிப்போச்சு. எல்லாரும் விட்டுட்டுப் போயிட்டாங்க. என்னை எப்படியாச்சும் காப்பாத்துங்க. பஸ்ஸில ஏத்திவிடுங்க. பிறந்த ஊருக்குப் போறேன். அப்புறம் விதிப்படி நடக்கட்டும்'' அப்படீன்னு சொல்லியிருக்கிறாள். அந்த பொம்பளையோட கையை கட்டி வச்சிட்டுப் போயி, இந்தப் பாவி மோகன்நிவாசை போயி கூட்டி வந்திருக்கானுங்க. அவன் வந்து இவளோட துணிமணியெல்லாம் அவுத்துவிட்டு அம்மணத்தோட நிற்க வச்சிருக்கான். அவனுக்கு அதுதானே வேலை. அவ 25 பவுன் நகை போட்டிருந்தாள். அதை கழட்டி , சீலையில முடிஞ்சு உள்ளே சொருகியிருந்திருக்கிறாள். இவன் அவள் சேலையை உருவும் போது அது விழுந்திருச்சு. பாத்திருக்கிறான். 25 பவுன் நகை, 8500 ரூபாய் பணமும், அதையெல்லாம் புடுங்கிக்கிட்டு அம்மணத்தோட போட்டு உதைச்சிருக்கான். அப்புறம் கூட்டிக்கிட்டுப் போயிருக்கிறான். எனக்கெப்படி தெரியும்னா கூட இருந்த பசங்க ரெண்டுபேரை அப்புறம் கண்டுபுடிச்சிட்டேன். எப்படிடா, விஷயம்னு அவனுங்ககிட்ட கேட்டு தெரிஞ்சுக்கிட்டேன். அவனுங்களை கூட்டிக்கிட்டு, நேரா பட்டிக்குப் போனேன். மழை பெய்துகொண்டிருந்தது. பிளாஸ்டிக் காகிதம் போட்டு தலையை போர்த்திக்கிட்டு உட்கார்ந்திருந்தானுங்க அந்தப் பட்டிக் காரனுங்க.

அப்ப நான் டிரஸ்ஸோட மிஷின்கண்ணோட போனேன். போலீஸ்னு நினைச்சுக்கிட்டு ''வாங்க வாங்க''னு சல்யூட் அடிச்சானுங்க. தம்பி அர்ச்சுனன் கர்நாடக ஜெயில்ல மூன்றரை வருஷம் இருந்ததால கன்னடம் நல்லா பேசுவான். "ஏண்டா நீங்களெல்லாம் வீரப்பனுக்கு உதவி செய்யிறவங்கதானே... எங்களுக்கு ஒண்ணும் துப்பு சொல்றதில்லையா?" அப்படீன்னு அவனுங்க மனசை அறிய கேட்டான்.

"இல்லை சாமி! இப்ப ஒரு 8 நாளைக்கு முன்பு, வீரப்பன் கோஷ்டி இங்கே வந்து 18 பேரு தங்கியிருந்தாங்க. எங்க பட்டிக்கு வந்து சாப்பாடு கேட்டாங்க. நாங்க கொடுக்கமாட்டோம்னு சொல்லிட்டோம். அப்புறம் போயி அங்கேயே இருந்தாங்க. நான் போயி தமிழ்நாடு போலீஸ்கிட்ட சொல்லி கூட்டியாந்து விட்டேங்க. இவங்க சுட்டு அவங்க சுட்டு, ஒருத்தருக்கும் அடிபடலை. ஓடிட்டாங்க. மறுபடி அதுல ஒரு பொம்பளை, கர்ப்பிணி தப்பிச்சு என்கிட்ட வந்தாள். நாங்கதான் கையைக் கட்டிப்போட்டு கொண்டுபோயி ஒப்படைச்சோம். அவகிட்ட 25 பவுன் நகை, 8500 பணம் இருந்துச்சு. துணிமணியை அவுத்து மானபங்கப்படுத்தி கூட்டிபோறாரு நம்ம மோகன்நிவாசு" அப்படீன்னான். அதுல ஒருத்தனுக்கு 55 வயசிருக்கும். "உனக்கு எத்தனை புள்ளைகள்? பொட்டப்புள்ளைகள் எதுவும்

பெத்திருக்கியா?" என்றேன். ஒருமாதிரியா பார்த்தான். "உன் பொண்டாட்டி இருக்கிறாளா? செத்துப்போனாளா? உன் கூடப்பிறந்த சகோதரி இல்லையா? அவ ஒரு பொண்ணுடா பாவி... உன்னை மாதிரி மிருகம் உலகில இருக்கப்பிடாதுடா. ஏண்டா இப்படிச் செஞ்ச? அடேய் நான் யாரு தெரியுதா? நீ புடிச்சுக் குடுத்தியே அவள் என் தோழனோட மனைவி. குழந்தான் மனைவி. அவள் பாஸ் நான்தான். பாவம் செஞ்சதுக்கா வாங்கிக்கொள் ஒரு குண்டு" சுட்டேன். சுருண்டு விழுந்தான். "வெட்டுங்கடா இவனுங்களை... வெட்டிட்டானுங்க. 7 பேரை சதக்... சதக்... சதக்...னு வெட்டிப்பிட்டானுக.

தொண்டைக்கு கீழே போனாதான் நரகல். தொண்டைக்கு மேல் இருந்தால் கக்கி கொடுத்து காப்பாத்துவேன். நான் அப்படிப்பட்ட உள்ளம் படைத்தவன். பணத்துக்காக பத்து லட்சம் இருபது லட்சம் வீரப்பன் ஆளுங்களை பிடிச்சுக் கொடுத்தால் என்று ரேடியோவில் சொல்லிக்கிட்டிருந்தான் பாரு... அதுக்கு ஆசைப்பட்டு புடுச்சுக் கொடுத்தானுங்க. ஆனா எவனுக்குமே அப்பிடி பணம் கொடுக்கலை போலீஸ். அத்தனை யும் டூப்புடப்பா காட்டுனானுங்க. கெத்தேசால்காரனுங்களை நான் கேட்டேன். "என்னடா கொடுத்தானுங்க போலீஸ் காரனுங்க."

"ஊருக்கே இருபத்தஞ்சாயிரம் கொடுத்தாங்க..."

"அடப்பாவிகளா... என்னைக் கேட்டிருந்தா எவ்வளவோ கொடுத்திருப்பேனேன்னு"தான் அவனுங்களைச் சுட்டேன்.

நான் கொன்னதா சொல்லி, அவனுங்க பொம்புளைப் புள்ளைகளை போட்டோ புடுச்சி, வீரப்பன் கொடுமைக்காரன்னு சொல்றானுங்களே... எங்க பொண்டாட்டி புள்ளைகளை போட்டோ புடுச்சுப் போடுவதுதானே?

ஆயிரம் கோடி நான் கேட்டேன்!

36

பொதுமக்களுக்கு ஒண்ணு சொல்றேன். என் உயிரையே தானமாக கேட்டாலும் கர்ணமகா ராஜாவாட்டம் கொடுக்கிறேன். இது சத்தியம்! பொதுமக்களுக்காக! ஆனா, தயவு செய்து என்னை மட்டும் காட்டிக் கொடுக்காதீங்க. உங்களால் முடிஞ்சால் உபகாரம் செய்யுங்கள். தயவு செய்து அபகாரம் மட்டும் செய்யாதீர்கள். கடவுள் என்கூட இருக்கிறார். தர்மம் ஜெயிக்கும். அதர்மம்தான் அழியும். எனக்கினு எத்தனையோ மாயவித்தை யெல்லாம் இருக்கும்.

என்னை ஜெயிக்க முடியாது. என்னை யாரும் அழிக்க முடியாது. என்னை அழிக்க யாராவது வந்தால், அப்பவே அவனை அழிக்க எமன் எருமைக்கடாவில் வந்துவிட்டான் என்று தெரிந்துகொள்ளலாம். அவ்வளவு சுலபமா என்னை அழிக்க முடியாது.

இரண்டு ஸ்டேட் போலீஸ் படை மிலிட்ரியையும் எதிர்த்து தப்பிச்சு அவனே அடிச்சுப்பிட்டுப் போயிடுறான். அப்படியானால் அவன்கிட்ட என்னடா இருக்குனு நீங்கள் புரிஞ்சுக்கணும். தேவையில்லாமல் விட்டில்பூச்சி விளக்கில் விழுந்து சாவதுபோல சாகிறீங்க.

அதெல்லாம் கடவுளா எனக்குக் கொடுத்த வரம். பலகோடி செலவழித்தாலும் யாரும் அவற்றைக் கற்றுக்கொள்ள முடியாது.

நானும் நாட்டுக்கு வருவேன். பிரதமராக வருவேன். மினிஸ்டரா வந்து பிரதமரா வருவேன். மக்கள் எனக்கு ஓட்டுப்

போடுவாங்க. நான் இந்த மக்களுக்கு சுதந்திரமான ஒரு வாழ்க்கை அமைச்சுக் கொடுப்பேன். இது சத்தியம்.

சொத்து வேண்டாம், சுகம் வேண்டாம். பணம், காசு வேண்டாம். எல்லாத்தையும் அனுபவிச்சுட்டேன். எதுவும் இப்ப வேண்டாம். எனது கடைசி ஆசை... அதாவது இந்த அரக்கர்களை எல்லாம் ஒழிச்சுக்கட்டி அதுக்கு என் கைக்கு ஆட்சி வரவேண்டும். ஆட்சி கைக்கு வரட்டும் அப்புறம் இந்த அரக்கர்களை என்ன செய்ய வேண்டும், எந்த ஸ்தானத்தில் வைக்கவேண்டும் என்பதைச் செய்வேன்.

பொதுமக்களுக்கு சுதந்திரமான ஆட்சி அமைத்துக் கொடுக்கிறேன். தயவுசெய்து நல்லா கேளுங்க மக்களே.

நடந்த கோரச்சம்பவங்களில் சண்டைகளில் கொலைகளில், ஒண்ணு ரெண்டைத்தான் சொன்னேன். முழுசா சொல்ல முடியாது. இப்ப அரசியலைப் பற்றி பேசுகிறேன்.

கொஞ்சம் ஆப் பண்ணுப்பா. கொஞ்சம் ரெஸ்ட் எடுத்துட்டுப் பேசுறேன்.

அதாவது அதிகாரிகளை கடத்துவது. கடத்தித்தான் ஆகணும். நம்ம பொதுஜனங்களை, அதிகாரிகளைப் பிடிக்கிறான். சும்மா இருக்கிறவங்களை பிடித்துப்போய் கேஸ் போடுறான். ஜெயில்ல போடுறான். கொல்கிறான். அதிகாரி புடிக்கிறதில் பாவமே கிடையாது. போலீஸ் டிபார்ட்மென்ட்ல பாரஸ்ட் டிபார்ட்மென்ட்ல ஒரு அதிகாரியை தனியார் ஒருவன் பிடிக்கிறான் என்றால் அது அவன் திறமை.

எனக்கு நியாயம் கிடைக்கலை. நியாயம் கிடைக்குமா என்றுதான் நான் கடத்தினேன். டி.எஸ்.பி. சிதம்பரநாதன் அவன் தம்பி ராஜகோபாலு, அவன் மைத்துனன் வாத்தியார் சேகர், இவங்க ஜீப்பில் வந்தாங்க. கடத்திக்கொண்டு போய் வச்சுக்கிட்டு பத்து கோரிக்கை வைச்சேன்.

ஸ்டேட் லெவலில் ஜெயலலிதாதானே சீப் மினிஸ்டர்? அவதானே கொடுக்கணும். கடத்திய பிறகு அந்த ஊர் மக்கள் ஆயிரக்கணக்கானவங்க கையெழுத்துப் போட்டு லெட்டர் கொடுத்திருக்காங்க எனக்கு. "ஐயா, எங்களுக்கு டி.எஸ்.பி. தாய்-தகப்பன் மாதிரி. அப்படி வாழ்ந்தோம் நாங்க. அவர் நல்ல குடும்பத்தைச் சேர்ந்தவர். சூழ்நிலை காரணமாக போலீஸ் வேலைக்கு வந்துவிட்டாரே தவிர அவர் மிகவும் நல்லவர். உங்களுக்கு போலீஸ் என்றால் வெறி. ஆனால், வெறியின் காரணமாக டி.எஸ்.பி.யை கொன்றுவிடாதீர்கள். உங்கள் கோரிக்கை நிறைவேறினாலும் நிறைவேறாவிட்டாலும் அவரை கொன்னுவிடாதீர்கள். அவர் கடவுள் மாதிரி ஒரு பாவமும்

அறியாத மனிதர். எங்களுக்காக உயிர்ப்பிச்சை கொடு அப்பிடினு லெட்டர் கொடுத்திருக்காங்க. லெட்டரை நான் பார்த்தேன். எதை வேண்டுமானாலும் மீறலாம். பொதுமக்கள் கோரிக்கையை என்னால் மீற முடியாது.

மக்கள் வாக்கும் கடவுள் வாக்கும் ஒண்ணுதான். அந்த டி.எஸ்.பி.யை கொண்டுபோய் நான் நல்லமுறையில்தான் வைத்திருந்தேன். எந்தவித கஷ்டமும் படுத்தவில்லை என்ன வேணுமோ சாப்பிடு. உடம்பு சரியில்லையென்றால் மாத்திரை, மருந்து தேவையானதைச் செய்தேன்.

அந்த டி.எஸ்.பி. சொன்னாரு.

''அண்ணா எங்க உயிருக்கு ஆபத்து ஆகிவிடப் போகுதண்ணா'' என்றார். நான் சொன்னேன். "நான் வணங்கும் தேவர்கள் சத்தியமா உனக்கு மட்டும் என்னால ஆபத்து கிடையாது. உறுதி கொடுக்கிறேன், கொல்லமாட்டேன். உங்கள் அரசாங்கம் கோரிக்கை கொடுத்தாலும் சரி, கொடுக்கவில்லை யென்றாலும் உங்களை உயிரோடு விட்டுவிடுகிறேன். யாரோ செய்யும் பாவத்திற்காக உங்களை நான் பழி வாங்கமாட்டேன். ஞாயம் கிடைக்கும்னு பார்க்கிறேன். ஞாயம் கிடைக்கலைன்னா உங்களை விட்டுவிடுகிறேன். ஜெயலலிதாவின் மனம் எப்படியிருக் கிறது பார்த்துவிடுவோமே? உனக்கு 3 பொண்ணு, மனைவியோட 4 உயிரு. வாத்தியாருக்கு 2 குழந்தை. சம்சாரம், மொத்தம் 9 உயிரு. ராஜகோபால் ஏட்டு 1, மொத்தம் 10. ஏட்டு வீட்ல 3. மொத்தம் 14 பேர். இந்த 14 உயிருக்காக ஜெயலலிதா செய்கிறாளா, இல்லையானு பார்க்கலாம். அவள் செய்யாவிட்டாலும் வீரப்பன், உயிர்பிச்சை கொடுக்கிறேன் பயப்படாதே" என்றேன். சரியினு இருந்தாங்க... 27 நாளாச்சு.

நான் 5000 கோடி கூட கேட்கலாம் எவ்வளவோ கற்பழிப்பு கள், கொலைகள், எத்தனைக் குடும்பங்களை அழித்திருக்கிறார் கள். இதற்காக, இவர்களுக்காகத்தான் நஷ்டஈடு கேட்டேன். எனக்காக கேட்கலை. நான் உழைச்சு சாப்பிட்டுக்கொள்கிறேன்.

1000 கோடி நான் கேட்டேன். அப்டீன்னா இவங்க குறைச்சுக் கேட்டிருக்கலாம். (பேசியிருக்கலாம்) அதுவும் பேசலை. தவிடு தின்கிற ராஜாவுக்கு புறம் புடிக்கிற மந்திரி ஜெயலலிதா ஒரு ராஜா. தேவாரம் ஒரு மந்திரி.

''வீரப்பன் கதையை முடிச்சுப்பிட்டு வந்துவிடுகிறேன். காந்தவயலில் உத்தரவு மட்டும் கொடுங்கள். ஏற்கனவே நூற்றுக்கணக்கா கொலை செய்துவிட்டான். இந்த மூன்றுபேர் போனால் போகட்டும் என்று கேட்டிருக்கிறான் தேவாரம்.

தாயும் வரம் கொடுத்தாள். எவன் செத்தால் என்ன?

என்னமோ செய்துட்டுப் போங்கடானு சொல்லிட்டா ஜெயலலிதா. இந்த ஜெயலலிதாவும் ஒரு பொண்ணு... டி.எஸ்.பி. பொண்டாட்டி, ஏட்டு பொண்டாட்டி, வாத்தியார் பொண்டாட்டி இவங்கள் எல்லாம் பொண்ணுங்கதான். ஏதோ வெறியில கடத்திவிட்டேன். வெறியில் அவர்களை நான் கொன்னுப்புடுவேன்னு உனக்குத் தெரியுமில்ல? நீ அவுங்க உயிரை காப்பாத்த வேணுமா? வேண்டாமா?

என்ன உங்கப்பன் வீட்டு பணமா? நீ இன்னக்கி பல்லாயிரக் கணக்கான கோடி ரூபாய் கொள்ளையடிச்சிருக்கிறாய். பூலான் தேவி பெரிய கொள்ளைக்காரி என்கிறார்களே, இவள்தான் பெரிய கொள்ளைக்காரி.

பணத்தை எங்கே போட்டிருக்கிறாள். சுவிட்சர்லாந்து, அமெரிக்கா, அங்கேயெல்லாம் கொண்டுபோயி முடக்கி வச்சிட்டாள் தமிழ்நாட்டுப் பணத்தை.

வளர்ப்பு மகனுக்காக 118 கோடி ரூபாய் செலவு செஞ்சாள். எல்லாம் நமது பொதுமக்கள் பணம் 1 கோடி என்பது 100 லட்சம் தமிழ்நாட்டு மக்கள் விதைப்பெட்டியில் போட்டு விதைச்சாக்கூட ஒருமாதம் விதைக்க வேணும். அவ்வளவு பணத்தை ஒரு பையனுக்காக மூணு நாளில் செலவு செஞ்சாள்.

அந்த மூணுபேரு உயிரைக் காப்பாற்ற முடியவில்லை அவளால். நான்தான் உயிர்பிச்சை கொடுத்தேன். 25000 பேர் வந்து வளைத்தார்கள். புறப்பட்டு போங்கனு சொல்லிவிட்டு வாங்கனு வந்தோம்.

வீரப்பன் கும்பலை நாங்கள் சுட்டதில் வீரப்பன் தம்பி அர்ச்சுனனின் கால்களில் குண்டுபட்டு பிச்சுக்கிட்டு போனதென்று சொன்னார்கள். நிச்சயமாக நான் சொல்றேன். இதுவரைக்கும் போர் நடந்ததில் எங்க மேல் ஒரு குண்டு பட்டது கிடையாது. தேவர்கள் சத்தியமாக சொல்கிறேன். அவர்கள் சுட்ட காயம் கிடையாது. அவனுக்கு தொடைவாழை வந்துவிட்டது. கட்டி.... இதோடு மூன்று தடவை இது வந்துவிட்டது. சின்னவயதில்... 9 வயதில், 11 வயதில், இப்போது வந்துவிட்டது. பொல்லாத கட்டி. பலருக்கு காலே நொண்டியாக முடங்கிவிட்டது. அது நோவு அவனுக்கு வந்துவிட்டது. அதுக்காக அவனுக்கு ஊசி மருந்து வாங்கி வரச்சொல்லி ஒரு காட்டுவாசியை அனுப்பினேன். ஊசி மருந்தெல்லாம் எழுதிக்கொடுத்து நான் ஊசியெல்லாம் போடுவேன். கத்தி, மருந்து, மாத்திரை எல்லாம் வாங்கிவரச் சொல்லியிருந்தேன். அவன் போயி கோயம்புத்தூர்ல வாங்கிட்டு வந்து இன்னொருத்தனுக்கிட்ட கொடுத்தனுப்பியிருக்கான். இவனைப் பார்த்ததும் என்னடா பையினு கேட்டிருக்கிறான்.

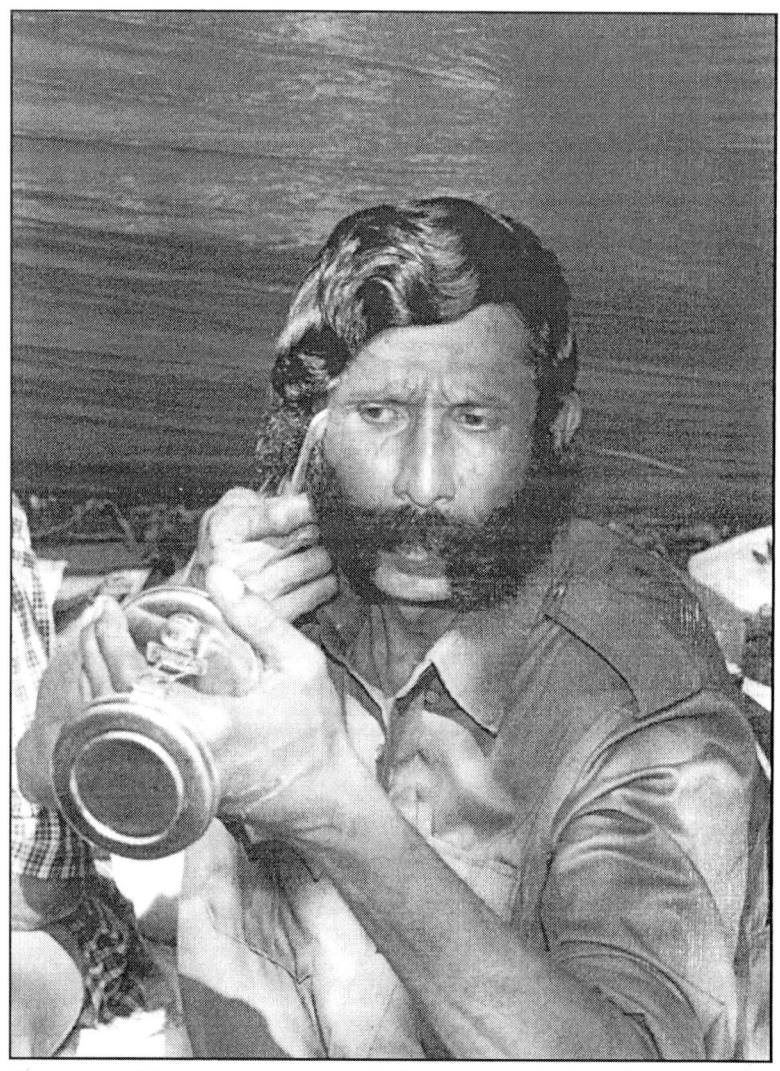

இவன் முழிக்க, பையை வாங்கி செக் பண்ணியிருக்கிறான். ஊசி, மாத்திரை, மருந்து, கத்தி, சிரிஞ்சி எல்லாம் இருந்திருக்கு.

இதை எங்கே கொண்டுபோகிறாய்னு கேட்டிருக்கான். இவன், "ஒரு ஆளை குரங்கு கடித்துவிட்டது அதுக்காக?" அப்படீனு இவனும் பொய் சொல்ல, "ஏன்டா அங்க ஊசி போட யார் இருக்கா?"னு அவன் கேட்க, இவன் முழிச்சிருக்கான். மிரட்டின உடனே "வீரப்பன் வாங்கிவரச் சொன்னான்" அப்டீங்க, வாட்சர் இழுத்துக்கிட்டுப் போயி ரேஞ்சர்கிட்ட விட்டுட்டான்.

ரேஞ்சர் உடனே போன் பண்ணிட்டான். அதனால்தான் இந்த பாரெஸ்ட்காரங்கள நான் கடத்துனது. அதுக்கு முன்னாடி டி.எப்.ஓ.வை சுட்டதோடு விட்டுட்டேன். இதிலேர்ந்துதான் மொத்தபேர் மேலயும் ஆத்திரம்.

ரேஞ்சர் ஒயர்லெஸ்ல பேசி போலீஸ் வந்ததும், ஊசி மருந்தையெல்லாம் அதுல விஷம் கலந்து கொடுடா அப்டீனு கொடுத்துட்டாங்க. இங்கே வந்தா உயிர்ச்சேதம் ஆகும்.

ஈஞ்சங்காட்டில் மோதி அப்பதான் ஒரு 18 பேரை சுட்டுப்புட்டு வந்திருந்தேன். தமிழ்நாட்டுப் போலீசும், மிலிட்டரியும் சேர்ந்து அவங்க 70 பேரு, நாங்க 3 பேரு சண்டை பண்ணினோம். 18 பேரை அடிச்சேன். அடிச்சிப் போட்டுப் போயிட்டேன். அதுல 3 பேரை மட்டும் கணக்கு காட்டிவிட்டு, மத்ததை பூனை பீயை மறைக்குறாப்புல மறைச்சிட்டானுக. யுத்தத்தில் நடந்த சேதத்தை சொல்ல வேண்டியதுதானே. கீழே விழுந்தாலும் மீசையில மண் ஒட்டவில்லையென, இந்த காட்டுவாசியைப் புடிச்சிட்டு போயிட்டான். போலீசுங்கிறது எனக்குத் தெரிஞ்சுப் போச்சு.

அந்தக் காட்டுவாசியும் அந்த மருந்தை என்கிட்ட கொண்டுவரவில்லை. அங்கேயே அலங்காட்டில் வச்சிப்புட்டு அப்படியே போயிட்டாங்க. “ஏண்டா கொடுத்துட்டு வந்திட்டியா”னு அவனுங்க கேட்க, “ஆமா, கொடுத்துட்டு வந்திட்டோம்”னு இவனுங்களும் சொல்லிட்டானுக.

என்கிட்ட கொண்டுவந்து கொடுத்திருந்தாலும் நான் அந்த மருந்தை போடமாட்டோமுங்க. போலீஸ்காரன்கிட்ட போயிட்டு வர்ற மருந்துல விஷமிருக்குமினு எனக்குத் தெரியாதா? தெரியும்.

வேறென்ன பண்றது? எங்ககிட்ட மருந்துமில்லை. பாட்டில் பீங்கானை உடைச்சு, அந்தக் கட்டியை கிழிச்சிவுட்டேன். என்ன செய்யறது... ‘வலிக்கிது’னு ரொம்ப கத்துறானே அர்ச்சுனன்.

நாலு லிட்டர் இருக்கும் சீழாக ஊற்றியது. அதுக்கப்புறம் வேறு ஆளை அனுப்பி பஞ்சு, மாத்திரை மருந்து வாங்கிவரச் சொல்லி அர்ச்சுனனை ஒரு இடத்துல பத்திரமாக படுக்கவச்சி, போட்டுவிட்டேன். ஓரளவுக்கு ஆறிப்போச்சு.

ஆனா நரம்பைச் புடுச்சு இழுத்துப்பிடிச்சு. தொடையில 4 லிட்டர் சீழ் பிடிச்சா எப்படி இருக்கும்? தொடைவாழைக் கிழங்குனு ஒரு கிழங்கு, அதுதான் அந்தக் கட்டிக்கு மருந்து. அதைப்புடுங்கி வந்து, அரைச்சுதான் அதுக்குப் போட்டேன். பழுத்துடிச்சு. அப்புறம்தான் பீங்கான் வச்சு கிழித்து சீழ் எடுத்தது.

அப்புறம்தான் அவனைப் படுக்க வச்சிட்டு அவனுக்கு ஒரு ஆளையும் காவலுக்கு வச்சிட்டுப் போயி, டி.எஸ்.பி.யை கடத்திக்கிட்டு வந்துட்டேன்.

சரி, டி.எஸ்.பி. நம்ம கையில் இருக்கையில் அர்ச்சனனை என்ன பண்ண முடியும்னுதான் இவனை அனுப்பினேன். அர்ச்சுனன் போனான். அர்ச்சுனனையும் நிறுத்திக்கிட்டாங்க.

அதே டைம்ல நான் பேச்சுவார்த்தைக்குப் போயிருந்தேன். இங்கே ரெண்டு சாப்பாட்டு ராமன்களை காவலுக்குப் போட்டிருந்தேன். அந்தச் சாப்பாட்டு ராமன்களுக்கு நான் இருக்கிற இடம் தெரியும். கூட்டிக்கொண்டு வரவேண்டுமென்றால் கூட்டி வந்திருக்கலாம். கூட்டி வந்திருந்தாலும் டி.எஸ்.பி.யை ஒன்றும் பண்ணமாட்டேன். ஏதோ என்னுடைய கோரிக்கையைக் கேட்பேன். ஏன்னா டி.எஸ்.பி. உயிருக்கு உத்தரவாதம் கொடுத்து சத்தியம் பண்ணியிருந்தேன். அதுக்குமேல என்னால அவனைக் கொல்ல முடியாது. வாத்தியாரு ரொம்ப நல்ல தங்கமான மனுஷன். அதனால அவங்களை எப்படிக் கொல்ல மனசு வரும்.

எங்க உயிரை பாதுகாக்க அடுத்த உயிரை அழிக்க முடியுமா? அது ஆகாத காரியம். அவனுங்க மட்டுமாச்சும் வந்திருக்கலாம். நம்ம ஆளு ஒருத்தன் அங்கே இருக்கிறான். டி.எஸ்.பி.யை விட்டுட்டு அவனை மீட்டிருக்கலாம். இந்தச் சாப்பாட்டு ராமனுங்க அவனையும் கூட்டிக்கிட்டு சரண்டருக்குப் போயிட்டானுங்க.

டி.எஸ்.பி. சொல்லியிருக்கிறான். ''அண்ணா எங்கே போச்சுனு தெரியல. அண்ணன் சொல்லாம நீங்க எங்களைச் சுடமாட்டீங்கன்னு எங்களுக்குத் தெரியும். ஆனா அரக்கருங்க சுற்றி வளைச்சுக்கிட்டானுங்க. இந்த அரக்கருங்க என்னைச் சுட்டுக்கொன்னுப்புடுவானுங்க. ஏன்னா இது தேவாரத்தோட விஷயம். அந்த துரோகி நயவஞ்சகமா சுடச்சொல்லியிருப்பான்'' அப்படின்னு சொல்லியிருக்கிறான்.

தேவாரத்துக்கு என்ன கோபம். அவனைத் திட்டி ஒரு கேஸட் கொடுத்தனுப்பியிருந்தேன். அதுல போலீஸ்காரனுங்களையும் திட்டியிருந்தேன். போலீஸ்காரனுக்கு தினவெடுத்தால் இரண்டு மூணு கழுதைகளைத் திரட்டிக்கொடு... ஏழைப் பொண்ணுகளை கற்பழிக்கிறீங்களே பாதகத் துரோகிகளே அப்படின்னு திட்டியிருந்தேன்.

இதையெல்லாம் பாத்துட்டு, வீரப்பன்கிட்ட இப்படிப் பேச்சு வாங்குறதுக்கு இந்த டி.எஸ்.பி.தானே காரணம். இவன் மாட்டி கொண்டதாலதானே இப்படியாச்சு.

"இவன் சுட்டுவிட்டு வீரப்பன் சுட்டுவிட்டான்னு தேவாரம் சொல்லிவிடுவான். இப்படி ஏகப்பட்ட கொலைகளை இவன் செய்திருக்கிறான். அதனால உங்க மூணு உயிரையும் நான் காப்பாத்துறேன். எங்க மூணுபேரையும் நீங்க காப்பாத்துங்க'' என்று நம்ம ஆளுககிட்ட டி.எஸ்.பி. சொல்லியிருக்கிறான். இந்தப் பேடிங்களும் சரி வா போகலாம்னு கோயமுத்தூருக்குப் போயிட்டானுக.

டி.எஸ்.பி.யும், தான் சொன்னபடியே, கலெக்டருகிட்ட சரண் டர்பண்ணி, கலெக்டர் கோர்ட்ல சரண்டர் பண்ணியிருக்கிறான்.

37

மலைமேல நெல் விளைஞ்சாலும் குந்தானிக்கு வந்துதான் தீரணும்!

கோர்ட்டில் நீதிமன்றக் காவலில் 10 மாதம் இருந்தாங்க. இந்த கர்நாடக ஸ்டேட்ல சங்கர்பிதாரி இருக்கிறானே... துரோகி... அயோக்கிய ராஸ்கோலுப் பையன்... அன்னைக்கி சண்டையில போலீஸ்காரனுங்க சுட்டிருந்தா ஒருபேரு கிடைச்சிருக்கும். தங்களை வீரன்னு சொல்றானுங்களே... இந்த தேவாரமும் சங்கர்பிதாரி பையனும்.

ரங்கசாமியும் அய்யன்துரையும் நிச்சயமாக சரண்டராக லாம்னு போன ஆளுங்க. அர்ச்சுனனை பேச்சுவார்த்தைக்காகவும், நோயை நல்லா பண்ணிக்கொண்டு வரவும் அனுப்பினேன். இவங்க 10 மாதம் நீதிமன்றக் காவலில் இருக்கிறாங்க.

இங்கே தமிழ்நாட்டில் அவங்களை கொன்னோமென்றால், தமிழ்நாட்டில் சும்மா விடமாட்டாங்கனு, இந்த தேவாரம் பயலுக்குத் தெரியும் இந்த தேவாரம் என்ன செஞ்சான், சங்கர்பிதாரிகிட்ட போனான். ஐடியா சொல்லிக் கொடுக்கத்தான். சயனைட் மாத்திரை கர்நாடகாவில் கிடைக்காது. கடல் பகுதியில் விடுதலைப்புலிகள் நடமாட்டம் இருந்ததல்லவா... இவனுக்குத்தான் கிடைக்கும் சயனைட் மாத்திரை. விடுதலைப்புலி களிடம் மாத்திரம்தான் இருக்கிறது. ஏன்னா, தற்கொலைப்படை வேற எந்த தீவிரவாதிகளிடமும் இல்லை. அப்ப சயனைட் மாத்திரைகளை இவனுங்க எடுத்து வச்சிருக்கானுக. அந்த மாத்திரையைத்தான் சங்கர்பிதாரியிடம் தேவாரம் கொடுத்து, இதைக் கொடுத்து இவனுங்களைக் கொலை செஞ்சிட்டு தப்பிக்கணும்னா முதல்ல அரசியல்வாதியோடு கூட்டுச் சேரு. இல்லைனா தப்பிக்க முடியாது அப்படீனு இவன்தான் (தேவாரம்)

கொடுத்த ஐடியா அது.

இந்த சங்கர்பிதாரி லிங்காயத்தார் சாதி. நாகண்ணன் லிங்காயத்தார். இது இப்படியே நிற்கட்டும். இதில் இன்னும் கொஞ்சம் கதையிருக்கு. அதைச் சொல்லிவிடுகிறேன் முதலில்...

ஒரு எலெக்ஷனில் நாகண்ணனை தோற்க வைத்துவிட்டேன். அடுத்து 5 வருஷத்துக்கு பிறகு எந்த எலெக்ஷன்ல அப்ப நான் சிங்காபுரத்தில சந்தனமரம் ஓட்டிக்கொண்டிருக்கிறேன். அந்த நேரத்தில்தான் எலெக்ஷன். நம்ம மாதேஸ்வரன் மலையிலிருந்து 2 பேர் லிங்காயத்தார் சாதிக்காரங்க வந்திருந்தாங்க. ஒரு ஆளு பேரு மாதேவு.. ஒருத்தன் பேரு புட்டப்பன். வந்து "நீங்க ராஜி கவுண்டனுக்கு சப்போர்ட் பண்ணணும் வாங்க"னு கூப்பிட்டாங்க. ராஜி கவுண்டர் வந்து என்னைக் கூப்பிடலை. அவர் மூஞ்சியை நான் பார்த்ததில்லை.

"ராஜி கவுண்டருக்கு அங்கே வேலை சரியாயிருக்கு. வர முடியாது. நீங்க வாங்க, கொஞ்சம் உதவி செய்யுங்க. நீங்க சொன்னா பொதுமக்கள் ஓட்டுப் போடுவாங்க"னு சொன்னாங்க.

"எனக்கு அரசியல் வேண்டாம். வேற வேலை நெறைய இருக்கு. முன்னே சொல்லியே இந்த நாகண்ணனுக்கு என்மேல பொறாமை. வேண்டாம், நீங்க போங்க"னு சொன்னேன்.

இல்லை... எங்களுக்காக நீ வந்தே ஆசணும் வா போகலாம்" விடாப்பிடியாக கூப்பிட்டானுக.

என்ன செய்றது? அரசியல்னா பகை வரத்தான் செய்யும். சரி வாங்கடானு ஒரு 10 பசங்களை கூட்டிக்கிட்டு மாதேஸ்வரன் மலையேறி அதாவது ஒரு 30 கிலோமீட்டர் நடந்து வந்தோம். மாதேஸ்வரன் மலையில பொங்களூர்னு ஒரு ஊரு. அங்கே உட்கார்ந்துகிட்டு ஊர்ல உள்ள முக்கியஸ்தர் பெரியமனிதர்களையெல்லாம் கூப்பிட்டு "நீங்க எல்லாம் ராஜி கவுண்டருக்கு ஓட்டு போடுங்கப்பா"னு கேட்டேன்.

அதுக்கு அவங்க என்ன சொன்னாங்கனா, "நீ நிக்கிறியா? நீ நின்னா ஓட்டு தவறாமல் நாங்க போடுறோம். அவனுக்காக நீ ஏன் கஷ்டப்படுகிறாய்?"

"அப்பா ஏதோ வந்திட்டேன். கேட்டிட்டேன். இவ்வளவு தூரம் நடந்து வந்ததுக்காக, நீங்க போட்டாலும் சரி, இல்லைன்னாலும் சரி..."

"நீ வந்து ஓட்டு கேட்டுட்டே. கட்டாயம் போட்டுத்தான் தீர்வோம். ஆனா, நீ நின்னா ரொம்ப நல்லா இருக்கும்."

"அப்படி ஒரு காலம் வந்தா பார்த்துக்கொள்ளலாம். இப்ப ராஜி கவுண்டருக்கு ஓட்டு போடுங்க"னு சொன்னேன்.

சில இடங்களில் பசங்கள அனுப்பி "அண்ணன் ராஜி

கவுண்டருக்கு ஓட்டுப் போடுங்க"னு சொல்லச் சொன்னேன். அந்த எலெக்‌ஷன்ல 35 ஆயிரம் ஓட்டு வித்தியாசத்துல ஜெயிச்சிருக்கான் ராஜி கவுண்டன்.

அது வந்து நாகண்ணனுக்கு பயங்கரமான பழியாகிப் போச்சு. நாகண்ணன் ஆளுங்க, அவன்கிட்ட "வீரப்பன் சொன்னதாலதான் நீ தோற்றுபோனாய்"னு சொல்லி அந்த விஷயம் சட்டசபையெல்லாம் வந்திடுச்சி. "வீரப்பன் ஒரு

கடத்தல்காரன். அவன், இவனுக்கு சப்போர்ட் பண்ணுனான்'' அப்டீன்னு சொல்லி கலக்குனானுங்க. இது நாட்டுக்கே தெரியும். ரேடியோ, பேப்பர் எல்லாத்துலயும் வந்திடுச்சு. அதெல்லாம் இல்லை, நான் வீரப்பனை பார்க்கவே இல்லை, அவன் எனக்காக ஓட்டு கேட்டிருக்கலாம்னு சொல்லி தப்பிச்சுக்கிட்டான். ராஜி கவுண்டனை முன்காலத்தில் பார்த்திருக்கேன். பேசியிருக்கிறேன். ஆனால் அப்பொழுது அவனை நான் பார்க்கவே இல்லை. இந்தப் பசங்க மட்டும்தான் வந்தாங்க. இன்னைக்கு அரசியல்வாதிகள் எல்லாம் துரோகிகள்னு தெரிஞ்சுப்போச்சு. நான் எந்த அரசியல்வாதிகிட்டயும் போறதில்ல.

காரியத்துக்கு காலைப்புடிப்பாங்க. காரியம் நடத்தும் வீரியம் பேசுவாங்க. அரசியல்வாதிகளின் பிறவிக்குணம் இது. அவனவனும் சம்பாதிக்கத்தான் வருகிறான். ஒருத்தன்கூட நல்லவன் கிடையாது. நாட்டைக் காப்பாற்ற மக்களைக் காப்பாற்ற எவனுமே வருவதில்லை. இதை ஒரு பிசினஸாக வச்சுக்கிட்டானுங்க.

நாகண்ணனுக்கு அந்த சங்கர்பிதாரி சொந்தம். ரெண்டு பேரும் ஒரேசாதி, லிங்காயத்தார்.

இந்த தடவை நாகண்ணன் எம்.எல்.ஏ. நான் யாருக்கும் ஓட்டுக் கேட்டுப் போகவில்லை. ஆனா சந்திக்கும் மக்களிடம் "ரெண்டு தடவை தோற்றுப்போயிட்டான். இந்த தடவையாச்சும் ஜெயிக்கட்டும், அவனுக்கு போடுங்கனு" சொன்னேன்.

நாகண்ணனும் போலீஸ்காரனுங்க சொன்னதை நம்பிவிட்டான். சொல்லாததை எல்லாம் சொல்லி அவனை போலீஸ் திசை திருப்பிவிட்டது.

எப்படியிருந்தாலும் நீதிமன்றக் காவலில் இருப்பவனைக் கொல்ல அவன் இடம் கொடுக்கலாமா? சங்கர்பிதாரி போய் கேட்டதும், அட அவன் என்ன இயக்கமா, அரசியல் கட்சியா போட்டுக் கொல்லுனு சொல்லிட்டான் நாகண்ணன்.

மலைமேல நெல் விளைஞ்சாலும் குந்தானிக்கு வந்துதான் தீரணும்.

இவனுங்களை சயனைட் வைத்துக் கொலை செய்ததும் தேவேகௌடா ரேடியோவில் பேசுனான். "4 வருஷம் காட்ல போராடும்போது செத்திருக்கலாம். இப்ப வந்து இந்தப் படுபாதக கோழைத்தனமான காரியத்தைச் செய்ருக்கிறான்"னு பேசினான்.

மினிஸ்டரே சொல்லிட்டான்னு நான் பேசாமல் இருந்தேன்.

அடுத்தபடி முன்னாள் மினிஸ்டர் அவன் பேரென்னப்பா வீரப்ப மொய்லி வாயை திறக்கலை. ஹாம்... பங்காரப்பா கேட்டாரு, "பஞ்சமாபாதகன். படுபாதக துரோகச் செயலை

செய்திருக்கிறான். நியாயமான நடவடிக்கை எடுக்கணும்னு" அவன் சொன்னான்.

உடனே மந்திரிசபையைக் கூட்டினாங்க. வெட்கம் கெட்ட மந்திரிசபை. போய் உட்கார்ந்தான் அந்த குள்ளநரி நாகண்ணன். கரைப்பார் கரைத்தால் கல்லும் கரையும்னு பெரியவங்க சொன்னாங்க. நீதியை நிலைநாட்ட இருந்த அவங்க புத்தியை இவன்தான் கலைச்சான்.

நரசிம்மாவும் கேட்டாச்சு. சி.பி.ஐ.க்கு ஆர்டர் கொடுத்தாச்சு. லண்டன் பி.பி.சி.யில் சங்கரு சொன்னாரு. ஒரு பெரிய போலீஸ் அதிகாரி. அவர் பெயரைக் குறிப்பிடவில்லை. அவர் சொன்னார். ''சங்கர்பிதாரியையும் மாதேஸ்வரன் மலையிலுள்ள 12 இன்ஸ்பெக்டர்களையும் முதலிலில் பிடித்து உள்ளே போடவேண்டும்'' என்று. இதை லண்டன் பி.பி.சி.யிலயும் சொன்னான். இரண்டாவது, இந்த சயனைட் மாத்திரை எங்கிருந்து வந்ததுனு உங்களால் கண்டுபிடிக்க முடிந்ததா?

என் தம்பிக்கு மற்ற ரெண்டு பேருக்கும் வந்த அதே மாத்திரை ஒரு காலத்தில் உங்களுக்கும் வரும்டா...

அதே நாகண்ணன், மேடையில் பூடுபதிகாலில் பேசுகிறான். ஜெயிச்சிருக்கான். அன்னைக்கி நான் அங்கேதான் இருக்கிறேன். உடனே பஞ்சாயத்து எலெக்ஷன் வந்திடுச்சு. அதுக்கு ஜனங்ககிட்ட ஓட்டுக் கேட்க வந்திருக்கிறான்.

மேடைக்கு எதிரில் ஒரு பெரிய ஆலமரம். நைட் 9 மணி இருக்கும். அங்கே நின்னு என்ன பேசுகிறான்னு பார்த்துக் கிட்டிருக்கேன்.

அங்கேயுள்ள காட்டுவாசி மக்களையெல்லாம் கூப்பிட்டு பேசுகிறான். "நீங்க துப்பாக்கி வச்சிருக்கீங்க. சந்தனமரம் அது இதெல்லாம் வெட்டுறீங்க. இதையெல்லாம் செய்யவேண்டாம். நீங்க ஒழுங்கா இருங்க. ஆபீசருங்க பிடிக்கிறானுங்கன்னா ஏன் பிடிக்கமாட்டாங்க. அவங்க செய்யிறது நியாயம்தானே?'' அப்படீனு அவனுங்களுக்கு ஒத்து ஊதிட்டுப் போனான். லஞ்ச ஒழிப்புனு போட்டுக்கிட்டு கோடி கோடியா கொள்ளை யடிக்கிறது லஞ்சம் வாங்குறது நீங்க, ஆனா பட்டினி கிடக்க முடியாமல் வயிற்றுக்காக ஒரு காட்டுவாசி குச்சி கூளத்தை பொறுக்கினா அது உன் கண்ணுக்குத் தெரிஞ்சுப்போகும். போலீசுக்கு ஒத்து ஊதுகிறாய். நீ திருடுவது கண்ணுக்குத் தெரியாது. ஆனை போவது தெரியாது சிற்றெறும்பு போறதுதான் தெரியும். ஒரு 11 மணி வரை அங்கே இருந்தேன்.

அங்கே பேசிட்டு, கபினி டாமுக்கு கீழே சோழலார்காடு ஒண்ணு. அங்கே போனான். அங்கே பேசிட்டு திரும்பும்போது

கார் இல்லாமல் பைக்கில் போனான். கார் ரிப்பேர் ஆகிப்போச்சாம்.

அவனுக்குத் துரோகம் செய்யணும்னா அன்னைக்கு அவனுக்கு செய்யமாட்டேனா? அவனைப் பிடிக்கணும்னா அன்னைக்குப் பிடிக்கமாட்டேனா? யாரென்ன தடுப்பார்? பிடிக்கணும்னா... பிடித்து தரதரனு இழுத்துக்கிட்டு வந்திருப்பேன்.

அவனுக்கு எந்த பாவமும் செய்யவுமில்லை... செய்ய நினைக்கவும் இல்லை. சங்கர்பிதாரியும் இவனும் சேர்ந்து ஜோடித்து மூணுபேர் உயிரை பலி வாங்கினாங்க.

மனிதன் இறப்பதென்பது உறுதி. இவர்கள் செத்ததைப் பற்றி நான் கவலைப்படவில்லை. ஆனால் இந்த மாதிரி ஒரு கோழை வேலையை அரசாங்கம் செய்யக்கூடாது. தேவேகௌடரே! உன்னை நேரே பார்க்க எனக்கு வாய்ப்பில்லை. எவனோ செஞ்ச பாவத்தை நீ உன் தலையில் சுமக்க வேண்டாம். மூன்றரை கோடி ஆயுசு வாங்கியிருந்தான்... பாரு... இராவணேஸ்வரன். இதை ராமாயணத்தில் நாம் படிச்சிருக்கோம். அந்த ஆயுசு தாங்கிச்சா அவன் செஞ்ச பாவம். உங்களுக்கு வந்த ஆட்சி என்ன பெரிய வரப்பிரசாதமா? மக்களாகப் பார்த்து ஓட்டுப்போட்டதுதானே? உனது பெரிய குடும்பம்னு கேள்விப்பட்டேன். நீங்க கொன்னுவிட்டதைப் பற்றி நான் கவலைப்படவில்லை. பிறப்பு, இறப்புதான் அதிசயம். வேற எதுவும் அதிசயமில்லை.

ஆனா நீ ஒரு சீப்-மினிஸ்டர். ஆறு, ஏழு கோடி மக்களின் தலைவன். ஒரு அரக்கன். அவன் வந்து நீதிமன்றக் காவலில் இருந்தவனுங்களைக் கொன்னுப்புட்டு அவனுக்காக ஒரு எம்.எல்.ஏ. வந்து சொல்றான்னு நம்புகிறாயே... நீ விருத்திக்கு வருவியா? நானும் ஒரு நாள் ஆட்சிக்கு வருவேன். பிரதமராகவே வருவேன். இது சத்தியம். வந்து காட்டுறேன்... உன்னையும் புடிச்சு உள்ளே போடுவேன். சவால் விடுகிறேன். நான் எலெக்ஷனில் நிற்கிறேன், ஜெயலலிதா என்னை எதிர்த்து நிற்கட்டும். ஜெயித்துவிட்டால் என் மீசையை எடுத்துக்கொள்கிறேன். கர்நாடகாவில் யாரை எதிர்த்து நிற்கவேண்டும். சொல் ஜெயித்து காட்டுகிறேன்.

என்னை ஒரு திருடன், அயோக்கியன், கெட்டவன் என்று பலவிதமாக வர்ணிக்கலாம். ஆனால் மக்கள் மத்தியில் செல்வாக்கு இருக்குனா அவன் நல்லவனாகத்தான் இருக்க முடியும்.

மக்களுக்காக, தான் செய்யாத பாவமெல்லாம் செய்த அரக்கர்களை ஒழிச்சுக் கட்டினேன். இதுதான் நடந்தது. என் தம்பிக்கோ மற்ற ரெண்டுபேருக்கோ உன்னால உயிர்கொடுக்க முடியாது. ஆனா நம்ம அரசாங்கத்து மரியாதையைக் காப்பாற்று.

ரெண்டு போலீஸ்காரன் ஏமாந்துபோவான்னு பணி நீக்கம் செய்தார்களாம். மந்திரிசபையால் சங்கர்பிதாரியின் மயிரைக்கூட பிடுங்க முடியவில்லை.

போங்கடா டேய்... உலகம் சிரிக்குதடா... நீங்க ஆக்ஷன் எடுத்தாலும் எடுக்காவிட்டாலும் இந்தப் பாவம் உங்களைச் சும்மாவிடாது. என் தம்பிக்கு எப்படிடா சயனைட் மாத்திரை கிடைச்சது. கத்தியைக் கழுத்தில் வைத்துக்கொண்டு சாப்பிடச் சொன்னாலும் சயனைட் மாத்திரை சாப்பிடமாட்டான் அவன். பாவத்துல சிக்குறவன் குடும்பம் உருப்படும்னு நீங்க எண்ணிக்கூட நினைக்காதீங்க தம்பி. என்னடா காட்ல திரியுற பையன் பெரிய அரசியல்வாதி மாதிரி பேசுறானேன்னு நினைக்கவேண்டாம். நியாயத்தை நான் பேசுறேன்.

காதால் கேட்க முடியாத கொடுமை இது...! 38

முக்கியமான பாயிண்டுகளை மட்டும் -ஆயிரத்துக்கு ஒரு சொல்லு பொறுக்கி எடுத்திருக்கிறோம். ஏன்னா, கேஸட் பத்தாது இல்லையா.

ராஜீவ்காந்தி செத்தது எப்படி என்பதை மக்களுக்காக எடுத்துச் சொல்றேன்.

ராஜீவ்காந்தியை விடுதலைப்புலிகள் கொன்னுட்டாங்க. பிரபாகரன்தான் ஏவிவிட்டு கொல்ல வச்சான். அவனை அரெஸ்ட் பண்ணணும் அப்படின்னு நம்ம அரசாங்கம் சொல்லிக் கிட்டிருக்கு. அதைப்பற்றி கொஞ்சம் பேசலாம்.

ராஜீவ்காந்தி, இந்தியாவின் பிரதமராக ஆட்சியில் இருந்தாரு. இலங்கை நம்ம பக்கத்துல இருக்கிற வேற நாடு.

இந்தியாவுல 24 மாநிலத்திலும் 100 கோடிக்கும் அதிகமான மக்கள். இதைப் பராமரிப்பு செய்தால் போதாதா? அடுத்தவன் பொண்டாட்டிக்கு ஏன் நாம போயி சேலை கட்டணும்?

இலங்கையில் சாகும் மக்கள் யார்? நம்ம தமிழர்கள். நம்ம ரத்தம்தான் அங்கே சிந்துது. அங்கே எதுக்காக ராஜீவ்காந்தி மிலிட்ரியை கொடுக்கணும்? தப்புதானே? மிலிட்டரினா யார் தெரியுமா? ஒரு நாட்டின் மிகப்பெரிய சக்தி. அதுக்கொரு கதை மகாபாரதத்துல சொல்றேன்.

அதாவது, கிருஷ்ணபரமாத்மா அர்ச்சுனனுக்குச் சொன்னாரு. எப்ப சொன்னாரு தெரியுமா? அர்ச்சுனன் சிவனாரை நோக்கி வெள்ளியங்கிரியில் தவம் இருக்கிறான். சிவனைப் பார்க்கலாம்னு தவம் இருக்கிறான். கொடூரமான தவம்.

நேரடியாக அர்ச்சுனனுக்கு காட்சியளிக்கிறார் கடவுள் சிவன், ஈஸ்வரன்.

"உனக்கு என்ன வரம் வேணும் அர்ச்சுனா?" அவனுக்குத் தேவைப்பட்ட வரத்தை கேட்டான் அர்ச்சுனன்.

சில அஸ்திரங்களைக் கேட்டான். எல்லாம் கிடைத்தது. வாங்கிக்கொண்ட அர்ச்சுனன், இருக்குமிடத்திற்கு வந்தான். கிருஷ்ணன் கேட்டான் "அர்ச்சுனா நீ கேட்டதெல்லாம் கிடைத்ததா?"

"எல்லா அஸ்திரமும் கிடைத்தது மாமா". அப்ப கடவுள் என்ன சொன்னார் தெரியுமா? "அர்ச்சுனா இந்த அஸ்திரங்கள் உலகத்தை அழிக்கக்கூடியவை. இவற்றை எப்படி நீ பாதுகாக்க வேணும் தெரியுமா? பெரிய பெரிய அரக்கர்கள் ராட்சசர்கள் இப்படிப்பட்டவர்கள் மீதுதான் நீ இவற்றை ஏவணும். அப்பாவி மக்கள் மீது பிரயோகிக்ககூடாது. அப்படி ஏவினால் உனக்கும் பல பாவங்கள் கிடைக்கும்" அப்படி கடவுள் சொன்னார். அதேமாதிரி அர்ச்சுனனும் பயன்படுத்திக்கிட்டான்.

ராஜீவ்காந்தி கையில் ஆட்சி கிடைத்ததென்றால் அது மக்கள் கொடுத்த வரம். இது பெரிய அஸ்திரம். இலங்கையில் ஒரு தமிழ்ப்பெண்ணை நூறுபேர் கற்பழிக்கிறானுங்க.

கடைசியில் சோடாப்பாட்டிலை உடைத்து உசிர்நிலையில் குத்திவிட்டு வர்றானுங்க. கற்பழிக்கப்பட்ட பெண்களைக் கட்டி உறித்து, கூறுபோட்டு தமிழ்ப்பெண்கள் மாமிசம் கூறு 15 ரூபாய்னு எழுதிப் போட்றானுங்க.

பெண்ணுக்கு பாவம் இழைத்தால் அதுதான் உலகில் பெரும் பாவம். ஆணுக்கு ஆண் பார்க்கலாம். இந்தக் கொடுமை எந்தச் சரித்திரத்திலும் படிக்காத, பார்க்காத, கேட்காத கொடுமை. அப்படி நடந்தது. அந்தக் கொடுமைகளை அங்குள்ளவர்கள் படமெடுத்து இங்கே கொண்டுவந்து போட்டுக் காட்டினார்கள்.

ராஜீவ்காந்தியும் அதைப் பார்த்திருப்பார். அவருக்கும் ஒரு ஆணும் ஒரு பெண்ணும் பிறந்திருக்கு. இந்த ஆணுக்கோ பெண்ணுக்கோ இப்படிக் கொடுமை நடந்திருந்தா அவரோட மனசு எப்படிப் பத்திக்கிட்டு எரியும்?

இலங்கையில் தமிழர்களை செருப்பாக்கூட பாவிக்க வில்லையே? மதிக்கலையே... தமிழ்மக்கள் ரத்தம் காவேரி ஆறாக ஓடுகிறது.

புண்ணில் ஊசி எடுத்து குத்துவது போல, எரியும் நெருப்பில் பெட்ரோல் ஊற்றுவது மாதிரி... இங்கிருந்து 100 ஆயிரம் அரக்கர்களை கொண்டுபோயி அங்கே விட்டான். இங்கிருந்து ஆயுதம் கொடுத்து இவங்க போய் செஞ்ச அட்டூழியம் கணக்கு

அர்ச்சுனன்

வழக்கே கிடையாது. சிங்கள ராணுவத்தோட சேர்ந்துகிட்டு, அமைதிப் படைங்கிற பேர்ல பண்ணாத அட்டூழியம் பண்ணுனானுங்க.

ராணுவம் அமைதி பண்ணுமா? போய் புகுந்தாங்க... அப்பத்தான்...

பெண்கள் துப்பாக்கி ஏந்தி சரித்திரத்தில் பார்த்திருக் கிறோமா? மூணுயுகம் மாறி 4-வது யுகம் நடந்துக்கிட்டிருக்கு.

இதுவரை பெண்கள் ஆயுதம் ஏந்தியதாக கிடையாது. இன்று அங்கே பெண்கள் சரிசமமா ஆயுதம் ஏந்துகிறார்கள். பீரங்கி, ஏவுகணையிலிருந்து எல்லா வேலைகளும் அவங்க செய்றாங்க.

இப்ப சிங்கள ராணுவம் மண்ணைக் கவ்வுகிறது.

நம்ம ராணுவம், அங்கேயுள்ள தமிழ் மக்களைத்தான் தாக்கியது. இந்திய ராணுவம் திரும்பும்போது நம்ம கருணாநிதி வரவேற்புக் கொடுக்கலை. எதிர்க்கட்சிக்காரங்க எல்லாம் கேட்டாங்க. "கருணாநிதி ஏன் வரவேற்பு போகலை?"னு. அதுக்கு கருணாநிதி சொன்னாரு. "அங்கே செத்ததும் நம்ம மக்களே. இங்கே செத்ததும் நம்ம மக்களே. இதுக்குப் போயி எப்படி வரவேற்பு கொடுக்கிறது?"

"கருணாநிதி அப்ப ஒரு வார்த்தை கேட்டிருந்தாரு. அதைப் பற்றி நான் எப்பவுமே பெருமைப்படுறேன். அதுக்காக என் மனம் ரொம்ப வெந்துபோயிருக்கிறது" என்று சொன்னார் அவர்.

ராஜீவ்காந்தி ஆட்சியை விட்டு இறங்கியதும் வி.பி.சிங் வந்தாரு. ''இதெல்லாம் கொடுமை''னு சொல்லி இந்திய ராணுவத்தை வாபஸ் வாங்கினாரு. இங்கிருந்து ராணுவம் போய் அடித்ததில் தமிழ் மக்கள் எவ்வளவோ பேர் செத்தாங்க. நம்ம ராணுவத்தில் 1800 பேர் செத்ததா சொன்னாங்க. அது பொய்.

சரியான கணக்கை நான் சொல்கிறேன். 16 ஆயிரத்து எழுநூற்றுச் சொச்சம் பேர் இந்திய ராணுவத்தில் செத்தாங்க.

இங்கேயிருக்கிற போலீஸ்காரனே தமிழ்நாட்டை, பாம்பே ரெட்லைட் ஏரியாவா நினைக்கையில ராணுவம் என்ன நினைச்சிருக்கும். கற்பழிப்பு காரணமா, தற்காப்புக்காகத்தான் அங்கே பெண்கள் துப்பாக்கி ஏந்தினார்கள். மானம் காப்பாற்ற.

அதுமட்டுமில்ல... நிறைமாத கர்ப்பிணிகளின் வயிற்றை இரண்டாகக் கிழிச்சி... இதே நம்ம ராணுவம் இதைச் செய்திருக்கு.

இரண்டாக் கிழிச்சு அந்தக் குழந்தையை எடுத்து, இதுதான் ரெண்டாவது புலியான்னு கேட்டுக்கிட்டு, அந்தக் குழந்தையையும் கிழிச்சிருக்கானுங்க. காதால் கேட்க முடியாத கொடுமை அது. வி.பி.சிங் ராணுவத்தை வாபஸ் வாங்கினாரு.

இந்தக் கற்பழிப்புக் கொடுமைகளுக்குப் பிறகுதான் அங்குள்ள பெண்கள் தற்கொலைப் படையாக மாறினார்கள்.

இந்திய ராணுவத்தை ஏவியது யார்?

துப்பாக்கியைப் பார்க்காமல் துப்பாக்கியை ஏவியன் யார்?

இந்த அஸ்திரத்தை ஏவியது யார்னு அவங்க பார்த்தாங்க. 'ராஜீவ்காந்திதான்'னு

SECURITY

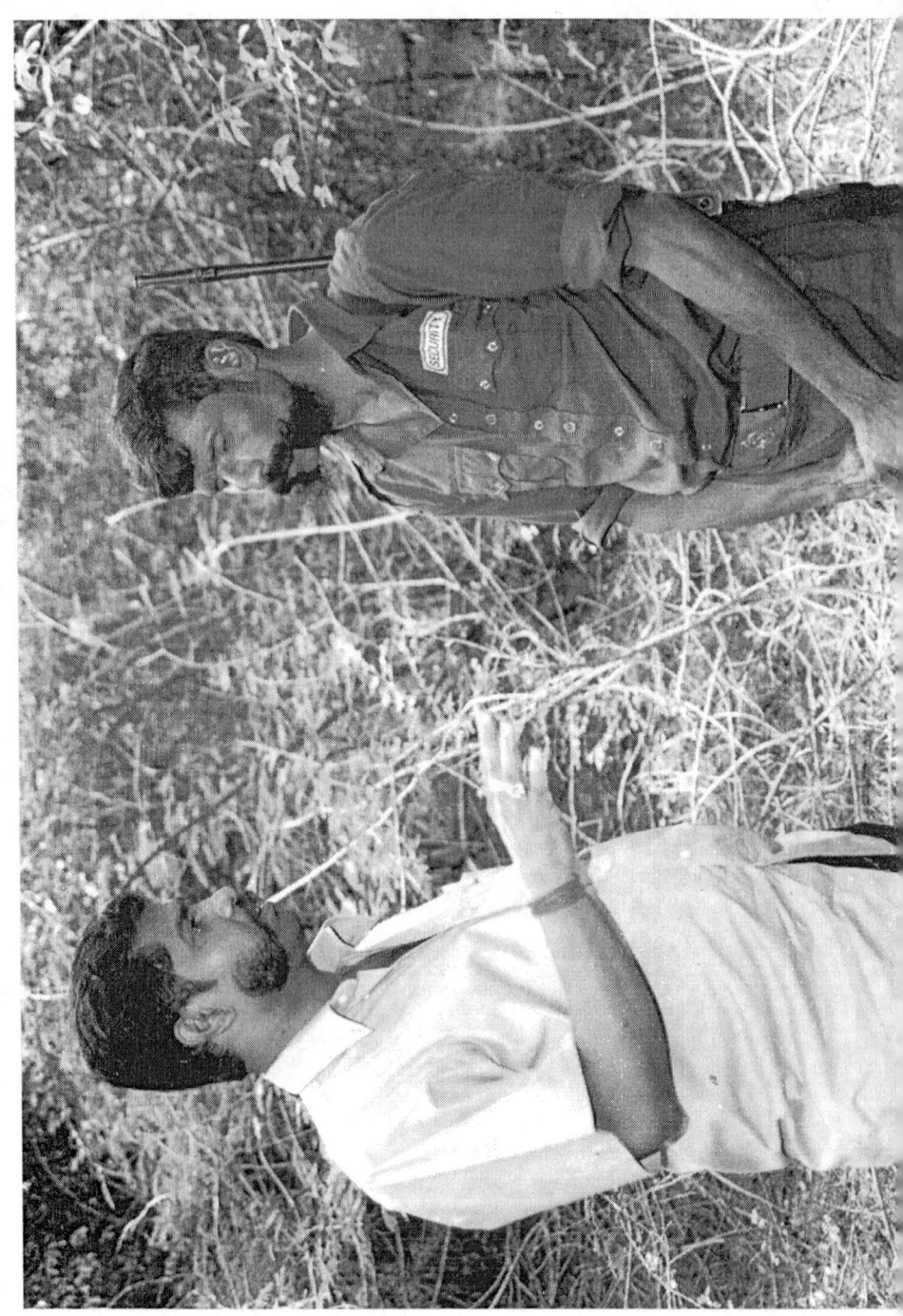

முடிவு பண்ணுனாங்க. அங்கேயிருந்து 25 பேரு வந்தாங்க. ஸ்ரீபெரும்புதூர்ல வச்சு ராஜீவ்காந்தியைக் கொன்னாங்க.

அதாவது காமராஜர் அரசியல் நடத்தினார். அவர் என்ன படித்தார். இதே, எம்.ஜி.ஆர்.கூட 3-ஆம் கிளாஸ்தான் படிச்சாரு! நாடகக் கம்பெனியில் சேர்ந்து நடிகனாக வந்தாரு. எல்லாம் அனுபவம் தான். அனுபவம்தான் பெரிசு.

படிப்பு என்பது தனி. அனுபவம் என்பது தனி. படிப்பால் ஒரு மனிதன் அறிவுள்ளவனாகிவிட முடியாது. நல்லா படித்து பட்டம் வாங்கியவன் கற்பழிக்கிறான். நம்ம, தாய் தகப்பனால் எப்படி வளர்க்கப்படுகிறோமோ அப்படித்தான் நம்ம புத்தியும் வரும். நம்ம தாய் தகப்பனுக்கு அயோக்கியப் புத்தியிருந்தா நமக்கும் அதுதான் வரும். நல்லவனோட சேர்ந்தால் நல்லவனாக லாம். திருடனோடு சேர்ந்தால் நாமும் திருடித்தான் ஆகணும்.

ரேடியோ நியூஸ், புக், பேப்பர் எல்லாமே வரும். படிக்கிறேன். எனக்கும் அரசியல்பற்றி தெரியும். சரஸ்வதியே இன்னும் படித்துக்கொண்டுதான் இருக்கிறாள். யாரும் எல்லாத்தையும் முழுசா கத்துக்கிட முடியாது.

தமிழ்நாட்லயும் எல்லா ஏரியாவும் போயிருக்கிறேன்.

ஆனால் டேராடூன் தாண்டி, முனிவர்கள் தவம் செய்கிறாங் களே, கங்கா நதி, அந்த இடம்தான் எனக்குப் படிச்சிருக்கு. ஒரு பத்து வருஷத்துக்கு முன்னாடி அங்கே நான் போயிருக்கிறேன். நம்ம திசை மாறிப்போச்சு. இல்லையானா நானும் அங்கேயே இருந்திருப்பேன். என் லைப்பே மாறிப்போச்சு.

ராஜீவ்காந்தி விஷயத்தைப் பேசிவிட்டேன். இப்போது ஜெயலலிதா பற்றி கொஞ்சம் பேசலாம்.

ஜெயலலிதா ஒரு பொண்ணு. 118 கோடி ரூபாய் செலவழிச்சு வளர்ப்பு மகனுக்கு திருமணம் செய்தாளே, அந்தப் பணம் யாருடையது? 118 கோடிங்கிறது நம்ம ஹோட்டல்ல போயி டிப்பன் சாப்பிடுகிற செலவுதான் அவளுக்கு. கடல் மாதிரி, சுருட்டி எடுத்துக்கிட்டு போயிட்டாள் தமிழ்நாட்டுப் பணத்தை, வடமாநிலங்களில் 1000, 2000, 5000 ஏக்கரா என்று வாங்கிப் போட்டிருக்கிறாள். வேண்டிய ஆட்கள் மேலே பதிவு பண்ணிப் போட்டிருக்காள்.

ஏமாறுவதில் தமிழ்நாட்டு மக்கள் மாதிரி யாருமில்லைதான்; இருந்தபோதிலும் நன்றி மறக்காத மக்கள் நம்ம தமிழ்நாட்டு

மக்கள்தான். எம்.ஜி.ஆர். செத்துப்போனாலும், அவன் செய்த நன்றியை மறக்காமல் அவனோட இரட்டை இலைக்கு ஓட்டுப் போட்டாங்களே. அதற்காக நான் பெருமைப்படுறேன். கழுதை நின்னாலும்- ரெட்டை இலையில் ஓட்டு போட்டாங்களே.

மக்களை ஏமாத்த, வளர்ப்பு மகன் கல்யாணச் செலவை மறக்கடிக்கத்தான் ஜனங்கள் கொஞ்ச பேருக்கு இப்ப கல்யாணத்தை பண்ணி வச்சாள்! அது பொதுமக்களுக்குத் தெரியும்.

நிறைய கற்பழிப்புகள் இவ ஆட்சியில். எதிர்க்கட்சிக்காரர் யாராச்சும் போட்டுக் குடைஞ்சா, கற்பழிக்கப்பட்ட பெண்ணுக்கு 1 லட்ச ரூபாய் கொடுப்பாக! சட்டம் அப்படி!

கற்பழிப்பவனை சுடணும். முதல்ல கருணாநிதி பீரியட்ல இப்படி கற்பழிப்பெல்லாம் கிடையாது.

இலங்கைப் பொண்ணுங்கதாம்பா வீரபத்தினிங்க. இங்கே அப்படி இல்லை போலிருக்குது.

தர்மபுரி மாவட்டத்தில் இதுவரை 18 பொண்ணுகளை கற்பழிச்சிருக்காங்க. வாச்சாத்தி மலை, அங்கே போலீஸ்காரனும் பாரஸ்ட்காரனும் சேர்ந்துகிட்டு 40 பொண்ணுகளை கற்பழிச்சிருக்கானுங்க.

அடையாள அணிவகுப்பு நடந்தப்ப, அந்தப் பொண்ணுங்க தொட்டுத் தொட்டுக் காட்டுனாங்க... ‘இவன்தான் என்னைக் கற்பழிச்சவன்’ அப்படீன்னு! அதில ஒரேஒரு போலீஸ்காரனைக் கூட இதுவரை அரெஸ்ட் பண்ணலை, நாம வாழ்றதே மானத்துக்காகத்தான்!

ஆனா இந்தப் பாதகி ஒருத்தனையும் கைதுபண்ணலை.

சின்னாம்பதியில கர்நாடக போலீஸ்காரனும் தமிழ்நாட்டு போலீஸ்காரனும் சேர்ந்து ஒரு ஊரையே கற்பழிச்சானுங்க... ஒண்ணும் அறியாத அப்பாவிகளை! இவளுடைய அரசாங்கம் அவனுங்கள்ல ஒருத்தனையாவது புடிச்சு உள்ள போட்டிருக்கா? இவகிட்ட தானே போலீஸ் கண்ட்ரோல் இருக்கு.

ஒருத்தனுக்கு மனைவியாகி, 4 மக்களைப் பெற்ற மகராசியாக இருந்திருந்தா இப்படி செய்யவிடுவாளா?

சிதம்பரத்தில பத்மினிங்கிற பொண்ணு, போலீஸ் ஸ்டேஷனுக்கே கூட்டிப்போய் கற்பழிச்சுக் கொடுமைப்படுத்தி னாங்க. அவனுங்கள்ல ஒருத்தனையும் கைது பண்ணலை.

சேலம் மாவட்டத்தில் தலைவாசல் தங்கம்மாள். அந்தப் பொண்ணைக் கொண்டுவந்து, பண்ணாத அக்கிரமமெல்லாம் பண்ணி அவளைக் கற்பழிச்சு... அடப்பாவிகளா... அடேய் இருங்கடா நான் வரணும்டா ஆட்சிக்கு... நிக்க வைச்சு...

பொண்ணுக கையில் என்னென்ன ஆயுதம் கொடுப்பேன். சாணிச்சட்டி, துடைப்பம், செருப்பு, முறம்... பொண்ணுகளையே அடிச்சுக் கொல்லச் சொல்லுவேன். காக்கிச்சட்டை போட்ட நாயை இழுக்கணும். பொதுமக்களே தயவுசெய்து எனக்கு ஓட்டுப் போடுங்க... நான் வர்றேன் ஆட்சிக்கு!

ஜெயலலிதா ஆட்சியில் இருக்கிறாள் என்பதற்காக, இந்தக் கொடுமையெல்லாம் செய்யலாமாடா பாவிகளா? வாங்குகிற கூலிக்கு ஒழுங்கா, பாடுபடுங்கடா பாதகத் துரோகிகளே... நாட்டைக் காப்பாத்த, கடமைக்காக என்று காக்கிச் சட்டை போட்டிருக்கிறீங்களே... மக்களுக்கு கஷ்டம் வந்தா போலீஸ் ஸ்டேஷனைத்தான் தேடி ஓடணும். அங்கே வர்ற பொண்ணுகளை கற்பழிக்கிறதுனா அதுக்கு மேல என்னடா இருக்குது? அப்புறம் துப்பாக்கி தூக்க வேண்டியதுதான்.

அப்படி துப்பாக்கி தூக்கி, அந்த அரக்கர்களை கொன்றால் அவன் தீவிரவாதி! அவனுக்குப் போடுடா மிலிட்டரியை அப்படீங்கிறான். அதனால்தான் இந்தப் பொதுமக்களுக்கு நான் சொல்றது என்னன்னா... எம்.ஜி.ஆர். மாதிரி நல்ல நல்ல நியாதியதிபதிக்கு ஓட்டு போடுங்க. உங்களுக்கு சுதந்திரம் கிடைக்கும். ஆனா, அந்த மாதிரி ஒரு பிள்ளை பிறக்கவே இல்லையே... இவங்க கொட்டத்தையெல்லாம் அடக்க நான் வரணும். பணம், கார், பங்களா, ஹெலிகாப்டர் வேணும்ங்கிற ஆசையெல்லாம் எனக்கு கிடையாது. வனதேவதை சத்தியமாச்சொல்றேன். உங்களுக்காக என் உயிரையும் கொடுப்பேன். கடைசிவரை பாடுபடுவேன். ஏன்னா கொடுமையிலும் வறுமையிலும் வளர்ந்தவன். ஜெயலலிதா பற்றி இன்னமும் சொல்கிறேன்.

எம்.ஜி.ஆர். நல்ல மகராஜன். அவன் வந்துதான் சத்துணவுத் திட்டத்தைக் கொண்டு வந்தான். எவ்வளவோ மக்கள் படிச்சுச்சு. கோடிக்கணக்கான மக்கள் பயனடைகிறார்கள். படத்துல நடிச்சு, கஷ்டப்பட்டு சம்பாதிச்ச பணத்தை வாரிவாரி வழங்கினான். இது எல்லா மக்களுக்கும் தெரியும்.

எனக்கு இதில் எதுவும் லாப நஷ்டம் இல்லை. நீங்களெல்லாம் அழிகிறீர்களே... அதனால்தான் என் நெஞ்சு பொறுக்கலை. இதிலும், கற்பழிச்சுப்புட்டானுகனு வந்து

சொன்னால் அவுங்களை சுடணும்தான் எனக்கு ஆசை. சிக்கினால் துண்டு துண்டாக வெட்டிவிட்டு போயிடுவேன். கற்பழிக்கிறவன் யாரு? அரசியல்வாதியும் போலீஸ்காரனும்தான். எம்.எல்.ஏ.க்கள் கதையோ நாறிப்போய் கிடக்கு.

தமிழ்நாட்டு மக்கள், நம்மளத் தெரிஞ்சும் ஓட்டு போட்டிருக்காங்க. அவுங்களுக்கு நல்ல வாழ்க்கை அமைச்சுக் கொடுக்கணும். நாய் வாலை நிமிர்த்தமுடியாது. ஜெயலலிதா புத்தியை மாத்த முடியாது.

ஜெயலலிதா ஆட்சியில தமிழ்நாட்ல போலீஸ்காரனுக்குத் தான் சுதந்திரம். கேள்வி கேட்பாரு இல்லாத கற்பழிப்பு.

பத்திரிகைக்காரங்க இல்லைனா இந்த நாட்ல நடக்கிற ஊழல் தெரியுமா? எங்கே தப்பு நடந்தாலும் போய் போட்டா எடுத்தாந்து அவுங்கதான் விளம்பரம் படுத்துறது... அப்படிப் பட்டவங்களை இவள் ஆள் வச்சு அடிக்கிறது. ஏன்னா இவ ஊழலை எழுதினா, மக்களுக்குத் தெரிஞ்சு போயிடும், அடுத்த தடவை மக்கள் இவளுக்கு ஓட்டுப்போட மாட்டாங்களே! இப்படியெல்லாம் கொடுமை இவ ஆட்சியில! சர்வாதிகாரிகூட இப்படிப் பண்ணமாட்டான் அப்படிப் பண்றாள்.

ரெண்டாவது, இந்த டி.எம்.கே. கருணாநிதி கோஷ்டிக்கும், இவளுக்கும் ஒரு தடவை சண்டை வந்துவிட்டது. என்னவோ நொண்டு பேசியிருக்கிறாள். அட சரிதான் போனு புடிச்சு தள்ளி இருக்காங்க. அவ்வளதான் ரைட், நம்பளுக்கு ஒரு சான்ஸ் கிடைச்சுப் போச்சு. எலெக்ஷனுக்கு பயன்படுத்திக்கலாம் இதை அப்படீனு ஆரம்பிச்சுட்டாள். மயித்தை விரிச்சுப் போட்டுக்கிட்டு ஐயோ சாமி! நானொரு பொண்ணு இல்லியா? என்னைப் புடுச்சு இப்படியெல்லாம் மானபங்கம் பண்ணிப்பிட்டாங்களே! அப்படி இழுத்தான்... இப்படி இழுத்தான்... நாசம் பண்ணிப்புட்டான். அப்படியெல்லாம் இழுத்தாள்.

பொதுமக்கள் பாத்தாங்க. ஒரு பொண்ணுக்கு இவ்வளவு கொடுமை இழைச்சுப்புட்டாங்களே பாவம்னு சொல்லி எல்லாரும் ஓட்டுப் போட்டாங்க! எத்தனையோ பொண்ணுங் களை கற்பழிச்சாங்களே நீ என்ன செஞ்சே?

ஒரு பொண்ணுனு தானே உனக்கு ஓட்டுப் போட்டாங்க. இல்லைனா போட்டிருக்க மாட்டாங்களே. பெண்ணுக்கே பெரிய கொடுமை இழைச்சுப்புட்டியே பாவி!

அப்புறம் இந்த பிரேமானந்தா இருக்கிறானே பிரேமானந்தா. அனாதை ஆசிரமத்துல இருந்த பொண்ணுகளைப் பூரா கற்பழிச்சான். ஒரு பொண்ணை ஒருத்தன் கற்பழிச்சா... போலீஸ் எப்படி விசாரணை செய்யறது? அதையும் சொல்றேன்.

ஒரு பொண்ணை நாலு பேரு பிடிச்சு அபாண்டமா மானபங்கம் பண்றான். அதை சில பொண்ணுங்க சொல்றதே கிடையாது. தாங்கிக்கிட்டு இருந்திடுவாங்க. சிலபேர் விஷம் குடிச்சு செத்துப் போயிடுறாங்க. அவுங்க வீரபத்தினிங்க. நாம செத்தாலும் சரின்னு சில பொண்ணுங்க துணிஞ்சு கோர்ட்ல போட்டு, பாதகத் துரோகி இப்படி பண்ணிட்டான்னு சொல்லி, போடுறாங்க.

சொல்றது நிஜமான சாட்சி வேணுமில்ல... டாக்டரை வச்சு டெஸ்ட் பண்றாங்க விந்தை, மெடிக்கல் செக்கப் செய்றாங்க. அதுதான் மெயின். அதுக்கு மேலே விசாரணையே கிடையாது. அதுக்குமேல என்ன சாட்சி வேணும்? அதை விட்டுட்டு, இங்கிருந்து கூட்டிப் போறாங்க. அதுக்கு பேரென்ன... கோர்ட்ல கருப்பு கோட்டு போட்டுக்கிட்டு அஞ்சாறு பேரு தனியா சுத்தி உட்கார்ந்துகிடுவாங்களே... சேம்பர்ல உட்காரவச்சுக்கிட்டு...

தாய்மார்களே... என்னைப் பெத்தவளும், மனைவியா வந்தவளும், பிறந்தவளும் பொண்ணுதான். அவங்க பண்ற அட்டகாசம் பொறுக்க முடியாமல் இப்படிப் பேசுகிறேன். என் வாயில தப்பு வரும். மன்னிச்சுடுங்க.

நான் கல்லை வெட்டினாலும் சொல்லி வெட்டக் கூடியவன். என் நெஞ்சில் கள்ளங்கபடமே கிடையாது. ஆத்திரம் தாங்காமல் கெட்டவார்த்தைகூட என் வாயில் வரும், ஆகையால் என்னை மன்னிச்சுடுங்க. மானபங்கமாகி சாகிற நிலையில இருக்கிற பொண்ணைக் கொண்டு போயி, சேம்பர்ல நிறுத்தி,

''ஏம்மா இவ்வளவு புகுந்திருக்குமா... அவ்வளவு புகுந்திருக்குமா!" அப்படீனு கேக்கிறானுங்க.

இன்னைக்கு கொடுமையே பொண்ணுக்குத்தான். கஷ்டப் படுறதே பொண்ணுங்கதான். இதுக்காகவே, கோர்ட்டுக்கு போனாலும் இப்படியிருக் கேனு, பொண்ணாப் பொறந்ததே பெருந்த தவறுன்னு சொல்லிட்டு செத்துப்போயிடுறாங்க.

கற்பழிக்கிறவன், இன்னம் நாலு பெண்களைக் கற்பழிச்சுட்டு ஜாலியா போயிக்கிட்டே இருக்கிறான்.

அப்படியிருக்கு அரசாங்கம். இந்த உலகத்திலே முதல்ல நாம் காப்பாற்ற வேண்டியது பெண்களோட கற்பை.

இதையெல்லாம் மகாபாரதத்துல எழுதிவெச்சிருக்கான். ராமாயணத்தில எழுதி வச்சிருக்கான். புராணங்களிலே பெரிசு இது ரெண்டுதான். துரௌபதையைப் பற்றி படிக்கும்போதும் கேட்கும்போதும் என்னத்துக்கு கண்கலங்கிறாங்க? சீதாப்பிராட்டியப் பத்தி படிக்கும்போது ஏன் கண்கலங்குறாங்க?

ஆனா, ஜெயலலிதா கதையைக் கேட்டு யாராச்சும்

கண்கலங்குவாங்களா? இல்லை, இந்த புஷ்கலாவா சசிகலாவா... அவளைப் பாத்தா கண்கலங்குவாங்களா? சிரிப்பா இருக்குது அவளை நினைச்சா. இவளுக்குப் போயி ஓட்டு போட்டிருக் காங்களே... கொடுமைக் காலமய்யா கொடுமைக் காலம்!

இந்த பிரேமானந்தா பஞ்சமா பாவி. சாமியார் வேஷத்திலே, இளம் மங்கைகளை கற்பழிச்சு, பூரா, அரசியல்வாதிக்குதான் கூட்டிவிட்டான்.

ஆக, ஜெயலலிதா ஆட்சியில பெருங்கொடுமை நடக்குது. இதிலே, இவளுக்கு தேவாரம் ஒரு கூட்டு! இந்தத் திருடன், ஒருத்தனை கொல்லணும்னா... பார்த்துக்கிட்டே... இருப்பான். பந்த் நடக்குதா? பந்த் நடக்கையில அவனைச் சுட்டுப்புடுவான். அப்ப அவன்மேல கேஸ் போட முடியாதே. கல்லெடுத்து அடிச்சானுங்க. தீவிரமாகிப் போச்சு. அப்புறம்தான் சூட்டிங் ஆர்டர் கொடுத்து சுட்டம்னு சொல்லிப்புடுவான். இவன் தமிழ்நாட்டுக்கு டி.ஜி.பி.! இப்படியெல்லாம் கொடுமை. அதாவது தவிடு தின்கிற ராஜாவுக்கு முறம் பிடிக்கிற மந்திரி! இவளுக்கு ரெண்டு மந்திரிங்க! புஷ்கலா ஒருத்தி! இந்த தேவாரம் ஒருத்தன்.

கருணாநிதியை கேட்டுக்கிறேன்! அய்யா, கருணாநிதி அவர்களே! நீங்க இதுவரைக்கும் ரெண்டு தடவையில, ஜனங்களுக்கு உதவி செஞ்சதா எனக்கும் தெரியவில்லை. கடைசிக் கட்டம் உனக்கும் வயசாகிப் போச்சு. நீயே ஆட்சிக்கு வந்தாலும் எம்.ஜி.ஆர். மாதிரி ஒரு நல்ல பெயரை எடு. மறுபடி உன்னைத்தான் ஜனங்கள் நினைக்கணும். இந்த ஜனங்களுக்கு ஒரு நல்ல வாழ்க்கையை அமைச்சுக் கொடுத் திட்டுப் போ! உன் குடும்பம் நல்லாயிருக்கட்டும்.

இரண்டாவது,

பாட்டாளி கட்சியில, ராமதாஸ்! கடவுளுக்கு சமானப் பட்டவரு. அந்தக் கடவுளுக்குப் போடு ஓட்டு. அட்டகாசமான மனுஷன். அந்தமாதிரி மனுஷனைத் தமிழ்நாட்டுல பார்க்கிறது ரொம்ப கஷ்டம். அப்பேர்ப்பட்ட மனுஷன் அவருக்கு ஓட்டு போடுங்க! அவர் ஆட்சிக்கு வந்தாலும், சத்தியமாச் சொல்றேன். உங்களுக்கு சுதந்திரம் கிடைக்கும். உதவி செய்வாரு!

ஐயா... ராமதாஸ் அவர்களே! உங்களையும் கும்பிட்டு ஒண்ணு கேட்கிறேன்.

நம்ம மக்கள் ஓட்டு போட்டு நீங்க ஆட்சிக்கு வந்தாலும், அவங்களுக்கு பிழைக்கிறதுக்கு என்னென்ன வழிவகைகள் செய்து கொடுக்கணுமோ, அதையெல்லாம் செய்து கொடுங்க! ஆனா, கற்பழிப்புகளை மட்டும் உடனே நிப்பாட்டுங்க!

மூணாவது,

வை.கோபால்சாமி! அதாவது, கருணாநிதிகிட்ட இருந்து பிரிஞ்சு போயிருக்கிறானே அந்த கோபால்சாமி. அவன் கட்சி பேரென்னப்பா... மறுமலர்ச்சி திராவிட முன்னேற்றக் கழகம். அந்த ஆசாமிக்கு ஓட்டு போடுங்க. பர்ஸ்ட் கிளாஸ் ஆசாமி! என் மாதிரி ஆளு அந்த ஆளு, விடுதலைப் புலிகள் தமிழினம் அழியுது சொல்லி பிச்சுகிட்டு அழுதவன் அவன். இங்கிருந்து டில்லியில போயி நரசிம்மராவ்கிட்ட எவன் கேட்டான். அவருதான் போனாரு! அவன் வீட்டுக்கு முன்னாடி போயி உண்ணாவிரதம் இருந்தவரு. அதுக்குக்கூட அரெஸ்ட் பண்ணுனாங்க. மக்கள அழியவிடமாட்டார். என் மாதிரி வெறி பிடிச்சவர். அந்த மகாராஜனுக்கு ஓட்டு போடுங்க. கண்டிப்பா உங்களுக்கு சுதந்திரம் கிடைக்கும்.

மேலும்,

இந்த கம்யூனிஸ்ட்டு கட்சி இருக்கு இல்லியா? இடது கம்யூனிஸ்ட், வலது கம்யூனிஸ்ட்னு சொல்லி அவங்களுக்கும் போடுங்க! ஆனா, ஏழை ஜனங்களுக்கு உதவக் கூடியவங்க அவங்க. அவங்களுக்கும் போடுங்க. இன்னும் சிறுபான்மை கட்சிக்காரங்க எவ்வளவோ இருக்காங்க... அவங்களுக்கும் போடுங்க.

நம்ம தமிழ்மக்கள் மாதிரி, ஏமாந்த மக்கள் யாருமே கிடையாது. இவ்வளவு தூரம் எடுத்துச் சொல்லி இருக்கிறேன். இதற்கு மேலேயும் நீங்க அவளுக்கு ஓட்டு போட்டீங்கன்னா, உங்க மாதிரி ஒரு மோசமான மனுஷரே கிடையாது. நீங்களெல்லாம் படுற கஷ்டத்தைப் பார்த்துத்தான் உங்களுக்கு வழிகாட்டுறேன். அதாவது இந்தத் தடத்தில போ, நீ மேலே ஏறுவாய். இந்தத் தடத்தில போனால் நீ கடலுள் விழுவாய் என்று நான் உங்களுக்கு காட்டுகிறேன்.

ராமருக்கு 14 வருஷம் வனவாசம். பாண்டவருக்கு 12 வருஷம் வனவாசம். எனக்கு கடவுள் 25 வருஷம் வனவாசம் விதிச்சுப்

புட்டாரு. நான் எனக்காக ஓட்டுக் கேட்கலை உங்களுக்காகத்தான் எதுவும் சொல்கிறேன்.

ரஜினிகாந்த் அரசியலுக்கு வரணும்னு மக்கள் விரும்புகிறார்கள். அதைப்பற்றி எனக்கும் தெரியும். பேசலாம்.

ஐயா! ரஜினிகாந்த் அவர்களே! உங்களுக்கு நான் பேசுகிறேன்.

அதாவது எம்.ஜி.ஆர். என்ன செய்தாரு? அவரே ஒரு கட்சியை ஆரம்பிச்சாரு. அவரே மினிஸ்டர் ஆனாரு. மக்களுக்கு செய்ய வேண்டிய கடமைகளை எல்லாம் செஞ்சாரு. போய்ச் சேரவேண்டிய இடத்திற்குப் போய்ச் சேர்ந்தாரு!

அவரே மறைஞ்சாலும் அவர் பேரு மறையவில்லை. அந்த மாதிரி, நீ யாருக்கும் சப்போர்ட் பண்ணாதே. யார் கூடவும் சேராதே. உன் பெயரைக் கெடுத்துப்புடுவானுங்க தமிழ்நாட்ல. நீ கடவுள் பக்தி உள்ளவன்னு நல்லாவே தெரியும். உன்னை நம்பியிருக்கிற தமிழ்நாட்டு மக்கள்... நீ நின்னா நிச்சயம் மினிஸ்டர் ஆயிடுவாய். உன்னைப் பகடைக் காயாக வைத்துப் பயன்படுத்தி, அழுத்தணும்னு ரொம்ப முதலைகள் காத்துக்கினு இருக்குதுங்க. சேர வேண்டிய இடத்தில சேர்ந்ததும் கழற்றிவிடும் செருப்பாக்கி விடுவார்கள் உன்னை!

நீ சொல்லித்தானே ஓட்டு போட்டோம். இந்த அரசியல்வாதிகள் இப்படி செய்துவிட்டார்களே என்று உன்பெயர்தான் கெட்டுப்போகும். நாம் வைகுந்தம் பார்க்க நாமதான் சாகணும். அடுத்தவன் வைகுந்தம் பார்க்க நாம சாகக்கூடாது. யாரையும் சப்போர்ட் பண்ணாதே. நீயாக கட்சி ஆரம்பித்து, நீயாக நில், நீயாக மினிஸ்ட்ரா வா. தமிழ் மக்களுக்கு சுதந்திரத்தை வாங்கிக் கொடு! அந்த நல்ல பெயர் உனக்கு அமையட்டும். அந்த தர்மம் உன்னை காப்பாற்றட்டும்.

உன்னை நன்றி வணக்கத்தோட கேட்டுக்கொள்கிறேன். அடுத்தவனுக்கு குடைபிடிக்க வேண்டாம். ஜால்ரா போடுற வேலை வேண்டாம். இப்ப நானே வந்தாலும் நானே தான் நிற்பேன். அடுத்தவனோடு கூட்டுச் சேரமாட்டேன். காட்ல இருக்கிற நான் எதுக்காக யாருக்கு ஓட்டு போடணும்னு சொல்றேன் தெரியுமா? ஏன்னா மக்கள் மறுபடியும் ரெட்டை இலைக்குப் போட்டு அழிந்து போவாங்களே, ஜனங்களுக்கு ஒரு வழிகாட்டுவோம்... அப்படீன்னுதான்! வேற ஒண்ணுமில்லை! நீ சுதந்திரமா தேர்தல்ல நிக்கலாம். பின்ன எதுக்கு அடுத்தவனுக்கு குடை பிடிக்கணும். அது தேவையில்லாத பிரச்சினை. கடைசியாக

ரேடியோவில் கேட்டேன். "ரஜினிகாந்த் யாருக்கும் சப்போர்ட் பண்றது இல்லை!" கொட்டோ கொட்டுனு ஓட்டுக் கொட்டும். பயங்கரமான லீடிங்கில வருவாய். அப்செக்‌ஷனே கிடையாது. நீ மந்திரியாவது நிஜமே. எம்.ஜி.ஆரைவிட ஒரு பகுதி மிச்சமாகவே நீ செய்வாய். உன்கிட்டேயெல்லாம் நேரா வந்து பேச ஆண்டவன் எனக்கு வாய்ப்பு கொடுக்கலை.

அதாவது,

கருணாநிதி அவர்களுக்கும் ராமதாஸ் அவர்களுக்கும் வை.கோபால்சாமி அவர்களுக்கும் வணக்கத்தோடு கேட்டுக் கொள்வது என்னவென்றால், என்னைக் கடவுளா நம்புறவங்க மக்கள்தான். முடிஞ்சவரைக்கும் மக்கள் திருந்திடுவாங்க. கண்டிப்பா உங்களுக்கு ஓட்டு கிடைக்கும். நீங்க மூணு பேர்ல ஒரு ஆளு சீப் மினிஸ்ட்ரா ஆகப் போறீங்க. யார் வந்தாலும் சரி; அந்த மக்களுக்கு, அரசாங்கம் மூலம் எவ்வளவு உதவி செய்யமுடியுமோ செஞ்சு, நீங்க நல்ல பேரை வாங்க வேண்டும். ஆனால், எல்லாரும் குழப்பி, குட்டையில ஜெயலலிதா மீன் பிடிக்கிற மாதிரி பண்ணிடாதீங்க!

எம்.ஜி.ஆரில் முக்கால் பாகமாச்சும் நீங்க செய்வீங்க. அது நிச்சயமா நடக்கும். ஜெயலலிதாவும் சசிகலாவும் சேர்ந்துகிட்டு அக்கிரமம் செய்யற மாதிரி நீங்க செய்யமாட்டீங்க. இதை யெல்லாம் சொல்லவேணும்னு இருந்தேன் சொல்லி விட்டேன். இதற்கு மேல்பட்டு படிச்சு படிச்சு சொன்னாலும் அவ்வளவுதான்.

நல்ல மாட்டுக்கு ஒரு சூடு! நல்ல மனிதனுக்கு ஒரு வார்த்தை. நான் உங்களுக்கு ஆயிரம் வார்த்தை சொல்லியாகிவிட்டது.

அதாவது இப்ப நான், இந்தியாவில் மட்டுமல்ல; உலகத்தில் உள்ள தீவிரவாதிகளுக்கு எல்லாம் ஒண்ணு சொல்கிறேன். என்னைவிட பெரிய தீவிரவாதி நீங்க இல்லை. உங்களது பெரிய இயக்கமா இருக்கலாம். ஒரு மாநிலத்தில் பகுதி பேர் இயங்கும் இயக்கத்தில் இருந்துகொண்டு போர் தொடுக்கும் இயக்கமா இருக்கலாம். நான் ஒரே வீரப்பன் போர் தொடுக்கிறேன். இந்த அரக்கர்களை அழிச்சுக்கொண்டு இருக்கிறேன். உங்களுக்கு சொல்கிறேன். முதலில் ஒரு கதையைச் சொன்னேன்.

அதாவது, அர்ச்சுனன் தவம் இருந்து அஸ்திரம் வாங்கிக் கொண்டு வந்தானில்லையா? அப்ப கிருஷ்ணன் "அர்ச்சுனா இந்த அஸ்திரங்களை வாங்கிக்கொண்டு வந்தது பெரிசில்லை. இதை பெரிய பெரிய அரக்கர்கள், ராட்சசர்கள், எதிரிகள் அவுங்க மேல ஏவு. பொதுமக்கள் மீது ஏவாதே. உனக்கு பாவம் கிடைக்கும்" என்று சொன்னார். கடவுள் சொன்னார்.

இன்னைக்கும் கடவுளை முன்னே வச்சுத்தான் நடக்கிறோம்.

நக்கீரன் கோபால்

நீங்கள் போர் தொடுத்து பெரிய பெரிய அரக்கர்களை அழியுங்கள் பேரு வாங்குங்கள். அதைப் பற்றிக் கவலையில்லை. நம்ம பொது மக்களை... பஸ்சில் குண்டு வைக்கிறீங்க... ரோட்ல குண்டு வைக்கிறீங்க... வீட்ல குண்டை வைக்கிறீங்க... யார் அழிகிறார்கள்? தாய்மார்கள், குழந்தைகள், 4 வயது, 2 வயது குழந்தைகள், கால்வகை பிஞ்சி போயி "அம்மா... அப்பா" கிறதுகள். நெஞ்சு பத்திக்கிட்டு போகுது. அதெல்லாம் வேண்டாம். பாவம். நம்ப மாதிரி ஏழைகள் சாகிறார்கள். அதில என்னப்பா நமக்கு கிடைக்குது. அப்படியெல்லாம் செய்ய வேண்டாம்.

நம்ம தீவிரவாதி அமைப்புகளை எல்லாம் நான் கேட்டுக்கொள்கிறேன். நேரே பார்க்க வாய்ப்பில்லை. வீடியோவில் பேசியிருக்கிறேன். நீங்க பார்ப்பீங்க! எங்கேயுமே அப்படி குண்டு வைக்காதீங்க. நம்ப வீரத்தை நிலை நாட்டணும்னா... அரக்கனை கொல்! ராணுவத்தைச் சுட்டுக்கொல்லுங்கள். அதுதான் நம்ம வீரம். நான் ஒருத்தன் அதைச் செய்கிறேன்.

ஒரு அரசியல்வாதி, மக்களை ஏமாற்றி, ஓட்டு வாங்கி, எவனவன் பொண்ணுகளை கெடுக்கிறான். அக்கிரமம் பண்ணுகிறான். அவனைப் பார்த்து சுடுங்க. அதாவது ஒவ்வொரு அதிகாரி அதிகாரத்தை துஷ்பிரயோகம் பண்ணி பொதுமக்களை ரணமாக அழிக்கிறான் பாரு, அவனைச் சுடுங்க.

அப்படிச் சுட்டா, நீ செத்தாலும் வீர சொர்க்கம் அடைவாய். தர்மம் செய்தால் சொர்க்கம், கர்மம் செய்தால் நரகம். செத்து வைகுந்தம் போனாலும் வீரசொர்க்கம் கிடைக்கும். அப்பாவி மக்களை கொன்னுவிட்டு, பாவத்துக்கு கையேந்தி நீங்க நரகத்துக்குள் போகாதீங்க. வேண்டாம் நமக்கது வேண்டவே வேண்டாம். இதுவரை நீங்கள் அதைச் செய்திருந்தாலும், இனி செய்யாதீங்க. இது உங்களுக்குத்தான் நல்லது. கடத்தணுமா... சரியானபடி ஒரு அதிகாரியைக் கடத்து. நம்மாள பொதுமக்களை அடிச்சு நொறுக்கிறான். ஒரு அரசியல்வாதியைக் கடத்து. நாம திறமையா அவங்களைக் கடத்தணும். அப்படிச் செய்யுங்கள். பொதுமக்களை, போலீசும் நெறுக்கிக் கொன்னு, அரசாங்கமும் கொன்னு, நாமளும் கொன்னா அவுங்க கதி என்னாகும்?

இதைப்பத்தி யோசனை பண்ணி, இனிமேல் நல்ல முடிவு எடுத்து, அரக்கர்களை அழியுங்கள். அப்பாவிகளை அழிக்காதீர்கள். உங்களுக்கு தர்மம் கிடைக்கும்.

அடுத்து... இந்த அரசாங்கத்தை நம்பி சரணடைய எனக்கு நம்பிக்கை இல்லை.

இப்ப மிலிட்டரி போட்டு இருந்தாங்களே- மூணு வருஷத்துக்கு முன்னாடி போட்டு ரெண்டு வருஷம் இருந்தாங்க-

அப்ப வந்து மூணு பாகம் எடுத்திட்டாங்க. ரெண்டு பாகம் நிறுத்தினாங்க. அதுவரை ரெண்டு வருஷமா தேடிப் பார்த்தாங்க. பிடிக்க முடியலை. ரேடியோ நியூஸ்ல சொன்னாங்க. கர்நாடக மினிஸ்டர் சென்னைக்கு போயி ஜெயலலிதாவோட பேச்சு வார்த்தை நடத்தினாங்க. அது எனக்குத் தெரியும். பேச்சு வார்த்தை நடத்தி, ஒரு புதிய திட்டம் வீரப்பனைப் பிடிக்க வகுத்திருக்கிறது அப்படின்னு ரேடியோவில் சொன்னாங்க. என்ன புதிய திட்டம்?

மறுநாள் சொன்னாங்க. அதாவது, “வீரப்பனோ வீரப்பன் ஆட்களோ வந்து சரண்டர் ஆனா, அவர்கள் உயிருக்கு எந்த விதமான ஆபத்தும் கிடையாது. நாங்கள் உத்தரவாதம் கொடுத்திருக்கிறோம்!” அப்படீன்னு ரேடியோவில் சொன்னாங்க.

அதை நம்பித்தான் இந்த அய்யாதுரையும், ரங்கசாமியும், அர்ச்சுனனும் மூணுபேரும் சரண்டர் ஆனாங்க. அவுங்க உயிர் ஏன் போச்சு? சயனைட் சாப்பிட்டு செத்தாங்கன்னு? எனக்கு மட்டும் அந்த சயனைட் வராதுன்னு எப்படி நம்புவது? எனக்கு சயனைட் கிடைக்காதுனு என்ன உத்தரவாதம் இருக்கு? சயனைட் மாத்திரை வைச்சு கொன்னதே அரசாங்கம்தான்! போலீஸ்காரன் கொன்னுபோட்டு, நாடகம் போட்டு, எல்லாத்தையும் மூடி மறைச்சிட்டாங்க! தேவாரம்தான் சயனைட் மாத்திரை கொடுத்தது. சங்கர் பிதாரியிடம் கொடுத்தான். அரசியல்வாதிகள் கூட்டாளி போட்டானுக,. கொன்னான். என் தம்பியோ, என்னோட ஆட்களே சயனைட் மாத்திரை சாப்பிட வேண்டிய அவசியமே கிடையாது. இவங்களை ஒழிச்சுப்பிடணும்னு திட்டம் போட்டு செய்தாங்க. காட்டுக்குள்ள போராடி இவங்களைச் சுட்டிருந்தால், தங்கப்பதக்கம் கொடுப்பாங்க! வீரப்பதக்கம் நீதிமன்றக் காவலில் இருந்தவங்களைக் கொன்ன இந்தக் கோழைகளை... உலக நாட்டுக்கே சொல்றேன். இந்த இந்தியாவின் அயோக்கியத்தனம் இப்படியிருக்கு! இந்த அயோக்கியனுங்களை நம்பி யார் போய் சரண்டர் ஆவது. இவனுங்களை நியாயமான அரசியல்வாதினு சொல்ல முடியுமா?

பரம அயோக்கியர்கள். கொலைகார பாதகத் துரோகிகள். நான் கொலைகாரன்னு என்னை சொல்றாங்க. இவங்க யோக்கி யனுங்களா? நான் ஏற்றுக்கொள்கிறேன். நான் அரக்கனைக் கொலை செய்ததாக! அவங்க ஏத்துக்கிற மாட்டேங்கிறானுங்க.

அவனுங்களுக்கு எப்படிடா சயனைட் வரும்? 24 மணி நேரமும் துப்பாக்கியைப் புடிச்சுகிட்டு இப்படி நிக்கிறான் சிப்பாய்! அவன், உள்ளே இருக்கிறான் கைவிலங்கோடு.. அவனுக்கு எப்படி சயனைட் வரும்? தலைநிறைய முடிதான் இருக்கு எனக்கு. மூளை இல்லைனு நினைச்சுக்கிட்டிருக்கீங்களா?

உங்க கையில ஆட்சி இருக்குனு ஆடுறீங்க. ஆடுங்க. காதில பூவா வச்சிருக்கேன்? காலம் வரும் பாக்கலாம். அவங்க பேசினதே, மினிஸ்டர் கொடுத்த வாக்குமூலமே பொய்யா போச்சு. அரசாங்கம் அறிவிச்சுதான் இவனுங்க போனது. அவனுங்களைக் கொன்னுபுட்டாங்க.

எங்களுக்கும் போலீஸ்கார அரக்கர்களுக்கும் எவ்வளவோ யுத்தங்கள் நடந்திருக்கலாம்.

அவங்க எங்களைச் சுட்டிருக்கலாம். நாங்க அவங்களைச் சுட்டிருக்கலாம். அதாவது ஒவ்வொரு போலீஸ் அதிகாரியும், அவங்க பொதுமக்கள் 4 பேரைச் சுட்டிருப்பாங்க. அந்த வெறியில நான் அவுங்க ஒருத்தனைச் சுட்டிருப்பேன். அதான் நேற்றே சொன்னேனேல்ல... அரசியல் பிரமுகர்களுக்கும் எனக்கும் எந்தவிதமான பனிப்போரும் கிடையாது. அப்படியிருந்தும் இவங்க இந்தப் பாவத்தைச் செய்தாங்க.

மூணு பேரை, நீதிமன்றக் காவலில் இருந்தவங்களை கொன்னுபுட்டு பொய்யைப் பேசுறாங்க.

இவங்களை நம்பி நான் மட்டும் எப்படி சரண்டர் ஆகமுடியும்? முடியாது!

ஜம்மு-காஷ்மீர் தீவிரவாதிகளுக்கு கொடுத்திருக்கிறது. தீவிரவாதி சரண்டராகி, ஆயுதத்தை ஒப்படைத்தால் மறுவாழ்வு கொடுத்து, 50 லட்ச ரூபாய் பணமும் கொடுக்கிறது. தீவிரவாதத்துக்கு போகாதீர்கள் என்கிறது.

இரண்டாவது-

வீரப்பன் பல கொலைகள் செய்துவிட்டு மறுவாழ்வு கேட்கிறான்; கொடுக்கக் கூடாதுன்னு பலர் கூறுவார்கள். போலீஸ்காரர்கள்தான் சொல்லுவார்கள். பொதுமக்கள் ஒருபோதும் சொல்லமாட்டார்கள். எப்போது வீரப்பன் வருவான் என்றுதான் மக்கள் எதிர்பார்க்கிறாரகள். எனக்கு மட்டுமல்ல இது நாட்டுக்கே தெரியும்.

கொலைகாரன் வீரப்பனுக்கு எப்படி மறுவாழ்வு கொடுப்பதென அரசாங்கம் கேட்டால், என்னுடைய மக்கள் பலநூறு பேர்களை போலீஸ்காரர்கள் அடிச்சு கொலைபண்ணி இருக்காங்க.

பலநூறு பெண்களைக் கற்பழிச்சிருக்காங்க. அதாவது நீதிமன்றக் காவலில் இருந்த மூணுபேரைக்கூட கொலை பண்ணிவிட்டார்கள். இவர்களை அரசாங்கத்தால் திரும்பக் கொடுக்க முடியுமா? பிறகு, என்னை மட்டும் எப்படிக் கேட்பது? ஒவ்வொரு போலீஸ்காரனும் 4 அப்பாவிகளைக் கொலை செய்திருப்பான். அதற்காகத்தான் நான் அவர்களைக் கொலை

செய்திருப்பேன்.

திருடவோ, சொத்தை அபகரிக்கவோ, கற்பழிக்கவோ, போலீஸ்காரன் மாதிரி நான் கொலை செய்யவில்லை.

போலீஸ்காரன் என்ன செய்தான்? ஒரு பொண்ணு நல்லவளா இருந்தா, அவ, புருஷனைக் கொண்டுவந்து கஸ்டடியில் வைத்துக் கொலை செய்துவிடுவான்.

இவன் வீரப்பன் லிஸ்ட்ல சேர்ந்தவன் என்று சொல்லி விடுவான் பிறகு, அவளைப் போய் கற்பழித்து குளோஸ் பண்ணிடுவான். அல்லது அவளை கைவசம் பண்ணுவான். அல்லது அவளே விஷம் தின்று சாவாள். இப்படி எவ்வளவோ பெண்கள். இவர்களையெல்லாம் அரசாங்கம் திருப்பிக் கொடுத்துவிடுமா?

போலீஸ் துறையிலும் அரசியல்வாதிகளிடமும் வீரப்பனுக்கு மறைமுக ஆதரவு இருக்கிறது. அதனால்தான் வீரப்பனைப் பிடிக்க முடியவில்லை என்று வெளியே பேசிக் கொள்கிறார்களே?

அது சுத்தப் பொய். முன்காலத்தில் நான் அரசியல்வாதிகளை சப்போர்ட் பண்ணினேன். அவர்கள் கொள்கை பிடிக்காததால், பிறகு கழற்றி விட்டுவிட்டேன். பொய்யைப் பேசி, நம்மை பகடைக் காயாக்கி, ஓட்டு வாங்கிக் கொள்கிறார்கள். மக்களிடம் நாம் சொன்னால் ஓட்டுப் போட்டுவிடுகிறார்கள். அவர்கள் ஆட்சிக்கு வந்ததும் தர்பாரைக் காட்டிவிடுகிறார்கள். சம்பாதிக்கிறார்கள். இவர்கள் தொழிலே கற்பழிப்பதாகிவிட்டது. இதனால் அரசியல்வாதிகளிடம் தொடர்பு வைத்துக்கொள்ளா மல் கழட்டி விட்டுவிட்டேன்.

நான் தனிமனிதன். போலீஸ் அதிகாரிகளைக் கண்டால் எனக்கு வெறி. அவர்கள் செய்யும் காரியங்களுக்காக! அதனால் யாரும் எனக்கு சப்போர்ட் கிடையாது. நான் நல்லவன் என்று மக்களுக்கு தெரியும். அதனால் மக்கள் ஏதோ உதவி செய்கிறார்கள். மக்கள் பூராபேரையும் சுட்டால்கூட எனக்கு அவர்கள் உதவி செய்வதை நிறுத்தமாட்டார்கள். நல்லவனுக்கு எங்கே போனாலும் நல்லது கிடைக்கும். கெட்டவனுக்கு கெட்டது கிடைக்கும். அதையும் அரசாங்கம் புரிந்துகொள்ள வேண்டும். வீரப்பன் நல்லவனாக இருப்பதால்தானே மக்கள் உதவி கிடைக்கிறது என்பதை! கெட்டவனாக இருந்தால் மக்களே காட்டிக்கொடுத்து அழித்துவிடுவார்கள். அரசியல்வாதிகள், அதிகாரிகள் சப்போர்ட் என்பது சுத்தப் பொய். அவர்கள் முகத்தில் விழிக்கவே மாட்டேன் நான்.

போலீஸ் மற்றும் ராணுவத்திற்கும் இடையில் நடந்த சண்டையில் 45 பேருக்கு மேல், என் ஆட்களைச் சுட்டுக்

கொன்றதாக ஒரு லிஸ்டே கொடுத்திருக்கிறார்கள்.

போரில், ஒரே ஒரு ஆளைக்கூட- வீரப்பன் ஆளைச் சுட்டது கிடையாது. பஸ்சில போறவன், ரோட்ல போறவன், வீட்டில போறவன் இவங்களை புடிச்சுட்டு போய், கண்ணைக் கட்டிப் போட்டு தேவாரம்தான் சுடுவான். அவர்தான் தலைவர். ஒரு சுடுகாடே இருக்கது... போய் பார்! ஈஞ்சன்காட்ல, ராமர் அணைகிட்ட ஒரு சுடுகாடே இருக்கிறது. 40 அவன் கணக்கா? அவங்க சுட்டது 100 கணக்கிலிருக்கும். பொண்ணுங்களைக் கற்பழிக்கிறதுக்காகவே திருடன் ஒருத்தன் இப்படிச் செய்தான். அவனை இப்பதான் சுட்டு ஆஸ்பத்திரியில இருக்கிறான். அவன் பேரு மோகன் நிவாஸ்.

அவன் ஒரு காட்டுவாசி வூட்ல புகுவான். காட்டுவாசியைப் புடுச்சுகிட்டு வருவான். சுட்டு வேகவைப்பான். மக்கா நாள் போய் அந்த வீட்டுப்பெண்ணை கற்பழிப்பான். அவனுக்கு அதே தொழில்.

இப்பவும் சொல்கிறன், என் மீது எந்தக் குண்டும் படாது. படாதுன்னா படாது! நான் சுட்டா அவன் செத்தான். அவன் ஆயிரம் ஈடுவிட்டாலும் அது வேலைக்கு ஆகாது. சுட்டுப் பார்த்துட்டுப் போயிட்டான்.

கர்நாடக ஸ்டேட்ல ராஜி கவுண்டனோட எனக்கு தொடர்பு இருந்தது. அவ்வளவுதான்! அதுக்குமேல எந்த அரசியல்வாதியிடமும் நான் போறதில்லை. தமிழ்நாட்டிலும் எந்த அரசியல்வாதியிடமும் போறதில்லை.

இல்லையில்லை. அதனுடைய விளக்கத்தை முழுசாச் சொல்கிறேன்... கேட்டுக்கொள். நாச்சிமுத்துவோடு அரசியல் தொடர்பு என்பது சுத்தப் பொய். ஆனால் அவனுடைய கொள்கை சரியில்லை; மக்களை ஏமாற்றி ஓட்டு வாங்குவான். மக்கள் ஓட்டு போடுறதுதான் ரெட்டை இலைக்காகத்தான் போடுவாங்க. அவனும் இந்த 'கம்புகிம்பு' லோடு எல்லாம் ஓட்டி, கேஸ்ல மாட்டிக்கிட்டான். தப்பிக்க முடியலை. போய் எம்.ஜி.ஆர். கால்ல விழுந்திருக்கான்; இந்த வேலைக்கெல்லாம் போகாதே! உனக்கு ஒரு சீட்டு (எம்.எல்.ஏ.) கொடுக்கிறேன். தேர்தலில் நில்லுனு மேட்டூர் தொகுதியில கொடுத்தாரு. நின்னான்! எம்.ஜி.ஆருக்கு இருந்த அஸ்தஸ்தில கழுதையை நிறுத்தினாலும் ரெட்டை இலைக்கு போட்டாங்களே... ஜெயிச்சான். ஜெயிச்சவுடனே என்ன செஞ்சான். படித்த பொண்ணுங்களோ பையன்களோ வேலை வேணுமினா எம்.எல்.ஏ. கிட்டதானே ரெக்கமண்டேஷனுக்கு போவாங்க. அதுதானே நியாயம்.

ஈரோடு சரக டி.எஸ்.பி.ஓ. அங்கே இருந்தான். மேட்டூர் ரேஞ்ச்

அவனுடைய கண்ட்ரோல். அவன் மகள் படித்திருந்தாள். வேலை வேணும். தொகுதி எம்.எல்.ஏ. ரெக்கமண்டேஷனுக்காக தன் மகளை டி.எப்.ஓ. கூட்டிக்கிட்டு வந்தாரு. எம்.எல்.ஏ.வின் அயோக்கியத்தனம் டி.எப்.ஓ.வுக்குத் தெரியும். அதனாலதான் பொண்ணைத் தனியாகவிடாம இவனும் கூடவே போனான். டி.எப்.ஓ. இருக்கும்போதே அவன் மகளை பிடிச்சு இழுத்திருக்கான். இதனால பெண்ணைக் கூட்டிக்கிட்டு அழுதுகிட்டே வந்துட்டான். அப்பேர்ப்பட்ட பரம அயோக்கியன் நாச்சிமுத்து. இப்படிச் செய்யிறவனை எப்படியும் நான் கொலை பண்ணிபுடுவேன். என் 'கட்டை' லோடை புடிச்சுக் கொடுத்தபின் அதனாலதான் அவன் மேல எனக்குக் கோபம்ங்கிறது பொய். கட்டை லோடுங்கிறது 4 பிடிபடும் 3 போய்ச் சேரும். அதனால கோபமில்லை. இவனைச் சுடணும்ங்கிறது என் திட்டமில்லை. என் பசங்ககிட்ட சொல்லி வச்சிருந்தேன். இவன் நூற்றுக்கணக்கான ஏழைப் பொண்ணுங்களைக் கற்பழிச்சிட்டான்.

இவனைப் பிடிச்சுகிட்டு வந்து, தலையைச் சிரைச்சு, கரும்புள்ளி செம்புள்ளி குத்தி, ஒரு கடுவன் கழுதையைக் கொண்டுவந்து, அதில உட்காரவச்சு, இவன் தலைமேல தீச்சட்டியை வச்சு, ஒத்தைத் தப்பட்டை போட்டு இந்த ஊரை வலம்வரச் செய்யணும். "இத்தனை பொண்ணுங்களைக் கற்பழிச் சான். அதுக்காக இந்தத் தண்டனையை நான் கொடுக்கிறேன்" அப்படீனு சொல்லி ஊர்வலம் விடணும். இவனுக்கு இதுதான் தண்டனை. வெக்காளிய சுட்டா செத்துப் போவான். சுட்டா நல்ல மோச்சம் கிடைக்கும். அவனுக்கு இப்படித்தான் தண்டனை கொடுக்கணும். மக்கள் பார்த்து சிரிக்கணும். அப்படித்தான் நினைச்சிருந்தேன். அதுக்குள்ள நம்ம டிக்கெட்டுகள் ரெண்டு மூணு சும்மா இல்லை. அவனைப் புடிச்சு, கார் சாவியை பிடுங்கிகிட்டாங்க. "வாடா போகலாம் அண்ணன்கிட்ட.." அப்படீனு சொல்லியிருக்காங்க. இவன் "ஐயையோ அப்படி யில்லை இப்படியில்லை"னு சமாளிச்சிருக்கான். கார் சாவிதான் நம்ம கிட்டே இருக்கேனு நம்ம ஆளுக ஓரமா நின்னுருக்கி றானுங்க. எனக்கும் ஆளுவிட்டாங்க! நான் போறதுக்குள்ள காரை தள்ளிவிடச் சொல்லி ஸ்டார்ட் பண்ணியிருக்கான். தூரமா நின்ன நம்ம ஆளுக ஓடிவந்திருக்காங்க. அதுக்குள்ள காரிலேறி ஓடிட்டான். மற்றபடி அவனுக்கும் நமக்கும் எந்தப் பகையு மில்லை. மக்கள் தலைவனாக இருந்துகிட்டு, மக்கள் பிரதிநிதி இவனே இப்படி அயோக்கியத்தனம் செய்கிறான். போலீஸ் வேடிக்கை பார்க்கிறது. நான் தண்டனை குடுக்க முடுக்கினேன்.

சிக்கலை. என்னைக்கு கிடைத்தாலும் தண்டனை தண்டனைதான். வெக்காளி ரெண்டு கையையாவது வெட்டிப் புடுவேன். அதாவது துரியோதனன் கையை பீமன் பிச்சான் பாரு, அப்படி பிச்சு எறிஞ்சிடுவேன்.

நாச்சிமுத்து இந்த லிஸ்ட்டோட சேர்ந்தவன். அதாவது, அவனது ஒரு பெரிய தர்பார். அன்னூர்காரன். அவன் தகப்பன் பேரு சம்பங்கி, அரசியல் செல்வாக்குள்ளவன். இதேமாதிரிதான், சம்பங்கியோட மகனுங்க கற்பழிப்புல பெரிய ஆளுங்க. பயங்கரம். இந்த காவிரிப் பிரச்சினையின் போது பயங்கரமான அட்டகாசம். கற்பழிப்பு. நம்ம தமிழ்பொண்ணு ஒருத்தி கவுண்டர் இனத்தைச் சேர்ந்தவங்க. அந்தப் பொண்ணை இவன் பலநாள் 'ட்ரை' பண்ணியிருக்கான். முடியலை.

ஒருநாள் அரக்கர்களைவிட்டுப் புடிச்சாரச் சொல்லி, கற்பழிச்சிருக்கான். அது எனக்குத் தெரிஞ்சது. பொதுமக்கள் சொன்னாங்க. எப்படியாவும் இவனை ஒழிக்கணும். அப்ப, நம்ம தமிழ் மக்களோட துணிமணி, பணம் காசு, சொத்து சுகம் எல்லாத்தையும் எடுத்துகிட்டுப் போயி இவன் கிட்டதான் கொடுத்தது. அடியாட்களை வச்சு கோடிக்கணக்கில சொத்தை அவன் வீட்லதான் போட்டது. அதுக்காகத்தான் அவனைப் புடிச்சு தண்டனையைக் கொடுத்தேன். சுட்டுக் கொன்னுருக்கணும். மனம் வரலை கொல்ல. அவன் ஆயுசு கெட்டியாப் போச்சு.

அவனைப் பிடிக்கணும்னு பார்த்துக்கினே இருந்தேன். அவன் கல்குவாரிக்கு போயிட்டு போயிட்டு வர்ற வழி எனக்குத் தெரியும். கரெக்டா வந்தான். புடிச்சுகிட்டேன். சுட்டுப்புடணும்னுதான் நினைச்சேன். காரை நிறுத்தாமல் போயிருந்தா சுட்டிருப்பேன். கையைக் காட்டியதும் நிறுத்திட்டான். புடிச்சாந்து எட்டுநாள் வச்சிருந்தேன்.

நல்ல அலங்காட்டில், குளிர்ச்சியான இடத்தில, மசை எறும்புனு... சாரை சாரையா போகும். அதுமேல ஏதாவது மோதிப்புட்டா தப்பிச்சுப்போறது ரொம்பக் கஷ்டம். பாம்புகட்டி, நட்டுவாக்களி, தேளு, இதெல்லாம் அதுகமேல அடிவச்சா போதும். நமக்கெல்லாம் ஒரு நாலு எறும்பு கடிச்சா போதும். ஒரு மணிநேரத்துக்கு துடிச்சுப் போயிடுவோம். தேள்கடி மாதிரி.

அவனைக் கட்டிப்போட்டு, அந்த எறும்புல கொண்டுபோயி ஒரு நாள் போட்டேன். "ஏன் பொண்ணைக் கற்பழிச்சே. உன் வீட்டுப் பொண்ணை ஒருத்தன் கற்பழிச்சு, அவவந்து, உன்கிட்ட அண்ணா இப்படி கற்பழிச்சுப்புட்டான்னு கதறுனா உன் வயிறு எப்படிப் பத்திக்கிரும்? உன் பொண்டாட்டியை ஒருத்தன்

கற்பழிச்சா உன் வயிறு எப்படியிருக்கும். அப்படித்தானே அடுத்தவுகளுக்கும் இருக்கும். அப்படீன்னேன். "இல்லைவே இல்லை"ன்னான். "என் தம்பி வேணுமினா அப்படிச் செஞ்சிருப்பான். பசங்களோட சேர்ந்துக்கினு" அப்படீன்னான். அப்புறம் இந்த உடும்பொடியில போட்டேன். ஒருநாள் அது கடிச்சு துடிச்சான். இப்படி 8 நாள் என் கஸ்டடியில வச்சிருந்தேன்.

"சரி உங்ககிட்ட எக்கச்சக்கமா பணமிருக்கு. அந்தப் பணம்தானே இப்படிச் செய்யச் சொல்லுது. உன் அப்பனை அந்தப் பணத்தைக் கொண்டாரச் சொல்லு!" நஷ்டஈடு ஒரு கோடி கொண்டுவரச் சொன்னேன். "ஒரு 12 லட்ச ரூபாய்" கொண்டுவந்து கொடுத்து என் காலில் விழுந்தாங்க இனிமேல் எந்தப் பிரச்சனைக்கும் போறதில்லைனு. "இவன் கற்பழிக்கலை. இவன் தம்பிதான்"னு நிறைய ரெக்கமண்டேஷன் வந்தாங்க. பணத்தை வாங்கிகிட்டு இனிமேல் செய்யாதேனு விரட்டிவிட்டேன். அந்த 12 லட்சத்தையும் ஏழை மக்களுக்குத்தான் கொடுத்தேன்.

அதாவது...-

இப்போதைய சட்டங்கள் சரியில்லை. இதுக்கொரு சட்டம் கொண்டுவரணும். பொண்ணைக் கற்பழிச்சா அதுக்கு பெரிய தண்டனை. அதாவது யாராயிருந்தாலும், பொதுமக்கள் மத்தியில, சதுரத்தில நிறுத்தி பொண்ணுங்க கையில முறம், சாணிச்சட்டி, துடைப்பத்தைக் கொடுத்து, அடியடியடின்னு அடிச்சு, தரதரனு ஊரைச் சுத்தி மூணு தடவை இழுத்து, அதுக்குள்ள செத்துப் போயிடுவான். ஆண்கள் வேடிக்கை பார்க்கணும். பெண்கள்தான் தண்டனை கொடுக்கணும் அப்பத்தான் பொண்ணுகளைப் பார்த்தா "அடேய் நெருப்பு வருதுடா நெருப்பு! இது சுட்டுப் புடுமிடா!"னு ஓடுவான்.

அப்பத்தான் பெண்கள் சுதந்திரமா நடமாட முடியும்.

ராஜாக்க கையில ஆயுதமில்லாமல் படைபலம் இல்லாமல் இருந்த காலத்தில, வெள்ளைக்காரன் வியாபாரத்துக்கு வந்தான். ரொம்ப ஈஸியா நம்ம ராஜாக்களை தட்டியெறிஞ்சுட்டு, நாட்டை அவன் ஆண்டுகிட்டிருந்தான். மகாத்மா காந்தி தலையெடுத்து, இன்னும் சிலரும் சேர்ந்து பொதுமக்களுக்கு வழியைக் காட்டி நம்ம இந்தியாவுக்கு சுதந்திரம் வாங்கினாங்க. பின்னாடி மகாத்மா காந்தி என்ன சொன்னார் தெரியுமா?

"இன்னைக்கு இதைச் சுதந்திர நாடுனு சொல்ல முடியாது. ஒரு கன்னிகழியா மங்கை வெளியே போயிட்டு சுத்தமா வந்து சேருகிறாள் பாரு அன்னைக்குதான் இது சுதந்திர நாடு!" அப்டீனு சொன்னாரு.

SECURITY

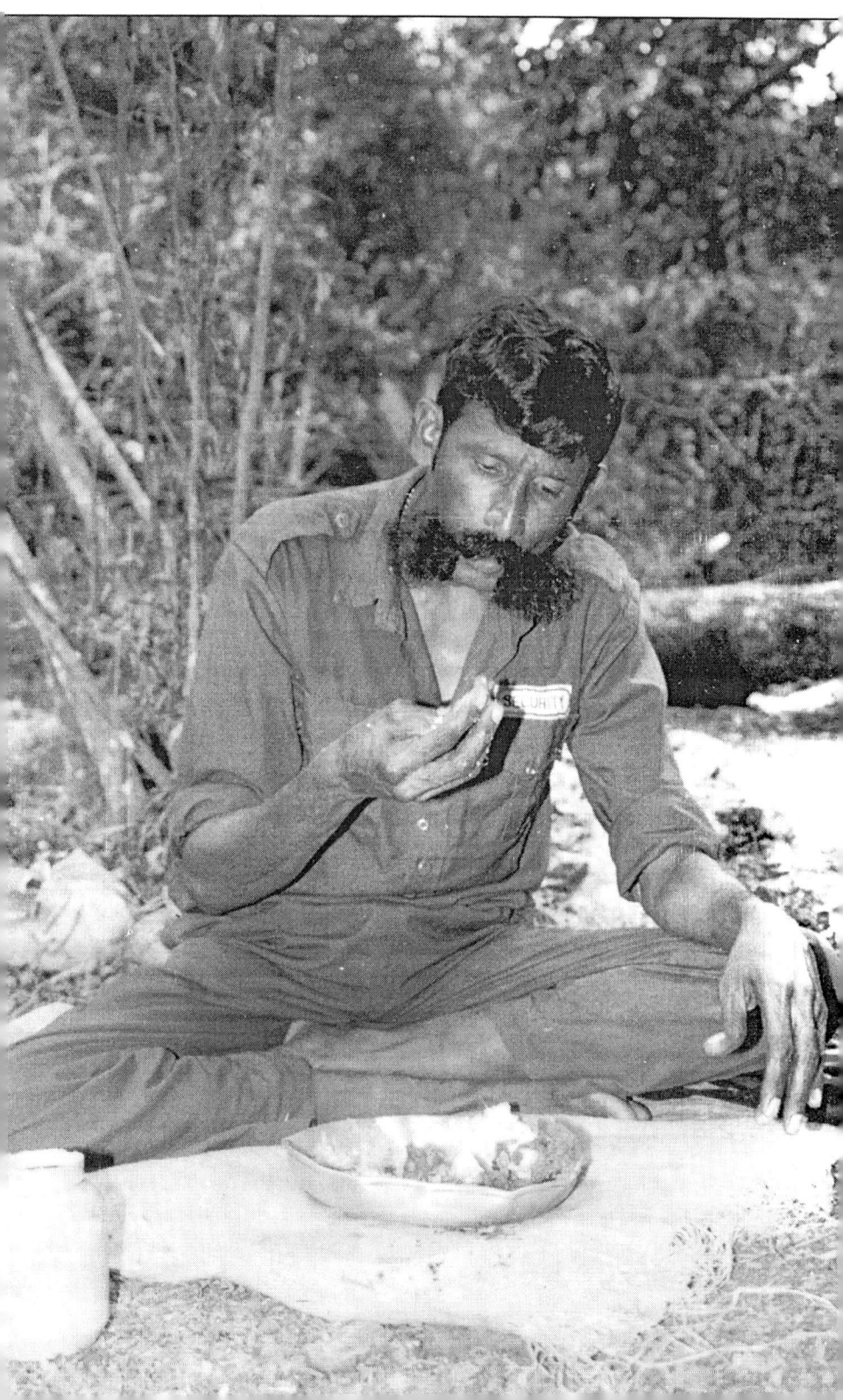

அடுத்து ஆட்சிக்கு எத்தனையோ பேரு வந்தும் காந்தி சொன்னதை நிறைவேற்றவில்லை. நிறைவேற்றிருப்பாங்க. ஆனால் அவுங்கதானே தப்பு செய்யிறவங்க. முதல் துடைப்பத்தடி அவுங்களுக்குத் தானே விழுகும். அவுங்கு செய்யிறதைத்தான் குனிஞ்சு போலீஸ்காரன் பார்க்கிறான். சட்டம் போடுற அரசியல்வாதியே இப்பிடி அட்டூழியம் செய்யும் போது நாம செஞ்சா என்னன்னு போலீஸ்காரனும், ஸ்டேஷனுக்குப் போனால் கற்பழிக்கிறேன்னு வீட்ல புகுந்து கற்பழிக்கிறான். பஸ் ஸ்டாப்பில நிற்கிறவனை ஜீப்ல ஏத்திக்கிட்டுப் போயி கற்பழிக்கிறான்.

அப்பேர்பட்டவனுங்களுக்குத் தான் இந்த மக்களும் ஓட்டுப் போடுறாங்க. நாம என்ன செய்ய?

நான்கு மாதத்துக்கு முன்னே அந்நியூர் காட்டுப் பகுதியில் சிலம்பூர் அம்மன் கோவில் அருகே, வனத்துறை கார்டு, வாட்சர் 3 பேரை புடுச்சுக் கொண்டு போய் வச்சுகிட்டு, சில கோரிக்கை களை அரசாங்கத்தோட பேச்சுவார்த்தை நடத்தினேன்.

அதாவது, டி.எப்.ஓ.வைச் சுட்டேன். பாத்தியா... அவன் அக்கிரமம் பண்ணுனான். சுட்டேன். இந்தப் பாரெஸ்ட்காரன் பக்கம் தலைவச்சுப் படுக்காமல் தான் இருந்தேன்.

என் தம்பிக்கு மாத்திரை மருந்து வாங்கி வந்த ஆதிவாசியை பாரஸ்ட்காரன்தான் புடிச்சுக் கொடுத்தான். காட்டிக் கொடுத்து, ரேஞ்சர்கிட்ட ஒப்படைச்சு, எங்க மேல அரக்கனா, ஏவிவிட்டான் இல்லையா அதுக்காகத்தான் மறுபடியும் பாரஸ்ட்காரன் மேல எனக்குக் கோபம் வந்துச்சு. அவுங்கள நான் கிட்நாப் பண்ணினேன். கொண்டு போய் வச்சுகிட்டு காசு கேட்டேன்.

மூணு கோடி கேட்டேன் அவுங்க 3 லட்சம் தான் கொடுத்தாங்க! அப்புறம் என்னைத் தேடுறதுக்கு நிறைய போலீஸை ஏவி விட்டாங்க. நான் போற தடம் வர்ற தடமெல்லாம் மூணு நாலு, மூணுநாலு பேரா, செடிக்கொரு இடத்தில உட்கார்ந்துகிட்டு இருக்காங்க! அப்பவும் பேச்சு வார்த்தைக்கு வந்த ஆளு மூலம் 3 லட்ச ரூபாய் பணம் கொடுத்தாங்க.

அதையும் வெவரமாச் சொல்றேன் கேளு. அன்னக்கி காலைல எட்டு மணிலேர்ந்து மூணுமணிக்குள்ள பணம் வந்திரணும்... எவன் கொண்டு வந்தாலும் அதைப்பத்தி எனக்குக் கவலையில்லை அப்படினு சொல்லி, ஒரு விவசாயிகிட்டே கேசட்டை கொடுத்துவிட்டேன். அவன் கொண்டு போயி ரேஞ்சர் ஆபீஸ்ல கொடுத்திட்டான்.

செவப்பு புல்லட்டுல வரணும். அவன் செகப்புச் சட்டை, செகப்பு பேண்ட், ஒரு சால்வை... அதுவும் செகப்புல, புல்லட்ல

ஒரு கொடி பறக்கணும்... அதுவும் செகப்புல இருக்கணும். மெதுவா வண்டியை ஓட்டணும்.

அதாவது, அந்தியூர் செக்போஸ்ட்ல இருந்து நாலுரோடு செக்போஸ்ட்டுக்கு இடையில நம்ம ஆளு நிப்பான். ஒரு ஆளு நிப்பான். மத்த நம்ம ஆளுங்க துப்பாக்கியோட மறஞ்சிருப்பாங்க. நம்ம ஆளுக்கு ஏதாவது எடஞ்சல்னா நீ செத்தாய்... அதனால, ஒழுங்கா வந்து, பணத்தை எடுத்துக்குடுத்துட்டு போகணும். என்கைக்குப் பணம் வந்தப்புறம் நான் இந்த மூணுபேரையும் விட்ருவேன் அப்படீன்னு கேஸட்ல பேசி அனுப்பியிருந்தேன்.

சொன்னது மாதிரியே ஒரு காட்டுவாசிய புடிச்சு தயார் பண்ணி வச்கிக்கிட்டு, இந்த அடையாளத்துல வண்டி வரும். நிறுத்தி பணத்தை வாங்கிக்கிட்டு வாடான்னு சொல்லிட்டு, பக்கத்துலயே ஒரு எடத்துல குழிவெட்டி, நாங்க எல்லாம் துப்பாக்கியோட தயாரா பதுங்கியிருந்தோம். எங்கே உங்க தலைவர்னு கேட்டா... அவரு இருக்குற இடத்துக்கு போகணும்னா மூணு நாள் நடக்கணும்னு சொல்றானு சொல்லியிருந்தேன்.

சரின்னு... புல்லட் வந்துச்சு... அதே செகப்பு கலர், டேய்... டேய்... வர்றாண்டா நிறுத்துடான்னு சொன்னேன். இவன் நடுங்கிக்கிட்டே இருந்தான். வண்டி கிட்ட வந்ததும் பயந்து படுத்துட்டான். புல்லட் தாண்டி போயிருச்சு.

நான் கத்துனேன்... டேய் வெக்காளி... இப்படி பண்ணிப் பிட்டியேடான்னு கத்துனேன்... புல்லட்காரன்... வீரப்பன் எப்படியிருப்பான்னு கற்பனை பண்ணிக்கிட்டே நேரா போயிட்டான்... மேலே உள்ள டர்ன் வரைக்கும் போனான்... சரி, திரும்பி வருவான் மடக்கலாம்னு இருந்தா, அந்த மணியக்காரன் பயத்துல நடுங்கி... மூணாவது டர்ன்ல புல்லட் டயரை... காத்தை புடுங்கிவிட்டுட்டு, பணத்தை எடுத்துக்கிட்டு பஸ் ஏறிப்போயிட்டான்.

அங்கே போயி டயர் மட்டும் வெடிக்காம இருந்திருந்தா வீரப்பனைப் பார்க்காம வந்திருக்க மாட்டேன்னு வீரம் பேசியிருக்கான்.

மணியக்காரர் இப்படிப் போயி அப்பிடிச் சொல்லிப்பிட்டானா? அப்புறம்தான் செல்வராசுகிட்ட பணத்தைக் கொடுத்துவிட்டாங்க. அந்த செல்வராஜ் ஏற்கனவே நமக்குத் தெரிஞ்ச பையன்.

அவன் பழைய டி.எஸ்.பி.மகன். அவன் வந்து செங்கல் எஸ்டேட்ல... ஊட்டி பக்கம் தெற்கு சந்துல இருக்கிறான். அவனை தேவாரத்துக்கெல்லாம் தெரியும். யாரும் இங்கே வரமாட்டம்னு சொன்னதால, செல்வராசுக்கு போன்பண்ணி

வரவழைச்சிருக்காங்க.

அவன் முன்னாடியும் எங்கிட்ட வந்து போய்கிட்டு இருந்தவன். அதனால, நீ போனு அவனை அனுப்பிச்சாங்க.

மணியக்காரன் வந்து போன மூணு நாள் கழிச்சி நான் சொன்ன மாதிரி அதே செகப்பு புல்லட்ல அவன் வந்தான். அதே செகப்பு பேண்ட், செகப்பு சட்டை, செகப்புக் கொடி.

நானும் அதே மாதிரி அதே காட்டுவாசியை அதே எடத்துல நிறுத்தியிருந்தேன்.

பைக் வந்தது. வருதுடா பைக்னு சொன்னேன் இவனும் போயி எதிர்ல நின்னுகிட்டான்.

நான் பார்த்துகிட்டே இருந்தேன்.

அவன் இவனை க்ராஸ் பண்றான்.

"தலைவர் எங்கே?"

"ஹா... தலவரா? தலவாரு அங்க இருக்காரு"ன்னான்.

"என்ன சொல்லிவிட்டாரு?"

"ஒண்ணும் சொல்லலை. காசு கொடுப்பான் வாங்கி வாடான்னு சொன்னாங்க!" அப்படீன்னான்.

"சரி... கேஸட் கீஸட் ஏதாச்சும் கொடுத்தாரா?"

"இல்லை!"

"தலைவரை நான் பார்க்கணுமே!"

"தலவாரு இங்க இல்ல!"

"டேய்... நெஜமாவே நீ வீரப்பன் ஆளா? ஏற்கனவே நான் வந்திருக்கிறேன். வீரப்பன் ஆளுங்களை எனக்குத் தெரியும்... உன்னை நான் பார்க்கலியே!" அப்படின்னான் செல்வராசு. அப்புறம் "எனக்கு நம்பிக்கையில்லை... வீரப்பன் ஆளுன்னு சொல்லி வேற ஆளுகூட வாங்கிட்டு போயிராம்ல!" அப்படீன்னான்.

அப்புறம்தான்... பணத்தை கொடுக்காம இவனும் போகப் போறான்... நீ போடானு இவனை (ரங்கசாமி) அனுப்பினேன்.

இவன் போனான்.

இவன் செருமிக்கிட்டே போனதும், இவனைப் பாத்து வாங்கண்ணே, வாங்கண்ணேனு கும்பிட்டான். இவன் தெரிஞ்ச ஆளு!

"காசு எல்லாம் கொடுத்தாங்க!"னு பணத்தையெல்லாம் அட்டைப் பெட்டியில போட்டு... பையில போட்டு கட்டியிருந்ததை தூக்கிக் கீழே வச்சான் செல்வராசு.

அந்த சமயம் ஒரு பெரிய பஸ்சு வந்துச்சு. பஸ்ஸே போகக் கூடாதுனு சொல்லியிருக்கு. ஆனா பஸ் வந்திருச்சு. இவன் ஒடனே அந்த டிரைவரை போட்டு மிரட்டுறான். பணத்தை

வீரப்பன்கிட்ட கொடுத்துட்டு வா'னு சொன்னதுக்கு... இவ்வளவு அதிகாரமா இவனுக்கு...

அப்புறம் வந்து பணத்தை ரோட்ல கொட்டி எண்ணுறான்.

"அதெல்லாம் ஒண்ணுமில்லே. நான் இருக்கிறவரைக்கும் எந்த போலீஸ்காரனும் உள்ள வரமாட்டான்!" அப்படீனு இவன் கிட்ட சொல்லிக்கிட்டே ''பணத்தை எண்ணிக்கொள், எண்ணிக்கொள்!" அப்படீங்கிறான்.

அதாவது... முப்பது கட்டு... நூறு ரூபாய் நோட்டு... பத்தாயிரம்... பத்தாயிரம் ரூபாய் கட்டுங்க. ரோட்ல எண்ணு னாங்க, மூணு லட்ச ரூபாய்னு சொல்லிக்கிட்டே ஒரு கட்டை எடுத்துகிட்டான்.

"ஏன் எடுக்கிறாய்?"ன்னான் இவன்.

"இது வந்துங்க"

அங்க கொண்டுபோய் காட்டணும். கலெக்டர் கிட்ட....! கொடுத்திட்டு ஒரு பத்தாயிரம் ரூபாய் கட்டை எடுத்துக்கிட்டு வான்னு சொன்னாரு. அதனால எடுத்துகிட்டுப்போறேன் அப்படீனு சொல்லி, ஏமாத்தி எடுத்துக்கிட்டான்.

யாருக்கு எடுத்தானோ அது தெரியாது... ஆனா எடுத்துக்கிட்டான்.

"சரி... தலைவரைத்தான் பார்க்கணும்னு வந்தேன்; முடியலை. எல்லாரும் நல்லாருக்காங்களா? ஜாக்கிரதையா இருங்க!"னு சொல்லிட்டு புல்லட்ல புறப்பட்டுட்டான்.

இது ஆகாது நான் கேட்டதைக் கொடுத்தா தான் விடுவேன். இல்லையானா வெட்டியெறிவேன். அப்டீன்னு சொல்லி யிருந்தேன். அப்புறம் யோசிச்சேன். சரி, ஒரு ஆளை விட்டுட்டு ரெண்டு ஆளைச் சுடலாம்னு நினைச்சேன். அந்த ஆளுங்க அழுதாங்க.

''நாங்க ஏழைக்குடும்பம் பெரிய அதிகாரிகளோடு எச்சித்தட்டை கழுவி ஊத்துற கூலித் தொழிலாளிங்க. எங்களைக் கொன்னுவிடாதீங்க. எங்களைக் கொன்னுவிடாதீங்க. பிள்ளைகுட்டிகாரங்க அப்டீன்னு காலில் விழுந்து அழுதாங்க. அவங்க குழந்தைகளின் போட்டோக்களை பேப்பர்ல நான் பார்த்தேன்.

கோயில்ல எல்லாம் நோட்டீஸ் அடிச்சு ஒட்டியிருந்தாங்க. அதையும் பார்த்தேன். அதனால என் மனசார கொல்ல முடியலை. அவுங்களை சரி, போங்கனு விட்டுட்டு வந்திட்டேன். மூணு லட்சத்தோட வந்திட்டேன்.

ஜெயலலிதா அறிவிச்சிருந்தாங்க. டி.ஜி.பி. தேவாரமும் சொல்லியிருந்தாரு.

“வீரப்பனுக்கு நாங்க பைசாக் கூடத் (பணம்) தரவில்லை. தேடுதல் வேட்டை- போலீஸ் ஆப்ரேஷன் ஆரம்பித்ததும் பயந்து, கொண்டு விட்டுட்டு ஓடிவிட்டான் அப்டீன்னு சட்டமன்றத்திலும் சொல்லியிருந்தாங்க.

பிடித்துவிட்டு, விட்டுவிட்டு வந்துவிடுவானா வீரப்பன்? மூணு லட்சம் வாங்கிட்டுதான் விட்டேன். இல்லைனா துண்டுதுண்டா வெட்டியிருப்பேன்”.

39

கொஞ்சம் தூரமாப் போச்சு! எல்லாம் லாங் ஈடாப் போச்சு!

இருபது நாளுக்கு முன்னால் போன மாதம் 20 தேதியா? தமிழ்நாடு சிறப்பு அதிரடிப் படையின் சப்- இன்ஸ்பெக்டர் மோகன்நிவாஸ், எஸ்.பி. தமிழ்ச்செல்வன் எல்லாம் போகும்போது சந்தனமரம் கடத்திய ஒரு கும்பல் துப்பாக்கிச் சூடு நடத்தியதாக சேதி வந்திச்சே!

அந்த மண்டை லூஸை அடிச்சது நாங்கதான். இந்த எஸ்.ஐ. மோகன் நிவாஸ் குறைந்தது 300 பொண்ணுங்களையாவது கற்பழிச்சிருப்பான். இவன் செய்யிறவேலைகளைப் பார்த்திட்டு, எவ்வளவோ போலீஸ்காரங்க, இந்தப் பாவப்பட்ட வேலையே வேண்டாம்னு ஓடிப்போயிட்டாங்க. அப்பப்ப இந்த தகவல் எல்லாம் கிடைச்சது. பொதுமக்கள் இவனைப் பத்திச் சொன்னாங்க. நான் கேட்டேன். ''அதாவது, இவ்வளவு பொண்ணுகளை கற்பழிச்சதாகச் சொல்றீங்களே, இந்தத் தொகுதி எம்.எல்.ஏ. யாரு? அவன்கிட்ட ஏன் சொல்லலைனு கேட்டேன். பொதுமக்களும் யாருகிட்டயும் முறையிடாமல் என்கிட்டதான் முறையிடறாங்க. யாருன்னு கேட்டா... இந்த மோகன் நிவாஸேதான் இப்படிச் செய்யிறான் அப்டீங்கிறாங்க. எப்படி வருகிறான் எந்த மாதிரினு கேட்டேன்.

நைட்ல வர்றான். ஆறேழு பேரோட வர்றான். ஊருக்குள்ள புகுந்து, நல்ல பொண்ணுங்க இருக்கிற, வீடாப்பாத்து ஜீப்பை நிறுத்துறான். அந்த வீட்ல ஆம்பிளைங்க இருந்தா புடிச்சு அடிக்கிறான். அடிச்சு ஜீப்ல ஏத்திக்கினு போயி வைக்க வேண்டிய இடத்தில் வச்சிட்டு, மறுநாள் ராத்திரி அதே வீட்டுக்கு வர்றான்.

வந்து அந்த பொண்ணைப் போட்டுக் கற்பழிக்கிறான். இப்படியெல்லாம் வந்து வந்து பாழ்படுத்திட்டு போறான். சாமி எவ்வளவோ பொண்ணுங்க செத்துப் போச்சுனு சொல்லி அழுதுச்சுங்க. எம்.எல்.ஏ.கிட்ட சொல்லலையானு கேட்டேன்.

ஐயா எம்.எல்.ஏ. கதை பெரிய கதை ஐயானு சொல்லிச்சுங்க. எம்.எல்.ஏ. ஒரு பொண்ணு ஏ.டி. சரஸ்வதிதான் அந்த எம்.எல்.ஏ. பேருனு சொன்னாங்க. இந்த மோகன் நிவாஸ் எங்களை இந்தப்பாடு படுத்திறான். உங்களைக் கண்டால் சொல்லலாம்னு இருந்தோம். கண்டோம் சொல்லிவிட்டோம். அப்டீன்னாங்க. வாழைப்படுகில் 5 பெண்ணைக் கற்பழிச்சானாம். கற்பழிக்கப் பட்ட ஒரு பெண்ணோட புருஷனே வந்திருந்தான். நான் பார்த்தேன். அவன் பேரு 'வெட்டேனு சின்னெஞ்சான்.'

யார்றா கற்பழிச்சதுனு கேட்டேன். இந்த மாதிரி ஒரு சம்பவம் நடந்துன்னு கேள்விப்பட்டு நானே வந்தேன். வாழப்படுகுக்கு! நடந்த உண்மையைப் பூரா மக்கள் சொன்னாங்க. நடந்து போச்சுல்ல. நமக்குனு ஒரு காலம் வரும். ஆண்டவன் வழி காட்டுவாரு!

அந்த சின்னெஞ்சான் சொன்னான் "நான் பெத்தமக அவ ஐயா! என்னோட மருமகனையும் என்னையும் கொண்டு போயி உள்ளே போட்டு, அடிச்சுவதை பண்ணி, விலங்கு போட்டு மறுபடி கூட்டிக்கிட்டு வந்தான். பகல் 12 மணி ஊர் மக்கள் நிறைய இருக்காங்க. பிள்ளையோட அப்பன் நான் இருக்கேன். அந்தப் பிள்ளையோட மாமனாரும் இருக்கான். என் மருமகனைக் கேட்டான். "யார்றா உன் பொண்டாட்டி"னு! அவ இடுப்புல ஒரு சின்னக் குழந்தையை வச்சிகிட்டு இருந்தா. "இந்தப் பொண்ணுதான் என் பொண்டாட்டி!"னு என் மருமகன் சொன்னான். இந்தக் குழந்தையைப் பிடுங்கி "இந்தாடா இந்தப் பிள்ளையைப் பிடிடா'னு பக்கத்தில இருந்தவங்க கிட்ட கொடுத்திட்டு அவள் சீலையை (என் மகள் சீலையை) அவிழ்த்துவிட்டு, அந்த இடத்திலேயே போட்டு கற்பழிச்சான். எங்க கண்ணால பார்க்க முடியாமல் திரும்பிகிட்டோம். என்னா, பிறகு என் பொண்டாட்டியையும் இழுத்து போட்டு அன்னைக்கி சாயந்திரம் வரைக்கும் அவன் போகலை.

"போலீஸ்காரங்க, மோகன் நிவாஸ் கூடவந்தவங்க என்ன பண்ணுனாங்க!" அப்டீன்னு கேட்டேன்.

அவுங்க சுத்திவர பாதுகாப்பாக துப்பாக்கியை புடுச்சுகிட்டு நின்னாங்க. அப்டீன்னாங்க... இவள் என் மகளை கற்பழிச்சிட்டு, என் பொண்டாட்டியை இப்படி மாறி மாறி செய்திட்டு, அன்னைக்கி சாயங்காலம், எங்களை கூட்டிக்கிட்டு வந்தான்.

வந்து, எங்க கையை அவித்துவிட்டு, ஜட்டியையெல்லாம் கழட்ட சொல்லி, சரி, மாமனாரு வீட்டை மருமகன் ஊம்... மருமகன் வீட்டை மாமனார் ஊம்...னு எங்களை ஊம்... வச்சான். இப்படியெல்லாம் எங்களை கொடுமை பண்ணி, எங்களை 6 மாதம் உள்ளே வச்சிருந்தான். மூணு அல்லது நாலு அரிசி கிளாஸ்ல போட்டு, அதில உப்பும் போடாம, தண்ணி ஊத்திக்கொடுத்து, எங்களுக்கு நடக்கக்கூட சக்தி இல்லை. அப்பிடி கொடுமை பண்ணினான். அப்புறம் என் பொண்டாட்டி, மக, மருமகள் எல்லாம் ஊரைவிட்டு ஓடிப்போயிட்டாங்க.

லட்சுமி, ஜடமாலி, இன்னொருத்தி பேரென்ன... சித்தி... ரங்கி இப்படி ஐந்து பொண்ணுங்களைக் கற்பழிச்சுப்பிட்டான். எல்லாரும் அப்புறம் ஊரைவிட்டு, காட்டுப்பக்கம் ஓடிப்போயிட்டாங்க. அப்பிடீன்னு அழுதாங்க!

அப்புறம், கிழக்கே, அணைக்கரை பக்கம் போயிருந்தேன். அங்கே மட்டும் ஒரே ஒரு பொண்ணுதான் தப்பிச்சாளாம். மற்ற அத்தனை பேரையும் கற்பழிச்சானாம். அதாவது ஒரு வருஷமா அந்த வேலையைச் செஞ்சிருக்கான் தினம் போக வேண்டியது. ஒரே ஒரு பொண்ணு அந்தப் பொண்ணு மாதவி. அவ மட்டும்தான் தப்பிச்சது. இந்த ஊர்ல இவ்வளவு நடந்திருக்கே, நீங்க யாருக்கும் சொல்லலையினு கேட்டேன். அதுக்கு முன்னே அந்த ஊருக்கு போகலை. இதைக் கேள்விப்பட்டுத்தான் போனேன்.

விஷயம் தெரிஞ்ச பின்னாடிதான் போய் விசாரணை பண்ணினேன். அந்த ஊர் மக்கள் சொன்னாங்க. “ஐயா, நாங்க கலெக்டர் ஆபீஸ் முன்னாடி போயி, 500 பேரு, உண்ணாவிரதம் இருந்தோம், இந்த மாதிரி, வீரப்பனை பிடிக்க போட்ட போலீஸ், கர்நாடக போலீசோ தமிழ்நாடு போலீசோ, யார் வந்தாலும் எங்களைக் கற்பழிக்கிறாங்க. தாசியாகவே எங்களை நடத்து றாங்க. எங்களை மானபங்கப்படுத்துறாங்க. மக்களுக்கு நீதி வழங்குங்குனு சொல்லி, நாங்க 500 பெண்கள் உண்ணாவிரதம் இருந்தோம்.

செங்கோட்டையன்னு ஒரு மந்திரி பையன் இருக்கானே, அந்த பையன் திருடன், வந்தான். ஜெயலலிதா கொடுத்தனுப் பிச்சான்னு சொல்லி மக்களுக்கு ஆளுக்கு ஒரு சேலை கொடுத் தான் சாமி! நாங்க வாங்கிக்கிட்டு வந்திட்டோம்னு சொன்னாங்க.

ஏன் வாங்குனீங்க ஜெயலலிதாவையும் செங்கோட்டையனும் வேகட்டும்னு அந்தச் சேலையெல்லாம் போட்டு எரிச்சிட்டு, வரவேண்டாமானு கேட்டேன். திட்டினேன். கம்முனு அழுது கிட்டு இருந்திச்சுக அந்தப் பொண்ணுங்க. சத்தம் போட்டுட்டு வந்திட்டேன். அப்புறம், அப்பத்தான் சட்டசபை கூடுச்சு.

சட்டசபையில லெட்சுமன்கிற எம்.எல்.ஏ. கேட்டான். “இந்த மாதிரி நீங்க வீரப்பனைப் பிடிக்க போட்ட போலீஸ், கற்பழிச்சுட்டதாக 500 பெண்கள் வந்து உண்ணாவிரதம் இருக்காங்க. உன்னோட ஆட்சியில இப்படி அயோக்கியத்தனம் நடக்குதேனு கேட்டான். அதுக்கு இவள் சொல்றா நான் மெட்ராஸ்ல இருந்து பார்த்தேன். கற்பே அழியலைன்னு சொன்னாள்? இவளுக்கு எப்படித் தெரியும் மெட்ராஸ்ல கோடி கோடி கோடியினு இருக்கிற இவளுக்கு. கோடிக்கு மேல கொள்ளையடிக்கிற இவளுக்கு என்ன தெரியும்?

500 பொண்ணுங்க, கலெக்டர் ஆபீஸ் முன்னாடி உண்ணா விரதம் இருக்காங்களே... எப்படி... எதுக்கு? இவ என்னடான்னா, எனக்குத் தெரியும் கற்பழிப்பே நடக்கலைங்கிறாள்.

எதிர்க்கட்சிக்காரன் வேண்டுமென்றே பொய் சொல்கிறான். நான் மறுக்கிறேன் அப்பிடீன்னு சொல்லிவிட்டாள். இதெல்லாம் சொல்லி, எங்களுக்கு நியாயம் கிடைக்கலை சாமி! செத்தவங்க செத்தாங்க. யாரோட இருக்கிறவங்க இருக்கிறோம்னு சொல்லி அந்த அப்பாவி காட்டுவாசிங்க என்கிட்ட அழுதாங்க.

யார் என்று கேட்டால், எல்லாரும் அந்த, மோகன்நிவாஸ் பெயரைத்தான் சொல்றாங்க. ‘ஏன்டா அவனை அடையாளம் காட்ட முடியுமானு” கேட்டேன். “ஆம் அவனுக்கு ஜீப் கொடுத் திருக்காங்க. வருவாரு. ஜெயலலிதாவுக்கு அடுத்தபடி மினிஸ்டர் அவருதான். நான் காட்டுறேன். தட்டிப்பிடுங்கள்!” அப்டீன்னான்.

அந்த ஆளைக் கூட்டிவந்து, அவனையே சிக்னல் கொடுக்கச் சொல்லிட்டு தயாராக இருந்தேன். தட்டுவதற்கு!

ஜீப் வரட்டும். பக்கமா வந்தவுடன் நான் அடிக்கிறேன். அப்புறம் நீங்க அடிக்கலாம் அப்படீன்னு சொல்லியிருந்தேன். ஆமாம் நம்ம பசங்க முந்திக்கொண்டுவிட்டானுங்க. சாயந்தரம் ஆறே முக்கால் மணி. இருட்டாகிப்போச்சு. இவன் சுட்டதும், ரிவர்ஸ்ல போயிட்டான். பக்கமா வரட்டும் அப்புறமா, நான் அடிச்சதும் அடிக்கலாம்னு சொன்னதைக் கேட்காமல், புது ஆளுங்களா, ஜீப்பை கண்டதும் தட்டிவிட்டுட்டானுங்க. வாய், வயிற்றில் ஈட்டை வாங்கிக்கிட்டு ஓடிப்போயிட்டான். செத்திருப்பான்னு சொன்னாங்க. அவன் கதை குளோஸாகி இருக்கும் புதுப்பசங்களா... அப்பிடியாகிப்போச்சு.

ஜீப்பில இருந்துகிட்டு அவனுங்களும் சடபுடனு சுட்டுகினு இருந்தானுங்க. ஜீப்பு அடியில படுத்துக்கிட்டு சும்மா அடிச்சுக் கிட்டிருந்தானுங்க. இருட்ல, ஒண்ணும் தெரியலை.

ஒருத்தன், குதிச்சு ஓடியே போயிட்டான். அவனுக்கு அடிபடலை. மீதி மாப்பிள்ளையனுக்கு விழுந்துச்சு பூஜை. ஆனா,

என்ன கொஞ்சம் தூரமா போச்சு! எல்லாம் லாங் ஈடாப் போச்சு? திட்டம் போட்ட இடத்துக்கு வந்திருந்தா, என்னோட எஸ்.எல்.ஆர்.ல புடுச்சிருப்பேன்.

ஜீப்பே கிழிஞ்சு போயிருக்கும் புதுப்பசங்க அவசரப் பட்டுட்டாங்க. தப்பிச்சுப்போயி, மீண்டும் வீரப்பனைப் பிடிப்பேன்னு அறிக்கை விட்டிருக்கிறான். நானும் பேப்பர்ல பார்த்தேன். நானும் காத்துக்கிட்டுதான் இருந்தேன். கடவுளே அவன் மீண்டும் வரணும்னு ஆசையில இருக்கிறேன். அவன் சரியான வீரனாக இருந்தால் என்னை வந்து புடிக்கலாம் கண்டாரா- மகனை நான் கொல்கிறேன். கட்டாயம் கொல்றேன். வரட்டும் தாயோளி? வரட்டும்.

டேய், மோஹன் லூசு வாடா வா! நீயா, நானானு பார்த்திடலாம். உன்னாட்டம் கற்பழிக்கிற பய நான் இல்லை. மனுஷன் ரத்தம் குடிச்சா கிறுக்குப் புடிக்குமாம்.

கிறுக்கு பிடிச்சாலும் பரவாயில்லை. உன்னைச் சுட்டு, உன் நெஞ்சில இருக்கிற ரத்தத்தில ஒரு படி ரத்தமாச்சும் குடிக்காமல் விடுறது இல்லை. வாடா!

அயோக்கிய பையா! உன்னைக் கொல்லலை நான் வீரப்பனே இல்லை. வாடா!

வீரப்பனைப் பிடிக்கத்தானே போட்டிருக்கானுக! மக்களைக் கற்பழிக்கவா போட்டிருக்கு இவனுகளை?

பொதுமக்களே! என்னடா வீரப்பன் இப்படி பேசுறானேன்னு வருத்தப்படாதே! அவ்வளவு வயிற்றெரிச்சலை செஞ்சுபுட்டானுக. என்னைப் பேச வச்சுப்பிட்டானுக. வெறியில பேசிட்டேன். என்னை மன்னிச்சிடுங்க. தேவாரத்துக்கு எல்லாம் தெரியும். அவனும் ஒரு பொண்ணைப் பெத்திருக்கிறான். இதையெல்லாம் பார்க்க முடியாமல் நிறைய போலீஸ்காரங்க வேலையை விட்டே போயிட்டானுக.

ஆனால், அவன்கூட ஒரு எஸ்.பி. தமிழ்ச்செல்வன் வந்தான் பாரு, அவனைச் சுடணும்னு நான் நினைக்கவே இல்லை. (அவன் வந்ததே, தெரியாது) அவன் எதுக்கு இவன்கூட வந்தான் இவனைத்தான் வீரப்பன் சுடுவான்னு அவனுக்கு (தமிழ்ச் செல்வனுக்கு) தெரியுமே. அப்புறம் எதுக்கு வந்தான். அவன்கூட எத்தனை பேர் வந்தாலும், எல்லாருக்கும் கதி ஒண்ணுதான். சாகிறதுதான், நான் கொல்றது கொல்றதுதான். “வீரப்பன் பேடிப்பய, பதுங்கு குழியில இருந்து பின்னால இருந்து சுட்டுவிட்டு ஓடிப்போயிட்டான்’னு சொல்லியிருக்கிறான் நானும் படிச்சேன். அடேய் நீ வாடா உன்னைச் சுடலைனா... எங்கப்பனுக்கே நான் பிறக்கலையடா வாடா வா.

40

தாடிக்கு வேறு, தலைக்கு வேறு சீயக்காயா?

கர்நாடக முதல்வர் தேவேகௌடா

கர்நாடக முதல்வர் தேவேகௌடாவுக்கு நான் பேசுகிறேன்.

நீதிமன்றக் காவலில் தமிழ்நாட்டில் இருந்தவங்களை நீதிவிசாரணைக்கென்று கூட்டிவந்து சங்கர்பிதாரி மற்றும் போலீஸ்காரர்கள் எல்லாம் சேர்ந்து சயனைட்டை வைத்து, கொலை பண்ணிப்பிட்டாங்க. உன் மனசு சாட்சியாக, நீ கும்பிடுகிற குலதெய்வம் சாட்சியாக, உனக்குத் தெரியும். நாட்டு மக்களுக்கும் தெரிந்த விஷயம். நீதிமன்றத்தை போலீஸ்காரன் செருப்பாலடித்து விட்டான். நான்தான் பல கொலையைப் பண்ணிப்பிட்டேன்னு ரெண்டு மாநில அரசாங்கமும், போலீஸ் படையை போட்டு அதுவும் போதாமல் மத்திய அரசாங்கத்து மிலிட்டரியைக் கொண்டு வந்து போட்டு இருக்கிற பொதுமக்களை எல்லாம் கற்பழிச்சு, கொல்ல வச்சீங்க. என்னைப் புடிக்க முடியாமல் வாபஸ் பண்ண வச்சீங்க. மறுபடியும் திபத் படையை நரசிம்மராவ்கிட்ட கேட்பீங்க!

நான் என்ன பெரிய படையை வச்சுகிட்டு, தனிநாடா கேக்கிறேன். இல்லையே! இது ஒரு புருஷன் பொண்டாட்டி சண்டை மாதிரி சாதாரண விஷயம். இதுக்காக மிலிட்ரியைப் போட்டு, எத்தனை கோடி ரூபாய் செலவு பணத்தைப் பத்திக் கவலை இல்லை. உயிர்ச்சேதம் எவ்வளவு? அதுவும் பத்தாமல்

திருப்பியும் போலீசைக் கொண்டாந்து விட்டிய! நான் தப்புப் பண்ணிட்டேன்னு சொல்றீங்க! சரி! ஆனா, நீதிமன்றக் காவலில் இருந்தவனைக் கொன்னாங்களே... நீங்க என்ன ஆக்ஷன் எடுத்தீங்க?

ஒரு எம்.எல்.ஏ. வந்து இல்லாததையும் பொல்லாததையும் சொல்லுவான். அவன் பக்கம் சேர்ந்துகிட்டு ஜால்ரா அடிக்கலாமா?

நான் நிரபராதி? வீரப்பன் யாரையும் கொல்லவில்லை. அப்டீன்னா நீங்க ஒத்துக்கிருவீங்களா? எம்.எல்.ஏ. சொன்னா மட்டும் ஒத்துக்கிறதா? பொது மக்களுக்கு என்ன நடந்தாலும் நீ கேட்டுக்கிறதில்லை. இப்படி ஓரவஞ்சக நியாயம் பேசலாமா? ஏன் கேட்கிறேன்னா இதை உலக மக்கள் எல்லாம் பாக்கிறாங்களே...

அரசியல்வாதிகளின் அயோக்கியத்தனங்களை உலக மக்கள் பார்க்கட்டும். அதனால்தான் உங்கள் அயோக்கியத்தனத்தைப் பற்றி எடுத்துச் சொல்கிறேன். நீ திருந்தப்போறதில்லை. மக்கள் பார்க்கட்டும்.

வீரப்பனுக்கு தெரியாதுனு இதுவரை நீ நினைச்சுக்கிட்டி ருக்கலாம். இப்ப நான் உலகத்துக்கு தெரியப்படுத்திட்டேன். உலக- வேர்ல்டு லெவலில் எல்லாரும் பார்க்கட்டும். நீங்க தப்பு பண்ண மாட்டீங்களா? ஜெயிலுக்கு வரமாட்டீங்களா? அன் றைக்கு உங்களுக்கும் அந்த சயனைட் மாத்திரை உண்டு. தலைக்கு வேறு தாடிக்கு வேறு சீயக்காய் இல்லை. எல்லாவற்றுக்கும் ஒன்றே? நீங்க வழிகாட்டி இருக்கீங்க. உங்களுக்கும் ஒருத்தன் கொடுப்பான். நீங்களா உயிருக்கு உத்தரவாதம் கொடுத்து சரண்டரானவங்களைக் கொன்னுட்டாங்க. சீப் மினிஸ்டர், பிரதமர், ஜனாதிபதி இவங்களெல்லாம் கடவுளுக்குச் சமானம் உங்க வாயிலெல்லாம் ஒரு பொய் வருதுன்னா. இந்த உலகம் அழிய வேண்டிய கட்டம் வந்திடுச்சு.

அதனால்தான் இந்தச் சோதனையெல்லாம் என்று நினைக்கிறேன். அதாவது, கேடு வரும் பின்னே கெட்டுவரும் முன்னே! நீ ஒரு பெரிய குடும்பஸ்தன், பெரிய அரசியல் பிரமுகர். உன்னை நம்பி பல கோடி மக்கள் ஓட்டுப்போட்டிருக்காங்க. உன் கையில் ஆட்சியிருக்கு கடவுளுக்குச் சமானப்பட்ட நீ இந்த மாதிரி பொய் பேசியிருக்கக்கூடாது. தான் செய்த தவறை மூடி மறைக்க ஒரு அரக்கன் பொய் பேசுறான். அவனோடு சேர்ந்து நீங்களும் பேசலாமா? தலையாட்டி பொம்மையா போகலாமா? என் தம்பி செத்தானேன்னு கவலையில இதைச் சொல்லலை. பிறந்தவன் சாவான்! ஆனால், இந்த அரசாங்கத்தில இப்படி எல்லாம் நடக்குதே என்றுதான் குழப்பம்.

அப்படி நடந்து போச்சு; நீ தகந்த நடவடிக்கை எடுத்திருக்கலாம்ல? அரெஸ்ட் பண்ணியிருக்கலாம்ல? உன் வாயால சொன்னாயல்லவா அப்புறம் ஏன் விட்டாய்? நானும் இந்தியக் குடிமகன்தான். ஒரு கண்ணுக்கு வெண்ணெயும் இன்னொண்ணுக்கு சுண்ணாம்பும் வைக்காதே! காக்கி சட்டை போட்டவன் மட்டுமல்ல; நானும் உன்னுடைய ரத்தமே! இந்தியாவில் பிறந்த எல்லாரும் ஒரு இனம்தான்.

அதாவது, என்மேல ஆக்ஷன் எடுக்காதே விட்டுவிடு. சங்கர் பிதாரியை நான் பாத்துக்கிறேன். இப்படி கொடுத்திருக்கிற போலீஸ் படையோடு நிறுத்து. ஒரே அடியில 500 பேரைக் கொல்கிறேன். நீங்க ஆக்ஷன் எடுக்கிறியா- நடவடிக்கை-

இல்லையா பார்க்கிறேன். இந்த மூணு பேருக்காக மட்டுமே நான் கேட்கிறேன். அவுங்க பொது மக்களை சுட்டாங்க. நானும் போலீஸ் அரக்கர்களை சுட்டேன். அது யுத்தம்! 4 வருஷமா காட்ல போராடினாய். அப்போ சுட்டிருந்தால் உனக்கு பேர் கிடைத்திருக்கும். அய்யோக்கியத்தனமா கொன்னு விட்டாய். சங்கர்பிதாரினு நீயே உன் வாயில் சொன்னாய்.

இப்ப நீயே தலையாட்டிப் பொம்மையாய் போயிட்டியே, இந்த உலகத்தில் இனி யாரை நம்ப வேண்டியிருக்கும்? சொல்! பார்க்கலாம்.

ஆனால், நான் நடத்துவது பெரிய போராக நடத்தப் போகிறேன். இது உறுதி. நான் பொதுமக்களை அழிக்கிறவன் இல்லை. தீவிரவாதிகள் பஸ்சில அதில் இதில் குண்டு வைக்கிறார்கள். 4 குண்டு போதும் கர்நாடகாவிற்கு எங்கிட்ட குண்டு இல்லைன்னு நினைச்சிடப் போறீங்க. எனக்கும் தீவிரவாதிகளைத் தெரியும். சப்போர்ட் இருக்கு. வச்சுத் தூக்கினா கறிகூடச் சிக்காது.

நான் என்ன நாட்டையாடா கேக்கிறேன். நானும் சரண்டர் ஆகணும். மக்களுக்கு உதவி செய்யணும். நியாயத்தை மீறி எல்லாம் தாண்டிப் போச்சு. அப்பவும் நான் பொறுத்துக்கிட்டேன். என் உயிரே போனாலும் பொதுமக்களை அழிக்க மாட்டேன். ஆனால், இந்த சங்கர்பிதாரியையும் தேவாரத்தையும் ஒழிக்காமல் விட மாட்டேன். தேவாரம் இன்னும் கொஞ்ச நாள்ல வெள்ளைச் சட்டை மாட்டப்போகிறானாம். இவன்தான் சயனைட் கொடுத்த துரோகி. பந்த் நடக்கும் நாள் பார்த்து தீர்த்துக்கட்டும் பாவி, அந்த மாதிரி கேடி. இவன்தான் சயனைட்டிற்கு காரணம்.

இப்படி இந்த கர்நாடகாவில் போட்டுருக்கிறாங்களே அதிரடிப்படை, அவுங்கள நானா பார்த்துக்கொள்கிறேன்.

அவனால முடிஞ்சா என்னைச் சுடட்டும் என்னால் முடிஞ்சா அவனை ஒழிக்கிறேன் மறுபடி ஆக்ஷன் எடுத்தா. சத்தியமா கர்நாடகாவில் 4 குண்டு வைக்கிறேன். கர்நாடகா சுத்தமாப் போய்விடும். நீயும் போயிடுவாய், என்னை இழிச்சவாப்பயலுனு நினைக்காதே எல்லா வலுவும் என்கிட்ட இருக்கு. அவன் போலீஸ்காரப் பய சொல்றான். வீரப்பன்கிட்ட மூணுபேரு தான் இருக்கான். 4 பேர் இருக்கான்னு. நான் நினைச்சா நாளைக்கே ஆயிரம் பேர் சேர்த்துக்கொள்வேன். இவ்வளவுதான் உனக்குப் பேச முடியும். அதுக்கு மேற்பட்டு நீ என்ன செஞ்சாலும் சரி! பேச வேண்டியதெல்லாம் பேசியாச்சு.

ஒரு தோட்டா... 'டுமீ...ல்'! சரியாப் போச்சு! 41

வீரபாண்டிய கட்டபொம்மன் ஆண்ட பூமி இது. படை பலம் உள்ள வெள்ளைக்காரன்கிட்ட என்ன மாதிரி இருந்த கட்டபொம்மன் எதிர்த்து போர் நடத்தி வீரமரணம் அடைஞ்சான். வீரம் வேணும். வீரம்! பொண்ணா இருந்தாலும் ஆணா இருந்தாலும் கற்பழிச்சவனைக் கொலை செய்யணும். கொலை செய்யிறது என்ன பெரிய வேலையா? ஒரே ஒருதோட்டா! டுமீல்! சரியாப் போச்சு. துப்பாக்கி இல்லையா? ஒரு பிச்சுவா கத்தி! சட்டைக்குள் சொருகிக்கொள். போய் படக்குனு கத்தியை எடுத்து சதக்குனு வயிற்றில குத்திக் கிழிச்சு எடு! தீர்ந்துபோச்சு. செத்துப்போயிடு வான். கற்பழிப்புக்கு கொலை! அரசாங்கத்தை எதிர்பார்த்துக் கற்பை காப்பாற்ற முடியாது.

போலீஸ் அதிகாரி கற்பழிச்சான்னா கண்ணி வெடி வையுங்கள். செலட்டின் குச்சியில்லையா செலட்டின் குச்சி பத்து, வச்சியனா போதும். அவன் ஜீப் மேல பறக்கும். 10 குச்சிலயும் கட்டி கனெக்ஷன் குடுத்து, பாத்துக்கினே இரு! ஜீப் வரும் நெருப்பை வை! தூக்கிவிடும் கருகிச் சிதறி ஓடிப்போவான். இது கூடவா உனக்குத் தெரியாது? என்ன ரெண்டாயிரம் வருஷமா பிழைக்கப் போகிறோம்?

டி.எஸ்.பி. சிதம்பரநாதனை வீரப்பனாகப் புடிக்கலை. டி.எஸ்.பியே செட்டப் செய்துதான் போயிருக்கிறான். அதனால வீரப்பனாகவே விட்டுவிடுவான் என்று போலீஸ் தரப்பில்

சொன்னாங்க.

என்னை -என் படத்தையாவது சிதம்பரநாதன் பார்த்திருக்கலாம். ஆனால், சிதம்பரநாதன் முகத்தை நான் பார்த்ததேயில்லை.

அவன் யாருன்னும் எனக்குத் தெரியாது. அந்தக் காட்டு வாசிகள் சொன்னதால்தான் அங்கே டி.எஸ்.பி. குடியிருக்கிறான் என்பது எனக்குத் தெரியும். தெரிஞ்சு நான் புடிச்சேன். புடிச்சப்போ அவ்வளவு பயம் பயந்தான் பாவம். அவுங்க குடும்பமெல்லாம் பாவம் சொக்கி மயங்கிப்போய் கிடந்தாங்க. போலீஸ் அதிகாரியென்று கோபத்தில் கடத்திக்கொண்டு வந்தேன். வந்த பிறகுதான் தெரிந்தது அவன் நல்ல மனுஷன் என்று.

தேவாரம் தனக்குப் பேரு வேணும்னு நினைக்கிறவன். எந்தப் போலீஸ் அதிகாரி செத்தாலும், அவனுக்கு மசிரு போன மாதிரி! செட்டப்னு சொன்னதெல்லாம் தேவாரத்தோட வேலை. வீரன்னு அவன் பேரு வாங்கணும். அவனுக்கு அதுதான் தேவை. நான் பொய் பேசமாட்டேன். சத்தியமாச் சொல்றேன். அது செட்டப் இல்லை.

போர்முறையில் என்னைக் கொல்ல ஆயிரம் சொல்வார்கள். நானும் ஆயிரம் பொய்களைச் சொல்வேன். இப்படி விஷயத்துக் கெல்லாம் உயிரே போனாலும் பொய் பேச மாட்டேன். வச்சிருந்தேன். அந்த ஏரியா மக்கள், ஆயிரக்கணக்கான மக்கள் சேர்ந்து, கையெழுத்துப் போட்டு, ஒரு பெரிய பேப்பர்ல கொடுத் திருந்தாங்க. அந்த வாக்கில சரி போகட்டுமென விட்டுவிட்டேன். அப்ப ஒரு தரம் டி.எஸ்.பி. சொன்னான். “அண்ணா அண்ணா, எங்க போலீஸ்காரனுடைய அயோக்கியத்தனம் எனக்குத் தெரியும். நீ வரமாட்டாய். ஆனால் அவங்க என்னைச் சுட்டுப்பிடு வாங்க! அதுதான் எனக்குப் பயமாக இருக்கு அப்டீன்னு சொன்னான். ஜெயலலிதாமீது எனக்கு நம்பிக்கை இல்லை. அவ யாரையும் மதிக்க மாட்டாள். இந்த மந்திரிமார்களெல்லாம் காலையில், விடிந்ததும் அவள் கால்களில் பொய் விழுந்து கிடப்பார்கள். யாரையும் எழுந்திருனு சொல்லமாட்டாள். அந்த மாதிரி அரக்கி அவள். என்னையெல்லாம் மதிச்சு மீட்பாளா? மாட்டாள்! அப்டீன்னும் சொன்னான்.

‘‘உன்னைக் கொல்ல மாட்டேன்!’னு அவனுக்கு நான் உறுதிமொழி கொடுத்திருந்தேன். விட்டுட்டேன். மறுபடி, அவனை (டி.எஸ்.பி. 2 மாதம் சஸ்பெண்ட் பண்ணி வச்சிருந்ததாக கேள்விப்பட்டேன். அப்புறம் இவனை ‘டம்மி’னு சொன்னானாம் தேவாரம். நீதிக்கும் நேர்மைக்கும் பாடுபடுகிறான் பார் ஒரு அதிகாரி. அவன்தான் டம்மி.

இந்திராகாந்தி 17 வருஷம் அரசாண்டாள். மிலிட்டரியை

விட்டு எவ்வளவோ பேரைச் சுட்டாள். அந்த அம்மாவுக்கு குண்டடிதானே பட்டது. சுட்டுத்தானே கொன்றார்கள். அரசாளும் யாரும் நரகம் பார்த்தாகணும். அப்படி மகாபாரதத்தில் எழுதி வச்சிருக்கிறான்! அந்த மாதிரி தேவாரத்திற்கும் உண்டு. அவனுக்கு, ஒரு டி.எஸ்.பி.யை காப்பாற்ற வேண்டுமென்ற எண்ணம் கிடையாது. இவனைச் சுட நினைச் சான். அது இவனுக்கு தெரிஞ்சு போச்சு. அவனே சுட்டுபுட்டு வீரப்பன் சுட்டான்னு சொல்லிவிடுவான். அதுதான் எனக்குப் பயமாயிருக்கினு சொன்னான். அதனாலதான் பதுங்கிப் பதுங்கிப் போயி ஏதோ ஒரு வீட்ல போன் இருந்திருக்கு. கலெக்டருக்கு போன் பண்ணி, கார் அனுப்பச் சொல்லி, போய்ச் சேர்ந்தான். டி.எஸ்.பி. காட்ல கிடைச்சிருந்தா போலீசே சுட்டுக் கொன்னிருக்கும். அப்பேர்ப்பட்ட ஆட்சி நடத்துறாள் ஜெயலலிதா.

42

ஆயிரம் ஆனையைக் கொன்றான்... தசரத மகாராஜன்!

ஆயிரம் யானையெல்லாம் கொன்றதில்லை. நம்ம ஜீவனத்துக்காக அஞ்சு பத்தை அடிச்சிருப் பேன். அதுக்கும் விளக்கம் சொல்றேன் கேளு. இராமாயணத்தில இதுக்கு விளக்கம் இருக்குது. முன்னோர்கள் முனிவர்கள் எழுதிவச்சது. ராமாயணத்தில தசரதருன்னு சொல்லி, ராமருக்கு தந்தை இருந்தாரு. அவருக்கு ஆண் புத்திரர்களே கிடையாது. அவருக்கு மூணு மனைவி. கைகேயி, சுமத்திரை, இன்னொரு மனைவி யாருப்பா... கோசலை... மூணு மனைவி கட்டியும் அவருக்கு புத்திர பாக்கியமில்லை. வனத்தில போயி தவமிருந்தாரு. சிவன் அவருக்கு பிரசன்னமானாரு. "என்னப்பா வரம் வேணும்?"

"கடவுளே, எனக்கு குழந்தை வரம் வேணும்!" அப்ப அவரு என்ன வரம் கொடுத்தாரு தெரியுமா? "போய் ஆயிரம் ஆனைகளை சுடு போ! உனக்கு ஆண் குழந்தை கிடைக்கும் போ!'ன்னாரு சிவன் சொல்லிட்டு மறைஞ்சிட்டாரு! அதே மாதிரி வந்து 999 ஆனைகளை சுட்டுட்டாரு. இன்னும் ஒரு ஆனையைச் சுட்டா ஆயிரம் ஆச்சு. ஒரு வறண்ட காலம். பங்குனி மாசம் கொஞ்சமா ஒரு இடத்தில தண்ணி இருந்திருக்கு போயி, பொறி போட்டுட்டு ஒழிஞ்சுகினு இருந்தான். நைட் பன்னிரெண்டு மணி சுமாருக்கு, நல்ல இருட்டு, கும்மிருட்டு, காலடிச் சத்தம் படக்கு... சரக்கு... படக்குனு கேட்டுச்சு. பார்த்திட்டே இருந்தான். ஆயுதத்தை ரெடியா வச்சுகிட்டு.

அங்கே வர்றது யாருன்னா... குருபுத்திரன்... அதாவது நடக்கவே முடியாத, ரொம்ப வயோதிகமான தாய்- தகப்பனுக்கு, எலும்பும் தோலுமா, அவங்களை காவனத்தில கட்டி, தோள்ள வச்சு கானகத்தில போய் கொண்டிருந்தான் குருபுத்திரன். அப்ப, தாயும் தகப்பனும், "ஐயா தாகமா இருக்குப்பா!'னு சொல்ல, தரையில வச்சிட்டு போனா ஆபத்துனு, மரத்துக்கிளை ஒண்ணுல அந்த காவனத்தை மாட்டிவிட்டு, தண்ணி கொண்டுவர, சுரைக்குடுக்கையை எடுத்துக்கிட்டு ஓடினான். ஒரு ஊத்துத் தண்ணியை சுரைக்குடுக்கையில கொடகொடகொடன்னு மொண்டான். அந்த தண்ணி மோக்க வந்தப்பதான் சரக்சரக்குனு சவுண்டு, கேட்குது. ஆனைதான் தண்ணி குடிக்கிதுனு சொல்லி தசரதன் அடிச்சிறான்.

"ஐயோ... பாதகா... அட சாம என்னை யார்ரா சுட்டது"னு கீழே விழுந்துட்டான் குருபுத்திரன். என்னடா மனிதச் சத்தம் கேட்டுதென்னு ஓடிப்போய் பார்த்தான் தசரதன். அங்கே குருபுத்திரன் கிடக்கிறான். "உன்னைப் பார்த்தா நாட்டை ஆளக்கூடிய ராஜா மாதிரி தெரியுதே நீ யாரு?"

"அப்பா நான் அயோத்தியை ஆளக்கூடிய தசரதன். ஆனையை சுட்டா ஆண் குழந்தை கிடைக்கும்னு ஈஸ்வரன் சிவன் வரம் கொடுத்தாரு! 999 யானையை சுட்டாச்சு. ஒண்ணு சொச்சமிருந்துச்சு. அதுக்காக நான் காத்திருந்தேன். நீ வந்து மாட்டிக்கிட்டே! தெரியாமல் அடிச்சுப்பிட்டேன்!" அப்டீன்னாரு "சரி, ஆனது ஆச்சு. என் உயிர் போகப் போகுது. இனி பேசமுடியாது இந்த தண்ணியை எடுத்துப்போயி பலான இடத்தில என் தாய்- தகப்பன் இருக்கிறாங்க. அவங்களுக்கு தண்ணியைக் கொடுத்து, தாகத்தை தீர்த்து, பிறகு, உண்மையைச் சொல். போ!'னு இடம் அடையாளம் சொல்லி அனுப்பிவிட்டு உயிர்விட்டான் குருபுத்திரன்.

ரெண்டு கட்டையை எடுத்துப்போட்டு அவனைத் தகனம் பண்ணிட்டு தண்ணியை எடுத்துக்கிட்டு போனாரு தசரதரு. போய் பார்த்தா, மரக் கிளையில், காவனம் மாட்டியிருக்கு. 'என்னடா மகனே... இவளவு நேரம் என்னடா பண்ணினே!"னு கேட்டாங்க. "நான் உங்க மகன் இல்லை. தசரத மகாராஜன். அயோத்தியை ஆள்பவன்!" "என் மகன் என்ன ஆனான்?" இவன் நடந்த விஷயத்தைச் சொன்னான். "சரி உனக்கு மகன் பிறக்கிறது உறுதி. ஆனால், என் மகன் போனான் பாரு, அதே மாதிரி உன் கடைசி காலத்தில் உன் தாகத்திற்கு உன் மகன் தண்ணீர் ஊற்ற மாட்டான் போ!" அப்டீன்னு சாபம் கொடுத்தாரு அவரு. சிவனே, ஆயிரம் ஆனையைச் சுடச்சொல்லி எதுக்கு சொன்னாரு, வரம்

கொடுத்தாரு அப்டீன்னு தான் நான் கேக்கிறேன்.

தசரதனுக்கு ராமன் பிறந்தார். ராமன் யாரு?

பாற்கடலில் பள்ளிகொண்டிருந்த பரமேஸ்வரரு! இப்ப, மக்களால தேர்ந்தெடுக்கப்பட்டு அஞ்சு வருஷ ஆட்சிக்கு வர்றவனே, பங்குனி மாத சூறாவளி மாதிரி வானத்துக்கும் பூமிக்குமா ஆட்சி செய்யறானுக. அந்தக் காலத்தில, பலகோடி ஆண்டு தவமிருந்து, வீட்ல சாவில்லை காட்ல சாவில்லை. பகல்ல சாவில்லை. ராவுல சாவில்லை. மிருகத்தால சாவில்லை. ஆயுதத்தால சாவில்லைனு இப்பிடியெல்லாம் வரத்தை வாங்கிகிட்டு அவங்க பண்ணின அட்டகாசம்... பூமி பாரம் தாங்க முடியலை. அதுக்காக

கடவுள் வந்துஅவதரிச்சாரு. தசரதன் ஒரு மானிடன்தான். ஆனா நியாயமான உத்தமமான ஒரு ராஜா அவன். கடவுள் அவதரிச்சு நல்லது செஞ்சிட்டு போனாருன்னு வச்சுக்க. அது ஒரு அவதாரம் அவரு கடவுள்- பிறக்கவே ஆயிரம் ஆனையைச் சுடச்சொல்லி ஈஸ்வரன் வரம் கொடுத்திருக்கிறான்.

நான் ஒரு நரகன்தான். அவனுக்கு மகன் பிறக்க ஆயிரம் யானையைக் கொன்றான். என் வயிற்றுப்பாட்டிற்காக... இந்த மனிதனுக்காகத்தான் இந்தப் பூ உலகில், புல், பூண்டு, செடி, கொடி, கல், பிறக்கப்பட்ட 12 ஆயிரம் இறக்கப்பட்ட 84 கோடி ஜீவஜந்துகளுமே... யாருக்காக மனிதனுக்காக படைக்கப் பட்டதுதான்.

கருங்கல்லை இங்கிருந்து அமெரிக்கா கொண்டு செல் கிறான். எதுக்காக அதில்தான் வீடு கட்டிக்குடியிருக்கணுமாம் அவன். சும்மா குடியிருந்தா- ஒத்துக்கிறாது ஏன்? ஆசை! மனிதனுக்கு பெரிய ஆசையைக் கடவுள் கொடுத்தாரு! ராவணேஸ்வரன் மூன்றரைக் கோடி ஆயுசு வரம் வாங்கினான்.

ஆனை நரகனுக்காகவே ஆண்டவன் படைச்சு வச்சது. அதைக் கொல்றதுல ஒண்ணும் பிரயோசனை கிடையாது. நான்தான் ஆனையைக் கொன்றேன். ஆட்டுக்குட்டியை கூப்பிட்டா 'மை'னு கத்திகிட்டு ஓடி வருகிறது. வளர்க்கிற ஆட்டுக்குட்டி நம் கூடவே திரியும்- அதைத் தூக்கிப்போட்டு குரல் வளையை அறுக்கிறான். நாம் சாப்பிடுகிறோம். அது பாவமில்லையா? இது பெரிய ராட்சஸமிருகம் ரிஷிபிண்டம். யானை, மனிதனைக் கண்டாலும் விடாது, மிருகத்தை கண்டாலும் விடாது. அடிச்சுடும். அப்படிப்பட்ட வனவிலங்கை சுடுவதில் பாவமே கிடையாது. வயிற்றுக்காக சுட்டு, தந்தத்தை வித்து, சாப்பிடுகிறேன். மக்களுக்கும் கொடுக்கிறேன். அது பாவம் கிடையாது. பாவம் வந்தாலும் பல கோடி தர்மங்களும் கிடைக்கும்.

அந்த ஆனையை சித்ரவதை செய்து கொல்றது கிடைக்காது. ஆனையை பொட்டுல பாத்து 'பச்'சினு அடிக்கிறோம். உயிர் போறதே தெரியாமல், நல்ல சாவு, அப்படியே சரிஞ்சுடும். அப்படிச் செத்துக்கிடக்கிற யானையைச் சாப்பிட பறவை இனங்களெல்லாம் வரும். பல லட்சம் பறவைகள், எறும்புகள் என 84 லட்சம் ஜீவ ராசிகள் அதைச் சாப்பிடும். சாப்பிட்டு எந்த மகாராஜன் இப்படி தள்ளிவிட்டு போனானே தெரியலை அவன் நல்லா வாழணும் போன்னு வாழ்த்தும். இரண்டு பாவம்னாலும் மீதியெல்லாம் நமக்குத் தர்மம்தானே? தர்மத்திலே பெரிய தர்மமே அன்னபோஜனம்தான். அதைவிடப் பெரிய தர்மம் எதுவும்

கிடையாது.

தமிழ்நாடே பத்தாது, பிரதமராகணும்னு ஜெயலலிதா நினைக்கிறாள். அதுவும் பத்தாது அமெரிக்காவுக்கே பிரதம ராகணும்னு கேட்பாள். இதுதான் மனித ஆசை. ஆனால் அன்ன போஜனம்... வயிறு நிறைஞ்சதும் போதும் போதும்னு சொல்லுவான்.

ஆனா பணம் காசு சொத்தை போதும்னு நானே சொல்ல மாட்டேன். உணவுதான் உலகத்தில் சிறந்த தர்மம். நமக்கு புண்ணியமா அமையும். அந்த மாதிரி நான் அடிச்சுப் போடுகிற யானையை எல்லாம் சாப்பிட்டு, என்னை வாழ்த்தும் எனக்கு புண்ணியம் கிடைக்கும்.

கெட்ட கதையாக இருந்தாலும் முட்டக் கேட்கணும்!

43

அதாவது... மனிதனுக்கு அறிவு ஜாஸ்தியே தவிர, பொன்னாசை, மண்ணாசை, பெண்ணாசை களுக்கு அடிமைப்பட்டு விட்டான். ஒரு கன்னிப் பெண்ணை பத்துப் பேர் கெடுக்கிறான். அதனால் மனிதர்களக்கு எதுவுமே தெரியாமல் போய் விடுகிறது. மிருகங்களுக்கு அப்படி ஆசை கிடை யாது. சினைப் பருவம் வந்தால்தான் மாடோ, யானையோ, பன்றியோ உடலுறவு கொள்ளும். மனிதன் அப்படியா? அதனால்தான் இந்தப் பாவிகள் கண்களுக்கு எதுவும் தெரிவதில்லை. மிருகங்கள் மாதிரியே நானும் இருப்பதால் அந்தச் சக்திகள் எனக்கும் உண்டு. இந்த நேரத்தில மழை வரப்போகிறதென்று நமக்குத் தெரியும். அந்தச் சக்தி எனக்கு உண்டு. இன்று மழை பெய்யுதுனு ரேடியோவில் சொல்ல, மனுஷன் தெரிஞ்சுக்கிறான்.

மிருகங்கள் என்ன ரேடியோ நியூஸா கேட்குது? இங்கிருந்து 200 மைலுக்கு அப்புறம் மழை பெய்தால் அது யானைக்கு தெரிந்துவிடும். வேறு இடம் போய்விடும். இந்தப் பறவைகள் இருக்கே... காலையில் எழுந்ததும், எங்கே மாமிசம் கிடக்குதுனு அதுக்குத் தெரியும். அந்தச் சக்தி மனிதனுக்குக் கிடையாது. மனிதன் பகுத்தறிவுபிடிச்சவன்தான். ஆனால் அந்த அறிவு அயோக்கியத்தனங்களால் அடிபட்டுப் போகிறது. மிருகங்கள் மனிதனைப் போலில்லை. ஒரு யானை யானையிடம்தான் உறவுகொள்ளும். ஆனால் மனிதன் பெண் நாயிடம்

கூடப்போகிறான். மிருகங்களுக்கு அக்கா, தங்கை பொண்டாட்டி என்ற அறிவு இல்லை. பழம்பிடிக்க உறவு கொள்ளும். சினை ஆகிவிட்டால் போகவே போகாது. ஒரு யானையை ஐந்து யானைகள் கற்பழித்துக் கொல்லாது.

செக்ஸ் படம்னு சொல்றாங்களேனு நானும் ஒரு நாள் போய் பார்த்தேன். நரகலோகம் எங்கே இருக்குதுனா அதிலதான் இருக்கு. மனிதனாக இருப்பவன் செக்ஸ் படம் பார்க்க கூடாதுதான். கெட்ட கதையாக இருந்தாலும் முட்டக்கேட்கணும்னு பார்க்கப்போனேன். அதை கண்ணால பார்த்ததே எனக்குப் பெரும் பாவமாகப் போச்சு. ஒரு பொண்ணுகிட்ட கழுதை, நாய், குதிரை போகுது. நாலஞ்சு மனுசன் போறான். இதை வீடியோ கேஸட்டில் பதிஞ்சிருக்கான்.

விலங்குகள் அப்படியெல்லாம் தெரிஞ்சே தப்பு செய்யாது ஆறாவது அறிவு இல்லை.

நாமதான் அரசாங்கம் வேற வழியில்லை!

44

இந்தச் செந்தில்குமாரும், மோகன் நிவாஸ் மாதிரியே, கற்பழிப்பில்தான் வீரன்.

நிறைய இடங்களில் போர் நடந்தது. பயங்கரமான போர் எல்லாம் நடந்தது. அதில் சாதாரணமாக ஒன்றைத்தான் இப்போது காட்டினேன்.

ஆனால் சண்டை நடக்கும்போது ஓடுவது, பதுங்குவது, சுடுவது அந்த ஸ்பீட் இப்போது வராது. சுமாராத்தான் செய்ய முடிந்தது. எங்க 3 பேருக்கும் எதுவும் படலை.

அவுங்க 5,000 ஈடு போட்டாங்க. எங்க மேல படாது. மரங்களெல்லாம் ஓட்டை ஓட்டையா காயம்பட்டது எங்களுக்குப் படாது.

இந்த மாயாற்றில், ஒருமுறை, சரண்டர் ஆகிறேன்னு ஒரு செட்டப் போட்டேன். சின்ன நாடகம். அவுங்க தெரிஞ்சுக்கிட்டாங்க. வரலை. போனா சுட்டுப்பிடுவான்னு பயம்.

அப்ப அவங்ககிட்ட சொன்னேன். என்னைப் பிடிக்கிறது. கட்டுப்பிடறது அவ்வளவு சுலபமா நடக்காது. என் மேல் குண்டுமழையே பொழிந்தாலும், எழுந்து நின்று சுடுவேன். என் விஷயம் உங்களுக்குத் தெரியாது. வந்து மாட்டிக்காதீங்கனு சொன்னேன்.

அவன் நம்பவில்லை அதை! இவன் டூப் விடுறான் அப்படீன்னுதான் வந்து, இப்படி காட்டினேனே சண்டைக் காட்சி... அதில வந்து மாட்டுனாங்க. சுட்டுத் தள்ளினேன்.

அப்படித்தான் புரிந்துகொண்டாங்களோ, புரிஞ்சுக்கிடலையோ... தெரியாலை... புரியாம போகட்டும்.

தடத்தில போறவனை நான் சுடறதில்லை. எங்கிட்ட வந்து மோதினா அவன் கதை முடிந்தது. அவன் எத்தனை ஈடுசுட்டாலும் நான் சுடறதில்லை.

நான் சுடுற ஈட்ல அவன் காலி. இதுவரை நடந்த சண்டைகளில், எத்தனை ஆயிரம் ஈடு சுட்டீங்க... கண்ணை மூடிக்கிட்டுச் சுட்டிருந்தாலும் பட்டிருக்கணுமே... ஏன் படலை. படிச்சு பட்டம் வாங்கின இவனுங்களுக்கு அறிவு வேணாமா? நெருப்பில பூச்சி விழுந்து சாகிறது மாதிரி சாகிறானுங்க.

அதாவது இதுவரைக்கும் செத்தது நாங்க சுட்டதோ அவுங்க சுட்டதோ போகட்டும்... பைசலுக்காக இந்தக் கதவு (மனசு) என்னைக்கும் திறந்தே இருக்கு!

என்ன... பைசலுக்குக் கூப்பிட்டா நான் வர்றேன். உயிர்ச்சேதம் வேண்டாம். இல்லை வீரப்பனை அழிச்சேதான் தீரணும்னு அவுங்க நினைச்சாகூட அதுக்கும் நான் தயார்தான். செத்தவங்களோட முப்பாட்டன் சவக்குழியிலிருந்து எழுந்து வந்தாலும் என்னை ஒண்ணும் பண்ணமுடியாது. அவுங்களை நான் சுட்டுக்கிட்டே இருப்பேன். அவங்க அழிவாங்க.

சீப் மினிஸ்டரா வந்தா ஒரு மாநிலத்துக்கு மட்டும்தான் ஏதாவது செய்ய முடியும். நான் வந்தா பிரைம் மினிஸ்டரா வர வேணும்.

அப்பதான் இந்தியா கஷ்டங்களை நீக்க முடியும்! சத்தியமா இது நடக்கும். என் மாதிரி ஒரு பிள்ளை இனி பிறக்கவே பிறக்காது. இந்த இந்தியாவுக்குள்ள என் மாதிரி ஒரு பிள்ளை இல்லவே இல்லை, இனி பிறக்கவும் பிறக்காது.

எனக்கு கடைசி ஆசை ஒண்ணு இருக்குது. மக்களுக்கு சுதந்திரமான ஒரு வாழ்க்கையை அமைச்சுக் கொடுத்திட்டு போயிடணும்னுதான் என் உயிர்மீது சத்தியம். நான் வணங்குகிற தேவர்மீது ஆணையாக இதுதான் என் கடைசி ஆசை. வேறு ஒண்ணும் கிடையாது. ஒரு காலத்தில் வரும்போது, எனக்கு செஞ்சீங்கன்னா, உங்களுக்கு அப்படி ஒரு வழி வகுத்துக் கொடுத்திட்டு நான் போக வேண்டிய இடத்துக்கு போயிடுவேன். அது நடக்கும். கடைசிக் கட்டம். இப்ப நான் வனவாசம்தான் செய்தாகணும் இருக்கிறேன். நான் அழியமாட்டேன். என்னை யாரும் அழிக்க முடியாது. ஆண்டவன் என் பின்னால் நிற்கிறாரு. உங்களுக்குத் தெரியாது.

கர்நாடக கார்டு மோகன்கிறவரை பாலாறு செக் போஸ்ட்ல வச்சு சுட்டேன். அது எப்படி, எதற்காகன்னு சொல்லட்டுமா!

மோகன் ஒரு பாரஸ்ட் அதிகாரி! கார்டு! அவன் வந்து குடகு ஏரியாகாரன். மனிதர்களைக் கண்டால் அவனுக்குப் பிடிக்காது. நிறைய பேரை சுட்டிருக்கான். சுடுவதுதான் அவன் வேலை.

நம்ம ஆலாம்பாடி... முசமடுவு பக்கத்தில் மெட்டேரினு... ஒரு இடம். அதுக்குக் கீழே ராஜிமடல், அதுக்குக்கீழே ஒரு எழுபது பேரு. எல்லாம் பிற்படுத்தப்பட்ட சாதி, ஏதோ மூங்கிலுக்கு வருவாங்க. காவிரி வழியாக தவணை கட்டி தண்ணீரில் இழுத்துக்கொண்டு போவாங்க. பொண்ணுங்களும் நிறைய பேர் வருவாங்க. பாவம் ஏழைகள்! கொண்டுபோயி விப்பாங்க.... அதுக்கு... மோகன் நிவாஸ் மாதிரி இந்த மோகனும் பெரிய அட்டூழியம். காட்டுல யாரைப் பார்த்தாலும் உடனே சுட்டுப்பிடுவான். அதிகாரி தப்பு செய்தா அரசாங்கம் நடவடிக்கை எடுக்காது. ஆனால் அதிகாரிக்கு ஒன்னுன்னா ஆ... காவல்துறையைத் தாக்கிட்டானுகன்னு சொல்லுவாங்க. பொதுஜனங்களை கூறு போட்டாலும் கேட்க நாதியில்லை... அப்படித்தானே இருக்கு. அவுங்க வந்து, நைட்ல ஏதோ சமைச்சு கிமைச்சு சாப்பிட்டு, ஒரு பெரிய மஞ்சுமரம்.. அதன் அடியில் படுத்திருக்காங்க. இந்த மோகன் தன்னோட இன்னும் நாலு பாரஸ்ட் ஆபீசருங்களைக் கூட்டிக்கிட்டுப் போயி, அவுங்களை அடிச்சிருக்கிறான்.

பத்துப்பேருக்கு மேல அடிபட்டிடுச்சு. கிட்டப் போகலை, தூரத்திலிருந்து 'அடிச்சிட்டு' வந்திட்டான். மூணு பேர் ஸ்பாட்லே குளோஸ் ஆயிட்டாங்க. மீதி பேருக்கு கை ஒடிஞ்சு, கால் ஒடிஞ்சு அப்படி காயம். மறுநாள் காலைல லாரியை கொண்டுவந்து அக்கரையில நிறுத்தி... கர்நாடக எல்லையிலதான் இது நடந்தது. அவுங்க தமிழ்நாட்டுக்காரர்கள். தர்மபுரி மாவட்டம் பெண்ணாகரம் தாலுகாவில் உள்ளவங்க. மூங்கில் வெட்டிக்கிட்டுப்போயி, ஜீவனம் நடத்துவாங்க. இப்படி வந்தவுங்கதான் இப்படி மாட்டிக்கிட்டாங்க.

இந்த மோகன் அடிச்சு கொன்னு போட்டுட்டு வந்திட்டான். இந்த விஷயம் எனக்கு முதலில் தெரியாது. அப்ப செங்காபுரத்துல நான் இருக்கிறேன். விடிஞ்சா 18 (ஆடிப்பெருக்கு) 18 அன்னைக்கி துப்பாக்கியைக் கழுவி ஆயுதங்களுக்கு பூஜை போடுவது என் வழக்கம். அதனால் துப்பாக்கிகளை கழுவி, காவேரியில் கழுவி பூஜை போட்டுக்கிட்டிருந்தேன். அப்ப நிறைய போலீஸ் வண்டி போச்சு. என்ன இவ்வளவு போலீஸ் வண்டி போகுதே? அது வந்து நம்ம ஊர் வழியா... செங்கப்பாடி போய், ஒகனேக்கல் வழியா ஒரு சின்ன ரோடு போகும்... அப்படித்தான் போகுது வண்டிகள். எண்ணிப் பார்த்தேன். 18 வண்டிகள் போச்சு. எஸ்.பி.யோட

வெள்ளை அம்பாசிடர் முன்னாடி. அப்புறம் எல்லாம் ஜீப்புகள்... என்ன நடந்திச்சு?

பகல் 12 மணி சுமாருக்குதான் நமக்கு தகவல் வந்தது.

இப்படி கார்டு மோகன் பெண்ணாகரம் பகுதி

ஆதிவாசிகளை படுத்திருந்தவங்களை... தாயோளி ஒரு பத்துபேரை சுட்டுப்பிட்டு வந்திட்டான். புள்ளைகுட்டி பொண்ணுகளை கூட சுட்டுப்பிட்டான். அப்படின்னு எங்கிட்டே சொன்னாங்க. என்ன செய்ய? அரசாங்கம் ஏதாவது நடவடிக்கை எடுக்குமான்னு பாத்துக்கிட்டிருந்தேன்.

அடிபட்டவங்களை, அக்கரையில் லாரியை நிறுத்தி, மறுநாள் காலைல அள்ளி போட்டுக்கிட்டு போயி, ஒகனேக்கல் போலீஸ் ஸ்டேஷன் இருக்கு. அங்கே போயி, ரிப்போர்ட் கொடுத்திருக்காங்க. "அது வந்து கர்நாடக ஏரியாவுல நடந்து விஷயம். எங்களால ஒண்ணும் செய்ய முடியாது. நீங்க அங்கே போய் ஏதாவது செய்துக்கிடுங்க"னு சொல்லிட்டாங்க. அந்த போலீஸ். சுட்டுவிட்டு போன இந்த மோகன் ஒயர்லெஸ்ல இந்த மாதிரி "வீரப்பனை சுட்டுப்போட்டிருக்கிறேன்!"னு சொல்லியிருக்கிறான். பயங்கர சண்டை. சண்டையில வீரப்பன் செத்துப் போயிட்டான்னு சும்மாவே சொல்லிட்டான். போய்ப் பார்த்திருக்காங்க. வீரப்பனுமில்லை, மாறப்பனுமில்லை. வேற ஜனங்கள், பேர் தெரியலை. எஸ்.பி. போய் பார்த்திருக்கிறான்.

ஆனால் அவன் மேல எந்த நடவடிக்கையும் எடுக்கவில்லை. காக்கிச்சட்டை போட்டவன் பங்காளி இல்லையா? அப்படியே விட்டுட்டாங்க. பத்து டிக்கெட்டுக்கு அடி. மூணு பேர் ஸ்பாட்ல குளோஸ். ஊர்ல போயி, எத்தனை செத்ததோ தெரியலை? என்ன செய்யலாம்? அரசாங்கம் தண்டனை கொடுக்கலைன்னா நாமதான் கொடுக்கணும்! நாமதான் அரசாங்கம்! வேற வழியில்லை. சுட்டுப்புட்டு வந்து, அவன் பாலாறு செக்போஸ்ட்ல இருந்தான். இவனை கொலை பண்ணிப்பிடணும்னு நான் போனேன். அடிக்கிறதுக்கு! அப்பாவிகளை சுட்டவனைக் கொலைக்கு கொலை!

கரெக்டா 10 மணியிலிருந்து ஒழிஞ்சிருக்கேன். நிறைய ஜனங்கள் அங்கே இருந்தாங்க. தப்பு செஞ்சவனுக்குத்தான் நாம தண்டனை கொடுக்கணும். புள்ளை குட்டிய உள்ள, தப்பு செய்யாதவனை அடிச்சா பாவம்! இவன் என்னடான்னா நடுவுல போய் உட்கார்ந்துக்கிறான். இப்படி கட்டில் இருக்கா, இவன் நடுவில் குந்திகினு அரட்டை அடிச்சிக்கிட்டுருக்கான். இவனை சுத்தி பத்து டிக்கெட்! அப்படி சுட்டேன். அங்கே சுட்டேன். இங்கே சுட்டேன்னு சொல்லிக்கிட்டு இருந்தான். கன்னடம் எனக்குத் தெரியும். கன்னடத்திலேதான் சொல்லிக்கிட்டு இருந்தான். ஒழிஞ்சிருந்தே நான் பார்க்கிறது. நாலு மணி ஆயிப்போச்சு. அப்பதான் கொஞ்சம் விலகி வந்தான். அப்பவும் ஒரு ஏட்டு வந்து அவன் கிட்ட பேசிக்கிட்டிருந்தான். கரெக்டா

புடுச்சு, விலாக்குடையில சுட்டேன். பளார்னுச்சு ஊறிக்கிட்டு விழுந்தான் இவன். அந்த ஏட்டு எடுத்தான் பாரு ஓட்டம்.

சரி செத்துப்போயிட்டான். விட்டுட்டுப் போயிட்டேன். அப்படித்தான் மோகன் சுட்டேன். இதுவந்து அரசாங்கம் செய்ய வேண்டிய வேலை. அரசாங்கம் செய்யலை நான் செஞ்சேன்.

இதை வந்து, நான் சொன்னா வீரப்பன் பொய் சொல்றான்னு நினைக்கலாம். அங்க உள்ள மக்களைப் போய் விசாரிக்கட்டும். இது நிஜமா பொய்யா? தெரிஞ்சுக்கட்டும்.

எவனை- எவன் மீது நடவடிக்கை எடுக்கிறாங்க. நாட்டுக்காக தியாகம் பண்ற நம்ம மேலதான் அரசாங்கம் மிலிட்ரியை விட்டுத் துரத்துது. 2 நாளைக்கு முன்னே நம்ம ரேடியோவுல ஒரு செய்தி சொன்னாங்களே... வீரப்பனுக்கு உணவுப் பொருளெல்லாம் கொடுத்து உதவுகிறதா... ஒரு பத்து பேரை கைது செய்ததா சொன்னாங்க.

முன்னையெல்லாம் நீ வீரப்பனுக்கு அரிசி கொடுத்தே பருப்பு கொடுத்தேன்னு சொல்லி அப்பாவிகளைக் கொண்டு போயி சுட்டுப்புடுவாங்க. வீட்ல உள்ள பொண்ணுங்களைக் கற்பழிக் கிறதுக்காகவே வீரப்பன் பேரச்சொல்லி, அப்படிச் சுடுவானுங்க யாரையோ கொல்லு வீரப்பனை புடி அப்படின்னுதான் சர்வ அதிகாரம் கொடுத்திட்டாங்களே... "எலெக்ஷன் பக்கமா வந்துகிட்டிருக்கு. இப்படி வந்து பெண்களை கற்பழிக்கிறது. சுடுறது. சுட்டீங்களா மக்கள் முழிச்சுக்குவாங்க அப்படியே தூங்கட்டும் அவங்க. அப்பதான் நமக்கு ஓட்டுப் போடுவாங்க. நான் மறுபடி ஆட்சிக்கு வருவேன். உங்க சர்வ அதிகாரமும் கொடுக்கிறேன். அவசரப்படாதீங்க. கொஞ்சம் பொறுத்து அப்படியே நேக்கா, லெவலா, சின்ன மீனைப் போட்டு பெரிய மீனைப் புடிக்கிற அளவுக்கு வச்சிருங்க. நைஸ் பண்ணுங்க அப்படின்னு அம்மா சொல்லியிருக்காள். அதனாலதான் கேஸ் போட்டிருக்காங்க. இல்லைனா பத்து பேரையும் சுட்டுப்பிட்டு வீரப்பன் ஆட்களைச் சுட்டோம்னு சொல்லியிருப்பான். எலெக்ஷன் வந்திடுச்சே! சுட்டாப் போச்சே! தெரிஞ்ச பசங்கதான் இருந்தாங்க, அப்புறம் வீட்டுக்கு போறமினானுங்க. சரி, போங்கப்பான்னேன் போயிருக்காங்க. அப்புறம் இவங்களும் நமக்கு சப்போர்ட் பண்ணினவங்கதான்.

அரிசியோ, பருப்போ கொடுத்து சப்போர்ட் பண்ணினவங்க தான். இந்நேரம் சுட்டிருப்பானுங்க. எலெக்ஷன் அதனால விட்டு ருப்பானுங்க. இப்ப சுட்டா கலாட்டா ஆகும். எதிர்கட்சிக்காரங்க கூச்சல் வரும். பெரிய மகன்கிட்ட அம்மா சொல்ல, மகன் மற்ற மகன்கள்கிட்ட சொல்லி, நிறுத்தி வச்சிருக்கான்.

வாய்ப்பிருந்தால் நாட்டுக்கு வருகிறேன்!

45

எம்.ஜி.ஆரை பற்றி அவருடைய சரித்திர புக் எனக்கு கிடைச்சது. எப்படி பிறந்தவர், வளர்ந்தவர், சரித்திரம் என்ன என்பது பற்றி. ஒரு மனிதன் கடைசிவரைக்கும் நல்லவனாயிருக்கக் காரணம் அது அவனுடைய குடும்ப பண்பாடு. திருடுறான்னா அந்த குடும்பம் திருட்டுக் குடும்பமா இருக்கும். நல்ல குடும்பத்துல பிறந்தவன் நல்லதே செய்வான். அவருடைய வரலாற்று புத்தகத்தை நான் படிச்சேன்.

எம்.ஜி.ஆர். மாதிரி ஒரு பிள்ளை பிறக்கிறது கஷ்டம். ரஜினிகாந்த் அப்படி அமைவான்னு எனக்குத் தெரியும். அவனும் ஏழையா பரதேசியா இருந்தவன்தான். ரஜினி கர்நாடகத்துக் காரன்தான். கண்டக்டரா இருந்திருக்கிறான். ஆண்டவன் ஒரு வழியைக் காட்டி, இந்த அளவு முன்னேறிட்டான். சினிமாவுல நடிச்சுதான் முன்னேறியவன். எவரையும் மதிக்கக்கூடியவன். ரொம்ப தெய்வ பக்தி. என் மாதிரி. அவன் ஆட்சிக்கு வந்திட்டான் அப்படீன்னா அடுத்த எம்.ஜி.ஆர். வந்திட்டான்னு எல்லாரும் தெரிஞ்சுக்கலாம். அவன் நடிச்சு சம்பாதிச்சதை எல்லாம் அனாதை ஆசிரமங்களுக்குக் கொடுத்திருக்கான். மக்களுக்குக் கொடுத்து உதவி செய்திருக்கான். நானே கேள்விப்பட்டி ருக்கிறேன்.

ஒவ்வொருத்தரைப் பற்றியும் நான் கேட்டுக்கிட்டிருப்பேன். அதாவது, ஒரு நடிகையைப் பற்றி, அரசியல்வாதியைப் பற்றி, பிரதமரைப் பற்றி, இவன் இப்படி, இவன் எப்படி, எல்லாமே கேட்டுத் தெரிஞ்சுக்கிட்டிருப்பேன். இவங்க எல்லாம்

நெனைப்பாங்க. அவன் காட்டான், காட்ல இருக்கிறான் அவனுக்கு ஒண்ணும் தெரியாது. அப்படீன்னு நெனைச்சுக் கிட்டிருப்பாங்க.

பணம் எங்கே இருக்குது? கோடி கோடியாக பணம் வற்றக்கூடாது, எத்தனை தலைமுறைக்கும் வற்றக்கூடாது. அந்தளவு சம்பாதிக்கணும். இப்படி ஒரே எண்ணம்தான் பலருக்கு. எனக்கு அப்படி இல்லை. எனது பல எண்ணம் எல்லா மக்களையும் கேட்பேன். எல்லா புக்கும் படிப்பேன். எல்லா பேப்பரும் படிப்பேன். ரேடியோ நியூஸெல்லாம் கேட்பேன். உலகைத் தெரிஞ்சுக்கிட்டேன். எனக்கு ஞானங்களும் அதிகம். அப்படியே ஞானமா யோசிப்பேன். நமக்கு முன்னாடி என்ன நல்லது வருது? என்ன ஆபத்து வருது? அப்படீங்கறதை என்னுடைய ஞானத்திலே என்னுடைய உடலே சொல்லும். சாஸ்திரங்கள் எல்லாம் தெரியும்.

இப்போது, மக்கள், பொது மக்களுக்காகப் பேசுகிறேன். சகோதரர்கள் சகோதரிகள், தாய்மார்கள், பெரியோர்கள், சிறியோர்கள் எல்லாருக்கும் வணக்கத்தோட பேசுகிறேன்.

என் வாழ்க்கையில் நான் பட்ட இன்பம் துன்பம் கஷ்ட நஷ்டம் எல்லாத்தையும் எடுத்துச் சொன்னேன். போலீஸ்காரர்கள் செய்த அராஜகத்தால், ஆத்திரத்தில் என் வாயில் கெட்ட வார்த்தைகள்கூட வந்திருக்கலாம். அதுக்காக எல்லாரும் என்னை மன்னிச்சிருங்க!

சிவனுடைய அருள் எப்படி இருக்குதோ அப்படியே ஆகட்டும். நான் கொஞ்ச காலம் வனவாசத்தில் இருக்கிறேன். நாட்டுக்கு வரும் வாய்ப்பிருந்தால் நான் வருகிறேன். எனக்கு நீங்க ஓட்டுப் போட்டு ஆட்சியில் அமர்ந்தேன் என்றால்... இப்படி எனது உயிர்வாழ்வதற்காக மட்டுமே குருவியையோ கோட்டானையோ சுட்டுச் சாப்பிட்டுக்கொண்டிருக்கிறேன். அதாவது மண்ணோ மனையோ பொன்னோ பொருளோ அந்த ஆசயெல்லாம் மாறிப்போச்சு. கடைசியாக ஒரேயொரு ஆசை மட்டும் இருக்கிறது. இந்த மக்களுக்கு, சுதந்திரமான ஒரு ஆட்சி அமைச்சுக்கொடுத்திட்டுப் போகணும். மகாத்மா காந்தி சொன்ன வார்த்தை இது. இதை நிறைவேற்ற எனது ஆத்மா துடிக்கிறது.

என்னை மாதிரி ஒரு புள்ளை இந்த நாட்ல பிறக்க போறதே இல்லை. இதுவரை பிறக்கவுமில்லை. அந்தக் கடமையை நான் நிறைவேற்ற வேண்டும். நான் அழியமாட்டேன். அதர்மம் அழியும். தர்மம் வெல்லும். இதை நாம் புராணத்தில படிக்கிறோம். நான் தர்மத்திற்கே ஈடுபடுவேன். கடவுள் எனக்கு வழிகாட்டுவான். நான் வருவேன் மக்கள் என்னைப் பாருங்கள்.

ஏற்கெனவே மூணு தடவை நக்கீரன் பத்திரிகைக்கு நான் பேட்டி கொடுத்திருந்தேன். அதை, சில மக்கள் நிஜமா பொய்யானுகூட நினைச்சாங்க. நாட்டில ப்படி ஒரு ஆளு இருக்கானா அப்படின்னு நினைச்சீங்க.

அதனாலதான் இப்ப நான் வீடியோவில பேசி பதிவு பண்ணி, உலக மக்கள் எல்லாம் பார்க்கட்டும் என்று எனது முகத்தைக் காட்டியிருக்கிறேன். தியாகம் பண்ணக்கூடிய மனுஷன் நான். நான் கும்பிடும் தேவர்கள் சத்தியமா... அந்தத் தெய்வம்தான் இப்ப பேசவைக்குது. அதன் சத்தியமாகச் சொல்கிறேன். கடுகளவு தப்பு கூட மக்களிடம் நான் செய்ததில்லை. என்னைப் பழி வாங்கியவனை நான் விட்டதுமில்லை. எனது பிறவிக்குணம் இது.

மக்களுக்காக கடைசியில், வழிகாட்டிவிட்டுப் போக வேண்டுமென்பதே எனது ஆசை. எதிர்காலத்தில் ஆண்டவன் அருள் எப்படியிருக்கிறதோ...

வணக்கம்!!!

-என்று முடித்தான் வீரப்பன்!

46 நானே நேரடியாக...

வீரப்பன் பேட்டியில் நாம் கண்ட இழை யோட்டம், அவன் சரணடைய விரும்புகிறான் என்பதுதான். ஏறத்தாழ 9 மணிநேரம் அவன் அளித்திருந்த பேட்டியின் பல இடங்களில் இந்த இழையோட்டத்தைக் காணமுடிந்தது.

தனது காட்டு வாழ்க்கைக்கு ஒரு முற்றுப்புள்ளி வைத்துவிட்டு நாட்டிற்குள் வந்து மக்களோடு மக்களாக வாழ, வீரப்பன் விரும்புகிறான் என்பதை அந்த இழையோட்டத்தின் மூலம் உணர்ந்துகொள்ள முடிந்தது.

நாம் இதை முக்கியமாகக் கவனித்து கையில் எடுத்துக் கொண்டதற்கான காரணம், வீரப்பனுடைய காட்டு வாழ்க்கைக்கு முற்றுப்புள்ளி வைக்கவேண்டும் என்பதல்ல. வீரப்பன் காட்டில் வாழும் பல்லாயிரக்கணக்கான குடும்பங் களுக்கு நிம்மதி பிறக்கவேண்டும் என்பதுதான்.

வீரப்பனால் ஒருபுறமும், அதிரடிப்படையினரால் மறுபுறமும் அன்றாடம் அல்லல் பட்டுக்கொண்டிருக்கும் அந்த மலைமக்களுக்கு விடிவுகாலம் பிறக்கவேண்டும். கற்பழிப்பு, சிறைவாசம், விசாரணை என்ற பெயரால் கொலை போன்ற மனித

உரிமை மீறல்கள் தடுத்து நிறுத்தப்படவேண்டும் என்பதுதான் நமது நோக்கம்.

வீரப்பன் தனது வீடியோ பேட்டியில், சரணடைவது பற்றி எப்படி சூசகமாக தெரிவித்திருந்தானோ அதைப்போலவே இது விஷயமாக தன்னை வந்து பார்த்துப் பேசுவதற்கு யாருக்கு தைரியமிருக்கிறது என்ற கேள்வியையும் மறைமுகமாக எழுப்பியிருந்தான். ஒரு சவாலாக தோற்றமளித்த அந்த கேள்விக்கு விடைதேடும் முயற்சியில் நாம் இறங்க தயாரானோம். உண்மையிலேயே அவன் சரணடையத் தயாராக இருக்கின்றானா என்பது பற்றிய சந்தேகமும் நம்முள் எழுந்தது.

இதற்கு முன் தான் சரணடைய விரும்புவதாக கர்நாடக டி.எஸ்.பி.ஓ. சீனிவாசனுக்கு தகவல் கொடுத்து அவரை வரவழைத்து கொடூரமாகக் கொலை செய்திருக்கிறான் வீரப்பன். அதனால் அவனுடைய சரண்டர் பற்றி அதிகாரிகளுக்கு சந்தேகம் இருந்தது. டி.எஸ்.பி.ஓ. சீனிவாசனை அவன் கொன்றதற்கான காரணத்தை அவனே நமக்களித்த பேட்டியில் தெரிவித்திருக்கிறான். தன் தங்கையின் வாழ்வு சீரழிந்ததற்கு டி.எஸ்.பி.ஓ.தான் காரணம் என்றும் அதனால்தான் பழிவாங்கினேன் என்றும் கூறியிருந்தான்.

ஆனால் நம்மை பழிவாங்கும் எண்ணமோ, அதற்கான காரணமோ வீரப்பனிடம் இல்லை என்பதால் அவனுடைய சரணடைதல் பற்றி நாம் கவனம் செலுத்தினோம்.

ஏற்கனவே ஒருமுறை ஜெயலலிதாவுக்கும் தேவாரத்திற்கும் தன்னுடைய சரண்டர் பற்றி ஒரு ஆடியோ கேசட்டில் பேசி அனுப்பியிருந்தான் வீரப்பன். ஆனால் 'ஜெ' அரசு அதனை கண்டுகொள்ளவேயில்லை. நாம் தைரியமாகக் களத்தில் இறங்கினோம்.

நம் கண்முன் வீரப்பன் தெரியவில்லை. மலைக்கிராம மக்கள்தான் தெரிந்தனர். மலைக்கிராமங்களில் வாழும் இளைஞர்களில் வாட்டசாட்டமான 100 பேரை எஸ்.டி.எப். ஆட்கள் தேர்ந்தெடுத்து, அந்த இளைஞர்களை 20, 20 பேர் கொண்ட குழுக்களாகப் பிரித்து ஷிஃப்ட் முறையில் அவர்களை காட்டுக்குள் அழைத்துச் செல்வது வழக்கமாக இருந்தது. வீரப்பனைத் தேடுகிறோம் என்ற பெயரில் உள்ளே சென்ற அதிரடிப்படையினர் இந்த இளைஞர்களை முன்நிறுத்திவிட்டு இளைஞர்களுக்கு பின்னால் மறைந்துகொண்டு வீரப்பனைத் தேடினார்கள்.

தேடுதல் வேட்டையின்போது வீரப்பனும், அவனது ஆட்களும் சுட்டால்... இந்த இளைஞர்கள்தான் முதலில் பலியாவார்கள். மலைக்கிராம இளைஞர்கள் மீது குண்டு

பாய்ந்ததுமே பின்வாங்கிவிடும் அதிரடிப்படை, காட்டுக்கு வெளியே வந்து, வீரப்பனின் வெறியாட்டத்தில் அப்பாவி கிராம மக்கள் பலி என்று அறிக்கை கொடுக்கும்.

எஸ்.டி.எஃப்பின் இந்த கொடூரத் திட்டத்திற்கு உடன்பட மறுக்கும் மலைக்கிராம இளைஞர்களை விசாரணை என்ற பெயரில் அழைத்துச் சென்று அடிப்பதும், அந்த அடி தாங்க முடியாமல் பல இளைஞர்கள் இறந்துபோனதும் காட்டுக்கு வெளியே வராத அதிர்ச்சியான தகவல்கள்.

இத்தகைய கொடூரங்கள் தடுத்து நிறுத்தப்படவேண்டும். மலை மக்களுக்கு விமோசனம் பிறக்கவேண்டும். இவ்வளவு ஆண்டுகளாகியும் சுதந்திரக்காற்றை சுவாசிக்காமல் இருக்கும் அந்த மக்களுக்கு உண்மையான சுதந்திரத்தை நக்கீரன் மூலமாக வாங்கித்தரவேண்டும் என்பதற்காக வீரப்பனின் சரணடைதல் விவகாரத்தை கையிலெடுத்தோம்.

தமிழகத்தில் ஆட்சி மாற்றம் ஏற்பட்டிருந்த நேரம். ஜனநாயகத் தென்றல் பத்திரிகை அலுவலக ஜன்னல்களில் மெதுவாக எட்டிப்பார்க்கத் தொடங்கியிருந்தது. இந்தமுறை வீரப்பனைச் சந்திக்க நானே நேரடியாகப் புறப்பட்டேன். தம்பி சிவா, வீடியோ கேமராவுடன் வந்தார். வீரப்பனைச் சந்தித்து பேட்டி எடுத்து, அவனுடைய கோரிக்கைகளை தமிழக முதல்வரிடம் கொடுத்தோம். ஆறுமாத இடைவெளியில் வீரப்பன் ஒரு ஆடியோ கேசட்டை நமக்கனுப்பி தனது சரணடைதல் கோரிக்கை என்னவாயிற்று என கேட்டிருந்தான். அதனைத் தொடர்ந்து இரண்டாம் முறையாக வீரப்பனைச் சந்தித்தேன். அதன்பிறகு நடந்ததெல்லாம் நாடறியும்.

வீரப்பனுக்கு பொதுமன்னிப்பு வழங்கலாமா?

47

வன இலாகா அமைச்சர் பொங்கலூர் பழனிச்சாமி 'வீரப்பனுக்கு பொதுமன்னிப்பு வழங்குவது பற்றி தி.மு.க. அரசு ஆலோசித்து வருகிறது' என்று பேசிய பேச்சு தமிழகம் மட்டுமல்ல, இந்தியா முழுவதும் பரபரப்பை ஏற்படுத்தியிருக்கிறது. பெரும் விவாதத்தையும் உண்டாக்கியுள்ளது.

'சந்தன மரங்களை வெட்டி, கடத்தி பணம் சம்பாதித்தவன், யானைகளைக் கொன்று தந்தங்களை வெட்டி சட்டத்திற்குப் புறம்பாக செயல்பட்டவன், போலீஸார்களை சுட்டுக்கொன்று குவித்தவன். இந்த கிரிமினல் வீரப்பனுக்காக பொதுமன்னிப்பு. இது அடுக்குமா?' என ஒருசாரார் ஆவேசத்துடன் பேசவும், எழுதவும் தொடங்கிவிட்டனர்.

'இதில் என்ன தவறு இருக்கிறது? இரண்டு மாநிலப் போலீஸாராலும், ராணுவத்தாலும் பிடிக்க முடியாத ஒருவன், தானே வலியவந்து பொதுமன்னிப்புக் கேட்கும்போது, தந்துவிட்டு பிரச்சினையை முடித்துவிடலாமே?' என்று இன்னொருசாரார் எதிர்வாதம் செய்கின்றனர்.

பிரச்சினைக்குரிய சந்தனவீரப்பன் என்ன சொல்கின்றான்? அ.தி.மு.க. அரசு வீழ்ந்து தி.மு.க.அரசு அமைந்தவுடன் அவனது மனநிலை என்ன? பொதுமன்னிப்பு கேட்க விரும்புகின்றானா? போன்ற கேள்விகளுக்கு விடை வீரப்பனிடமே இருக்கிறது.

அவனையே நேரில் சந்தித்துக்கேட்டால் என்ன? என்று யோசனை தோன்ற, சந்திக்க கிளம்பினோம்.

மே 29-ஆம் தேதி இரவு காட்டுக்குள் மாறுவேடத்தில் நுழைந்த நாம், இரவு முழுவதும் நடந்து 30-ந் தேதி காலையில்தான் வீரப்பன் இடத்தை அடைய முடிந்தது.

30-ந் தேதி நள்ளிரவு வீரப்பனிடமிருந்து கிளம்பிய நாம் 31-ம் தேதி அதிகாலையில்தான் காட்டைவிட்டு வெளியே வரமுடிந்தது.

இரு மாநில அதிரடிப்படை போலீஸ்காரர்களின் கழுகுக் கண்களிலிருந்து தப்பித்து, தப்பித்து 27 கிலோமீட்டருக்கும் மேல் மலைகளில் நடந்து, சரிந்து, ஊர்ந்து, விழுந்து... வீரப்பனிடம் போகும்வரை சந்தித்த கொடுமைகள் இந்த நிமிடம்வரை அகலவில்லை.

பொதுமன்னிப்பு கேட்டு தமிழக முதல்வர் கலைஞர் அவர்களுக்கு வீரப்பன் வீடியோவில் பேசியுள்ளவை முக்கியமானவைகள் என்பதால் அந்த கருத்தை குறிப்பிட வேண்டியது அவசியமாகிறது.

கடந்த பத்து ஆண்டுகளுக்கும் மேலாக நாம் எல்லோரும் விரும்புகின்ற வகையில் தமிழக அரசு மட்டுமல்ல, கர்நாடக அரசும் இணைந்து அதிரடிப்படை ஒன்றை அமைத்து வீரப்பனைப் பிடிக்க எவ்வளவு முயற்சிகள் செய்தன, எத்தனை கோடி ரூபாய்களை தண்ணீராய் வாரி இறைத்தன. எத்தனை போலீஸாரின் இன்னுயிர்கள் அந்தத் தேடுதல் வேட்டையில் பலி யாயின.

இத்தனைக்குப் பிறகும் போலீஸாரால் வீரப்பனைப் பிடிக்க முடியாமல் போய்விட்டது. பொதுமக்களே வீரப்பனைப் பிடித்து தந்துவிடுவார்கள் என்ற நம்பிக்கையில் வீரப்பன் தலைக்கு விலை வைக்கப்படவில்லையா?

200 கோடி ரூபாய்க்கும் மேல் மக்கள் வரிப்பணத்தை செலவிட்ட போலீஸாராலும் வீரப்பனைப் பிடிக்க முடியவில்லை.

பெருந்தொகை பரிசாக வருகிறது என்ற நம்பிக்கையில் பொதுமக்களும் வீரப்பனைப் பிடித்துத் தருவதற்கு முன்வரவில்லை.

இந்த நிலை இன்னும் எத்தனை நாளைக்கு நீடிக்க வேண்டும் என்பதைவிட, இந்தநிலை இப்படியே நீடிக்க வேண்டும் என்பதை பொதுமக்களே விரும்புகிறார்களா என்பதுதான் மிகவும் முக்கியமான விஷயம்.

வீரப்பனிடம் நக்கீரன் எடுத்த பேட்டி சன் டி.வி. மூலம் ஒளிபரப்பானது. இப்பேட்டியை தமிழகத்தில் பார்க்காதவர்களே கிடையாது எனலாம். ரஜினி பேட்டிக்கு அடுத்தபடியாக அல்லது அதற்கு இணையாக தமிழ் மக்கள் அனைவரும் தொடர்ந்து

வீரப்பன் அளித்த பேட்டியை நாள் தவறாமல் பார்த்தார்கள். இடையில் சில நாட்கள் அது தடை செய்யப்பட்டிருந்தது. மீண்டும் ஒளிபரப்பு ஆரம்பமானபோது வீரப்பன் பேட்டிதானே, அதில் பார்க்க என்ன இருக்கிறது என்று யாராவது புறக்கணித்ததாகக் கூறமுடியுமா? எல்லா மக்களும் அந்த ஒளிபரப்பை பார்த்தார்கள் என்பது மட்டுமின்றி அந்த வாரம் முழுவதுமே பஸ்கள், ரயில்கள், சந்தைகள் என மக்கள் கூடும் பொது இடங்களில் வீரப்பன் அளித்த பேட்டியைப் பற்றித்தானே பரபரப்பாக பேசிக்கொண்டிருந்தார்கள்.

பலபேர், வீரப்பனைப் போல மிமிக்ரி செய்து அந்த பேட்டியை மற்றவர்களுக்கு நடித்துக்காட்டி மகிழ்ச்சியடைய வில்லையா? அவர்களில் யாராவது ஒருவர், வீரப்பனை 'சுட வேண்டுமய்யா' என்றோ, வீரப்பனைப் பிடித்து தண்டிக்க வேண்டுமென்றோ விரும்பவில்லை என்பதைத்தானே இவைகளெல்லாம் காட்டுவதாக அமைந்திருந்தன.

இதுவரை ஒளிபரப்பப்படாத இன்னொரு பேட்டியில் வீரப்பன், "பத்திரிகையாளர்களே காட்டுக்கு வாருங்கள். நான் உங்களுக்கு நூற்றுக்கணக்கான பெண்களை காட்டுகிறேன். அவர்களிடம் நீங்கள் மனம்விட்டுப் பேசுங்கள். அவர்கள் போலீஸாரால் மானபங்கப்படுத்தப்பட்டு கொடுமைக்கு ஆளாகி அலைக்கழிந்த நிகழ்ச்சிகளை கதை கதையாகச் சொல்லுவார்கள். கண்ணீரால் எழுதிக் காட்டுவார்கள்'' என்று கூறுவதைக் காணலாம்.

மற்ற அனைத்து விஷயங்களுக்கும் மக்கள் தீர்ப்பே மகேசன் தீர்ப்பு என்பதை ஒப்புக்கொள்கிற நாம் எல்லோரும் வீரப்பன் விஷயத்தில் மட்டும் வழக்கமான தீர்ப்புதான் வரவேண்டும் என்று வலியுறுத்துகின்றோமே? அது ஏன்? வீரப்பனுக்கு பொது மன்னிப்பு வழங்கினால் அதனால் யாருக்கு என்ன நஷ்டம்? வீரப்பனை தண்டிக்க வேண்டுமென்று கூறுவதைவிட வீரப்பனால் பாதிக்கப்பட்டவர்களுக்கு இன்னமும் அதிக உதவிகள் செய்யவேண்டும் என்று கோருவதில் அர்த்தம் அதிகம் இருக்குமல்லவா?

அதனால்தான், வீரப்பனுக்கு பொதுமன்னிப்பு வழங்க வேண்டும் என்ற கருத்து அனைவருக்கும் உரிய கருத்தாக எல்லா இடங்களிலும் எதிரொலித்துக்கொண்டிருக்கிறது.

இப்போதும் சொல்கிறோம். எதிர்ப்பவர்களுடன் கைகோர்த்துக்கொண்டு வீரப்பனுக்கு பொதுமன்னிப்பு வழங்கக்கூடாது என்று கூறுவதில் நமக்கு எத்தகைய தயக்கமும் இல்லை.

ஆனால், இந்தப் பிரச்சினைக்கு முடிவு என்ன?

கடந்த காலம், போலீஸாரால் இந்தப் பிரச்சினைக்கு முடிவு கொண்டுவர இயலாது என்பதையே காட்டுவதாக அமைந்திருக்கிறது.

உயர்போலீஸ் அதிகாரிகள், வீரப்பனின் கூட்டாளிகள் 50 பேரை கொன்றுவிட்டோம். 30 பேர் சரணடைந்துவிட்டார்கள். இனி வீரப்பனோடு மிச்சமிருப்பது எட்டுபேர்தான் என்றெல்லாம் தினம், தினம் அறிக்கை விட முடிந்ததே தவிர, எட்டுபேரோடு இருக்கின்ற வீரப்பனை ஏன் அவர்களால் பிடிக்க முடியவில்லை. இந்தக் கேள்விக்கு சரியான விடை என்பது அவர்களால் பிடிக்க முடியாது என்பதுதான்.

அப்படியானால், வீரப்பன் பிரச்சினைக்கு வீரப்பனே முன்வந்து கூறுகின்ற தீர்வை ஏன் காது கொடுத்துக் கேட்கக்கூடாது என்கின்றோம்.

பூலான்தேவி வேறு, வீரப்பன் நிலை வேறு என்றெல்லாம் வாதிடுகின்றோமே, கொலைகள் என்றால் அதிலேகூட பூலான்தேவி செய்த கொலைகளுக்கும், வீரப்பன்செய்த கொலைகளுக்கும் இடையே வித்தியாசம் இருக்கிறதா என்று நிஜமாகவே நம்புகின்றோமா நாம்? பூலான்தேவிக்கு பொது மன்னிப்பு வழங்கப்பட்டு, அதனடிப்படையில் அவர் விடுதலை செய்யப்பட்டு, அவர் மக்களோடு மக்களாக கலந்து பேசி, மக்கள் ஆதரவோடு மக்களவை உறுப்பினர் ஆகவில்லையா?

அதை ஒரு முன்னுதாரணமாக, பாடமாக, நல்ல தீர்வாக கண்ணுக்கு எதிரே கண்டுவிட்ட பிறகும், வீரப்பனை போலீஸார் பிடிக்க வேண்டும், தண்டிக்க வேண்டுமென்று வலியுறுத்துவது சரியாக இருக்குமா?

தி.மு.க. அரசு, வீரப்பன் விஷயத்தில் எப்படி செயல்படப்போகிறது என்பதை யாரும் அவரவர்கள் யூகத்திற்கு ஏற்ப விமர்சிக்கலாம், விவாதிக்கலாம். ஆனால், வீரப்பன் விஷயத்தில் வேறு என்ன தீர்வு இருக்கிறது என்ற கேள்விக்கு மட்டும் யாராலும் பதிலளிக்க இயலாது. போலீஸாரின் அணுகுமுறை மூலம் தீர்வுகண்டுவிட முடியும் என்ற நம்பிக்கை பொடிப்பொடியாகி பலகாலம் ஆகிறது என்பதோடு வீரப்பன் பேட்டியை தமிழ்மக்கள் பார்த்த விதமும், அதுபற்றி அவர்களது ஆரோக்கியமான விமர்சனங்களும் வீரப்பனுக்கு பொதுமன்னிப்பு வழங்குவதையே அவர்கள் அனைவரும் விரும்புகின்றார்கள் என்பதை பிரதிபலிப்பதாகவே இருக்கிறது.

நக்கீரன் அலுவலகத்தில் வந்து குவிந்திருக்கும் வாசகர் கடிதங்களும் இதற்கு சாட்சி கூறிக்கொண்டிருக்கின்றன.

பூலான்தேவி

திருந்தி வாழத் தயாராக இருக்கும் வீரப்பன் ஒருபுறம், பொதுமன்னிப்பு வழங்கினால் வீரப்பனை இன்னொரு பூலான்தேவியாக காணமுடியும் என்று யோசிக்கிற தமிழக அரசு ஒருபுறம் -

வீரப்பனுக்கு பொதுமன்னிப்பு கூடாது என ஒருபுறம் அதைத்தாண்டி வீரப்பனை மலையூர் மம்பட்டியான், சீவலப்பேரி பாண்டி போன்றவர்களை விட சூப்பர் கதாநாயகனாகவே கருதும் தமிழக மக்கள் இன்னொரு புறம்...

இதிலே எந்த தரப்பு வெற்றிபெறும்? இறுதிவெற்றி மக்களுக்கே என்பதில் நம்பிக்கையுடைய அனைவரும் சிந்தித்து சரியான பதிலை அளிக்க இன்னமும் காலம் தாழ்ந்துவிடவில்லை.

“பொதுமன்னிப்பு தாருங்கள்” சந்தன வீரப்பன் நேருக்கு நேர்!

48

*ப*தில் சொல்லத் தயங்குவதே இல்லை. எதைப்பற்றிக் கேட்டாலும் எல்லாவற்றையும் தெரிந்ததுபோல் வீரப்பன் பதில் சொல்கிறான். 30-ஆம் தேதி முழுவதும் வீரப்பனோடு இருந்தபோது அவனின் முன்ஜாக்கிரதையைக் காணமுடிந்தது. பேசிக்கொண்டிருக்கும்போது மரத்திலிருந்து பறவைகள் பறந்தால், பேசுவதை நிறுத்திவிட்டு உடனடியாக அங்கு ஆட்களை அனுப்புகிறான். ஆட்கள் யாராவது வருகிறார்கள் என்பதை உட்கார்ந்திருக்கும் பறவை வேகமாகப் பறப்பதை வைத்தே கண்டுபிடித்துவிடுவேன் என பெருமையாகக் கூறுகிறான். வீரப்பனின் இடத்தையும், ஆட்களையும் இவர்களின் வேகத்தையும் பார்க்கும்போது இந்தக் கும்பலைப் பிடிப்பது என்பது சாதாரண விஷயமல்ல.

இனி பேட்டி...

ஆசிரியர்: *சன் டி.வி.யில் நக்கீரன் ஒளிபரப்பு செய்த உங்கள் பேட்டியைப் பார்த்தீர்களா?*

வீரப்பன் : *பார்க்கலை. மக்கள் பார்த்துட்டு வந்து, ரொம்ப நல்லாருந்ததுன்னு சொன்னாங்க. நான் பார்க்கணும்னு நினைச்சிருந்தா பார்த்திருப்பேன். அது ஒண்ணும் பெரிய விஷயமே இல்ல. ஆனா, நாம பேசறதை நாமே என்னத்தைப் பார்க்கறதுன்னு பேசாம இருந்துட்டேன். பார்க்க வேண்டியவங்க (மக்கள்) பார்த்தா போதாதா?*

ஆசிரியர்: நக்கீரனுக்கு கொடுத்த வீடியோ பேட்டியில், 'இந்தத் தேர்தலில் ஓட்டுப்போட நிச்சயம் வருவேன்' என்று சொன்னீர்களே... ஓட்டுப்போட வந்தீர்களா?

வீரப்பன் : இல்லை. ஓட்டுப்போட வரவில்லை. வாய்ப்பு அமையாததால் நாட்டுக்குள்ளே வரமுடியவில்லை.. மேலும், நீங்க கேட்டதற்காக அன்னைய சூழ்நிலையில அப்படிச் சொன்னேன்.

ஆசிரியர்: தம்பி சிவா உங்களை முதன்முதலா சந்தித்தபோது, உங்களோடு 80 நபர்கள் இருப்பதாகச் சொல்லியிருந்தீர்கள். அதே சமயம், அதிரடிப்படையோடு நடந்த சண்டையில் இறந்துபோனது எல்லாம் போலீஸ்காரங்கதான் என்றும் சொல்லியுள்ளீர்கள். அப்படியென்றால் அந்த 80 நபர்கள் எங்கே?

வீரப்பன் : போலீஸ்காரனோடு நடந்த சண்டையில எந்தப் போலீஸும் எங்களைச் சுட்டது கிடையாது. என்னைப் பிடிப்பதற்காக மிலிட்டரி போட்ட பிறகு, இரண்டுமுறை எங்களுக்குள்ளே சண்டை நடந்திருக்கு. அந்த இரண்டுமுறையும் நான்தான் அவங்களை சுட்டிருக்கேனேயொழிய, போலீஸ்காரங்க இல்லே.

மாயாறு பக்கத்துல எங்க ஆளுங்க 10 பேர் தங்கியிருந்திருக்காங்க. அதுல 3 பேரை சுட்டுட்டதா கேள்விப்பட்டேன். ஆனா நான் நேர்ல பார்க்கலை. அதேமாதிரி சத்தியமங்கலம்-திம்மம் ஏரியாவுல வீரப்பன் ஆளுங்கள சுட்டோம்னும், இரண்டு ஆயுதங்களை பறிமுதல் பண்ணிட்டோம்னும் சொல்லிக்கிட்டாங்க. எங்க ஆட்களை தேடிக்கிட்டுப் போய் சுட்டாங்களா... இல்லை... எங்க ஆளுங்க வீட்ல தூங்கிக்கிட்டிருக்கிறப்போ பிடிச்சுட்டுப் போய் கொன்னுட்டு, அதுக்கப்புறம் கொண்டுவந்து போட்டாங்களான்னு சரியா தெரியலை. ஆனா ஒண்ணு உறுதியா சொல்வேன்... எங்களோட காட்ல நடந்த சண்டையில, இதுவரைக்கும் ஒரு ஆளைக்கூட அவங்க சுட்டது கிடையாது. நான் ஒரு கோழியை காட்டுறேன்... அதை மட்டும் சரியா சுட்டுட்டாங்கன்னா... இந்த மீசையை எடுத்துக்கிறேன். (மீசையை தடவுகிறான்)

ஆசிரியர்: இப்போது உங்களோடு இருக்கும் ஆட்கள், நீங்கள் சொல்லும் எண்ணிக்கையில் இல்லையே?

வீரப்பன் : ஆளெல்லாம் இருக்கு. சந்தேகம் வேண்டாம். இப்போதைக்கு அவங்க யார், யாருன்னு சொல்லமாட்டேன். தலைவருங்க நாங்க 5 பேர் மட்டும்தான் வெளியிலே தெரிவோம். எங்களுக்கு பொதுமன்னிப்பு வழங்கட்டும். பிறகு எத்தனைபேர்

எங்களோட இருந்தாங்கன்னு எல்லோரையும் காட்டுறேன். அப்போ நீங்க பார்க்கலாம்.

ஆசிரியர்: அவர்களைப் பற்றி இப்போது சொல்ல ஏன் தயங்குகிறீர்கள்? பயமா?

வீரப்பன் : பயப்படவில்லை நான். இப்போதைக்கு அவங்களைக் காட்டிட்டா... அவங்களோட சொந்தபந்தங்களை போலீஸ்காரங்க சும்மா விடமாட்டாங்களே... அதனாலதான்.

ஆசிரியர்: 1993-ல் தம்பி சிவா எடுத்த முதல் பேட்டியின்போது 'என் மருமகன்' என்று சொல்லி 12 வயது சிறுவன் ஒருவனை அறிமுகப்படுத்தினீர்கள். தற்சமயம் அந்தச் சிறுவன் எங்கே இருக்கிறான்?

வீரப்பன் : நான் காட்டுக்கு வந்த பிறகு, சந்தனக்கட்டை கடத்தல் விஷயமா எம் பொண்டாட்டியை பிடிச்சுக் கொடுமைப்படுத்துனுச்சு போலீஸ். அப்போ, எங்களுக்கும் அவன்களுக்கும் நடந்த சண்டையில 6 பேரை கொன்னேனில்லையா... அந்தக் கலாட்டாவுல அவன் தப்பிச்சு வீட்டுக்கு ஓடிட்டான். மீண்டும் என்னோட அவன் சேர முடியலை. வீட்ல இருந்தவனை போலீஸ்காரனுங்க பிடிச்சுட்டுப்போய் கொஞ்சநாள் வச்சிருந்து கொன்னுட்டதா கேள்விப்பட்டேன்.

ஆசிரியர்: சின்ன பையனைக்கூட கொன்னுட்டாங்களே என்று ஆதங்கப்படுகிறீர்கள்? ஆனால், நல்லூரில் பால்ராஜ் (பால் விற்பவர்) என்பவரின் 15 வயது மகனை நீங்கள் சுட்டிருக்கீங்களே...?

வீரப்பன் : நல்லூர் பால்ராஜை நான் பார்த்ததில்லை. ஆனா என்னோடு இருந்த நல்லூர்க்காரங்க, 'பால்ராஜ் நல்லவன்'னு சொல்வாங்க. ஒருமுறை நடந்த சண்டையில ரங்கசாமி மனைவியும் அவனோட பையனும் தப்பிச்சு ஓடிப்போனாங்க. மீண்டும் எங்களோடு சேர வழி தெரியாம 4, 5 நாளா கஞ்சிதண்ணிகூட குடிக்காம எங்கெங்கோ தேடி அலைஞ்சாங்க. நல்லூரில் எராம்பாடி டேமுக்கு மேல மின்னம்குப்பம்னு 2, 3 கிராமங்கள் இருக்கு. அந்தக் குப்பத்துக்கு வந்தவங்க, பால்ராஜை பார்த்தா ஏதேனும் உதவி செய்வாருன்னு நினைச்சு அவனைப் போய்ப் பார்த்திருக்காங்க. பால்ராஜுகிட்ட நடந்ததையெல்லாம் பையன் சொல்லியிருக்கான். ''சாப்பிட்டு நாலஞ்சு நாளு ஆவுதுண்ணே... கண்ணெல்லாம் இருட்டிக்கிட்டு வருது... ஒரு அடி கூட எடுத்து வைக்க முடியலைண்ணே... இந்த சிட்டிஷன் வாட்சை வச்சுக்கிட்டு கொஞ்சம் பணம் கொடுத்தா போதும்"னு சொல்லியிருக்கான். அதுக்கு பால்ராஜு, ''என்னிடம் பணம்

வீரப்பனுடன் 12 வயது சிறுவன்

இல்லேப்பா... இப்படி உட்காருங்க ஊர்ல இதை யாரிடமாவது வெச்சு பணம் வாங்கியாறேன்''னு சொல்லிட்டுப் போனான். போனவன் அங்கிருந்த போலீஸ்காரனை கூட்டிட்டு வந்து, "இவங்க வீரப்பனோட ஆளுங்க"ன்னு பிடிச்சுக் கொடுத்துட்டான். அதுக்குப் பிறகு அவங்க ரெண்டுபேரையும் என்னென்னவோ சித்ரவதை பண்ணி பையனை மட்டும் கொன்னுட்டாங்க. அந்தப் பொண்ணை மைசூர்ல வச்சிருக்கிறதா சொல்றாங்க. எனக்குத் தெரியாது. இந்த விஷயம் எனக்குத் தெரிஞ்சு ரத்தமெல்லாம் கொதிச்சது. எங்க ஆளுங்களை எப்படி சித்ரவதை பண்ணினாங்களோ... அதுமாதிரி அந்த துரோகியை செய்யணும்ங்கிற வெறி எனக்கும் இருக்கும்ல?

ஆசிரியர்: அப்பா செய்த காரியத்திற்கு மகன் எப்படி பொறுப்பாளியாவான்? அவனையும் கொல்வது நியாயமா?

வீரப்பன் : ஈழத்துல போராடுகிற பிரபாகரன் என்ன சொல்றார்? எதிரியை விட துரோகியை முதலில் ஒழிக்கணும். அப்பாவை மட்டும் கொன்னிருப்பேன்... ஆனா, அப்பாவைக் கொன்னவன் இந்த வீரப்பன்தான்னு நாளைக்கு மகன் படையெடுத்தா என்ன பண்றது? அதான் அவனையும்...!

ஆசிரியர்: பத்திரிகைப் பேட்டியிலும் வீடியோ பேட்டியிலும் தேவாரத்தை வெட்டுவேன், கொல்லுவேன் என்று ஆவேசம் காட்டுகிறீர்கள். தேவாரம் ஒரு பெரிய போலீஸ் அதிகாரி. அவர் அரசாங்கத்துக்கு கட்டுப்பட்டவர். உங்கள் விஷயத்தில் அரசுதான் பதில் சொல்லணுமே தவிர தேவாரம் அல்ல. அதனால் தேவாரத்தின் மீது உங்களுக்கிருக்கும் கோபம் நியாயமானதாப் படலையே?

வீரப்பன்: தமிழ்நாட்டு டி.ஜி.பி.யா இருக்கிற தேவாரத்தின் கட்டுப்பாட்டுலதான் தமிழ்நாட்டு போலீஸ்படை இருக்குது. என்னைப் பிடிக்கிற விஷயத்தில், பொதுமக்களுக்கு எந்தவிதத்திலேயும் போலீஸ் படையாலே இடைஞ்சல் வரக்கூடாதுன்னுதான் இவர்கிட்டே தலைமைப் பொறுப்பை ஒப்படைச்சு கவனிக்கச் சொன்னது அரசாங்கம். பொறுப்பா செயல்பட்டாரா? இல்லையே! எத்தனை கற்பழிப்புகள்?, அராஜகங்கள்? என்ன ஆக்ஷன் எடுத்தாரு இந்த தேவாரம்? விசாரணைங்கிற பேர்ல இழுத்துக்கிட்டுப் போனவங்களை உயிரோட விட்டார்களா?

வீரப்பன் அபாண்டமா பழி சுமத்துறான்னு கூட சொன்னாங்க. எது அபாண்டம்? போலீஸ்காரன்கள் எங்க பொண்ணுங்களை கற்பழிக்கலை? மானபங்கப்படுத்தலை? இதையெல்லாம் நான் ஃப்ரூப் பண்ணி காண்பிக்கிறேன். அதற்கு

என்ன பதில் சொல்லுவாங்க இந்த தேவாரமும் ஜெயலலிதாவும்?

கர்நாடக மாநிலத்தில் -கிர்காண்டி பங்களாவுக்குப் பக்கத்தில் இருந்த ஒரு குடும்பத்தை நாசம் பண்ணினாங்களே... அது பொய்யா? அந்தக் குடும்பத்தில் இருந்த பெரியவங்களை கொன்னாங்க. அந்த வீட்டு மருமகளை தடா சட்டத்திலே தள்ளினாங்க. ஒரு பொண்ணையும் 5 மாச கைக்குழந்தையையும் தனியா இருந்த ஒரு வீட்டில் அடைச்சுவச்சு, ராத்திரியானா ஒவ்வொரு போலீஸ்காரனும் தங்களோட வெறியை அந்தப் பொண்ணுகிட்டே தீர்த்துக்கிட்டாங்க. இப்படி 9 மாசம் அந்தப் பொண்ணை அடைச்சு வெச்சு கற்பழிச்சாங்க. இதெல்லாம் பொய்யா?

சஞ்சய் அரோராவை பார்த்து தனக்கு நடந்த கொடுமையைச் சொல்லி அந்தப் பொண்ணு கதறி அழுதா... அந்த பையனும் ஒரு ஆக்ஷனும் எடுக்கலை.

கேம்ப் விசிட்டுக்கு வந்த தேவாரத்திற்கும் இது தெரியும். என்ன கிழிச்சாரு தேவாரம்? ஆக்ஷன் எடுக்காம போலீஸ்காரனை தட்டிக் கொடுத்துட்டுப் போயிட்டாரு. இந்த மாதிரி ஆளுங்களுக்கு இவர் டி.ஜி.பி.யா இருந்தா, நடக்கிற கொடூரத்தையெல்லாம் எப்படி பொறுத்துக்கொள்வது? (ஆத்திரத்தில் பயங்கரமாக திட்டுகிறான்)

சஞ்சய் அரோரா

நம்மை இந்த உலகத்தில் உலவ விட்டதே பொண்ணுதான். அந்தப் பெண் தெய்வத்தை இப்படிச் சீரழிக்கிறானுங்களே... அதுக்கு இவர் தலைமைதாங்குறாரேங்குற வெறிதான் எனக்கு.

ஆசிரியர் : இந்தக் கற்பழிப்புகள் தேவாரத்தின் கவனத்திற்கு கொண்டு செல்லப்படாமல் இருந்திருக்கலாம் அல்லவா?

வீரப்பன் :

286 வீரப்பன்

வீரப்பனின் மனைவி முத்துலட்சுமியும், அவனது இரு பிள்ளைகளும்

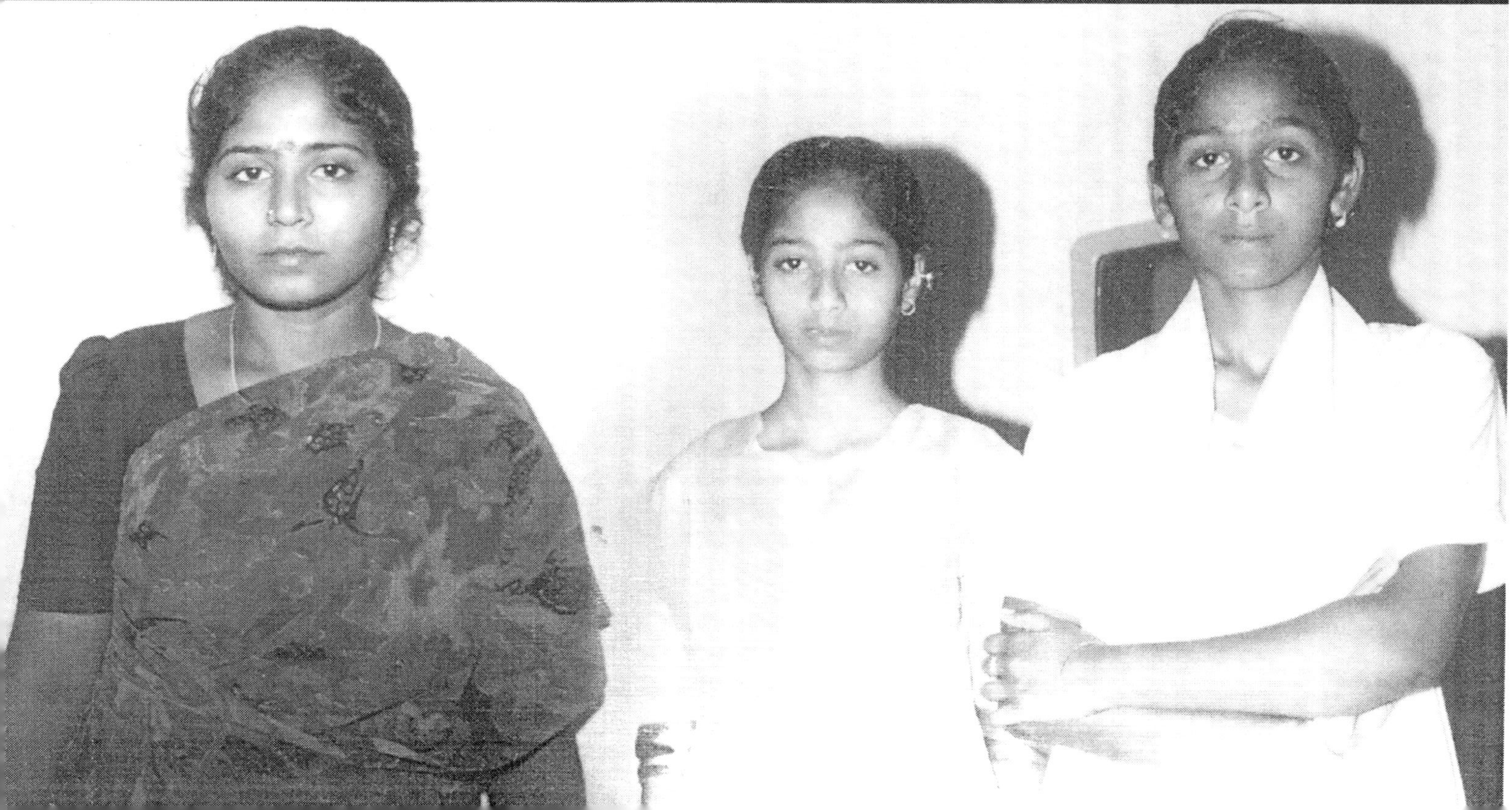

தேவாரம்

அப்படி நான் நினைக்கலை. கேம்ப் விசிட்டின்போது அவருக்குத் தெரிய நிறைய வாய்ப்பிருக்கு. பொதுமக்களே இதப்பத்தி என்னிடம் சொல்லி யிருக்காங்க.

ஆசிரியர்: சகுனத்தின் மீது உங்களுக்கு அசைக்க முடியாத நம்பிக்கை இருக்கு. அதுபடிதான் உங்கள் வாழ்க்கை முறையை அமைச்சுக்கிறீங்க. ஆனா, டி.எஸ்.பி. சிதம்பரநாதன் கடத்தலில் ஜெயித்தது போலீஸ்தானே?

வீரப்பன் : *சிதம்பரநாதன் விஷயத்தில் எனக்கு மோசமான சகுனம் கிடைச்சது உண்மை. ஆனா, என் பொண்டாட்டி பட்ட கொடுமைக்கு நியாயம் வேண்டுமேன்னுதான் நாங்க கடத்துனோம். கடத்தினதுக்குப் பிறகுகூட சகுனம் மோசமாத்தான் சொல்லிச்சு.*

ஆசிரியர்: நீங்கள் பயந்து ஓடிட்டதாக போலீஸ் தரப்பு சொல்லுதே?

வீரப்பன் : *போலீஸ் படை காட்டுக்குள்ளே நுழைஞ்சப்ப... நான் எங்க இடத்திலேயே இல்லே. இருந்திருந்தேன்னா தெரிஞ்சிருக்கும்... நான் தப்பிச்சேனா... இல்லை அவங்க தப்பிச்சாங்களான்னு?*

ஆசிரியர்: இருந்தாலும் இந்தச் சண்டையிலே உங்களுக்கு கிடைச்சது தோல்விதானே?

வீரப்பன் : *சண்டையே நடக்கலை. பிறகு தோல்வின்னு எப்படி சொல்ல முடியும்? துப்பாக்கிச் சண்டை நடந்து எங்களை கொன்னுட்டு டி.எஸ்.பி.யை மீட்டுக்கிட்டுப் போயிருந்தா... அவங்க ஜெயிச்சதா சொல்லலாம். ஆனா சண்டை எதுவும் நடக்கலையே? சிதம்பரநாதன் கூட "நாங்கதான் தப்பி வந்தோம். போலீஸ் மீட்கலை"ன்னு பத்திரிகையில சொல்லியிருக்காரே!*

சந்தன வீரப்பனை சந்தித்தது எப்படி?

49

எப்படி உங்களால் இது முடிந்தது? ஏன் இவ்வளவு ரிஸ்க் எடுக்க வேண்டும்? இவ்வளவு முயற்சியெடுத்து வீரப்பனை சந்திக்க வேண்டிய காரணம் என்ன? -வாசகர்களிடமிருந்தும், பத்திரிகைத் துறையினரிடமிருந்தும், நண்பர்களிட மிருந்தும் இதுபோன்ற கேள்விகள் இன்னும் தொடர்ந்துகொண்டுதான் இருக்கின்றன. எப்படி, ஏன், என்ன இதுபோன்ற கேள்விகளுக்கு பதிலளிக்க வேண்டியது கட்டாயமாகிவிட்டது.

காட்டுக்குள்நான் மேற்கொண்ட பயணம் மிகவும் ரகசியமானது. என் அலுவலகத் தம்பிகளி டம் கூட இதைப்பற்றி நான் எதுவும் முன்கூட்டியே சொல்லவில்லை. காரணம், எதற்காக இவ்வளவு ரிஸ்க்? என்ற அக்கறையான கேள்வி அவர்களிட மிருந்தே புறப்பட்டிருக்கும். அதனால் இந்தப் பயணத்தை ரகசியமாகவே மேற்கொண்டேன். கூட இருப்பவர்களிடம் கூட சொல்லிக்கொள்ளாமல் மேற்கொண்ட பயணம் பற்றி எல்லோருக்கும் சொல்லவேண்டிய அவசியம் ஏற்பட்டிருக்கிறது.

சொல்கிறேன்...

நான், தம்பி சிவசுப்ரமணியத்தை அழைத்துக்கொண்டு அந்தப் பயணத்தைத் தொடங்கினேன். மாலை நேரத்தில் புறப்பட்டோம். வழக்கமான உடையில் சென்றால் யாராவது அடையாளம் கண்டுகொள்வார்கள் என்பதால் மாறுவேடம்

போட்டுக்கொள்ள வேண்டியிருந்தது. (இந்தியன் கமல் மாதிரியான மேக்கப்போ என்று நினைக்க வேண்டாம், சிம்பிளான மாறுவேடம்தான்.)

கைலி, பனியன், கழுத்தில் ஒரு துண்டு. இதுதான் எங்களின் கெட்டப். டூவீலரில் பயணத்தை தொடங்கினோம். வீடியோ கேமரா, ஸ்டில் கேமரா, மாற்று டிரஸ் அடங்கிய இரண்டு பேக். ஒவ்வொன்றும் 20 கிலோ வெயிட்டுடன் எங்கள் முதுகில் உட்கார்ந்திருந்தது. 60 கிலோமீட்டர் தூரம் டூவீலரிலேயே பயணம்.

அடர்ந்த காட்டுப்பகுதி. அடர்த்தியான இருட்டு. மெதுவாகத்தான் செல்ல வேண்டியிருந்தது. யாராவது பார்த்து, தவறான அடையாளம் கண்டுவிடுவார்களோ என்ற எச்சரிக்கையுடன் கழுத்தில் இருந்த துண்டை எடுத்து முண்டாசு கட்டிக்கொண்டேன்.

இரவு 10 மணி. ஒரு கிராமத்தை அடைந்தோம். அங்குமிங்குமாக சில வீடுகள். ஆள் நடமாட்டம் குறைவாகவே இருந்தது. நமது டூவீலரைப் பார்த்ததும் கிராம மக்களிடம் திடீர் பயம் ஏற்பட்டது. அதுவும் என் மீசையைப் பார்த்ததும் போலீஸ்தான் வந்திருக்கிறது என்ற பயத்தில் யாரும் பேச்சுக்கொடுக்க முன்வரவில்லை.

ஒரு வீட்டின் வாசலில் போடப்பட்டிருந்த கட்டிலில் உட்கார்ந்தோம். நாம் யார் என்று அவர்களுக்கு விளக்கினோம். எங்கு செல்கிறோம் என்பதையும் சொன்னோம். அதன்பிறகுதான் கிராமத்தினருக்கு பயம் தெளிந்தது. ஒவ்வொருவராக வீட்டிலிருந்து வெளியே வந்தனர். வீரப்பன் மீது அவர்கள் பெரும் பக்தியே கொண்டிருக்கிறார்கள் என்பதை அவர்களின் பேச்சிலிருந்து புரிந்துகொள்ள முடிந்தது.

நமது நோக்கத்தை தெரிவிக்கும் வகையில் அவர்களிடம் பேச்சைத் தொடங்கியபோது, அவர்களில் ஒருவர் ‘இங்கே வேண்டாமுங்க. காட்டிக்கொடுக்கிற பசங்க இரண்டுபேர் சுத்திக்கிட்டிருக்கானுங்க’ என்றார். பிறகு அவரே, தனியாக ஒரு இடத்தை தேர்ந்தெடுத்து கட்டிலைப் போட்டு நம்மை உட்காரச் சொன்னார். நம்பிக்கைக்குரிய கிராம மக்கள் நம்மைச் சுற்றி நின்றிருந்தனர். காட்டுமரங்களுக்கிடையே நிலா கசிந்துகொண்டிருந்தது.

“ஏங்க... அந்த மீசையை எடுத்திடுங்க. உங்களை எங்க மச்சான்னு நினைச்சு போலீஸ் சுட்டுப்புடும். இல்லேன்னா அரக்கன்னு நினைச்சு எசமான் ஆட்கள் சுட்டுப்புடுவாங்க. அவங்க அவ்வளவு தூரத்துக்கு போகமாட்டாங்கதான்.

இருந்தாலும் மீசையை எடுக்கிறது நல்லது" என்று ஒரு மூதாட்டி சொல்லிக்கொண்டிருக்கும்போதே இன்னொருவர் பிளேடை எடுத்துக்கொண்டு வந்துவிட்டார். நம்மீது உள்ள நல்லெண்ணத்தில் அவர்கள் அப்படிச் சொன்னாலும், மீசையை எடுக்க நான் தயாராக இல்லை. வந்த நோக்கத்தை அவர்களிடம் விளக்கிச் சொல்ல ஆரம்பித்தோம். டீ கொண்டுவந்து கொடுத்தனர்.

நாம் அதை ருசித்தபோது, "அண்ணே... வீரப்பன் அண்ணனுக்கு சரண் கிடைச்சிடுமா... நீங்கதான் பார்த்து செய்யணும், டி.வி.யில கூட நீங்கதான் அவர் பேட்டியை காட்டுனீங்க. இதையும் நீங்களே செய்துடுங்க" என்றனர். குறிப்பாக பெண்கள் இந்த விஷயத்தில் ரொம்பவும் ஆர்வம் காட்டிப் பேசினார்கள்.

இரவு 11 மணி. காட்டுப்பகுதி. கிராமத்துவாசி ஒருவருடன் பயணத்தைத் தொடர்ந்தோம். நிலவொளியில் நடப்பது ஒருவித சுகமாக இருந்தது. இரண்டு கிலோமீட்டர் தூரம்வரை சம தளத்தில் அழைத்துச் சென்ற அந்த கிராமத்துவாசி, 80 டிகிரி உயரமான மேட்டின் மீது நடந்துவரச் சொன்னார். நான்கு கிலோமீட்டர் தூரத்துக்கு பாதை எதுவும் இல்லாமல் பாறைகளும் முட்களுமாக இருந்த அந்த மேட்டுப்பகுதியின் மீது ஏறுவதென்பது மிகவும் சங்கடமாக இருந்தது. கால் வைக்கும் இடத்தில் சிறு பாறைகள் திடீரென உருண்டு நம்மை சறுக்கிவிழச் செய்தன. பேலன்ஸ் செய்துகொண்டு நாம் நிமிரும்போது முட்கள் நம் பாதத்தைப் பதம் பார்த்தன.

இந்த விபரீதமான அனுபவம் நம்மை யோசிக்க வைத்தது. "இன்னும் 25 கிலோமீட்டர் தூரம்தான் வாங்கண்ணே..." என்று சர்வசாதாரணமாகக் கூறினார் அந்த கிராமத்துவாசி. நமக்கோ பொறுப்பான இடத்தில் இருக்கும் நாம் இந்த முயற்சியில் இறங்கியிருக்கக்கூடாதோ என்ற சிந்தனை ஏற்பட்டது. தொடக்கத்திலேயே இவ்வளவு சிரமம் என்றால் 25 கிலோமீட்டரை கடப்பதற்குள் எத்தனைவிதமான அனுபவங்களை சந்திக்க வேண்டியிருக்குமோ என்று யோசித்தோம்.

அதேநேரத்தில் எடுத்த காரியத்தில் இறுதி இலக்கை அடையும்வரை ஓய்வதில்லை என்ற நம் மனத்துணிவு, பயணத்தை தொடர தூண்டுகோலாக இருந்தது. இந்தப் பயணத்துக்காக நாம் எடுத்த முதல் முயற்சி இதுவல்ல. இதற்கு முன்பு பல முறை காட்டுப்பகுதி கிராமம் வரை வந்தும், வீரப்பனிடம் அழைத்துச் செல்லக்கூடிய ஆள் கிடைக்காததால் திரும்ப நேரிட்டது. ஆனால் இந்தமுறை கிடைத்துள்ள நல்ல வாய்ப்பை இழந்து

விட்டால் வீரப்பனின் மனநிலையை வாசகர்களுக்கு தெரிவிக்க இயலாமல் போய்விடுமே என்ற எண்ணம் ஏற்பட்டது. சூழ்நிலைக்கும் மனத்துணிவுக்கும் இடையே நடந்த சில நிமிடப் போராட்டத்தில் மனத்துணிவுதான் வென்றது. பயணத்தை தொடர்ந்தோம்.

10 கிலோமீட்டரை கடந்ததும் கால்கள் கெஞ்சின. சென்னை நகரத்தில் இவ்வளவு தூரம் நடக்க வேண்டிய அவசியமில்லாததால், இப்போதைய பயணம் கொஞ்சம் கடினமாகவே இருந்தது. கணுக்கால்களும் முழங்கால்களும் போட்டிபோட்டுக் கொண்டு வலிக்கத் தொடங்கின. நாம் அணிந்திருந்த ரப்பர் செருப்பில் லாடம் அடித்தது போல் முட்கள் பதிந்திருந்தன. அவற்றில் ஒருசில முட்கள் செருப்பைத் துளைத்துக்கொண்டு நம் பாதத்தைக் கீறின. சிறிதுநேரம் ஓய்வெடுத்தால்தான் பயணத்தைத் தொடர முடியும் என்ற நிலை. யார் பார்வையிலும் படாமல் இருக்க வேண்டுமென்பதற்காக பெரிய பள்ளத்தாக்கு ஒன்றில் பதுங்கி ஓய்வெடுத்தோம். முதுகை அழுத்திய மூட்டைகளை சிறிதுநேரம் இறக்கி வைத்தோம். தாகம் அதிகமாக இருந்தது. தண்ணீர்பாட்டில் கொண்டு வர மறந்துவிட்டோம் என்பதை அப்போதுதான் உணர்ந்தோம். எச்சில் விழுங்கி இளைப் பாறினோம்.
இருபது நிமிட ஓய்வுக்குப் பின்

புறப்படத் தயாரானபோது, 'கொஞ்சம் இருங்க' என்றார் கிராமத்துவாசி. அவருடைய காதுகள் எதையோ கூர்மையாக கேட்டுக்கொண்டிருந்தன. நாமும் காதுகளை தீட்டினோம். தூரத்தில் ஜீப் வரும் சத்தம்.

"யார்?" என்றோம்.

"போலீஸ்..."

இரண்டு மின்மினிப் பூச்சிகள் பறந்து வருவது போல் ஜீப்பின் ஹெட்லைட் வெளிச்சம் தூரத்தில் தெரிந்தது. மூவரும் பள்ளத்தில் பதுங்கிக்கொண்டு வினாடிகளை எண்ணினோம். ஜீப் நெருங்கிவரும் சத்தம் கேட்டது. காட்டுச் செடிகள் எங்களுக்கு கவசமாயின. போலீஸின் பார்வையில் படாதபடி உடலைக் குறுக்கிக்கொண்டு செடிகளில் மறைந்திருந்தோம். காதுகளைக் கிழிக்கும் ஓசையுடன் ஜீப் எங்களைக் கடந்து சென்ற பிறகுதான் உயிர்வந்தது. ஜீப் சென்ற பாதையைக் கடந்து எதிர்திசைக்குச் சென்றால்தான் பயணத்தை தொடர முடியும். கிராமத்துவாசி மெல்ல தலையைத் தூக்கிப் பார்த்துவிட்டு சிக்னல் கொடுத்தார். ஒவ்வொரு ஆளாக வெகு ஜாக்கிரதையுடன் பாதையைக் கடக்க வேண்டியிருந்தது. செருப்பு சத்தம் கேட்காதபடி ஓட்டம் பிடித்து எதிர்திசைக்குச் சென்றோம்.

பயணத்தைத் தொடர்வதற்கு வழியில்லாதபடி முட்புதர்கள் அடர்ந்திருந்தன. கிராமத்துவாசியோ எந்தச் சிரமமுமில்லாமல் புதர்களை 'ஹைஜம்ப்' செய்துவிட்டார். நமக்கு அது அவ்வளவு எளிதான காரியமாகத் தெரியவில்லை. கஷ்டப்பட்டு புதர்களைக் கடந்தபோது உடலில் ரத்தக்கோடுகள். முட்புதர்களை நாம்

கடந்து வருவதற்குள் கிராமத்துவாசி, இரண்டு பர்லாங் தூரத்தைக் கடந்துவிட்டார். நாமும் வேகமாக அடியெடுத்து வைத்து அவரை நெருங்கினோம். ஈரம் பிழிந்த மணல் துணியை உடுத்தியிருந்த ஆறு ஒன்று குறுக்கிட்டது.

"வீரப்பன் தங்கியிருக்கும் பகுதியின் எல்லை இதுதான்" என்றார் கிராமத்துவாசி.

"இன்னும் எவ்வளவு தூரம்?"

"அதோ தெரியுதே... அந்த மடிப்பு மலைக்குப் பின்னால்தான்..."

பெருமூச்சுவிட்டேன்.

பயணம் தொடர்ந்தது. இறக்கமான பகுதி. தூரத்தில் தெரிந்த பாதையில் வாகனங்கள் செல்வதை பார்க்க முடிந்தது. வாகனத்தி லிருப்பவர்களாலும் நம்மைப் பார்க்க முடியும் என்பதால் பதுங்கிப் பதுங்கிச் சென்றோம். முட்புதர்கள் அதிகரித்துக் கொண்டேயிருந்தன. முன்னால் செல்பவர், முள்செடியை விலக் கிச் சென்றால் அது பின்னால் வருபவர்களின் முகத்தில் வந்து நச்சென்று மோதியது. அதனால் மிக மெதுவாக முள்ளை விலக் கிச் சென்றோம். தரையிலும் முள்கம்பளம் விரிக்கப்பட்டிருந்தது.

சிறிது தூர பயணத்துக்குப் பின் மறுபடியும் ஒரு மேடு. விஷ ஜந்துக்கள் சர்வசாதாரணமாக உலவிக்கொண்டிருந்தன. ராட்சஸ சைஸில் பறந்த ஈக்கள் காதருகே வந்து சென்றபோது மோட்டார் பைக் ஓடுவது போல சத்தம் கேட்டது. அவை சில நேரங்களில் நம் மீது உட்கார்ந்து ஊர்ந்தபோது 'சுருக் சுருக்'கென்று வலித் தது. 15 கிலோமீட்டரைக் கடந்து வந்திருந்தோம். பாதையெங்கும் யானைச் சாணமாக இருந்தது. அதை மிதித்தபடி செல்வதைத் தவிர வேறு வழியில்லை. ஒரு வாழ்க்கையின் பயங்கரத்தைப் புரிந்துகொள்ள முடிந்தது. சில அடிகள்கூட எடுத்து வைத்திருக்கமாட்டோம். சரசரவென சருகுகள் மீது சத்தத்தை எழுப்பிக்கொண்டு ஏதோ ஒரு பிராணி ஓடியது.

"அது ஒண்ணுமில்லீங்க 'புஸ்கோந்தி'தான்."

நாம் புரியாமல் விழிப்பதைப் பார்த்த கிராமத்துவாசி, "கருங்குரங்குன்னு சொல்லுவாங்களே... அதுதான்" என்றார்.

ஆள் நடமாட்டத்தைக் கண்டதால் விலங்குகள் பயந்து பதுங்கிக்கொண்டன.

20 கிலோமீட்டரை நாம் கடந்து வந்திருந்தபோது தண்ணீர் நிரம்பிய பள்ளம் ஒன்றைக் கண்டோம். அதிலிருந்த தண்ணீர் பாறைகளை உரசிக்கொண்டு சரசரவென ஓடியது. நாம் அந்தப் பகுதியை கொஞ்சம் சுவாரஸ்யமாக கவனித்தபோது பாறை இடுக்கில் யாரோ ஒருவர் ஒளிவதைக் கண்டோம். உடனே கிராமத்துவாசிகளிடம் அதைச் சொன்னதும் "இந்த இடத்திலே

சந்திக்கிறதா சொல்லலியே... வீரப்பன் ஆட்கள் இங்கே வரமாட்டாங்க'' என்றார். எனக்கு நெற்றியெல்லாம் வேர்த்துவிட்டது. பாறையில் மறைந்தது யார்? எதற்காக நம்மைக்கண்டு ஒளியவேண்டும்? வீரப்பன் ஆட்களோ, போலீஸோ நம்மை குறிவைக்க வேண்டும் என்ற அச்சத்தில் முன்னோக்கி நடக்கத் தொடங்கினேன். என் தயக்கத்தையும் புரிந்துகொண்ட கிராமத்துவாசி, பாறை பக்கமாகச் சென்று பார்த்துவிட்டு 'யாரும் இல்லை' என்றார்.

பொழுதுபுலரத் தொடங்கியது. அடுத்த மேட்டில் பயணத்தை தொடர்ந்தோம். அட்டைப்பூச்சிகள் நம்மீது பசைபோல் ஒட்டிக்கொண்டு ரத்தத்தை சுவைத்தன. அவற்றை பிய்த்தெறிந்து போட்டுவிட்டு நடக்க முற்படுவதற்குள் ராட்சஸ ஈக்கள் சூழ்ந்துகொண்டு தொந்தரவு செய்தன. அவற்றை விரட்டியபடியே நடந்தோம். மரங்கள் வெட்டப்

பட்டதற்கான தடங்கள் தெரிந்தன. மரத்துகள்கள் சிதறிக்கிடந்தன. ஆள்நடமாட்டம் உள்ள பகுதி என்பதை புரிந்து கொண்டு முண்டா விலிருந்து தொங்கிய துணியால் ஒருபக்க மீசையை மறைத்துக் கொண்டேன். இன்னொரு பக்க மீசையை கைகளால் பொத்திக்கொண்டேன். 600 அடி உயர மேட்டின் மீது ஏறி முடித்திருந்தோம்.

"அண்ணே... இந்த இடத்திலே

சந்திக்கிறதா சொன்ன மாதிரி 'ஞாபகம்' என்று கூறிவிட்டு அந்த இடத்தில் உட்காரச் சொன்னார் கிராமத்துவாசி. நாம் தயக்கத்துடன் உட்கார்ந்திருந்தோம். "எதுவும் பேசிடாதீங் கண்ணே... பேச்சு சத்தம் ஆளைக் காட்டிக் கொடுத்திடும் நான் பார்த்துட்டு வந்திர்றேன்" என்றபடி அவர் புதர்களைத் தாண்டி தாண்டி வளைவான பாதைகளில் சென்றுகொண்டிருந்தார்.

நாம், அவர் போகும் திசையைப் பார்த்தபடியே உட்கார்ந்திருந்தோம். 'இந்த இடம்தானா?' என்ற சந்தேகம் எழுந்தது. 'இன்னும் எவ்வளவு தூரம் போகணுமோ?' என்று மனம் சஞ்சலித்தது. கிராமத்துவாசியை கேட்டுவிடலாம் என்று நினைத்தால், 'எதுவும் பேசிடாதீங்கண்ணே' என்று எச்சரித்துவிட்டுப் போன வார்த்தைகள்தான் ஞாபகத்திற்கு வந்தன. அவரைக் கூப்பிடவும் முடியவில்லை. நானும் தம்பி சிவசுப்பிர மணியமும் ஒருவரையொருவர் மாறி மாறி பார்த்துக் கொண்டோம். எதுவும் பேசிக்கொள்ளவில்லை. தொலைவில் பாறைகள் அதன் நடுவில் ஒரு கருத்த உருவம் எங்களைப் பார்த்ததை நான் பார்த்துவிட்டேன். உடன் தம்பியிடமும் மற்றொரு கிராமவாசியிடமும் சொல்கிறேன். ஒரு உருவம் பார்த்து மறைகிறது என்றேன். இவர்கள் அதை கவனிக்காததால் அலட்சியமாகப் பார்த்தார்கள். எனக்கு அந்த கிழவி சொன்னது ஞாபகத்துக்கு வந்தது. அரக்கன்னு நினைச்சு சுட்டுட்டாய்ங்கன்னா? முடிஞ்சது என்று பதைபதைத்து உட்கார்ந்துவிட்டேன். தம்பியிடம் திரும்பிப் போய்விடுவோமா என்றேன். காட்டுவாசி "அண்ணே இந்தா கொஞ்சத் தொலைவுதான் பயந்துக்காதீங்க"ன்னு சமாதானம் பண்ணினார். மெதுவாக பயந்து பயந்து நடக்கத் தொடங்கினோம். மேட்டிலி ருந்து கீழே பார்த்தபோது 600 அடி பள்ளம் பயமுறுத்திக் கொண்டிருந்தது. கிராமத்துவாசியும் கண்களுக்குத் தெரியாத தொலைவுக்குச் சென்றுவிட்டார். வெறுப்பாக இருந்தது. 20 நிமிடம் கழித்து இன்னொரு பாதை வழியாக கிராமத்துவாசி திரும்பிவந்தார். அப்போது காலை 10 மணி. கிராமத்துவாசியிடம் தகவல் கேட்கலாம் என்று நினைத்தபோது, 100 அடி தூரத்தில் யாரோ ஒரு ஆள் குனிந்தபடி நடந்துசென்றான். நாம் பார்க்கும் தொலைவில்தான் அவன் இருந்தான் என்றாலும் நம்மை ஏறெடுத்தும் பார்க்காமல் அவன்பாட்டுக்கு போய்க் கொண்டிருந்தான். பிச்சைக்காரன் போலத் தோற்றமளித்த அவன் யார்? மறுபடியும் நமக்குள் 'திக்' என்றது. அவனிடமிருந்து பார்வையை விலக்கி 600 அடி பள்ளத்தை சிறிதுநேரம் கவனித்துவிட்டு தலையை உயர்த்தினேன்.

எங்களுக்கு நேர்எதிரே 50 அடி உயரத்தில் மின்னலென வந்த ஒரு கறுப்பு உருவம், துப்பாக்கியை நீட்டிப் பிடித்தபடி எங்களை நோக்கி குறிவைத்துக்கொண்டிருந்தது.

ஒரு நிமிடம் உடல் பதறிவிட்டது.

உள்ளங்கைகள் வியர்த்து விறுவிறுத்தன. குறிவைக்கும் ஆசாமியை நாம் கூர்த்து பார்த்துக்கொண்டிருக்கும்போதே நம்முடன் வந்த கிராமத்துவாசி, "பேபி... இவுக நக்கீரனிலிருந்து நக்கீரன் ஆசிரியர் வந்திருக்காங்க" என்றார். அப்போதுதான் அவன் பேபி வீரப்பன் என்பதை தெரிந்துகொண்டோம். பேபி வீரப்பனின் இலக்கையும் சாதுர்யத்தையும் நினைத்த போது ஆச்சரியமாக இருந்தது. எதிரிகளுக்கு எந்தவொரு வாய்ப்பையும் கொடுக்காமல் மிகச் சரியாக திட்டமிட்டு தாக்கும் இவர்களை போலீசாராலோ ராணுவத்தாலோ ஏன் பிடிக்க

முடியவில்லை என்பதற்கான காரணத்தைப் புரிந்து கொண்டேன்.

பேபி வீரப்பன் நம் அருகே வந்திருந்தான். துப்பாக்கியை கீழே வைத்துவிட்டு பெரிய கும்பிடு ஒன்றைப் போட்டான். "அண்ணே... வாங்க" என்றான். அவனுடைய வித்தியாசமான தோற்றத்தைக் கூர்ந்து நோக்கினேன். பத்து நிமிடம் எந்தப் பேச்சும் இல்லை. அங்கிருந்து கொஞ்சதூரம் நடந்தோம்.

காட்டுப்பூச்சிகள் பலமாக கடித்திருந்ததால் என் உடம்பில் ஒருவித அலர்ஜி ஏற்பட்டிருந்தது. கண்ணாடியில் உருவாக்கியது போன்ற ஈ ஒன்று முகத்தைச் சுற்றிச் சுற்றி வந்துகொண்டேயிருந்தது. தம்பி சிவசுப்பிரமணியத்திற்கு ஏற்கனவே இதுபோல அனுபவம் இருப்பதால் அவர் அவ்வளவு சிரமப் படவில்லை.

மௌனமாக கழிந்த நிமிடங்களை நான்தான் கலைத்தேன். "பேபி... எனக்கொரு உண்மை தெரியணும். காட்டுப் பகுதியில் நாங்கள் நடந்து வரும்போது பாறையிடுக்கு வழியே ஒரு உருவம் எங்களை நோட்டமிட்டது. நாங்கள் நெருங்கிப் போனபோது அந்த உருவம் மறைந்துவிட்டது. அதேபோல் பாறையில் உட்கார்ந்திருந்தபொழுது ஒரு ஆள் நடந்துசென்றான். அவர்களெல்லாம் யார்?"

பேபி, எங்களைப் பார்த்து லேசாக புன்னகைத்தான்.

"அவங்களெல்லாம் எங்க ஆளுகதான். நீங்க உட்கார்ந்திருந்தபோது ஒருத்தன் நடந்து போனானே... அவன்தான் எங்ககிட்ட வந்து தகவல் கொடுத்துட்டுப் போனான்."

"எங்களைப் பார்க்காத மாதிரியே அவன் போனானே?"

"அதுதான் எங்க ஆள். யாருக்கும் எங்க நடவடிக்கை மேல சந்தேகம் வராதபடி நடந்துக்குவோம்."

"உங்களைப் பிடிக்க முடியாமல் போலீஸ் படை ஏன் திணறுதுன்னு இப்ப புரியுது. சரி... அந்த ஆள் உங்ககிட்டே வந்து என்ன சொன்னான்?"

"போலீஸ்காரங்க மாறுவேடத்தில் வந்திருக்கிறதா சொன்னான். அண்ணனுக்கு நம்பிக்கையில்லை. போலீஸா இருக்காது. ஆள் யாருன்னு பார்த்து சுடு அப்படின்னு சொல்லி என்னை அனுப்பிவைத்தார்."

"நாங்க உட்கார்ந்திருந்த இடத்தைவிட உயரமான இடத்திலிருந்து குறிவைக்க என்ன காரணம்?"

"அது எங்களோட போர்முறை. நான் உங்களை சுட்டிருந்தால் 600 அடி பள்ளத்திலதான் நீங்க விழுந்திருப்பீங்க. உங்க இடத்துல போலீஸ்காரனுங்க இருந்திருந்தாகூட

பேபி வீரப்பன்

எதிர்தாக்குதல் நடத்த முடியாது.”

அவன் சொல்லிக்கொண்டே வேகமாக நடந்தான்.

காலில் செருப்பு இல்லை. சருகுகள் நசுங்கி ஓலமிட்டன. சிறிது தூரம் சென்றதும் நல்ல இடம் ஒன்று கண்ணில் பட்டது. பேபி அங்கே நின்றான்.

“அண்ணன் குளிச்சிக்கிட்டு இருக்காரு... நீங்க உட்காருங்க...” என்றான்.

வந்த காரியம் 90% வெற்றியடைந்துவிட்டதை நினைத்த பொழுது நமக்கு களைப்பெல்லாம் பறந்துவிட்டது. காத்திருக்கத் தொடங்கினோம்.

“ஏதாவது சாப்பிடுறீங்களா?” என்றான் பேபி.

“டீ வேணும்.”

“கொண்டு வர்றேண்ணே...”

தூக்கமெல்லாம் தொலைந்து போயிருந்தது. யாரை சந்திக்க வந்தோமோ அவனுடைய வருகையை எதிர்பார்த்து உட்கார்ந்திருந்தோம். 20 நிமிடம் கரைந்தது.

திடீரென ஒரு புதரிலிருந்து வருவது! போல் காட்டுச் செடிகளின் வழியே வந்து நம்முன் நின்றான் வீரப்பன்.

“வணக்கம் ஆசிரியரே! இவ்வளவு தூரம் வந்திருக்கீங்க...” என்று புன்னகைத்தபடி பேசத் தொடங்கியவன், ‘‘ரொம்ப தைரியம்தான் உங்களுக்கு... அரக்கனுங்க எவனும் பார்க்கலையே” என்றான்.

போலீஸைத்தான் தனது அகராதிப்படி ‘அரக்கன்’ என்று உச்சரிக்கிறான் என்பதை உணர்ந்தோம்.

வீரப்பன் சர்வசாதாரணமாக பேசிக்கொண்டிருந்தாலும் எனக்கு பிரமிப்பு நீங்கவில்லை. இதுவரை போட்டோவிலும் வீடியோவிலும் மட்டுமே நான் பார்த்துவந்த ஒரு கம்பீர தோற்றத்தைக் கண்ணெதிரே பார்த்தபோது ஒருசில வினாடிகள் எனக்கு மாயை போல் இருந்தது. நான் எதுவும் பேசவில்லை. அவன் பேசிக்கொண்டேயிருந்தான்.

பேசட்டும்... அவன் எப்படிப்பட்டவன்? கோபக்காரனா, சாந்தமானவனா, வெறிபிடித்தவனா, விவரமாக பேசக்கூடியவனா? என்பதை அறிந்துகொள்வதற்காக அவன் பேசட்டும் என்றிருந்தேன். நான் அவனையே அமைதியாக கவனித்துக் கொண்டிருப்பதைப் பார்த்துவிட்டு...

‘‘என்ன அண்ணன் பேசவேமாட்டேங்குறாரு..’’ என்று சிவசுப்பிரமணியத்திடம் கேட்டான். நான் லேசாக புன்னகைத்தேன்.”

“நல்ல நிழலாக பார்த்து உட்காரலாம்” என்றபடி இடத்தை

தேடினான் வீரப்பன். ஒரு ஸ்பாட்டை செலக்ட் செய்து போர்வை ஒன்றை விரித்தான்.

"ரொம்ப களைப்பா யிருப்பீங்க... தூங்குறீங்களா? இல்லை குளிக்கிறீங்களா? எனக்கு லேசா உடம்பு வலி இருந்ததால் சுடுதண்ணி வச்சிக் குளிச்சேன். உங்களுக்கும் சுடு தண்ணி வேண்டுமா? டேய்... அண்ணனுக்கு சுடுதண்ணி எடுத் துட்டு வா" என்றான்.

அவனுடைய உத்தரபாணி பேச்சுகள் வித்தியாசமா இருந்தன. மாதையன் என்பவன் 50 லிட்டர் தண்ணீர் கேனை மிக அலட்சிய மாக கொண்டுவந்து நம்முன் வைத்தான். அது சாதாரண தண்ணீர்தான் ஜில்லென்று இருந்தது.

“முகம் கழுவ மட்டும் வெந்நீர் போதும். இவ்வளவு தண்ணீர் வேண்டாம்'' என்றேன். ஏற்பாடானது டீக்கும் ஏற்பாடு செய்யப்பட்டது.

“அண்ணே... பல் விளக்கிடுங்க” என்று சொன்ன வீரப்பன், உடனே பேபியை அழைத்து ஏதோ தெரிவித்தான். பேபி புறப்பட்டுச் சென்றான். பல் விளக்க வசதியாக ஏதாவது குச்சியை ஒடித்துவருவான் என்று எதிர்பார்த்த நமக்கு லேசான இன்ப அதிர்ச்சி.

பேபியின் கையில் பச்சைக்கலர் ‘கோல்கேட் ஜெல்’ புது டியூப். நாம் ஆச்சரியமாக பார்ப்பதை உணர்ந்த வீரப்பன், “உங்களுக்காகத்தான் இது” என்றான்.

பேஸ்ட்டை நாம் விரலில் பிதுக்கியபோது “மாப்பிளே... பிரஷ் எடுத்துட்டு வரலையா?” என்றான்.

பிரஷ் வந்தது.

ஒருவேளை அது பயன்படுத்தப்பட்ட பிரஷ்ஷாக இருக்குமோ என்ற தயக்கத்தில்...

“கையாலேயே விளக்கிக்கிறோம்” என்றோம்.

“வேண்டாம் ஆசிரியரே... அது வழவழன்னு இருக்கும். பிரஷ் வச்சுக்குங்க. எங்ககிட்டே நிறைய இருக்கு” என்றான் வீரப்பன். நாகரிகமாக அதை மறுத்துவிட்டு விரலையே பயன்படுத்தினோம்.

வீரப்பனை மீண்டும் ஒருமுறை கூர்ந்து கவனித்தேன். 7 கிலோ எடையுள்ள கனத்த துப்பாக்கி. உடுப்புக்குள் மறைத்து வைக்கப்பட்டிருக்கும் ஏராளமான தோட்டாக்கள் இவ்வளவு வெயிட்டையும் சுமந்தபடி அவன் வேகமாக நடப்பதும், கணீரென பேசுவதும் துரிதமாக செயல்படுவதும் பிரமிப்பாகவே இருந்தது. அவனுடைய நிழல்போல் ஒட்டிக்கொண்டிருந்தான் சேத்துக்குளி கோவிந்தன்.

“பசியாய் இருப்பீங்க பழம் சாப்பிடுங்க'' என்றான் வீரப்பன். முக்காலடி நீளத்திற்கு வாழைப்பழம் வந்தது. ஒரு பழந்தான் சாப்பிட முடியும். அதை சாப்பிட்டு முடிப்பதற்குள் டீ தயாரித்திருந்தனர். பிளாக் டீதான்.

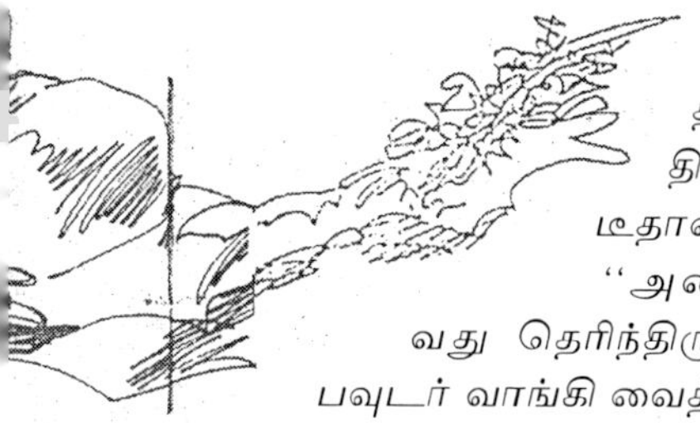

“அண்ணன் வருவது தெரிந்திருந்தால் பால் பவுடர் வாங்கி வைத்திருப்போம்” என்று ஆதங்கப்பட்டபடியே நம்மை

நன்றாக உபசரித்தான் பேபி. டீ சாப்பிட்டு முடித்ததும் வீரப்பன் நம்மைப் பார்த்து, "எத்தனை நாள் தங்குறீங்க" என்றான்.

"என்னைப் போல் பொறுப்பில் இருப்பவர்கள் இங்கெல்லாம் வரவே கூடாது. ஆனால் நான் ரிஸ்க் எடுத்து வந்திருக்கிறேன். நாட்கணக்கில் தங்க முடியாது."

"நீங்க இந்த வனாந்திரத்துக்குள் எப்படி நடந்து வந்தீங்கன்னு நானே ஆச்சரியப்பட்டேன். ரொம்ப கஷ்டமா இருந்திருக்குமே?"

"உங்க மனநிலை என்னன்னு தெரிஞ்சிக்கிறதுக்காகத்தான் வந்தேன். சரணடையும் எண்ணம் உங்ககிட்டே இருக்கு. அதைப்பற்றி என்ன சொல்ல விரும்புறீங்க? அதை தெரிஞ்சுக்கிட்டுப் போகலாம்னுதான் சீனியர் என்கிற முறையில நானே இவ்வளவு தூரம் வந்திருக்கேன்."

வீரப்பன் நம் பேச்சைக் கவனமாக கேட்டுக் கொண்டிருந்தான்.

"எனக்குத் தேவை 3 மணி நேர பேட்டி. முக்கியமான கேள்விகளுக்கும் சந்தேகங்களுக்கும் நீங்க தெளிவா பதில் சொல்லணும். உங்க பிரச்சினைக்கு ஒரு முடிவுகட்ட வேண்டும். அதற்காகத்தான் இவ்வளவு ரிஸ்க். அதனால் கரெக்ட்டா பேசுங்க."

நிமிர்ந்து உட்கார்ந்த வீரப்பன் "பேசலாம்" என்றான்.

தம்பி சிவசுப்பிரமணியம் வீடியோ கேமிராவை தயார் நிலைக்கு கொண்டுவந்தார். அருகில் இருந்த கருங்கற்கள் மீது கேமராவை லாவகமா நிறுத்தியபடி லென்ஸ் வழியே கோணம் பார்த்தார்.

சரியான கோணம் கிடைத்தது.

"ரெடி"

தொண்டையை கனைத்துக்கொண்டு பேசத் தயாரான வீரப்பன், சுற்றும் முற்றும் பார்த்தான்.

திடீரென, "வேண்டாம்... நிருபரே... எல்லாத்தையும் ஆஃப் பண்ணு" என்றான் அதிரடியான குரலில்...

வீரப்பன் எழுப்பிய பெருங்குரலால் ஒருகணம் திடுக்கிட்டுப் போனோம். நமது பதற்றத்தை உணர்ந்த அவன் தன் சத்தத்திற்கான காரணத்தை விளக்கினான்.

"பின்னாலே தெரியிற மலையும் மரங்களும் போட்டோவிலே விழுந்தால் நமக்குத்தான் கஷ்டம். போலீஸ்காரங்களையும் பாரஸ்ட்காரர்களையும் சாதாரணமா நினைச்சிடக்கூடாது. காட்டுவாசிகளை வைத்து போட்டோவில தெரியிற மரம் எதுன்னு கண்டுபிடிச்சிடுவாங்க. அது அவங்களுக்கு தடயமாயிடுச்சுன்னா என்னை தேடிப்பிடிக்க ஆரம்பிச்சிடுவாங்க. அதனால்தான் ஆஃப் பண்ணச் சொன்னேன்.

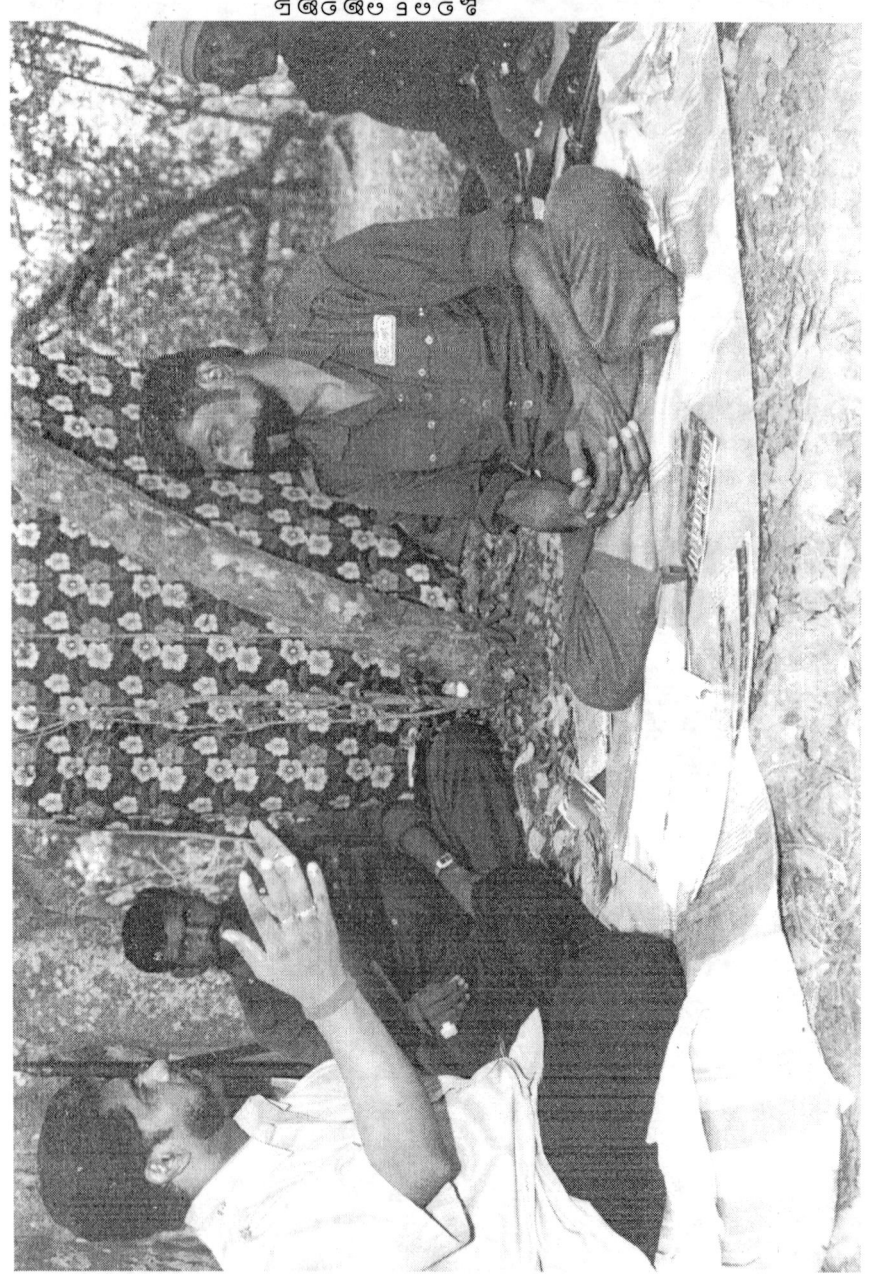

பின்னணி இடம் தெரியாமல் இருக்க போர்வையால் மறைத்தபடி பேட்டி கொடுக்கும் வீரப்பன்

இந்த இடம் வேணாம். மரமோ, மலையோ அடையாளம் தெரியாத மாதிரி ஒரு இடத்துக்குப் போயிடலாம்" என்றான்.

அவன் விரும்பியபடியே ஒரு இடத்தை தேர்ந்தெடுத்தோம். பேண்ட்-சட்டைக்கு மாறியிருந்தேன். தம்பி சிவசுப்பிரமணியம் வீடியோ கேமிராவை ரெடி பண்ணிக்கொண்டிருந்தார். நான் வீரப்பனிடம், "தம்பி சிவாவும் ஜீவாவும் உங்களை சந்தித்தபோது, கலைஞர்தான் அடுத்தமுறை ஆட்சிக்கு வருவார்னு சொன்னீங்க. உங்க வாய்முகூர்த்தம் பலிச்சிடுச்சே" என்றேன்.

"அவர் வந்திடுவார்னு எனக்கு குறி சொல்லுச்சு."

வெகு இயல்பாக அவன் சொன்னதைக் கேட்டபோது நான் லேசாக சிரித்தேன். "அந்தச் சமயத்திலே நான் கலைஞரை சந்தித்தபோது 'வீரப்பன் என்ன பண்ணிட்டிருக்கான்'னு கேட்டாரு. நான் சொன்ன பதிலை அவர் கவனமா கேட்டுக்கிட்டாரு. போலீஸ் நடவடிக்கையாலே கிராமத்து மக்கள் பாதிக்கப்படுறாங்கன்னு சொன்னேன். வீரப்பன் பணம் கேட்கிறானே... அவன்கிட்டேதான் நிறைய பணம் இருக்கிறதா உங்களுக்குப் பேட்டி கொடுத்திருக்கிறான். அப்புறம் எதற்குப் பணம் கேட்கிறார்னு கலைஞர் கேட்டார்" -நான் சொல்லச் சொல்ல வீரப்பன் ஆர்வமாக அதைக் கேட்டுக்கொண்டிருந்தான். நான் தொடர்ந்தேன்.

"வீரப்பன் விவகாரத்தில் நீங்க ஒரு முடிவெடுத்தால் நல்லதுன்னு நான் கலைஞர்கிட்டே சொன்னேன். அதற்கு அவர், போலீஸை வீரப்பன் கொன்னுக்கிட்டிருக்கும்போது எதுவும் செய்ய முடியாதேன்னு சொன்னாரு. அவனோட சரணடைதல் பற்றி பரிசீலனை பண்ணினா கொல்றதை நிறுத்திடுவான்னு சொன்னேன். இந்த விவகாரத்திற்கு முற்றுப்புள்ளி வைப்பதில் கலைஞர் விருப்பமா இருக்கிறார்ங்கிறதை புரிந்துகொண்டேன்" என்றேன்.

வீரப்பன் முகத்தில் மெலிதான நம்பிக்கை படர்வதை உணர்ந்தேன்.

"வாக்கு எண்ணிக்கைக்கு முதல்நாள் கலைஞரை சந்தித்து அட்வான்ஸா வாழ்த்துகள் சொன்னபோதுகூட உங்க விஷயத்தை பேசினேன். என் தம்பி அர்ஜுனனை போலீஸ்காரர்கள் கொன்னுட்டதா அவன் நினைக்கிறான். அதற்கு சி.பி.ஐ. விசாரணை வேண்டுமென்று எதிர்பார்க்கிறான். பண்ணாரி கேம்ப்பில் சித்ரவதை அனுபவிக்கும் அவன் மனைவியை விடுதலை செய்யணும்னும் எதிர்பார்க்கிறான். இது நடந்தாலே கிராம ஜனங்களுக்கு பாதி நிம்மதி கிடைக்கும்னு சொன்னேன். ஆட்சிக்கு வருவோம், அப்ப பரிசீலிப்போம்னு கலைஞர் சொன்னாரு."

கூர்ந்து கேட்டுக் கொண்டிருந்தான் வீரப்பன்.

"இப்ப கலைஞர் ஆட்சி வந்துவிட்டது. நீங்க என்ன முடிவிலே இருக்கீங்க. நிஜமாகவே சரணடையப் போறீங்களா? இல்லே, பழைய மாதிரி இதுவும் நாடகம்தானா? எதுவாக இருந்தாலும் வெளிப்படையா பேசுங்க. அதுக்காகத்தான் இந்த பேட்டி."

நான் சொல்லிக்கொண்டிருக்கும்போதே தூரத்தில் பேபி வருவது தெரிந்தது.

"சாப்பாடு வந்திருச்சுண்ணே" என்றான் வீரப்பன்.

3 அடி நீளமும் 15 இஞ்ச் சுற்றளவும் கொண்ட ஒரு பாலிதீன் பையில் சோற்றை நிரப்பி, அதை ஒரு மான்போல் தோளில்

போட்டுக்கொண்டு பேசி நடந்துவந்தான். பிளாஸ்டிக் டப்பாவில் ரசமும், இன்னொரு டப்பாவில் பருப்பும் வந்தது.

சிறையில் பயன்படுத்துவது போன்ற தட்டுகள் எங்கள் முன்னே வைக்கப்பட்டன. சாப்பாடு பரிமாறப்பட்டது. அன்றைய ஸ்பெஷல் மான்கறி, வெங்காய பகோடா போல் வெகு நேர்த்தியாக சமைத்திருந்தனர். அந்த புதிய சூழ்நிலையும் புதுவகை சாப்பாடும் எனக்கு வித்தியாசமாகத் தோன்றியது. வீரப்பனும் அவனது ஆட்களும் ருசித்து சாப்பிட்டுக் கொண்டிருந்தனர்.

விருந்து முடிந்தது... "அண்ணே... குட்டித் தூக்கம் போடுங்க" என்றான் வீரப்பன்.

"இல்லை... வந்த வேலை முடிந்தால்தான் எனக்குத் தூக்கமே வரும். சரணடைவதற்கு என்ன கோரிக்கைகள் வச்சிருக்கீங்க?"

ஒருமுறை மீசையை நீவிக்கொண்டான் வீரப்பன். "ஆசிரியரே... உங்களுக்கு ஒரு தகவல் சொல்றேன். இதே கோரிக்கையை நான் ஜெயலலிதாகிட்டேயும் கொடுத்திருக்கேன். டி.எஸ்.பி. சிதம்பரநாதனை கடத்தி வைத்திருந்தபோதே ஒரு கேசட்டில் பேசி அனுப்பினேன். அவங்ககிட்டேயிருந்து எந்தப் பதிலும் வரலை. யாருக்கும் தெரியாத இன்னொரு விஷயத்தையும் சொல்றேன். என் மனைவியைப் பார்க்க பேபி அனுமதி வாங்கினான். அவன்கிட்டே நான் பேசிய ஒரு கேசட்டை கொடுத்தனுப்பினேன். ஆனது ஆகிவிட்டது, என்ன நடந்ததுன்னு மறைக்காம சொல்லுன்னு அந்த கேசட்டிலேயே பேசியிருந்தேன். அதை அவ கேட்டுட்டு அவளுக்கு நடந்த அநியாயத்தை ஒருமணி நேரம் பேசி எனக்கு கேசட்டா அனுப்பினா. அதோட ஒரு காப்பி என்கிட்டே இருக்கு. இன்னொரு காப்பி சங்கர்பிதாரிகிட்டே இருக்கு."

கேசட்டை போட்டுக் காட்டினான். கேட்டுக்கொண்டிருக்கும்போதே பேபி குறுக்கிட்டான். "கேட்டப்ப மாமா ரொம்ப கோபமாயிட்டாரு... கடத்தி வச்சிருந்த மூணுபேரையும் கொன்னிருப்பாரு..."

வீரப்பன் அவனைத் தடுத்தான். "நான் ஏன் கொல்லப்போறேன். அதான் முதலிலேயே கொல்லமாட்டேன்னு வாக்கு கொடுத்துட்டேனே. ஆனா சிதம்பரநாதன் ரொம்ப பயந்து நடுங்கிக்கிட்டிருந்தான். எவனோ செய்த தப்புக்கு இவனை ஏன் கொலை செய்யணும்னு நான் சும்மா விட்டுட்டேன். தேவாரத்தை நல்லா திட்டி ஒரு கேசட் அனுப்பினேன்."

"அவரை திட்டுறதுக்கு என்ன காரணம்?"

"பெரிசா மீசை வச்ச, வழுக்கைத் தலை ஆளுதான் எல்லா சித்ரவதையும் செய்ததா என் மனைவி பேசியிருக்காளே... அவ, தேவாரத்தைத்தானே சொல்றா?"

மோகன் நிவாஸ்

"போலீஸ் டிபார்ட்மென்ட்டில் எத்தனையோ பேர் மீசை வச்சிருக்காங்க. எவ்வளவோ பேர் வழுக்கை தலையா இருக்காங்க. தேவாரம், பெரிய ஆபீசர். நீங்க யாரையோ நினைத்து தேவாரத்தை திட்டியிருக்கீங்க."

''மோகன்நிவாசுக்குக்கூட பெரிய மீசை இருக்குன்னு சொல்வாங்க"

"பார்த்தீங்களா... மறுபடியும் மறுபடியும் அதே தப்பைதான் பண்ணுறீங்க. உங்க கோபமும் ஆத்திரமும்தான் உங்களுக்கு எதிரி. யார், எவருன்னு சரியா புரிஞ்சுக்காம பேசிடுறீங்க. சுட்டுக் கொன்னுடுறீங்க. அதுதான் அரசாங்கத்துக்கு சிக்கலை உண்டாக்கிடுது. உங்க சரணுக்கு முட்டுக்கட்டை ஏற்படுது."

வீரப்பன் அமைதியாகிவிட்டான். அதற்கு மேலும் அவனிடம் இதுபற்றி பேசத் தேவையில்லை என்பதால் பேச்சை திசை திருப்பினேன்.

''ஜெயலலிதாவுக்கு அனுப்பிய கோரிக்கை பற்றி மேற்கொண்டு அவங்க சைடிலிருந்து ஏதாவது தகவல் வந்ததா?"

"அதுக்குள்ளதான் என்னவெல்லாமோ நடந்து போச்சே... என் தம்பியை புடிச்சிக்கிட்டாங்க. கோழைப்பசங்க. சரண் வாங்கித் தரதாச் சொல்லி அய்யன்துரையையும் ரங்கசாமியையும் டி.எஸ்.பி. கூட்டிக்கிட்டுப் போயிட்டான். என்னை போலீஸ் படை சுத்திக்கிடுச்சு."

''உங்க கோரிக்கையை அப்ப இருந்த முதல்வர் பார்த்ததாகவோ, கேட்டதாகவோ தகவல் வந்ததா?"

உதட்டைப் பிதுக்கினான் வீரப்பன்.

"இப்ப நீங்க சொல்லப்போகிற கோரிக்கையும் அதேதானா?"

"அதேதான்... ஒண்ணே ஒண்ணு மட்டும் கூடும்."

வீடியோ கேமரா இயங்கத் தொடங்கியது. கோரிக்கைக்கு முன்பாக சில விஷயங்களைச் சொல்ல ஆரம்பித்தான். படபடவென பத்து நிமிடம் பேசியவன், திடீரென "ஆஃப் பண்ணு" என்றான். குருவியொன்று விருட்டெனப் பறந்தது. அவன் காதுகள் எதையோ கூர்ந்து கேட்டன. நாமும் உற்றுக்கேட்டோம். சரசரவென ஒரு சத்தம். காட்டுச் செடிகள் திடுமென அசையத் தொடங்கின.

"டேய் மாப்ள... சீக்கிரமா இங்கே வா..."

312 வீரப்பன்

-பதறினான் வீரப்பன்.

வீரப்பன் சத்தம் போட்டவுடனேயே ஒருவன் செடிகளின் பக்கமாக ஓடினான். சலசலப்பு கேட்டுக் கொண்டேயிருந்தது. மிகுந்த எச்சரிக்கையுடன் செடியை நெருங்கி, கவனமாக பார்த்து விட்டு, எங்கள் பக்கமாகத் திரும்பி "மாமா... மான்!" என்றான்.

"மாப்ள தட்டிட்டு வா" என்று அலட்சியமாக உத்தரவிட்ட வீரப்பன், "சரி நீங்க ஆன் பண்ணுங்க" என்று நம்மைப் பார்த்துச் சொன்னான்.

நான் ''வேண்டாம்'' என்றேன். வீரப்பன் என்னை நோக்கினான். அவன் பார்வையில் 'ஏன்' இருந்தது.

"ரொம்ப உணர்ச்சிவசப்பட்டு, மெய்மறந்து பேசிக்கிட்டிருந்த நீங்க எப்படி இந்த லேசான சத்தத்தைக் கேட்டு உஷாரானீங்க? எனக்குத் தெரியணும்" -நான்.

வீரப்பன் மெலிதாக சிரித்துக் கொண்டான்.

"அதுவா... நாம பேசிக்கிட்டிருக்கும் போது ஒரு குருவி பறந்ததே பார்த்தீங்களா?"

"பார்த்தேன்"

"அதுதான் சிமிட்டாங்குருவி... அது பறந்ததை வச்சு ஏதோ வருதுன்னு கண்டுபிடிச்சுட்டேன்",

"குருவி பறந்ததுக்கும் மான் வந்ததற்கும் என்ன சம்பந்தம்?"

"ஹ...ஹ... விவரமா சொல்றேன். குருவி நாலு விதமா பறக்கும். இடத்தை தேடி பறக்கும்போது இன்னொரு விதமா இருக்கும். பசியாலே அலையும் போது இன்னொரு விதமா பறக்கும். பயந்துபோயி பறக்கும்போது படபடன்னு அடிச்சிகிட்டு விருட்டுன்னு பறக்கும். அந்த மாதிரிதான் இப்ப பறந்திச்சு. அதை வச்சுத்தான் யாரோ வர்றாங்கன்னு தெரிஞ்சு ரெடியாயிட்டேன்".

அவன் புலன்கள் எவ்வளவு துல்லியமாக செயல்படுகின்றன என்பதை புரிந்துகொண்டேன். காட்டின் ஒவ்வொரு அசைவும் அவனுக்கு ஒரு சிக்னல்.

வீரப்பனே தொடர்ந்தான்.

''யானை, காட்டெருமை, கரடி, பெருநரி ஏதாவது வந்திடுமோன்னுதான் உடனே பார்க்கச் சொன்னேன்''.

''பெருநரின்னா...''

''புலின்னு சொல்வீங்களே அதுதான்...'' என்றபடி அலட்சியமாக பேசிக் கொண்டிருந்தான். ''நம்ம வாசத்தைப் பார்த்தாலே யானை, கரடியெல்லாம் கிட்ட வராது. இருந்தாலும் நீங்க இருக்கீங்களே... இவ்வளவு கஷ்டத்திலே வந்திருக்கீங்க... ஏதாவது அடிச்சுப் போட்டுச்சினா, வீரப்பன் கொன்னுட்டான்னு பழியை தூக்கிப் போட்டுடுவாங்களே... அதனாலேதான்''.

"மான் வேட்டைக்கு பேபி தயாராகி, டிரிக்கரை அழுத்தப் போகும் நேரம். "மாப்ளே... அதை அடிக்க வேணாம். துப்பாக்கி சத்தம் கேட்டால் இவர் பயந்துக்குவாரு" என்று நம்மை பார்த்து சிரித்தபடி சொன்னான் வீரப்பன். நாமும் சிரித்து வைத்தோம்.

"சரி, இப்ப ஆரம்பிப்போம்" -தொண்டையை கனைத்துக் கொண்டேன்.

"சுற்றி வளைக்க வேணாம். கலைஞர்கிட்டே என்ன கேட்கப் போறீங்க. எத்தனை கோரிக்கை வைக்கப் போறீங்க"

"சொல்ல சொல்ல நீங்களே கூட்டிக்குங்க... ஒருநாள்கூட ஜெயிலில் இருக்கமாட்டேன். அதுக்கு ஜனாதிபதி உத்தரவு தரணும்".

"இதற்கு பேர் சரண் அல்ல, பொது மன்னிப்பு".

"அது என்ன பேரோ... நான் ஒருநாள் கூட ஜெயிலில் இருக்கமாட்டேன். பூலான்தேவி மாதிரி..."

இடைமறித்தோம். "பூலான்தேவி விவகாரமும் உங்க விவகாரமும் ஒன்றல்ல, அவ தன்னை கற்பழித்தவங்களை கொல்வதற்காக கொள்ளைக்காரியா மாறினா. போலீஸ்காரங்களை தாக்கலை. அவளோட விவகாரத்தில் ஒரு சமூகப் பிரச்சினையும் இருந்தது. உங்க விவகாரம் அப்படி கிடையாது. யானை தந்தத்தை கடத்துனது, சந்தனமரம் வெட்டுனது, எதிர்ப்பவங்களை கொல்லுறதுன்னு ஏகப்பட்ட குற்றம் இருக்கே..." நாம் சொல்லி முடிக்கும்வரை வீரப்பனால் பொறுமையாக இருக்க முடியவில்லை "ஆஃப் பண்ணு நிருபரே" என்றான்.

"நம்மைப் பார்த்து "பூலான்தேவி செய்த கொலைக்கும் நான் செய்த கொலைக்கும் உயிரிலே ஏதாவது வித்தியாசம் இருக்கா. போலீஸ்காரங்களும் மனுஷங்கதானே. வேற என்ன? எனக்கு பொதுமன்னிப்புத் தரணும்" என்றான்.

அவன் குரலில் அழுத்தம் தெரிந்தது. நாம் எதுவும் பேசவில்லை.

கேமராவை ஆன் பண்ணச் சொல்லிவிட்டு மற்ற கோரிக்கைகளை சொல்லத் தொடங்கினான். அவனது பேச்சு திசை திரும்பிவிடக்கூடாது என்பதற்காக குறுக்கிடாமல் இருந்தோம். ஆனால் டீ குறுக்கிட்டது. கேமராவை மறுபடியும் ஆஃப் பண்ண வேண்டியிருந்தது.

டீ தயாரான அடுப்பிலிருந்து புகை வருவதை கவனித்த வீரப்பன், 'ரெங்கசாமி... புகையுது' -அதட்டலாகக் கேட்டான். (ரெங்கசாமி அவன் கூட்டாளிகளுள் ஒருவன்)

நான் 'புகை வந்தாலென்ன? இவ்வளவு கோபப்படுறீங்க'

என்றேன்.

"நடுக்காட்டில் புகை வந்தால் எட்டியிருந்து பார்க்கிற போலீசுக்கு சந்தேகம் வராதா, ஆள் இருக்கிறதை தெரிஞ்சுக்க மாட்டாங்களா?"

நான் பதில் பேசவில்லை.

கேமராவுக்கு உயிர் கொடுக்கப்பட்டது. கோரிக்கைகள் தொடர்ந்தன. முடியும்போது மதியம் 3 மணி. கொஞ்சம் ஓய்வெடுத்தால் நல்லதென்று தோன்றியது.

"ஆசிரியர், ரொம்ப களைச்சுப் போயிட்டீங்க. மாப்ளே தோசை மாவு எடுத்துட்டு வா... அண்ணனுக்கு டிபன் செய்து தரலாம்",

நாம் அவனை மேலும் கீழுமாக பார்ப்பதை உணர்ந்து கொண்டான்.

"இங்கே ஏது மாவுன்னு யோசிக்கிறீங்களா... பாக்கெட் மாவு இருக்கே. உங்களுக்கு ஏதாவது டிபன் செய்து தரணும்னு நினைக்கிறேன்..."

"பரவாயில்லை... பசிக்கலை"

"புஸ்கோந்தி சாப்பிடுறீங்களா... குட்டி ரொம்ப நல்லா இருக்கும். மாப்ளே... இளங்குட்டியா பார்த்து ஒரு புஸ்கோந்தியை தட்டிக்கிட்டு வா. ஆசிரியருக்கு சமைச்சுக் கொடுப்போம்" என்றான்.

காட்டுவழியே வரும்போது இருட்டில் குறுக்கிட்டு ஓடிய அந்த கருங்குரங்கு ஒரு கணம் என் கண்முன்னே வந்து சென்றது. வயிற்றைக் குமட்டுவது போல் உணர்ந்தேன். "புஸ்கோந்தியெல்லாம் வேண்டாம்" -அவசரமாக மறுத்துவிட்டு, அவர்கள் உடும்பு வேட்டையாடுவதை பற்றி விசாரித்தேன்.

"உடும்பை தேடிப் போகமாட்டோம். கிடைச்சதுன்னா விடவும் மாட்டோம்" என்றான் பேபி.

"ஓட்டுப் போடப் போறதா தைரியமா சொல்லியிருந்தீங்களே... நிஜமாவே ஓட்டுப் போட்டீங்களா, சும்மா போலீஸை மிரட்டுறதுக்காக அப்படி சொன்னீங்களா?"

"ஓட்டுப் போடணும்னு ஆசை இருந்தது. ஆனா ஏதாவது பிரச்சினையாகி அதனாலே கிராம மக்களுக்கு பாதிப்பு வந்திடுமோன்னு நினைச்சு, போடாமல் இருந்துட்டேன்."

வீரப்பனின் பேச்சுக்கள் வெளிப்படையாகவே இருந்தன. அவனுக்கு நிறைய பேச வேண்டும் என்ற ஆசை இருப்பது புரிந்தது. அனுபவங்களை சொல்லிக் கொண்டிருந்தான்.

"ரெண்டு நாளைக்கு முன்னால் கிராமவாசி ஒருத்தனைப் பார்த்தேன். போலீஸ்காரப் பசங்க ஒரு பெண்ணை எப்படி

கற்பழிச்சு கர்ப்பமாக்கி சித்ரவதை பண்ணுனாங்கன்னு அவன் என்கிட்டே சொன்னான்" என்று சொல்லிக் கொண்டு வந்த வீரப்பன் திடீரென, "இதற்கெல்லாம் காரணம் அந்த தேவாரம்தான். அவனை..."

பற்களை நறநறவெனக்

கடித்த வீரப்பனின் அனைத்து அங்கங்களும் அடுத்த சில விநாடிகளில் துடிக்கத் தொடங்கின. நாடி நரம்புகள் புடைத்து, கண்கள் சிவப்பேறி, காதுமடல்கள் விரைத்து, முகம் முழுக்க கோபம் கொப்பளிக்க, வெறிபிடித்தவன் போல் தரையில் விரித்திருந்த போர்வையைக் கிழித்தெறிந்தான்.

எங்களுக்குள் பயம் பரவிக் கொண்டிருந்தது.

வீரப்பனின் கோபமும் வெறியும் அடங்கவில்லை. கையிலிருந்த துப்பாக்கியை உயர்த்திப் பிடித்தான்.

கோபத்தின் உச்சியிலிருந்த வீரப்பன், துப்பாக்கியின் அடிப்பாகத்தை, 'நங்... நங்...' என்று தரையில் மோதினான். அவனுடைய ஆட்காட்டி விரல் 'டிரிக்கர்' அருகே இருந்தது. முழுவதுமாக லோடு செய்யப்பட்டிருந்த துப்பாக்கி எந்த நேரத்தில் வெடிக்குமோ, யார் மீது குண்டு பாயுமோ என்ற அச்ச உணர்வு எல்லோர் மனதையும் கவ்வியிருந்தது.

தேவாரத்தைப் பற்றியும், போலீஸ் உயரதிகாரிகள் பற்றியும் கோபமான வார்த்தைகளைக் கொட்டினான். "அநியாயத்துக்கு கற்பழிக்கிறானுங்க.. எப்படி கோபப்படாமல் இருக்க முடியும்" என்றபடி மறுபடியும் பற்களைக் கடித்தான். ஒரு மூர்க்கனுக்கு முன்னால் உட்கார்ந்திருப்பதை முதன்முதலாக உணர்ந்தேன். எனக்குள் பதட்டம் அதிகரித்தது. அவனுடைய கோபமும், ஆத்திரமும் நம்மீது திரும்பி, ''நீங்களும் போலீசுக்கு உடந்தைதானா... உங்களை சிறைபிடித்து வைக்கப் போகிறேன்" என்றோ, "உங்களுக்கும் ஒரு ஈடு கொடுக்கிறேன்" என்று சொல்லி நம் நெற்றிப் பொட்டில் துப்பாக்கிமுனையை வைத்தாலோ என்ன செய்வது என்று யோசித்தேன். வீரப்பனின் கோபம் நம்மை ஏதேதோ சிந்தனைக்குக் கொண்டு போய் ஒரு பயங்கரமான உணர்வை ஏற்படுத்திவிட்டது. அதுவரை நிலவிவந்த சூழ்நிலையே மாறிவிட்டது.

தம்பி சிவசுப்ரமணியத்திடம் கேமராவை ஆஃப் பண்ணச் சொன்னேன். பறவைகளின் 'கிரீச்' சத்தத்தை தவிர வேறு எந்த ஓசையும் இல்லை. வீரப்பனைப் பார்த்தேன். அவன் முகத்தில் இன்னமும் கோபம் பொரிந்து கொண்டிருந்தது. நான் பேசத் தொடங்கினேன். ''மறுபடியும் மறுபடியும் கோபப்படுவதால் உங்களுக்குத்தான் ஆபத்து. உங்க நடைமுறையை நீங்க மாற்றிக்கணும். அப்பதான் நீங்க விரும்புறதை அடைய முடியும்".

சில விநாடிகள் அமைதியாக இருந்தவன், ''என்னைக் கோபப்பட வேணாம்னு திரும்பத் திரும்ப சொல்றீங்க. பாதிக்கப்பட்ட பொண்ணுக்கு வேண்டியவன் கீழேதான் இருக்கான். அவனைக் கூப்பிடுறேன். அவன் நடந்ததைச்

சொல்வான். கேட்டா உங்களுக்கே கோபம் வரும்" என்றான். பேச்சை வேறு கோணத்தில் திருப்பி, அவனை 'நார்மல்' நிலைக்கு கொண்டு வர முயற்சித்தேன். "டி.வி.யிலே ஒளிபரப்பான உங்க பேட்டியை பார்த்தீங்களா?".

"நான் பார்க்கலை. நான் பேசியதை நானே என்னத்துக்குப் பார்க்கணும். மக்கள் பார்த்தால் சரி. பேட்டி வரக்கூடாதுன்னு கோர்ட்டிலே தடுத்ததா தகவல் கிடைச்சுது. கிராமத்துக்குள் ஆள்விட்டு விசாரிக்கச் சொன்னேன். வருஷப்பிறப்பு அன்னைக்கு மறுபடியும் டி.வி.யிலே போட்டதா சொன்னாங்க".

"இந்த டி.வி. பேட்டிக்காக என்மேலேயும், தம்பி சிவசுப்ர மணியத்து மேலேயும் ஆறு கேஸ் போட்டாங்க. உங்க மேலே இருக்கிற வழக்கிலே எல்லாம் என்னையும் தம்பியையும் மைசூர் கோர்ட்டிலே சாட்சியா சேர்த்திருக்காங்க. நடிகைகூட கேஸ் போட்டிருந்தாங்க. உங்களுக்கு அனுப்பிய வக்கீல் நோட்டீஸ்லே கேர் ஆஃப் நக்கீரன்னு எங்க அட்ரஸை போட்டிருந்தாங்க. ஏதோ எங்க கஸ்டடியிலே நீங்க இருக்கிற மாதிரி... அதை வாங்கினாலே அஃபென்ஸ், அதாவது தப்பு ஆயிடும். வீரப்பனுக்கு நோட்டீஸ் காட்டுலபோய் கொடுங்கன்னு திருப்பி அனுப்பிட்டேன்... உங்களுக்கு அந்த வக்கீல் நோட்டீஸ் வந்ததா?".

வீரப்பன் அலட்சியமாக சிரித்தான். "எனக்கு அதெல்லாம் வரலை. மக்கள்தான் சொன்னாங்க. அந்த நடிகை ஒரு கோடி ரூபாய் கேட்டாளாம். நான் மன்னிப்பு கேட்கணும்னு சொன்னாளாம். நான் மன்னிப்புக் கேட்டுக்குறேன். நீங்க தர்றீங்களோ இல்லையோ, நான் ஒரு கோடி ரூபாய் தர்றேன். நான் வார்த்தையிலேதான் சொன்னேன். அதுக்கே நடிகையோட மானம் போயிட்டதா ஒரு கோடி கேட்கிறாங்க. நிஜமாவே கற்பழிக்கப்பட்டு மானம் போன ஒவ்வொரு பொண்ணுக்கும் 5 கோடி தரட்டும். நானும் அந்த நடிகைக்கு 1 கோடி தர்றேன்" என்றான். அவன் மூடு நார்மலாகிவிட்டதை உணர்ந்தேன்.

பேச்சு தொடர்ந்தது. ரஜினியின் தேர்தல் நேர நடவடிக்கைகளைப் பாராட்டினான். பா.ம.க. எம்.எல்.ஏ. மணி விவகாரம் பற்றி பேசினான். நமது கேள்விகளுக்கெல்லாம் மளமளவென பதில் சொல்லிக்கொண்டிருந்தான். சில நேரங்களில் சம்பவம் நடந்த இடம், தேதி, சம்பந்தப்பட்ட ஆட்களின் பெயர் அவனுக்கு மறந்து போயிருந்தது. அந்த நேரத்தில் அவனுக்கு 'டக்'கென்று ஞாபகப்படுத்தினான் சேத்துக்குளி கோவிந்தன். எல்லா சம்பவங்களையும் விரல் நுனியில் வைத்திருக்கும் கோவிந்தனின் திறமை அசாத்தியமானது.

"உங்களுக்கு வயசாகிவிட்டதால் சரணடையப் போறதா பேசிக்கிறாங்களே?"

வீரப்பன் மிடுக்காக நிமிர்ந்து உட்கார்ந்தான். "வயசா ஆயிடுச்சு. இதோ உங்க முன்னாலதானே உட்கார்ந்திருக்கேன். நீங்களே பாருங்க, நான் எவ்வளவு உறுதியா இருக்கேன்" என்று புஜங்களை தட்டியபடி சொன்னான்.

பேட்டி முடியும்போது மாலை 5 மணி. சூடான டீ தந்தனர். குடித்ததும், களைப்பு கொஞ்சம் குறைந்தது. காட்டுப்பகுதிக்குள் கேமராவை சுழலவிட்டோம். பாறைகளில் கவனமாக கால் வைத்து, நடந்து அந்தப் பகுதிகளை படமெடுத்தோம். "கவனமா எடுங்க... மரத்தை வச்சு எங்களை அடையாளம் கண்டுபிடிக்கப் போறாங்க" எச்சரிக்கை உணர்வுடன் பேசினான் வீரப்பன்.

"வித்தையெல்லாம் செய்வீங்களா?" நான் கேட்டதும் அவன் உற்சாகமடைந்தான். வேகமாய் சட்டையைக் கழற்றினான். மணல்பாங்கான இடத்தை செலக்ட் செய்தான். வயிற்றுக்கு முன்னே தன் இரு கைகளையும் இணைத்துப் பிடித்தான். உடலை அப்படியே வளைத்து ஒரு ஜம்ப் செய்தான். ஜிம்னாஸ்டிக் ஸ்டைலில் அவன் அடித்த டைவ், நம்மை இமைக்கவிடாமல் பிரமிப்பூட்டியது.

"ஆசிரியரே... நீங்க துப்பாக்கி பிடித்த மாதிரி ஒரு போட்டோ எடுத்துக்குங்க" என்று ரொம்பவும் கேஷுவலாகச் சொன்னான்.

"வேற வம்பே வேண்டாம்... உங்க கோரிக்கையை முதல்வர் பார்வைக்கு கொண்டு போறதுக்காகத்தான் இங்கே வந்தோம். மற்றபடி நமக்குள் எந்தவிதமான பரிமாற்றமோ, நெருக்கமோ இருக்கக்கூடாது. அது சட்டத்துக்கு விரோதம். சும்மாவே என்னை வீரப்பனுக்கு சொந்தக்காரன்னு பேசிக்கிறாங்க. உங்களுக்கும், எனக்கும் உள்ள ஒரே தொடர்பு மீசைதான். இப்ப இந்த மாதிரி பெரிய மீசை வைக்கிறதே தேசத்துரோகம்ங்கிற மாதிரி ஆயிடுச்சு. ஏற்கனவே நக்கீரனுக்காக சிவா உங்களை நாலு முறை சந்திச்சதாலே ஏதோ ஒருத்தருக்கொருத்தர் உறவுக்காரங்கன்னு புரளியை கிளப்பிவிடுறாங்க. இதிலே துப்பாக்கியோடு போஸ் வேற கொடுக்கணுமா?".

வீரப்பன் பலத்த சிரிப்பு சிரித்தான். என்னை மாதிரி மீசை வச்சாலே ஆபத்தா என்றான். "இது 15 வருஷமா வச்சிருக்கிற மீசை" என்றேன் நான்.

பிறகு அவன், துப்பாக்கியில் எப்படி லோடிங் செய்வது என்பதை செய்து காட்டினான். வயிற்றுப் பகுதியில் நூற்றுக்கணக்கான தோட்டாக்கள் சேமித்து வைத்திருப்பதை சட்டையை திறந்து காட்டியபோது ஆச்சரியத்தால் நமது

கண்கள் சினிமாஸ்கோப் ஆயின. அவனை சுடச் சொன்னோம். "அண்ணே வேண்டாம்... துப்பாக்கி சத்தம் கேட்டால் உங்களைக் காட்டிக்கொடுத்த மாதிரி ஆயிடும். அரக்கனுங்க வந்திருவானுங்க" என்றான். நொடிப்பொழுது கூட அவன் தன் ஜாக்கிரதை உணர்வை இழப்பதில்லை. காட்டுப்பகுதியை படம் பிடித்துக்கொண்டு பழைய இடத்துக்கே வந்தோம். "அண்ணே... ரெண்டு மூணு நாள் எங்களோடு தங்குங்க. எங்க வாழ்க்கை எப்படி இருக்குன்னு பாருங்க. விதின்னு நினைத்து வாழ்ந்துகிட்டிருக்கோம். அதை நீங்க பார்த்து எழுதினாதான் ஊர் உலகத்துக்கு எங்க நிலைமை தெரியும்" -வீரப்பன் ஆதங்கத்தோடு சொன்னான்.

சலவைக்காரர்களின் துணி மூட்டை போல் இரண்டு, மூன்று மூட்டை முடிச்சுகள்தான் அவர்களின் ஆஸ்தி. எதிரிகளுடன் போராட முடியாத சூழ்நிலை வரும் போது மூட்டைகளுடன் இடத்தை காலி செய்து விடுவது அவர்களின் வழக்கம். காட்டு வாழ்க்கையின் கஷ்டத்தை நாம் புரிந்து கொண்டாலும் சில நாட்கள் தங்குவதென்பது நம்மால் முடியாத காரியம் என்பதை வீரப்பனிடம் சொன்னேன்.

இரவு 7 மணி. அடர்த்தியான காட்டுக்குள் நிலா வெளிச்சம் லேசாகத் தூவப்பட்டிருந்தது. வந்த வேலை முடிந்த களைப்பி

னால் கால்கள் அசந்து போயிருந்தன. ஒரு பாறை மீது போர்வை விரித்துப் படுத்தேன்.

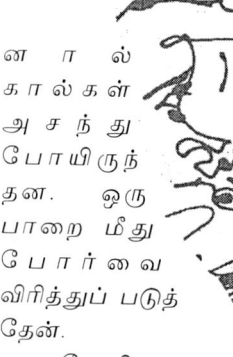

பேபியுடனும் கோவிந்தனுடனும் வீரப்பன் ஏதோ பேசத் தொடங்கினான். விவாதம் நீண்டு கொண்டேயிருந்தது. அவர்களின் பேச்சிலும் நடவடிக்கையிலும் டென்ஷன்... டென்ஷன்... டென்ஷன்...

டென்ஷன் குறையாமல் அவர்கள் தீவிரமாகப் பேசிக் கொண்டிருந்ததை கூர்ந்து கேட்கத் தொடங்கினேன்.

"அண்ணனையும் நிருபரையும் எந்த வழியா அனுப்புறது?"

பேபி ஏதோ ஒரு பகுதியைக் குறிப்பிட்டான்.

"வேண்டாம்... அந்த வழியிலே காட்டெருமைங்க நிறைய இருக்கும்" வீரப்பன் தடுத்தான்.

இன்னொரு வழியைச் சுட்டிக்காட்டினான் கோவிந்தன்.

"அந்த ரூட்டிலே கலைமானுங்க ஜாஸ்தி கோவிந்தா... அதுவுமில்லாம 20 கிலோ மீட்டர் சுத்திப் போகணும். அவங்களாலே முடியாது" -இந்த வழியையும் வீரப்பன் அடைத்தான். அவர்கள் மேலும் சில பகுதிகளை குறிப்பிட்டபோது ஒவ்வொரு பகுதியிலும் உள்ள ஆபத்தான மிருகங்களை சுட்டிக்காட்டித் தடுத்தான். அதே நேரத்தில், குறைவான தொலைவு வழியே எங்களை அனுப்பி வைக்க வேண்டும் என்பதில் கவனமாக இருந்தான். அவர்களின் நீண்ட நேர ஆலோசனைக்குப் பிறகு நாங்கள் பயணம் செய்ய வேண்டிய பாதை பற்றித் தீர்மானிக்கப்பட்டது. அவர்களின் முகத்தில் டென்ஷன் குறைந்திருந்தது.

வீரப்பன் என்னருகே வந்தான். நான் எழுந்தேன். "அண்ணே கொஞ்ச நேரம் படுத்திருந்துட்டுப் போங்க. அப்பதான் காட்டுப்

பாதையிலே நடக்க முடியும்" என்றான். எனக்கும் அசதியாக இருந்தால் மௌனத்தின் மூலம் சம்மதித்தேன். வெளிச்ச மில்லாததால் வீடியோ எடுப்பதற்கான சாத்தியமில்லாமல் இருந்தது. தம்பி சிவசுப்ரமணியம் எங்கள் இருவரையும் ஸ்டில் கேமராவால் சகட்டுமேனிக்கு சுட்டார். ஃபிளாஸ் மின்னலில் மூழ்கி எழுந்தோம்.

பாறைப் படுக்கையில் மீண்டும் ஓய்வெடுக்கத் தொடங்கினேன். எனக்குப் பக்கத்தில் உட்கார்ந்து பேசுவதில் வீரப்பன் மிகவும் ஆர்வம் காட்டினான். காட்டு வாழ்க்கையில் கிடைத்த அனுபவங்களை சொல்லிக் கொண்டேயிருந்தான். திடீரென, 'மலையூர் மம்பட்டியான் கூட கொஞ்சநாள் இந்த ஏரியாவிலேதான் இருந்தான். அவனோட பேரு மாதையன், மம்பட்டி மாதிரி வாய் இருக்கும். அதனாலதான் அவனுக்கு மம்பட்டியான்னு பேர் வந்தது".

இந்த புதுச்செய்தி எனக்கு சுவாரஸ்யத்தைத் தூண்டியது. கொஞ்சம் நிமிர்ந்தேன். வீரப்பன் தொடர்ந்தான். "அவனைப் பத்திக்கூட ஒரு சினிமா வந்தது. அதிலே என்னவெல்லாமோ காட்டினாங்க. ஆனா நிஜத்திலே மம்பட்டியானை யாரும் சுட்டுக் கொல்லலை. அவன் கூத்தியாளோட அண்ணன்தான் விஷம் வைச்சுக் கொன்னான். அது பெரிய கதை" என்றான்.

மலையூர் மம்பட்டியான் பற்றிய இந்த விவரங்கள் மிகவும் பயனுள்ளதாக இருக்குமென்று எனக்குள் தோன்றியது. ''மம்பட்டியான் பற்றி உங்களுக்குத் தெரிந்த விவரத்தை சொல்லுங்க. டேப்பிலே பதிவு பண்ணிக்கலாம்" என்றேன்.

''அவனோட ஆதி முதல் அந்தம் வரைக்கும் எனக்குத் தெரியும். குளிச்சிட்டு ஆயுத பூஜை செய்துட்டு வந்து சொல்றேண்ணே..."

காலையில் ஆயுதங்களுக்கு பூஜை செய்வது போலவே இரவிலும் பூஜை செய்வது வீரப்பனின் வழக்கமாம். அவன் குளிக்கச் செல்லுமுன் என்னைப் பார்த்து, "அண்ணே, காலையிலே போகலாம்... ராத்திரியில் மோளயானை வரும்" என்றான்.

"மோள யானையா?"

''ஆமாண்ணே... நடுவழியிலே ஒத்தையா வந்து நிற்கிற யானைதான் மோள யானை. ரொம்ப மோசமானது. ஒரு காலைத் தூக்கி தரையிலே தட்டிகிட்டே இருக்கும். மோளம் அடிக்கிற மாதிரி சத்தம் வரும். அதான் மோள யானை..."

அதிர்ச்சியும் அபூர்வமுமான பல காரணங்களை அவன் சொன்னாலும் நான் புறப்படுவதில் உறுதியாகவே இருந்தேன். அவன் குளிக்கச் செல்லும்முன் ரங்கசாமியையும் மாதையனையும்

எனக்குக் காவலாக நிறுத்தி வைத்தான். என் கண்கள் அசந்தன.

எப்போது தூங்கினேன் என்று தெரியாது. என்னை வீரப்பன் எழுப்பியபோது இரவு 2 மணி. மம்பட்டியான் கதை முழுவதும் டேப்பில் பதிவாகியிருந்தது. காட்டு வாழ்க்கையில் தனக்கு ஏற்பட்ட அனுபவங்களையும் இன்னும் பல சம்பவங்களையும் கூட அலுப்பில்லாமல் பேசி, பதிவு செய்திருந்தான். நான் புறப்படத் தயாரானேன். சிவாவும் ரெடியாகிக் கொண்டிருந்தார்.

வீரப்பன் என்னை நெருங்கி வந்தான். அருகில் யாருமில்லை. அவன் முகம், சோர்வடைந்திருந்தது. என் கைகளை இறுக்கமாகப் பற்றினான். அவன் மனம் ஏதோ ஒரு ஆறுதலை நாடுகிறது என்பதை அவன் கைகள் பேசின. தொடர்ந்து வாயும் பேசியது.

“எத்தனை நாளில் எனக்கு பொதுமன்னிப்பு கிடைக்கும். உத்தரவாதமான ஒரு தேதியைச் சொல்லுங்க.”

‘‘உத்தரவாதமா எதுவும் நாங்க சொல்ல முடியாது. சொல்லவும் கூடாது. உங்களோட கோரிக்கைகளை நாங்க முதல்வரை சந்தித்துக் கொடுக்கப் போறோம். அதை அவர் பார்த்து, அதிகாரிகளுடன் கலந்து பேசி முடிவெடுக்க நாளாகலாம். மாதக்கணக்கில் கூட டயம் எடுக்கலாம். அது அவரோட சூழ்நிலையைப் பொறுத்த விஷயம்.”

வீரப்பன் மௌனத்தில் அமுந்தியிருந்தான்.

‘‘இதிலே உங்களோட நடவடிக்கைகள் தான் ரொம்ப முக்கியம். எந்தவிதமான தாக்குதலும் நடத்தக்கூடாது. அசம்பாவிதம் எதுவும் ஏற்படக்கூடாது. அப்படி இருந்தால்தான் நீங்க நினைக்கிற மாதிரி நடக்கும். ‘காட்டிக் கொடுத்தவனை பார்த்தேன், துரோகியைப் பார்த்தேன். அதான் சுட்டுப்புட்டேன்’ அப்படின்னெல்லாம் சொல்லக்கூடாது. காவிரி பிரச்சினைக்காக கர்நாடகக்காரனுங்களை கொன்னேன்னு திடீர்னு சொல்லுவீங்க. அதெல்லாம் கூடவே கூடாது. நீங்க எது செய்தாலும் அது முதல்வருக்குத்தான் நெருக்கடியை உண்டாக்கும். அப்புறம் உங்க விஷயம் பற்றி பேசவே முடியாது.”

அந்த 50 வயது மனிதரிடம் ஒரு கிளிப்பிள்ளைக்குச் சொல்வதுபோல் யதார்த்த நிலைமைகளை விளக்கிச் சொன்னேன். அமைதியாகக் கேட்டுக் கொண்ட வீரப்பன், “எனக்கு எப்படித் தகவல் கொடுப்பீங்க?” என்றான்.

“நாங்க எந்தத் தகவலும் அனுப்ப முடியாது. ரேடியோ நியூஸ்தான் கேட்குறீங்களே, அதிலே சொல்வாங்க. பேப்பர் செய்தியிலே வரலாம். முதல்வர் என்ன நடவடிக்கை எடுக்கிறார்ங்கிறது கட்டாயம் உங்களுக்குத் தெரிய வரும். கவலைப்படாதீங்க.”

“என்னோட எல்லாக் கோரிக்கைகளையும் ஏத்துக்குவாங்களா, இல்லேன்னா ஏதாவது குறைப்பாங்களா?'' அவன் தயக்கமான குரலில் கேட்டான்.

“அது சம்பந்தமா நாங்க எதுவும் உறுதியா சொல்ல முடியாது. முதல்வர் மனது வைக்கணும். அவர்தான் இது சம்பந்தமா எந்த முடிவும் எடுக்க முடியும்” நான் சொன்னதை கவனமாகக் கேட்டுக்கொண்டு தலையசைத்தான்.

“மாப்ளே...” அவன் கூப்பிட்டு முடிவதற்குள் அருகில் வந்து நின்றான் பேபி. நம்மை எந்த வழியே அழைத்துச் செல்ல வேண்டும் என்பது பற்றி மீண்டும் ஒருமுறை அவனிடம் விளக்கமாகச் சொன்னான். பேசி உன்னிப்பாகக் கேட்டுக் கொண்டான். வீரப்பன் மீண்டும் நம்மை நோக்கினான்.

“அண்ணே... பார்த்துப் போங்க. பேபி வருவான். எந்த ஆபத்தும் நெருங்காது. பாதையிலே யானை சாணம் காய்ந்து கிடக்கும். அதிலே கால் வச்சுப் போங்க. இல்லேன்னா கல்லு மேலே “கால் வச்சுப் போங்க. மணலிலே கால் வச்சீங்கன்னா அடையாளம் தெரிஞ்சிடும்” -பாதுகாப்புணர்வுடன் சில டிப்ஸ் கொடுத்தான்.

விடைபெறும் ஏற்பாட்டுடன் நானும் தம்பி சிவாவும் தயாராக இருந்தோம். துணைக்கு வருவதற்கான ஆயத்தத்துடனும் பேபியும் ரெடியாக இருந்தான். வீரப்பன் மீண்டும் என் கைகளைப் பற்றினான்.

அவன் முகமும் கண்களும் கலங்கியிருப்பதை முதன்முதலாகப் பார்த்தேன். “நம்பிக்கையா இருங்க... முதல்வர்கிட்டே உங்க கோரிக்கையை சொல்கிறோம்” என்றபடி புறப்பட்டோம்.

அமைதியை கிழித்தபடி காட்டுப்பல்லி ஒன்று சப்தம் போட்டது.

“அண்ணே போக வேண்டாம்” -அவசரமாகத் தடுத்தான் வீரப்பன். அவன் முகம் முழுவதும் கலவர ரேகைகள்.

நொடிக்கு நொடி பதட்டம் அதிகரித்துக் கொண்டேயிருந்தது. அந்த இருட்டில் பேபி எங்கு சென்றான் என்றே தெரியவில்லை. போலீஸ் துரத்தினாலோ, காட்டு விலங்குகள் தாக்கினாலோ தப்பிக்கக்கூட முடியாத இக்கட்டான இடம். கடைசிக் கட்டத்தில் இப்படியொரு சோதனையா என்று நினைத்தபடி நெற்றியைத் துடைத்தேன். வியர்வை அருவி கைகளில் வழிந்தது. என்னைப் போன்ற நிலையில்தான் தம்பி சிவாவும் இருந்தார். இருதயத்தின் ‘லப்-டப்’ சத்தம் ஸ்டெதஸ்கோப் இல்லாமலேயே காதுக்குள் ஒலித்தது. ஆபத்தை எதிர்நோக்கி காத்திருந்தோம். நம்மையுமறியாமல் ஒரு அசட்டு

துணிச்சல் உள்ளுக்குள் ஊற்றெடுத்துக் கொண்டிருந்தது. ஆனால், ஆபத்து எதுவும் வரவில்லை. ஐந்து நிமிட இடைவெளியில் பேபிதான் திரும்பி வந்தான். இருட்டுக்குள் அந்த கருப்பு உருவம் நடந்து வருவதை உன்னிப்பாகப் பார்த்தோம். நிம்மதி திரும்பிக் கொண்டிருந்தது. அவன் அருகே வரவர

சருகுகள் மிதிபடும் சத்தம் காதுக்குள் விழுந்தது. அவன் நடையில் ஏதாவது மாற்றமா?

கால்களை கவனித்தேன். செருப்பு அணிந்திருந்தான். எங்களை நெருங்கி வந்தவன், "கோவிச்சுக்காதீங்கண்ணே... நேற்று இந்தப் பக்கமா வரும்போது செருப்பை கழட்டி பாறை இடுக்கிலே வச்சிட்டுப் போனேன். அதைத்தான் எடுத்துகிட்டு வந்தேன்'' சர்வசாதாரணமாக சொன்னபடி அந்த ரப்பர் செருப்பில் பதித்திருந்த முட்களை அகற்றத் தொடங்கினான்.

''என்னய்யா இது... உங்க நடவடிக்கையெல்லாமே விநோதமா இருக்கே. உங்க இடத்திலிருந்து 5 கிலோமீட்டர் தள்ளிவந்து செருப்பை மறைச்சு வக்கிறீங்க... அப்புறமா இருட்டிலே வந்து எடுக்குறீங்க. காட்டிலே இஞ்ச் பை இஞ்சா தெரிந்து வச்சிருக்கீங்களே..." என்னுடைய ஆச்சரியம் கலந்த பாராட்டை அசட்டு சிரிப்புடன் ஏற்றுக் கொண்டான் பேபி.

"காடு இவங்களுக்கு கால் வந்த கலையாக இருக்கிறதே... சாதாரண ரப்பர் செருப்பு விஷயத்திலேயே இவ்வளவு துல்லியமா செயல்படுறாங்களே... இவங்களை எந்தக் காலத்தில் போலீஸால் பிடிக்க முடியும்'' மனதுக்குள் யோசித்தபடியே மறுபடியும் நடக்கத் தொடங்கினேன். காட்டு மிருகங்கள் எதுவும் நெருங்கி வராதபடி இருக்க, இரண்டு கைகளிலும் கல்லை எடுத்து உரசியபடி ஓசை எழுப்பிக்கொண்டே வந்தான் பேபி. சுமார் 12 கிலோமீட்டரைக் கடந்து வந்திருந்தோம்.

சரிவான பகுதி. குறைந்தது 300 அடி பள்ளமாவது இருக்கும். பாறை வழுக்கியதில் தடுமாறித் தடுமாறி நடந்தேன். திடீரென ''அண்ணே... ஒரு அடி கூட எடுத்து வைக்காதீங்க'' பேபி அலறினான். அவன் ஏதோ ஒரு வாடையை நுகர்வது போல மூக்கை உறிஞ்சத் தொடங்கினான். எனக்கு எந்த வாடையும் அடிக்கவில்லை. ஆனால் யாரோ பெருமூச்சு விடுவதுபோல சத்தம் கேட்டது. காதுகளை கூர்மையாக்கினேன்.

''புஸ்... புஸ்...''

நிச்சயமாக இது மனிதன் விடும் மூச்சுக்காற்றல்ல. ஏதோ ஒரு விபரீத மிருகம்தான். "மோள யானையா?" நான் அதிர்ச்சியுடன் கேட்டேன்.

''இல்லேண்ணே... காட்டு எருமைங்க கூட்டமா நிக்குது. ரொம்ப ஜாக்கிரதையா சமாளிக்கணும்" பேபியின் வார்த்தைகளில் எச்சரிக்கையுணர்வு அதிகமாக இருந்தது. அவன் சொன்னபிறகுதான் நான் கூர்ந்து கவனித்தேன். 50 அடிக்கும் குறைவான தூரத்தில், காட்டுக்கு கருப்பு போர்வை போர்த்தியதுபோல் காட்டெருமைகள் கூட்டமாக நின்று

கொண்டிருந்தன. கொஞ்சம்கூட அசையவேயில்லை. அவை நம்மை நோக்கி வந்தால்...? ரோட்டில் வரும் எருமைகளே ஸ்கூட்டரில் செல்வோரை முட்டிச் சாய்த்துவிட்டு ஓடுகிறது. இந்தக் காட்டெருமைகள் தாக்கினால் அதலபாதாளத்திலே விழுந்து நொறுங்க வேண்டியதுதான். மனதில் அபாய சிக்னல் ஒளிர்ந்தது.

"எத்தனை இருக்கும்?"

''குறைச்சலா இருபதாவது இருக்கும்... அண்ணே நீங்க பயந்துக்க வேணாம்" என்றபடி பேபி தன் கையிலிருந்த கல்லை அருகிலிருந்த மரத்தில் லேசாகத் தட்டினான். அந்த ஓசை கேட்டு காட்டெருமைகள் விலகி ஓடும் என்று அவன் எதிர்பார்த்தான். சத்தம் அதிகமாகக் கேட்டாலும் ஆபத்து என்பதால் லேசாகத் தட்டிக் கொண்டேயிருந்தான். எருமைகள் நகர்வதாக இல்லை.

எனக்கும் சிவாவுக்கும் மறுபடியும் வியர்க்கத் தொடங்கியது.

"அண்ணே... இந்தச் சத்தம் இல்லேன்னா இந்த எருமைங்க நம்மள நெருங்கி வந்திருக்கும். இப்ப நான் துப்பாக்கியை வச்சு காட்டெருமைகளை விரட்டப் போறேன். ஒருவேளை அதுங்க நம்ம பக்கமா ஓடிவந்தால் பயந்துக்காதீங்க.. அப்படியே இரண்டு கையையும் தலைமேல கட்டிகிட்டு கீழே உருண்டுடுங்க. ஒண்ணும் ஆகாது" என்றான். கீழே நோக்கினேன். 300 அடி பள்ளம் இதிலே உருண்டால் எலும்புகூட தேறாது. ஒரே முட்புதர். இதற்கு காட்டெருமைகளிடம் மிதிபடலாம். கால்தான் அடிபடும் என நினைத்துக் கொண்டேன். ''புறப்பட்டபோது சகுனம் சரியில்லையோ... இந்த நைட்டிலே இவ்வளவு ரிஸ்க் எடுத்திருக்கக்கூடாதோ" அந்த பதட்டமான சூழ்நிலை எனக்குள் ஏராளமான குழப்பங்களை உருவாக்கிக் கொண்டிருந்தது. இரண்டு கைகளையும் தலைமீது வைத்தபடி சிவாவுக்கு பின்னால் வந்தேன். நாங்கள் இருவரும் ஆனது ஆகட்டும் என்று உருள்வதற்கு தயாராகத்தான் இருந்தோம்.

பேபி தன் கையிலிருந்த கல்லை கீழே போட்டுவிட்டு துப்பாக்கியைத் தூக்கினான். அதிலிருந்த தோட்டா வெடிக்காமல் (மருந்து வாடை மட்டும் வெளியேறுவதற்கு வசதியாக ஏதோ சில நகாசு வேலைகளை செய்தான். 'கடக் கடக்' என சத்தம் மட்டும் வந்து கொண்டிருந்தது. நாங்கள் உருள்வதற்கு வசதியாக ஓரளவு குனிந்திருந்தோம். சில விநாடிகளில் மருந்து வாடை எங்கள் நாசியைத் துளைத்தது. காட்டெருமைகள் எந்தப் பக்கமாக ஓடி வருமோ என்ற பயத்துடன் கண்களை இறுக்கமாக மூடியிருந்தேன். தடதடவென இருபது நிமிடத்துக்கு சத்தம் கேட்டது. காட்டெருமைகள் ஓடுவதை உணர்ந்தேன்.

"அண்ணே... வாங்க... எருமைங்க போயிடுச்சு" தெம்பான குரலில் சொன்னான் பேபி. துப்பாக்கி மருந்து வாடைக்கு அலறியபடி காட்டெருமைகள் ஓடியிருந்தன. பெரும் அதிர்ச்சியிலிருந்து மீண்ட நிம்மதியுடன் கொஞ்சம் ரிலாக்ஸாக உட்கார்ந்தோம். வியர்வையும் பயமும் முழுவதுமாக நீங்கும்வரை ஓய்வெடுத்தோம்.

ஜில்லென்ற காற்று உடம்பை நனைத்தது. நடக்கத் தொடங்கினோம். சிறிது தூரம் கடந்தபிறகு, பேபி எங்களிட மிருந்து விடைபெறத் தயாரானான். வீரப்பனுக்கு இணையான துணிச்சலுடன், எதிலும் துடிப்பாக செயல்படும் அவனுடைய திறமையை மனதுக்குள் மெச்சிக் கொண்டேன். இவனுடைய காட்டு வாழ்க்கைக்கு பின்னணி என்ன? அவனிடமே கேட்டேன். கலங்கிய கண்களுடன் தன் கதையை சொல்லத் தொடங்கினான். "வீரப்பன் இருக்கிற இடம் எங்க சித்தப்பாவுக்குத் தெரியும்னு சொல்லி போலீஸ் வந்து பிடிச்சிட்டுப் போயிடுச்சு. ரொம்ப நாள் போனதுக்கு அப்புறமும் எங்க சித்தப்பா திரும்பி வரலை. அதனாலே எங்கப்பா போய் கேட்டப்ப அவரை போலீஸ்காரங்க விரட்டி அடிச்சிட்டாங்க. எங்கப்பாவும் விடாமல் விசாரிச்சப்ப தான் அந்த படுபாவி போலீஸ்காரனுங்க எங்க சித்தப்பாவை சித்ரவதை பண்ணி கொன்னுட்டாங்கன்னு தெரிஞ்சது. அதனாலே எங்கப்பா மறுபடியும் போலீஸ்கிட்டே போய் நியாயம் கேட்டாரு. அவரையும் அடி அடின்னு கண்ணுமண்ணு தெரியாம அடிச்சுப் போட்டுட்டானுங்க. இந்த பாவிகளை பழிவாங்கணும்ங்கிறதுக்காகத்தான் எங்கப்பனே என்னை 'வீரப்பன்கிட்டே போ'ன்னு அனுப்பி வச்சாரு" வேதனையுடன் தன் கதையைச் சொல்லி முடித்தான் பேபி. நான் அவனையே பார்த்துக் கொண்டிருந்தேன். "என் கதையை விடுங்கண்ணே... மாமாவுக்கு சீக்கிரமா சரண் வாங்கிக் கொடுங்க. அவருக்கு காட்டு வாழ்க்கை போதும்" நம்மிடம் மிகவும் வேண்டிக் கொண்டான் பேபி. அவனுக்கு விடைகொடுத்து அனுப்பினோம்.

நடையில் வேகத்தைக் கூட்டினோம். வீரப்பனை சந்திக்க வரும் போது ஒரு சாலையை கடக்க முயற்சித்ததையும், அப்போது போலீஸ் ஜீப் வந்ததையும் பற்றி முதல் அத்தியாயத்தில் விளக்கியிருந்தேனே, அந்த இடத்திற்கு வந்து சேர்ந்திருந்தோம். பொழுது விடியத் தொடங்கியிருந்தது. பஸ்ஸில் செல்லும் பயணிகள் நம்மை பார்த்துவிடாதபடி ஜாக்கிரதையாக சாலையைக் கடந்து சென்றோம்.

சரிவான பகுதியில் நடக்க வேண்டியிருந்தது. கிராமப்பகுதி

பளிச்சென நம் கண்ணில் பட்டது. அங்கிருப்பவர்கள் யாரும் நம்மைப் பார்த்துவிடாதபடி மறைவாக இறங்கினோம். சில நிமிடங்களில் கிராமத்து மண்மீது நம் கால் பதிந்தது. பகல் பொழுது என்பதால் கிராமத்தினர் எல்லோரும் வேலைக்குச் சென்றிருந்தார்கள். அமைதியான காற்று மட்டுமே அங்கு குடியிருந்த மிகப்பெரிய கடமையை நிறைவேற்றிய மனதிருப்தி யுடன் அங்கு நிறுத்தி வைத்திருந்த டூவீலரில் ஏறினோம். மறக்காமல் முண்டாசு கட்டிக் கொண்டேன். 70 கி.மீ. பயணத்துக் குப் பிறகு பயங்கர உலகத்திலிருந்து பழைய உலகத்துக்குள் நுழைந்தோம்.

சந்தடி மிக்க நகரப் பகுதிக்குள் வந்ததுமே என் கண்கள் எஸ்.டி.டி. பூத்தை தேடின. கிடைத்தது முதல் வேலையாக இணையாசிரியர் தம்பி காமராஜை பேஜர் மூலம் தொடர்பு கொண்டேன். "I met Veerappan. I will be there at 11 p.m."

காத்திருக்கவோ ஓய்வெடுக்கவோ மனமுமில்லை. நேரமுமில்லை. சென்னை வந்து சேர்ந்த போது இரவு 12 மணி. அலுவலகத்துக்குள் நுழைந்தபோது

தம்பி காமராஜுடன் நக்கீரன் குடும்பத்தினரே எதிர்கொண்டு வரவேற்றனர். பயணம் பற்றி விளக்கிச் சொன்னேன். அந்த அனுபவங்களைக் கேட்டு ஆச்சரியப்பட்டனர். "அண்ணே இவ்வளவு ரிஸ்க் தேவையா?" என்ற அடிமனதின் உணர்வும் அவர்களிடமிருந்து வெளிப்பட்டது.

அலுவலகத்திலிருந்து வீட்டுக்குத் திரும்பியபோது கடிகாரத்தின் சின்ன முள் இரண்டுக்குப் பக்கத்தில் இருந்தது. எல்லோரும் விழித்துக் கொண்டிருக்கிறார்கள் என்பதற்கு அடையாளமாக விளக்கு விழித்துக் கொண்டிருந்தது. உள்ளே நுழைந்ததும் கண்ணில் பட்டவர்கள் தாயும் மனைவியும்தான். என் வருகையை எதிர்பார்த்து உண்ணாமல், உறங்காமல் ஒரே இடத்தில் உட்கார்ந்திருந்த அவர்களை நோக்கினேன். "வீரப்பனை பார்த்திட்டு வர்றேன்" என்று சொல்லிக் கொண்டே உள்ளே சென்று முகம் கழுவிவிட்டுத் திரும்பினேன். அப்போதும் அதே இடத்தில், பிரமை பிடித்தமாதிரி அவர்கள் உட்கார்ந்திருப்பதைக் கண்டேன். நான் சொன்ன வார்த்தைகள் இருவரின் மனதுக்குள் மிரட்சியை உண்டாக்கிவிட்டன என்பதை கண்கள் மூலம் கண்டுகொண்டேன். என் மனைவி இன்னமும் அந்த மிரட்சியிலிருந்து மீளவில்லை. எனக்கோ வீரப்பனை சந்தித்த பிரமிப்பு அகலவில்லை.

ஒட்டுப்போட வருவேன்!

50

நக்கீரனுக்கு சந்தனக்கடத்தல் வீரப்பன் பேட்டியளிப்பது முதல்முறையல்ல 93-ல் முதல்முறையும், டி.எஸ்.பி. சிதம்பரநாதன் கடத்தப்பட்டபோது இரண்டாவது முறையும், அந்தியூர் வனக்காவலர்கள் கடத்தலின்போது மூன்றாவதுமுறையும் வீரப்பன் பேட்டியளித்தான்.

ஒவ்வொரு சந்திப்பின்போதும் பலவிதமான நெருக்கடிகளையும், காவல்துறையின் தொந்தரவுகளையும் மீறித்தான் பேட்டி எடுக்க முடிந்தது. வீரப்பனின் பேட்டிகள், புகைப்படங்களுடன் நக்கீரனில் வெளியானபோது வாசகர்களிடம் பெரும் வரவேற்பைப் பெற்றது. பரபரப்பு ஏற்பட்டது. ஆனாலும், ஒருசில குதர்க்கவாதிகள் இது உண்மைதானா, சாத்தியம்தானா, டெக்னிக்கல் ட்ரிக்கா என்ற சந்தேகத்தை கிளப்பினர்.

நக்கீரன் வெற்றிகரமான முயற்சிகளில் எவருக்கும் எவ்விதமான சந்தேகமும் ஏற்படக்கூடாது என்ற முடிவோடு வீரப்பனிடம் வீடியோ பேட்டி எடுக்க தீர்மானித்தோம். “நக்கீரன் நிருபர்களை சுட்டுத்தள்ளு” என்று அதிரடிப்படையினருக்கு உத்தரவிடப்பட்டிருந்த கடுமையான சூழ்நிலையில்தான், வீடியோ கேமராவுடன் நமது நிருபர் காட்டுக்குள் நுழைந்தார். வீரப்பனுடன் காட்டில் 5 நாட்கள் தங்கியிருந்து விலாவாரியாக பேட்டி கண்டு வெற்றிகரமாகத் திரும்பினார்.

இந்த மகத்தான சாதனையை மக்களுடன் பகிர்ந்துகொள்ள வேண்டும் என்பதே நமது நோக்கம். அதனால் இந்த வீடியோ பேட்டியை தொலைகாட்சி மூலம் ஒளிபரப்பும் முடிவுக்கு

வந்தோம். சன் டி.வி.யின் ஒத்துழைப்பு கிடைத்தது.

வீரப்பனின் பேட்டி ஒளிபரப்பாகிறது என்ற விளம்பரமே தமிழகத்திலும் கர்நாடகத்திலும், பிற மாநிலங்களிலும் பெரும்பரபரப்பையும், எதிர்பார்ப்பையும் உண்டாக்கிவிட்டது. பேட்டி ஒளிபரப்பானபோது காவல்துறையின் உயர்மட்ட அதிகாரிகளுக்கும், சில அரசியல்வாதிகளுக்கும் வியர்வை பெருக்கெடுத்தது.

அதன் விளைவு, பேட்டி ஒளிபரப்பான மூன்றாவது நாளன்று கர்நாடக காவல்துறையினர் மைசூர் கோர்ட்டில் தடையுத்தரவு பெற்று, ஒளிபரப்பை தற்காலிகமாக நிறுத்தினர். நக்கீரனின் போராட்டம் ஓயவில்லை. தடையைத் தகர்த்தெறியும் வாதங்கள் நீதிபதியின் முன் வைக்கப்பட்டன. தடை நீங்கியது. மீண்டும் பேட்டி ஒளிபரப்பாகிறது.

நீண்ட போராட்டத்தின் முடிவில் நக்கீரன் வெற்றிகரமாக ஒளிபரப்பும், இந்த பேட்டியில் வீரப்பன் கூறுகின்ற கருத்துக்கள் எதற்குமே நாம் உத்தரவாதமோ, அத்தாட்சியோ அளிக்கவில்லை. இது முழுக்க முழுக்க அவனுடைய சொந்தக் கருத்து, சட்டத்தின் முன்னால் குற்றவாளியாக நிற்கிற ஒருவன் தன்னைப்பற்றி மக்களிடம் சொல்ல ஒரு வாய்ப்பை உருவாக்கிக் கொடுத்திருப் பதே நமது பணி. இதை அரசு தரப்பு மறுத்து நக்கீரனிடம் பேசினால் அதையும் வெளியிட நக்கீரன் தயாராக உள்ளது.

வீரப்பன் பேட்டியின் சில பகுதிகள் மட்டும் இங்கு வெளியிடப்படுகிறது.

கேள்வி: வீரப்பன் படிக்காதவன், கடத்தல்காரன், காட்டான் என்றெல்லாம் சொல்கிறார்கள்... ஆனா, உலக விஷயங்கள் அனைத்தையும் பேசுறீங்களே... எப்படி?

பதில்: காமராஜர், எம்.ஜி.ஆர். எல்லாம் அரசியல் நடத்தினாங்க! இவங்களெல்லாம் என்ன படிச்சிருக்காங்க...? எம்.ஜி.ஆர். மூணாம் கிளாஸ், அவ்வளவுதான். சின்ன வயதிலே நாடகத்திலே சேர்ந்து... பிறகு அரசியலிலே நுழைஞ்சு... ஆட்சியைப் புடிச்சாரு! அனுபவம்தான் இவர்களுக்கு கைகொடுத்தது! அதனால, படிப்பிற்கும், அறிவுக்கும் எந்த சம்பந்தமுமில்லை. நல்லா படிச்சவன்: பட்டதாரிதான் பொண்ணுங்களை கற்பழிக்கிறான்; அயோக்கியத்தனம் பண்றான். இந்த மாதிரி செயல்கள் என்னிடத்தில் இல்லே! ஒழுக்கமான வளர்ப்புதான் ஒருவனை நல்வழிப்படுத்தும்னு நினைக்கிறேன்.

காட்டிற்கு வந்தப்பிறகு படிக்கக் கத்துக்கிட்டேன். இப்போது பேப்பர், கதை புத்தகங்கள் படிக்க முடிகிறது. ரேடியோ நியூஸ் மூலம் சில உலக விஷயங்களை அறிந்து

கொள்கிறேன். அரசியல் பற்றி முழுக்கத் தெரியும்னு சொல்ல முடியாது! ஆனா, போதுமான அளவிற்கு தெரிஞ்சு வச்சிருக் கிறேன். இனி, என்னை யாரும் காட்டான்னு நினைக்கவேண்டாம்.

கேள்வி: அரசியலுக்கு வரவேண்டும் என்கிற எண்ணம் உண்டா?

பதில்: நான் வனவாசம் செஞ்சுக்கிட்டு இருக்கேன். அதனால, இப்போதைக்கு அந்த எண்ணம் கிடையாது. ஆனா, நிச்சயம் ஒருநாள் அரசியலுக்கு வருவேன். நிறைய சீர்திருத்தங்கள் செய்வேன். இந்த நாடு அரக்கி கையில் சிக்கிக்கொண்டு திண்டாடுது. விரைவில் இதற்கெல்லாம் நல்லதொரு வழி கிடைக்கும். அரசியலுக்கு வர லேட்டானாலும் நிச்சயமாக இந்த முறை ஓட்டுப்போட வருவேன்.

கேள்வி: உங்களுக்கு எந்த தொகுதியிலே ஓட்டு இருக்கு?

பதில்: தமிழ்நாடு, கர்நாடகா இரண்டு மாநிலத்திலேயும் ஓட்டுரிமை இருக்கு. நான் எங்கே விரும்புறேனோ அங்கே ஓட்டுப்போடுவேன். எந்த இடம்னு இப்ப சொல்லமாட்டேன். ஆனா நிச்சயமா என்னோட ஆட்களுடன் வந்து ஓட்டுப்போடத்தான் போறேன்.

கேள்வி: வாக்காளர் பட்டியலிலிருந்து உங்க பெயரை நீக்கியிருந்தால் எப்படி ஓட்டுப் போடுவீங்க?

பதில்: கள்ள ஓட்டாவது போட்டுட்டு வருவேன். எல்லா ஆட்சிக்காரனும் கள்ள ஓட்டுத்தானே போடுறான். நான் போடுறதில என்ன தப்பு? அரக்கங்க வந்தா என்னா செய்வீங்கன்னு நீங்க கேட்கப்போறது தெரியுது. வந்தா வரட்டும். ஓட்டுப்போடாம திரும்பமாட்டேன்.

கேள்வி: இந்தியாவில் ஏகப்பட்ட தீவிரவாத அமைப்புகள் இருக்கிறது. அவர்களைப் பற்றி எந்தளவிற்கு உங்களுக்குத் தெரியும்?

பதில்: இந்தியாவில் உள்ள தீவிரவாத அமைப்புகள் பெரிய இயக்கமாக இருக்கலாம். ஆனா, என்னைவிட பெரிய தீவிரவாதி கள்னு சொல்லமுடியாது. ஒரு மாநிலத்து மக்கள்தொகையில் பாதி பேர்களை வைத்துக்கொண்டு அவர்கள் போராடிக்கிட்டு இருக்கிறாங்க...! ஆனா, நான் ஒருத்தன் மட்டுமே அரக்கர்களை அழிச்சுக்கிட்டு இருக்கேன். எல்லா தீவிரவாத அமைப்புகளுக்கும் ஒன்று சொல்லிக்க ஆசைப்படுறேன். நீங்க ரயில், பஸ், கட்டிடங் களிலே குண்டு வைக்கிறதை விட்டுவிட்டு அயோக்கியர்களுக்கு எதிரா போர் தொடுங்க. பெண்களை கற்பழிக்கின்ற அரசியல்வாதிகளை, அதிகாரிகளை போலீஸ்காரர்களை, ராணுவப் படைகளை சுட்டுத்தள்ளுங்க! பொது இடங்களில்

குண்டு வைக்கிறதினாலே ஒன்றும் அறியாத பொது மக்கள்தான் செத்து மடியுறாங்க! மக்களை சாகடிப்பது பெரிய பாவம்! உங்கள் கோரிக்கைகளை நிறைவேற்றிக்கொள்ள யாரையேனும் கடத்தனும்னு ஆசைப்பட்டால்... அரசியல்வாதிகளை கடத்துங்க; அக்கிரமம் செய்யும் அதிகாரிகளை கடத்துங்க; பொய் கேஸ் போட்டு நம் மக்களை அடிச்சு நொறுக்கிறான்களே... அந்த போலீஸ்காரன்களை கடத்துங்க! அது தான் நம்ம திறமையை அரசாங்கத்துக்கு தெரிவிச்ச மாதிரி இருக்கும். அதைவிட்டுவிட்டு, அப்பாவி ஜனங்களை கடத்திட்டுப்போய் கொடுமைப் பண்ணாதீங்க!

கேள்வி: காட்டு வாழ்க்கையிலே காலத்தை ஒட்டிட்ட நீங்க, சரணடைதல் பற்றி முன்பு ஒருமுறை நக்கீரன் பேட்டியில் தெரிவித்தீர்கள். இன்றைய சூழ்நிலையில் சரணடையத் தயாராக இருக்கிறீர்களா?

பதில்: இந்த அரசாங்கத்தை நம்பி நான் சரணடைய தயாராக இல்லை. ஏன் என்று காரணம் கேட்பீங்க! சொல்றேன். என்னையும் என் கூட்டாளிகளையும் பிடிப்பதற்காக கர்நாடக போலீஸும் ஜெயலலிதா கவர்மெண்ட்டும் ஒரு திட்டம் தீட்டினது! 'வீரப்பனும் அவன் ஆட்களும் சரணடைந்தால் அவர்கள். உயிருக்கு உத்திரவாதம் தரப்படும்' என்பதுதான் அந்த திட்டம்! இதை ரேடியோ செய்தி மூலம் அறிவிப்பு செஞ்சாங்க!

இதை நம்பித்தான் அய்யன்துரை, ரெங்கசாமி, அர்சுணன் ஆகியோரை சரணடையச் சொன்னேன். சரணடைஞ்சாங்க! ஆனா, அவர்கள் உயிர் இப்போது எங்கே?

சயனைட் சாப்பிட்டு தற்கொலை பண்ணிக்கிட்டதா இரண்டு மாநிலத்துப் போலீஸ்காரர்களும் கதையளந்தாங்க! ஆனா, என் தம்பியும், எனது ஆட்களும் சயனைட் சாப்பிடணும்னு அவசியமே கிடையாது.

சங்கர்பிதாரி மூலம் சயனைட் கொடுத்து, அவர்களை கொன்றதே இந்த அரசாங்கம்தான். நீதிமன்றக் காவலில் இருந்தவர்களை கொலை செய்த வீரமில்லாத கோழைப் பசங்க... (பற்களை ஆத்திரத்துடன் கடிக்கிறான்)

இப்படிப்பட்ட அயோக்கிய அரசியல்வாதிகளையும் போலீஸ் அதிகாரிகளையும் நம்பி எப்படி நான் சரணடைய முடியும்? இவன்களை நியாயஸ்தர்கள் என்று எதை வைத்துச் சொல்ல முடியும்? என்னை கொலைகாரன் என்று சொல்றான்களே... இவர்கள் மட்டும் யோக்கியமானவர்களா?

கேள்வி: இந்த விவகாரங்களுக்கெல்லாம் ஒரு முற்றுப்புள்ளி வைக்கவேண்டுமென்றால் நீங்கள் சரணடையறதைத் தவிர வேறு

வழியில்லை. அப்படி சரணடைவதற்காக எதை முன் நிறுத்துகிறீர்கள்?

பதில்: என் உயிருக்கு ஜனாதிபதி உத்திரவாதம் அளித்தால் அவர் மூலமாக சரணடையத் தயார்! அதே சமயம் எனக்கும், எனது ஆட்களுக்கும் மறுவாழ்வு கொடுக்க அரசு முன்வரவேண்டும். பொய் வழக்குப்போட்டு என் சார்பா சிறையில் அடைச்சு வைச்சிருக்கும் மக்களை ரிலீஸ் செய்திடனும்... பல நூற்றுக்கணக்கான பொண்ணுங்கள் கற்பழிக்கப்பட்டிருக்காங்க; ஏகப்பட்ட பேர் அநியாயமாக கொல்லப்பட்டிருக்காங்க. அவர்களுக்கெல்லாம் நஷ்டஈடு தரணும். ஒரு போலீஸ்காரன் செத்துட்டா ஒரு லட்சமும், அவன் ரிட்டையர்டு ஆகும் வரைக்கும் கிடைக்கும் முழுச் சம்பளத்தையும் கொடுக்கிறாங்க! அவர்கள் மட்டும்தான் இந்த நாட்டின் குடிமகன்களா? அவர்களுக்கு மட்டும்தான் சுதந்திரமா? எங்களுக்கெல்லாம் கிடையாதா?

போலீஸ்காரன் மட்டுமே ஓட்டுப்போட்டு ஆட்சியைப் பிடிச்சுட்டாங்களா... இந்த அரசியல்வாதிகள்? வெளிநாட்டுக் காரன் படை எடுத்து வந்தால் போலீஸ்காரன் மட்டுமே இந்த நாட்டை காப்பாத்திட முடியுமா? நாங்கள் போராட மாட்டோமா? போலீஸ்காரன்களைவிட மக்களே நல்ல போராளிகள் தான்.

கேள்வி: உங்கள் கோரிக்கைகளை அரசு ஏற்றுக்கொள்ள முன்வராத பட்சத்தில்...?

பதில்: என் கடைசி சொட்டு ரத்தம் இருக்கும் வரைக்கும் போராடுவேன். இன்னும் நிறைய போலீஸ்காரன் களை சுட்டுத்தள்ளுவேன். நான் ஒரு பெரிய ஹிட் லிஸ்ட் வைத்திருக்கிறேன். அதில் இருக்கும் அரக்கர்களை எல்லாம் சுட்டுத்தள்ளுவேன். எனக்கு வேற வேலைதான் என்ன இருக்கு? அவங்க செஞ்ச பாவத்திற்கு பரிகாரம் பண்ணாம விடமாட்டேன்.

கேள்வி: 'தண்டனை கொடுக்கக்கூடாது' என்று மற்ற தீவிரவாத குழுக்களும் உங்களைப் போன்று கோரிக்கைகளை முன்வைத்தால், குற்றவாளிகளின் எண்ணிக்கைதானே பெருகும். அதனால் தண்டனை கொடுப்பதில் சலுகை காட்டமுடியாது என்று அரசாங்கம் சொல்லும். மக்களும் அதைத்தானே எதிர்பார்ப்பார்கள் இந்த நிலையில் நீங்கள்...?

பதில்: அரசாங்கம் வேண்டுமானால் அப்படிச் சொல்லலாம். மக்கள் எதிர்பார்ப்புகள் அது இல்லை.

எவ்வளவு பெரிய்ய குற்றவாளியானாலும் அவன்

திருந்திட்டான்னா பொது மன்னிப்பு வழங்கலாமென்று சட்டம் இருக்கு. ஜம்மு-காஷ்மீர் தீவிரவாத இயக்கத்திற்கு அப்படிப்பட்ட தீர்ப்பு ஒன்றை அந்த மாநிலத்து நீதிமன்றமே வழங்கியிருக்கிறது. தீவிரவாதிங்க மனம் திருந்தி சரணடைந்தாலோ, ஆயுதத்தை ஒப்படைத்தாலோ தண்டனை குறைக்கப்படும். மேலும், புது வாழ்வினை தொடர 50 லட்சம் பணமும் அவர்களுக்கு கொடுக்கப்படும்னு அந்த தீர்ப்பிலே சொல்லியிருக்காங்க.

நானும் அவர்களைப் போலத்தானே... எனக்கு ஏன் சலுகை காட்டக்கூடாது? இவ்வளவு போலீஸ்காரன்களை கொன்னிருக்கான், இவனுக்கு எப்படி பொதுமன்னிப்பு கொடுக்கலாம்னு காக்கிச்சட்டைக்காரன்தான் கேள்வி கேட்பான். மக்கள் யாரும் கேட்கமாட்டாங்க! வீரப்பன் எப்போது நாட்டுக்குள்ளே வருவான்னுதான் எதிர்பார்க்கிறாங்க, இதுதான் நிஜம்! எனக்கு தண்டனை கொடுக்க துடிச்சுக்கிட்டு இருக்கிற அரசாங்கம். ஒன்றுமறியாத அப்பாவி பொண்ணுங்களை கற்பழிச்சு, அவங்க குடும்பத்தையே சாகடிச்சாங்களே போலீஸ்காரன்கள்- அவர்கள் மீது ஏன் நடவடிக்கை எடுக்கலை?

கேள்வி: *ராணுவம் உட்பட 2000த்திற்கும் மேற்பட்ட காவல்துறையினர் உங்களைப் பிடிப்பதற்காக கிராமங்களில் கேம்ப் போட்டாங்க. வீரப்பனுக்கு எந்த வகையிலும் உதவக் கூடாதென்று ஆர்டரும் இருக்கிறது. இந்த சூழ்நிலையில் உங்களுக்குத் தேவையான உணவு, உடை மற்றும் அத்தியாவசிய பொருட்கள் எப்படி கிடைக்கிறது? காவல்துறை ஆட்களே வீரப்பனுக்கு உதவுவதால் அவனை பிடிக்காமல் நாடகம் நடத்துறாங்கன்னு மக்கள் பேசிக்கிறாங்களே?*

பதில்: அது சுத்தப்பொய்! முன்பொரு காலத்திலே அரசியல்வாதிகளுக்கு சப்போர்ட் பண்ணினேன். இப்போது இல்லை. அவன்களின் கொள்கை எனக்கு ஒத்து வராததினாலே கழட்டிவுட்டுட்டேன். என்னை பகடைக்காயாக பயன்படுத்தி எம் மக்களிடம் ஓட்டு வாங்கிக்கொண்டு ஜெயித்ததற்குப் பிறகு எங்களிடமே தர்பார் பண்றானுங்க! அராஜகம் அளவு கடந்து போய்டுச்சு. இதனால அவர்கள் மீது வெறிதானேயொழிய சப்போர்ட் எல்லாம் கிடையாது. நான் நல்லவன்னு மக்களுக்குத் தெரியும். நானும் உதவுறேன். அவங்களும் எனக்கு உதவி செய்றாங்க! எல்லா ஜனங்களையும் ஒண்ணா சேர்த்து சுட்டாலும் எனக்கு உதவுறதை அவங்க நிறுத்தப் போறதில்லை.

கேள்வி: *கல்குவாரி அதிபர் சம்பங்கி மகன் கடத்தல் விவகாரம் எப்படி நடந்தது?*

பதில்: கல்குவாரி சம்பங்கிக்கு அனூரில் பெரிய்ய தர்பாரே

SECURITY

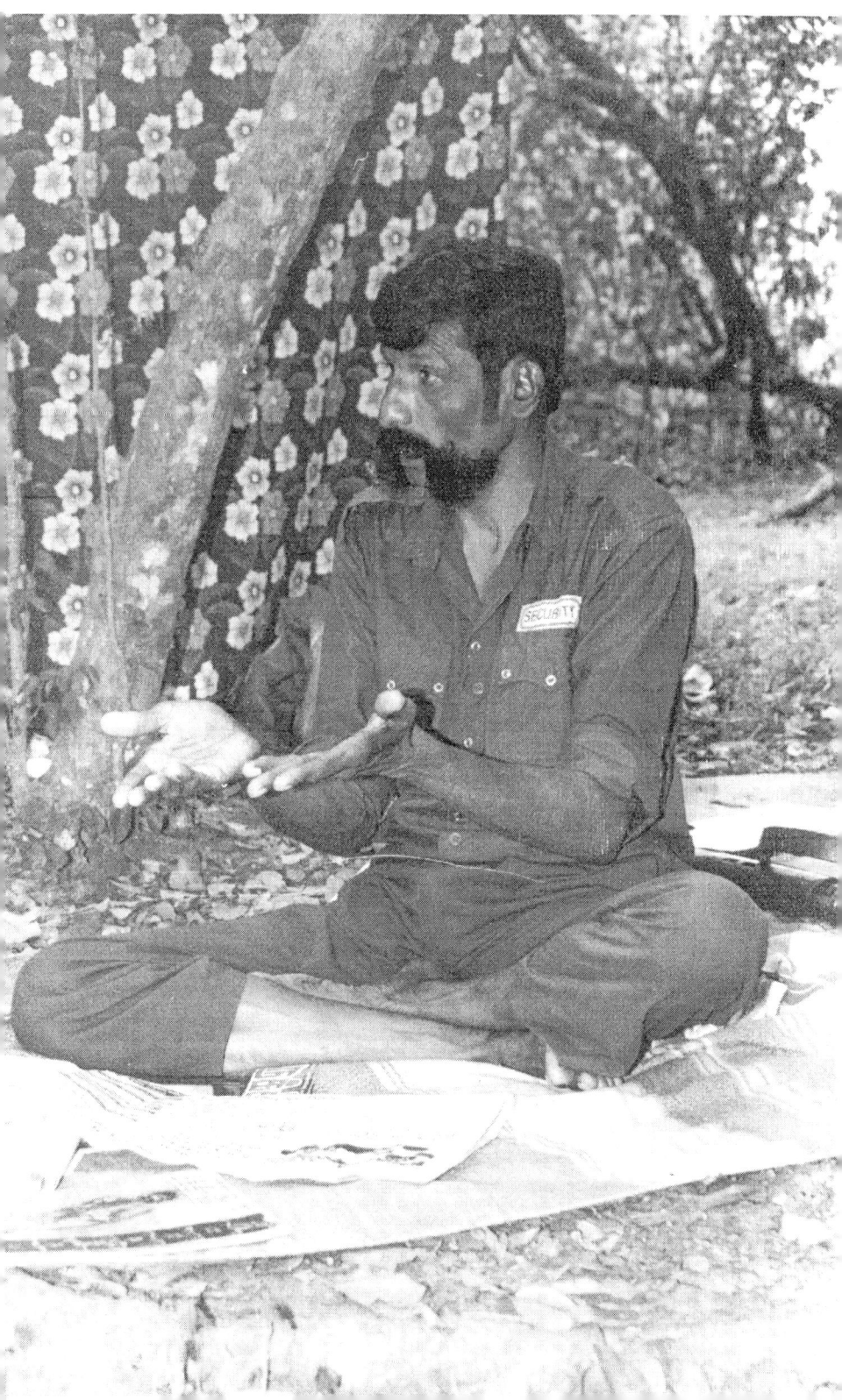

இருக்கு! நிறைய அரசியல் செல்வாக்கும் உண்டு. இந்த செல்வாக்கை வைத்துக்கொண்டு சம்பங்கி மகன்கள் அடிக்கும் கூத்து சொல்லி மாளாது. பொண்ணுங்களை அனுபவிப்பதே பொழுதுபோக்காக வைச்சுக்கிட்டு இருக்கானுக. ஒரு கவுண்டர் பொண்ணை போலீஸ் உதவியோடு கடத்திட்டுப்போய் கற்பை சூறையாடினாங்க. இவனுங்க அட்டூழியத்தை பொறுக்க மாட்டாத மக்கள் என்னிடம் முறையிட்டபோது, அவனை கொன்னுடுவோம்னு முடிவு பண்ணிட்டேன். ஒருநாள் கல்குவாரியிலிருந்து காரில் திரும்பிக்கிட்டு இருந்தான். சம்பங்கியோட ஒரு மகன். காரை மறிச்சேன். நிறுத்திட்டான். மீறிப் போயிருந்தானா... அதே இடத்திலே ஈடு கொடுத்திருப்பேன். அவனை மட்டும் கடத்திட்டுவந்து என் கஸ்டடியிலே எட்டு நாள் வைத்திருந்தேன்.

இங்கு ஓர் இடத்திலே மசை எறும்பு சாரை சாரையா ஊர்ந்துகிட்டு இருக்கும். அது கடிச்சதுன்னா விஷம் மாதிரி. அந்த எறும்புகள் சூழ்ந்த இடத்திலே அவனை தூக்கிப் போட்டேன். துடிதுடிச்சுப் போய்ட்டான்.

மக்களிடம் கொள்ளை அடிச்ச பணம் இருக்கிறதினாலதான் இப்படி தினவெடுத்து திரியிறானுங்க! அதை அபகரிக்க முடிவு பண்ணி இவன் தலைக்கு ஒரு கோடி ரூபா கெடு வச்சேன். இவனைப் பெத்தவங்க, "12 லட்சம் கொடுக்கிறேன். விட்டுடுங்கன்னு" கெஞ்சினாங்க. பாவமாக இருந்தது. மீண்டும் ஒருமுறை இப்படி நடந்துக்கிட்டானா... நான் மனுஷனா இருக்கமாட்டேன்னு எச்சரிக்கை செய்து அனுப்பி வைச்சிட்டேன்.

கேள்வி: அந்தியூர் வனக்காவலர்கள் கடத்தலில் சில கோரிக்கைகளை முன்னிறுத்தி அரசாங்கத்தோடு பேச்சுவார்த்தை நடத்தினீர்கள். அதைப்பற்றி விரிவாக சொல்ல முடியுமா?

பதில்: சொல்லலாமே! எனக்கு எப்பவுமே ஃபாரஸ்ட் அதிகாரிங்க மீது கோபம் கிடையாது. என் தம்பி உடல்நலம் சரியில்லாமல் இருந்தபோது, மருந்து மாத்திரை வாங்கிக் கொடுத்த காட்டுவாசிகளை, வாட்சர்கள் சிலபேர் பிடிச்சு கொடுத்ததினாலதான் அவங்க மீது எனக்கு கோபம் வந்தது. அந்த ஆத்திரத்தில்தான் 3 பேரை கிட்நாப் செய்தேன். இவன்களை விடுவிக்கணும்னா 3 கோடி வேண்டும்னு அரசாங்கத்திடம் கேட்டேன். 3 லட்சம்தான் கொடுத்தாங்க. திருப்திபடலை எனக்கு. நான் கேட்ட 3 கோடியையும் தரலைன்னா... எல்லோரையும் கண்டதுண்டமாக வெட்டி எறிஞ்சிடுவேன்னு எச்சரிக்கை செய்தேன். பயந்துகிட்டு மீண்டும் பேச்சுவார்த்தைக்கு வந்தாங்க. தேடுதல் வேட்டையையும் தீவிரப்படுத்தினாங்க.

அதேசமயம் வனக்காவலர்களின் குடும்பங்கள் 'வீரப்பன் அண்ணே.. நாங்க எந்த பாவமும் அறியாதவங்க! கொன்னுடாதீங்கன்னு' அழுத விசயம் பேப்பரில் வந்திருந்தது. பல ஆயிரக்கணக்கான மக்களும் 'அவங்க நல்லவங்க... விட்டுருங்கன்னு' கையொப்பம் போட்டு ஒரு கடிதம் அனுப்பினாங்க' அதைப் பார்த்த என் மனம் இளகிடுச்சு. உடனே விடுதலை பண்ணிட்டேன். "நீங்க விட்டுட்டீங்க. ஆனா, இந்த அரசு எங்களை உயிரோட விடமாட்டாங்கண்ணே"ன்னு போகும்போது சொல்லிட்டுப் போனாங்க! அவங்க தப்பிச்சுப் போனதாக வந்த செய்தி எல்லாம் உண்மை அல்ல! முழுக்கப் பொய்.

கேள்வி: கர்நாடகா முதல்வர் தேவகௌடா பற்றி?

பதில்: மனசாட்சிக்கு விரோதமா செயல்பட்டுட்டு இருக்கிறாரு அந்த பெரிய மனுஷன்.

நீதிமன்றத்தில் சரணடைஞ்சவங்களை சயனைட் வச்சு கொன்னாங்க. அவர்கள் மீது எந்த ஆக்ஷனும் எடுக்கலை, தேவகௌடா. என்னைப் பிடிப்பதற்காக வந்த போலீஸ்காரர்கள் எல்லாம் என்னை பிடிக்காமல், எங்க வீட்டுப் பொண்ணுங்களை பிடித்துக் கொண்டு போய் கற்பழிக்கிறதிலே குறியாக இருந்தாங்க. அதற்கும் எந்த நடவடிக்கையும் இல்லை.

தேவகௌடா படிச்சவரு. உயர்ந்த பதிவியில இருப்பவரு. ஆனா, எம்.எல்.ஏ. பேச்சைக் கேட்டுக்கிட்டு ஒரு கண்ணுக்கு சுண்ணாம்பும் ஒரு கண்ணுக்கு வெண்ணையும் வைப்பது எந்த வகையில் நியாயம்?

நான்தான் தப்பு பண்ணினவன். தண்டிக்கப்பட வேண்டியவன்னு சொல்றீங்க. நியாயம்! ஆனா, உங்க காவல்துறை ஆட்களாலே எத்தனை குடும்பம் அழிக்கப்பட்டிருக்குது. அதற்கு என்ன நியாயம் வழங்கப் போறீங்க? மக்களுக்கு எது நேர்ந்தாலும் கவலைப்பட மாட்டீங்க... அப்படித்தானே! நீங்க சரியான நேரத்திலே சரியான நடவடிக்கை எடுத்திருந்தா இந்த அளவிற்குப் பிரச்சினை வந்திருக்காது. "காவல்துறையினர் கடமையை மீறியிருந்தா நடவடிக்கை எடுக்கப்படும்னீங்க... எடுத்தீர்களா? காக்கிச் சட்டை போட்டவன்தான் உங்க ரத்தமா? நாங்க இல்லையா? இந்தியாவில் மனிதனா பொறந்த எல்லோரும் ஒரே ரத்தம்தானே.

உங்க காவல்துறை ஆட்களை போல நான் மக்களை அழிக்கிறவன் இல்லை. நான் நினைச்சேன்னா... நாலு குண்டுபோதும்... இந்த கர்நாடகாவையே அழிச்சு காட்டிடுவேன். எனக்கும் சில தீவிரவாதிங்க சப்போர்ட் இருப்பதை மனசுல வைச்சுக்கிறது நல்லது. தீவிரவாதி குண்டு வைக்கத் தெரியாம

வெச்சிடுறான். ஆனா, எங்க வைக்கனும்னு எனக்கு நல்லாவே தெரியும். எந்த காரணத்தைக் கொண்டும் பொது மக்களை அழிப்பதில் எனக்கு விருப்பம் இல்லை.

பிரச்சினை இல்லாத மனுஷனா வாழனும்னு தான் ஆசைப்பட்டு உங்களோட பேச்சுவார்த்தைக்கு சம்மதிச்சேன். நீங்க ஏற்க மறுத்ததால இப்போ பிரச்சினை மிதமிஞ்சிப் போயிடுச்சு. இருந்தாலும் பொறுமையா இருக்கேன்.

சங்கர்பிதாரி அதிரடிப்படைக்கு தலைவரா பொறுப்பு ஏற்றதற்குப் பிறகுதான் அட்டூழியும் அதிகமாயிடுச்சு! இனி, நானா? அவனா? என்று பார்த்துக்குவோம் முடிஞ்சா அவன் என்னைக் கொல்லட்டும் இல்லை. நான் அவனை கொல்றேன். கொல்லாமல் விடமாட்டேன்.

கேள்வி: மக்களிடம் இருந்து விலகி வாழுகின்ற இன்றைய சூழ்நிலையில் மக்களுக்கு ஏதேனும் சொல்ல விரும்புகிறீர்களா?

பதில்: நான் இப்போதைக்கு வனவாசம் வாழ்ந்துக்கிட்டு இருக்கேன். ஆண்டவன் அருள் எனக்கு இருக்கு. அவன் சித்தத்தின்படி ஒருநாள். உங்க முகங்காண நாட்டுக்குள்ளே வருவேன். இது நிச்சயம் நடக்கும். அப்போது அரசியலில் இறங்குவேன். எனக்கு ஓட்டுப்போடுங்க! உங்களுக்கு, ஒரு சுதந்திரமான வாழ்க்கையை அமைச்சுக்கொடுக்கணும்கிறதுதான் என்னோட கடைசி ஆசை! மகாத்மா காந்தி சொன்ன வார்த்தை இது. உங்களுக்கு சேவை செய்யத்தான் என் ஆத்மா துடிக்குது. அந்தக் கடமையை நிறைவேற்றாமல் நான் அழியமாட்டேன்.

மூன்று முறை நக்கீரன் பத்திரிகைக்கு பேட்டி மூலமா என் எண்ணங்களை தெரிவித்திருந்தேன். அதை சிலர் நம்பினாங்க. சிலர் சந்தேகப்பட்டாங்க. அதனாலதான் வீடியோ மூலம் உங்களுக்கு பேட்டி கொடுத்திருக்கேன். விரைவில் உங்களை நேரிலே சந்திக்க வருகிறேன். ஒருநாள் அதர்மம் அழியும்; தர்மம் வெல்லும்!

51

“ரெட்டை இலைக்கு ஓட்டுப்போட்டா... வீட்டை திறந்து வச்சுக்கணும்”

கேள்வி: தமிழக அரசியலில் நடிகர் ரஜினிகாந்த் தவிர்க்க முடியாதவராக இருக்கிறார். அவர் அரசியலில் ஈடுபட வேண்டும் என்று மக்களும் எதிர்பார்க்கிறார்கள். நடிகர்கள் நாடாளலாமா?

பதில்: எம்.ஜி.ஆர். நடிகராக இருந்து தனிக்கட்சி ஆரம்பிச்சு ஆட்சியைப் பிடிச்சவர். தனது சினிமாவில் என்ன சீர்திருத்தம் செய்தாரோ, அது மாதிரி தன்னோட ஆட்சியில் மக்களுக்கு நிறைய நல்லதைப் பண்ணிட்டு மறைஞ்சிட்டாரு. அவர் மறைஞ்சாலும் அவரோட புகழ் இன்னும் மறையாமல்தான் இருக்குது. நடிகர் ரஜினியையும் ‘இன்னொரு எம்.ஜி.ஆராக’த்தான் மக்கள் நினைக்கிறாங்க! எம்.ஜி.ஆர். வறுமையோட போராடின மாதிரி ரஜினியும் ஆரம்ப காலத்தில் மிக கஷ்டப்பட்டவர்தான். இவர் ஆட்சிக்கு வந்தா நல்லதைப் பண்ணுவாரு’ன்னு நம்பறதினால மக்கள் ரஜினியை எதிர்பார்க்கிறாங்க.

அரசியல்வாதிகள் இவரை பகடைக்காயாக பயன்படுத்திக்கிட்டு பிறகு செருப்பு மாதிரி கழட்டி எறிஞ்சிருவாங்க. இதில் அவர் ஏமாந்துவிடக்கூடாது. அரசியலில் ஈடுபடும் சித்தம் இருந்தால் தனிக்கட்சி தொடங்குவேன்னு ரஜினி அறிவித்ததை ரேடியோ மூலம் அறிந்து சந்தோசப்பட்டேன்.

அரசியலில் இறங்கணும்னு தீர்மானிச்சுட்டா நீ, நீயாகவே இரு! அடுத்தவனுக்கு குடைபிடிக்கிறதோ ஜால்ரா அடிக்கிறதோ வேண்டாம். எவனுக்கும் அடிமையாகாதே! அவனவன் செத்துதான் வைகுண்டம் பார்க்கணும். அடுத்தவன் செத்து

பார்ப்பதில் பிரயோஜனம் இல்லை.

கேள்வி: ரஜினி கர்நாடகக்காரர் என்று ஒரு கருத்து இருக்கிறதே?

பதில்: இருக்கலாம். ஆனா, ஜெயலலிதா மாதிரி மோசமான ஆள் கிடையாது.

கேள்வி: கேரள மக்களோடு நெருங்கிப் பழகி இருக்கிறீர்கள். அரசியல்பற்றி அவர்கள் மனோநிலை எப்படி உள்ளது?

பதில்: கேரளா பக்கம் அடிக்கடி போகிற பழக்கம் உண்டு. அந்த மக்களோட பேசும் வாய்ப்பெல்லாம் கிடைச்சிருக்கு. நடிகர் நடிகைகளுக்கெல்லாம் தமிழக மக்கள் ஓட்டுப் போடுறாங்களே.... நடிகர்களுக்கு அரசியல்பத்தி என்ன தெரியும்? தமிழனுக்கு மூளையே கிடையாதா'ன்னு கேட்டு, விழுந்து விழுந்து சிரிப்பாங்க!

கேரள மக்களும் சினிமாவை விரும்பி பார்க்கிறவங்கதான் படத்தில் நடிக்கணும்னு ஆசைப்படுறவங்கதான். ஆனா, அந்த மக்கள் நடிகர்களை அரசியல்வாதியாகப் பார்க்கிறதில்லை. அப்படியே நடிகர்கள் அரசியலில் ஈடுபட்டாலும் 10 ஓட்டுக்கூட அவங்களுக்கு கிடைக்காது. தமிழன்தான் எதிலுமே ஏமாந்து போறவன். கேரளக்காரனுக்கு இருக்கிற புத்தி தமிழனுக்கு இல்லைன்னுதான் நான் சொல்லுவேன்.

கேள்வி: எம்.ஜி.ஆர். ஆட்சியைப் பற்றி நிறைய புகழ்றீங்க. சரி, எம்.ஜி.ஆரின் அரசியல் வாரிசுன்னு சொல்லிக்கிற ஜெயலலிதா ஆட்சி எப்படி இருக்கு?

பதில்: அரசியல் பத்தி ஜெயலலிதாவுக்கு ஒண்ணும் தெரியாது. அவர் நல்ல நடிகை. நடிக்கத்தான் தெரியும். எம்.ஜி.ஆர். சேர்த்துவெச்ச புண்ணியம், இந்த அம்மா தமிழ்நாட்டு அரசியலுக்கு வந்துட்டாங்க! மக்கள் செய்நன்றி மறக்காததினால முதல்வர் பதவியும் ஜெயலலிதாவுக்கு கிடைச்சது. மக்கள் ஏமாந்துகிட்டே இருக்கிற அதிர்ஷ்டம்தான் இன்னமும் இவங்க முதல்வரா இருக்காங்க!

ஆட்சிக்கு வர்றவங்க முதன்முதலில் செய்ய வேண்டியது, கற்பழிப்பு கொடூரத்திலிருந்து பெண்களைக் காப்பத்துறதுதான். மகாபாரதம், ராமாயணம் போன்ற பெரிய பெரிய புராணங்களிளெல்லாம் இதைத்தான் எழுதி வைச்சிருக்காங்க! ஆனா, ஜெயலலிதா ஆட்சியிலே, பம்பாய் ரெட் லைட் ஏரியா மாதிரி ஆயிடுச்சு தமிழ்நாடு. எங்குப் பார்த்தாலும் கற்பழிப்புகள்! கயவாளித்தனங்கள்! இது எல்லாத்துக்கும் போலீஸ்காரன்தான் காரணமாக இருக்கிறான். பொண்ணுங்களை ரௌடி கற்பழிச்சான்னா போலீஸ்கிட்டே புகார் கொடுக்கலாம். போலீஸ் வீடு புகுந்து கற்பழிச்சா யாருகிட்டே போறது? போலீஸ்காரன்

பத்தி வரும் எந்த புகார் மீதும் ஜெயலலிதா அரசு நடவடிக்கை எடுக்கிறது கிடையாது. தமிழ்நாட்டு போலீஸுக்குத்தான் தனி சுதந்திரம் கொடுத்திருக்குது இந்த அம்மா.

தி.மு.க. ஆட்சியின்போது, சட்டசபையில் நடந்த சண்டையில் "என்னை மானபங்கம் படுத்திட்டாங்க... எனக்கு நீதி வழங்குங்க"ன்னு தலைவிரி கோலமா மக்களை சந்திச்சு ஓட்டுக்கேட்டாங்க ஜெயலலிதா. மக்களும் "ஒரு பொண்ணு ஆட்சிக்கு வந்தா பொண்ணுங்க பிரச்சினையெல்லாம் தீரும்னு நினைச்சு ஓட்டுப்போட்டாங்க; ஆட்சியையும் இவங்ககிட்டே கொடுத்தாங்க. என்னாச்சு? நாடு முழுக்க அராஜகம்தான் நடக்குது. ஓட்டுப்போட்ட பலனை மக்கள் இப்போ அனுபவிக்கிறாங்க!

தமிழ்நாட்டை எத்தனையோ ஆண்களெல்லாம் ஆண்டுட்டுப் போய்ட்டாங்க! அவங்க ஆட்சியில்கூட பெண்களுக்கு இவ்வளவு கொடூரம் நடந்ததில்லை. அப்படி இருக்குது ஜெயலலிதாவின் அரசியல்.

கேள்வி: ஒரு ரூபாய் சம்பளம் வாங்கும் ஜெயலலிதாவிற்கு கோடிக்கணக்கில் சொத்து இருக்கிறது. இதெல்லாம் எப்படி வந்ததுன்னு தெரியுமா?

பதில்: ஓ.... தெரியுமே! ஆட்சி அதிகாரத்தில் உட்கார்ந்துகிட்டு கொள்ளையடிக்கிறதையே கொள்கையா நினைக்கிறவங்க ஜெயலலிதா. கோடிகள் எங்கு கிடைக்கும்னு தேடுறதுதான் இவங்களுக்கு வேலையே! ஜெயலலிதாவுக்கு வாங்கித்தான் பழக்கம்; கொடுத்துப் பழக்கம் கிடையாது. மக்கள் தெரியாத்தனமா இந்த அம்மா கையிலே ஆட்சியைக் கொடுத்திட்டாங்க... அதை வைச்சுக்கிட்டு எப்படியெல்லாம் சம்பாதிக்கலாம்னு புதுசு புதுசா கனவுகாண ஆரம்பிச்சுட்டாங்க! மக்களை ஏமாத்தி சம்பாரிச்ச பணத்தையெல்லாம் அமெரிக்க, ஸ்விட்சர்லாந்து பேங்க்கிலேதான் போட்டு வைச்சிருக்காங்க. இந்தியாவில் இவங்களுக்கு நிலமில்லாத மாநிலமே கிடையாது. 108 கோடி ரூபாய் செலவிலே வளர்ப்பு மகனுக்கு கல்யாணம் செஞ்சு வைச்சாங்களே... இதெல்லாம் யாரோட பணம்? மக்கள் பணம்தானே! ஜெயலலிதா புத்தியிலே பணம் சம்பாதிக்கனும்ங்கிற வெறிதான் இருக்கு. இது பரம்பரை புத்தி. அதை மாத்தவோ திருத்தவோ முடியாது. சாகறவரைக்கும் அந்தப் புத்தி இருக்கத்தான் செய்யும். தொட்டில் பழக்கம் சுடுகாடு வரை இல்லையா?

கேள்வி: நீங்கள் காவல்துறை கண்காணிப்பில் இருக்கிற பயங்கர குற்றவாளி உங்கள் பார்வையில் ஜெயலலிதா ஆட்சியின் சட்ட ஒழுங்கு எப்படி?

பதில்: இந்த ஆட்சியில் சட்ட ஒழுங்கு கெட்டுப்போனதற்கு நிறைய சொல்லலாம். தனக்குச் சாதகமா செயல்படலைன்னு கலெக்டர் சந்திரலேகா மீது ஆசிட் ஊத்தி அழிக்கப் பார்த்தாங்க! அதிர்ஷ்டவசமா அந்த பொம்பளை தப்பிச்சுடுச்சி! மக்களுக்கு எதிரா எவ்வளவோ அராஜகங்கள், அட்டூழியங்கள், கொலை, கற்பழிப்புகள் நடந்துடுச்சு. எதற்கும் நடவடிக்கை இல்லை.

எல்லோருமே தனக்கு அடங்கிப் போகணும்ங்கிறதுதான் ஜெயலலிதாவோட எண்ணம். அடங்கி நடக்கலைன்னா ஆசிட் வீசுவாங்க! நரசிம்மராவ் மகனை மெட்ராஸ்க்கு கூப்பிட்டு, அவனோடு நடிகை சுகுனியாவை ஆடவிட்டு... அதன்பிறகு நடந்த கூத்தையெல்லாம் படம்புடிச்சி வைச்சிருக்காங்க. இந்த கேசட்டை காட்டி காட்டி பிரதமரையே மிரட்டிப் பாக்குறாங்க ஜெயலலிதா. அந்தளவிற்கு இருக்குது தமிழ்நாட்டு சட்ட ஒழுங்கு யோக்கியதை!

கேள்வி: மீண்டுமொரு தேர்தல் வருகிறது. இந்த முறையும் ஜெயலலிதாவே ஆட்சியைப் பிடித்துவிட்டால்...?

பதில்: நிச்சயம் தமிழக மக்களை காப்பாத்த முடியாது. மக்கள் அழியப்போறது உறுதி. இது என் தாய் மீது சத்தியம். மக்களே, போனமுறை எம்.ஜி.ஆர். கண்ட சின்னம்னு இரட்டை இலைக்கு ஓட்டுப்போட்டு ஏமாந்து போனீங்க! இந்தமுறை மீண்டும் அந்த தவறை செய்யாதீங்க. இரட்டை இலைக்கு ஓட்டுப் போடுங்க... வேண்டாம்னு சொல்லலை... ஆனா, உங்க வீட்டுக்கதவை அகலமா தொறந்து வெச்சுக்குங்க! போலீஸ்காரன் வருவான்... ஈஸியா பொண்ணுங்களை கற்பழிச்சுட்டுப் போகட்டும். போலீஸுக்கு கீழ்ப்படியாம இருக்கவும் முடியாது. கட்டுப்படலைன்னா, வீட்ல இருக்கிற ஆம்பளைங்களை அடிச்சு இழுத்துக்கிட்டுப் போய் ஜெயில்ல தள்ளுவான். அங்கு சித்ரவதை பண்ணியே கொன்னுட்டு, உங்க பொண்டாட்டி பிள்ளைகளையெல்லாம் சொந்தம் கொண்டாடுவான். யாரும் இதை. தட்டிக்கேட்க முடியாது. மீண்டும் ஜெயலலிதா ஆட்சிக்கு வந்தால் இதுதான் நடக்கும்!

கேள்வி: இரட்டை இலைக்கு ஓட்டுப்போட வேண்டாமென்றால், மக்கள் யாருக்கு ஓட்டுப்போட வேண்டுமென்று எதிர்பார்க்கிறீர்கள்?

பதில்: கருணாநிதி, டாக்டர் இராமதாஸ், வை.கோபால்சாமி ஆகியோருக்கு ஓட்டுப்போடட்டும். எல்லாருமே ஃபர்ஸ்ட் கிளாஸ் ஆசாமிங்க. இரண்டுமுறை கருணாநிதி ஆட்சி நடத்திட்டாரு. ஜெயலலிதா அளவிற்கு கொடுமைகள் நடந்தது கிடையாது. தமிழ் இனத்துக்காக இவங்க மூணு பேருமே

போராடுறவங்க! நம் இனம் அழிஞ்சிடக்கூடாதேன்னு நாளெல்லாம் சிந்திக்கிறவங்க! அதனால அவங்களுக்கு போடலாம் ஓட்டு. அதேமாதிரி அப்பாவி ஜனங்கள் பாதிக்கப்பட்டா அவங்களுக்காகப் போராட்டம் நடத்தி நீதி, நியாயம் கிடைக்க வழி பண்றாங்களே... கம்யூனிஸ்ட்காரங்க அவங்களுக்கும் ஓட்டுப்போடலாம். நிச்சயம் ஆட்சி நல்லா இருக்கும்.

இந்த மூவரில் யார் முதல்வரா வந்தாலும் சரி... அவங்களை கும்பிட்டுக் கேட்டுக்கிறேன்...

உங்களை நம்பி ஆட்சியை ஒப்படைக்கிற மக்களுக்கு நல்லதை செய்யுங்க! உண்மையா நடந்துக்குங்க! மக்கள் மனசில காலகாலமாய் நிற்கிற மாதிரி நல்லதொரு வழிகாட்டியாய் வாழ்ந்துட்டுப் போங்க. நல்ல சட்ட திட்டங்களையெல்லாம் போட்டு, அராஜகத்திலிருந்தும், கொடுமைகளிலிருந்தும் மக்களுக்கு விடுதலை வாங்கிக்கொடுங்க...!

52. உறுதி கொடுத்த வீரப்பன்!

வீரப்பன்...

தன்னைப் பிடிக்க வரும் போலீசாரையும் வனத்துறையினரையும் சுட்டுக்கொல்கிறான். தன்னைக் காட்டிக்கொடுப்பவர்களையும் கொல்கிறான். பலநூறுகோடி ரூபாய் செலவழித்து இரண்டு மாநில அரசுகள் தேடிக்கொண்டிருக்கிற, இந்திய அரசுக்கு தலைவலியாக இருக்கிற மிகப்பெரிய கொலைகாரனை, கொள்ளைக்காரனை, நக்கீரன் காட்டுக்குள் சென்று சந்தித்து, மக்கள் முன்கொண்டுவந்து நிறுத்தியது உங்கள் எல்லாருக்கும் தெரியும்.

வீரப்பன் என்கிற பயங்கர குற்றவாளி சரணடையும் மனநிலையில் இருக்கிறான். அவனுடைய சில கோரிக்கைகளை அரசு பரிசீலனை செய்தால் அவன் சரணடையத் தயாராக உள்ளான் என்கிற விஷயத்தை அறிந்து, ஒன்பது மாதங்களுக்கு முன் நானும் தம்பி சிவாவும் அவனிருக்கும் காட்டுக்குள் சென்று அவனிடம் கேட்டு, அதை அப்படியே வீடியோவில் பதிவு செய்து தமிழக முதல்வரிடம் கொடுத்தோம்.

முதல்வர் நம்மிடம், "இது இரண்டு மாநில அரசுகள் சம்பந்தப்பட்டது. இருதரப்பிலும் பேசி முடிவெடுக்க வேண்டிய விஷயம்" என்றார். வீரப்பனை நானும், தம்பி சிவாவும் சந்தித்தபோது, "எனக்கு எப்போது பொது மன்னிப்பு கிடைக்கும்?" என்று கேட்டான். பேச்சுவார்த்தை முடிய 3 மாதமோ 6 மாதமோ ஆகலாம். அதுவரையில் நீங்கள் எந்த தவறும் செய்யக்கூடாது; எங்களுக்கு உறுதியளிக்க வேண்டும். அப்போதுதான் நாங்கள் இதில் தலையிட முடியும். பேச்சு வார்த்தை நடக்கும்போது நீங்கள் ஏதாவது அசம்பாவிதம் செய்தால் பொது மன்னிப்பு என்பதற்கு அர்த்தமேயில்லாமல் போய்விடும்" என்று கூறினோம். நாம் கேட்டபடி உறுதி

கொடுத்தான் வீரப்பன்.

நாம் சந்தித்த மே மாதத்திலிருந்து இதுநாள்வரை வீரப்பன் தரப்பினர் எவ்வித அசம்பாவிதச் செயலிலும் ஈடுபடவில்லை என்பது குறிப்பிடத்தக்கது. அதற்காக நாம் அவனை புத்தன் என்று சொல்லவில்லை. தொடர்ந்து கொலை பண்ணிக் கொண்டிருக்கும் ஒருவனை சிலகாலத்திற்கு நாம் கட்டுப்படுத்தியுள்ளோம். ஒரு பத்திரிகை இந்த சமூகத்திற்கு செய்யும் கடமையாகவே நாம் இதைச் செய்தோம்.

முதல்வரிடம் நாம் அளித்த வீடியோ கேசட்டை தொடர்ந்து, வீரப்பன் வசிக்கும் காட்டுப்பகுதியில் குவிக்கப் பட்டிருந்த தமிழக போலீஸாரின் எண்ணிக்கை குறைக்கப் பட்டது. கர்நாடக அரசுடன் பேச்சுவார்த்தை நடத்தப்படுகிறது என்ற தகவலும் தெரிவிக்கப்பட்டது. நம்மிடமும் இதுகுறித்து பேசப்பட்டது. ஏறத்தாழ 7 மாதங்கள் கடந்தபோது வீரப்பன் தனது பொதுமன்னிப்பு கோரிக்கை பற்றி பேசி ரிஜிஸ்டர் தபாலில் அனுப்பிய ஆடியோ கேசட் ஒன்று நமக்குக் கிடைத்தது. அதையும் முதல்வரிடம் ஒப்படைத்தோம்.

இந்த வேளையில் கர்நாடகாவிலிருந்து ஒரு அதிரடி செய்தி வெளியானது. வீரப்பனிடமிருந்து ஒரு கேசட் கர்நாடக அதிரடிப்படைத் தலைவருக்கு வந்ததாகவும், அதில் லஞ்சம்

வாங்கும் இன்ஸ்பெக்டர் ஒருவரைக் கொல்லப் போவதாகவும், அந்த கேசட்டை நக்கீரன் ஆசிரியருக்கு அனுப்பி விட்டதாகவும் வீரப்பன் பேசியிருந்ததாக பரபரப்பான செய்தி வெளியிடப்பட்டது. அத்துடன் கர்நாடக அதிரடிப்படையினர் அந்தியூர், வறட்டுப் பள்ளம் பகுதிகளில் தீவிர தேடுதல் வேட்டையை தொடங்கி விட்டனர். வீரப்பன் கூட்டாளிகளுக்கும், அதிரடிப்படையினருக்குமிடையே கடுமையான சண்டை நடந்து அதில் வீரப்பனின் நெருங்கிய கூட்டாளியான சேத்துக்குளி கோவிந்தனின் காலில் அடிபட்டுவிட்டதாகவும் ஒரு செய்தி வெளியானது. கர்நாடக உள்துறை அமைச்சர் ரோசன்பெர்க் தனது அறிக்கையில் "வீரப்பனுக்கு தமிழகம் மன்னிப்பு அளித்தாலும் நாங்கள் கொடுக்கப்போவதில்லை. தற்கொலை படையினரை காட்டுக்குள் அனுப்பி வீரப்பனை பிடிப்போம்" என்று தெரிவித்ததாக பெங்களூர் பத்திரிகைகள் தெரிவித்தன.

பெரிய கொள்ளைக்காரன், சமூக விரோதி, கொடூரமான கொலைகாரன் என பல அடையாளங்களைக் கொண்ட வீரப்பன் தொடர்பான பிரச்சினைக்கான தீர்வை நாம் 9 மாதங்களுக்கு முன் கொண்டு வந்தோம். அதை அரசாங்கம் பரிசீலனை செய்துகொண்டிருக்கிற நேரத்தில் இது போன்ற தகவல்கள் வெளியாகி நம்மை அதிர்ச்சிக்குள்ளாக்கியது. நாம் எடுத்துக் கொண்ட முயற்சியில் உயிரை பணயம் வைத்தாவது தீர்வு காண வேண்டும் என்ற லட்சியமும், உண்மையில் காட்டுக்குள் என்ன நடக்கிறது என்பதை தெரிந்து மக்களுக்கு தெரிவிக்கவேண்டும் என்ற கடமையும் நம்மை உந்தித்தள்ள- மீண்டும் காட்டுக்குள் செல்லத் தீர்மானித்தோம்.

கடந்த பிப்ரவரி 24-ந்தேதி திங்கட்கிழமை இரவு 8 மணி ஈரோட்டில் ஒரு ரகசிய இடத்திலிருந்து நானும், தம்பி சிவாவும் புறப்பட்டோம். அடையாளம் தெரியாமலிருப்பதற்காக இருவரும் கைலி, பனியன் அணிந்துகொண்டோம். தலையில் முண்டாக கட்டி அதிலிருந்து தொங்கிய துணிமூலம் ஒரு பக்க மீசையை மறைத்துக்கொண்டேன். மக்கள் நடமாட்டம் உள்ள பகுதியில் செல்லும்போது இன்னொரு பக்க மீசையை கையால் மறைத்துக்கொண்டேன்.

யமஹா பைக்கை சிவா ஓட்ட, நான் பின்னால் அமர்ந்துகொண்டேன். துணிப்பைகளில் வீடியோ கேமரா, ஸ்டில் கேமரா, பேட்டரி, துணிமணி ஆகியவற்றை வைத்துத் தோளில் மாட்டிக்கொண்டு பயணமானோம். அந்தியூர்- வறட்டுப்பள்ளம் பகுதிகளில் நமது பைக் சென்றுகொண்டிருந்தது. இந்தப்

பகுதியில்தான் கர்நாடக அதிரடிப்படையினர் தீவிர ரோந்து பணியில் ஈடுபட்டிருக்கிறார்கள் என்று, அந்தப் பகுதியிலிருந்து வெளியாகும் நாளிதழ்களில் செய்தி வெளியாகியிருந்தது.

போகின்ற வழியில் ஒருகிராமம். அந்த கிராமத்திலிருந்த ஒருவீட்டின்முன்பு யமஹாவை நிறுத்தினோம். வீட்டிலிருந்தவர்கள் நம்மைப் பார்த்ததும் போலீஸ்தான் வந்துவிட்டதோ என பயந்து பின்வாங்கினர். ஆனால் சில நிமிடங்களில் அவர்களின் பயம் விலகியது! ஏற்கெனவே, டி.வி.யிலும், பத்திரிகைகளிலும் வெளியான வீரப்பன் பேட்டியைப் பார்த்திருந்ததால் நம்மை அடையாளம் கண்டு கொண்டார்கள். "வாங்க" என்றனர்.

நமது நோக்கத்தை அவர்களிடம் சொன்னோம். "உள்ளே வந்து பேசுங்க" என்றனர். கர்நாடக மாநிலத்திலிருந்து செய்திகள் வந்து கொண்டிருந்தபோதே, காட்டுக்குள் செல்வதற்கான முயற்சிகளை நானும், தம்பி சிவாவும் தொடங்கி விட்டோம்.

பைக்கை வாசலிலில் நிறுத்தி விட்டு செருப்புகளை கழற்றிவிட்டு உள்ளே சென்றோம். "இந்தப்பகுதியில் வீரப்பன் நடமாடுறதா சொல்றாங்களே", "கர்நாடக போலீசு ரோந்து போய்க்கிட்டே இருக்காங்க. ஆனால்... வீரப்பன் இந்த காட்டுக்குள்ளே இருந்தாலும் இருக்கலாம்" என்றவர்கள், "உப்புமா செய்றோம்; சாப்பிட்டுட்டுத்தான் போகணும்" என்றனர். அவர்களின் நடவடிக்கைகள் அனைத்துமே வித்தியாசமாக இருந்தது. வெளியில் நின்று பேசுவதை தவிர்ப்பது, பேசும்போது சத்தத்தை குறைத்துக்கொள்வது என ஒவ்வொரு செயலிலும் ஜாக்கிரதை உணர்வு பளிச்சிட்டது.

அவர்கள் உப்புமா செய்துகொண்டிருந்தபோது, வெளியிலிருந்து "வைக்கப்போரை சரி பண்ணு" என்று ஒரு பெரியவர் குரல் கொடுப்பது காதில் விழுந்தது. கிராமத்தினர் பரிவுடன் பரிமாறிய உப்புமாவை சாப்பிட்டபடியே கேட்டோம். "இப்படியே காட்டுக்குள்ளே போனால் வீரப்பனை பார்க்க முடியுமா?"

"இங்கேயிருந்து ரெண்டு கிலோமீட்டர் தூரத்தில் கர்நாடக போலீஸ் கேம்ப் இருக்கு. வறட்டுப்பள்ளம் அணை, கெஸ்ட் ஹவுஸ் இங்கெல்லாம் அதிரடிப்படை ஆளுங்க கேம்ப் போட்டிருக்காங்க. கொஞ்சம் வறட்டுப்பள்ளத்திற்கு மேற்கே தள்ளி ஒத்த தடம் வரும்; அதுவழியாப் போங்க" என்றனர். சாப்பிட்டுவிட்டு வெளியே வந்தபோது செருப்பைக் காணோம். நான் சுற்றும் முற்றும் பார்த்தபடி தேடினேன். எனது தவிப்பைப் பார்த்துக்கொண்டிருந்த ஒரு மூதாட்டி "என்னங்கய்யா தேடுறீங்க...

செருப்புங்களா?'' என்றபடி அருகே இருந்த கோழி மூடும் கூடையைத் தூக்கினார். அதனுள் செருப்புகள் பத்திரமாக இருந்தன. ''என்னங்கய்யா பார்க்குறீங்க. புது ஆளுங்க வந்திருக்காங்கன்னு யாரும் தெரிஞ்சுக்கக் கூடாதுல்ல அதுனாலதான் மூடி வைச்சேன்'' என்றார் அந்த மூதாட்டி. நமக்கு மிகவும் ஆச்சரியமாக இருந்தது. செருப்பை அணிந்தபிறகு தான் கவனித்தேன். நாங்கள் நிறுத்திவைத்திருந்த இடத்தில் யமஹாவை காணவில்லை. தம்பி சிவாவை அழைத்து, ''வண்டி எங்கே?'' என்றேன். அங்கு நின்ற பெரியவர், அருகிலிருந்த வைக்கோல்போரை பார்த்தபடி "வண்டி பத்திரமா இருக்கு... நீங்க போங்க..." என்றார். உள்ளே சாப்பிட்டுக்கொண்டிருந்தபோது ஒலித்த அதே பெரியரின் குரல்தான். இவ்வளவு முன்னெச்சரிக்கை உணர்வுடன் அவர்கள் செயல்படுவதை கண்டு வியந்த நாம், ''இதெல்லாம் பயத்திலே செய்றீங்களா? வீரப்பனுக்காக செய்றீங்களா?'' என்று கேட்டதும், ''வீரப்பன் ஆட்களால் எங்களுக்கு எந்த தொந்தரவும் கிடையாது'' என்றார். அதற்கு மேலும் நாம் அங்கிருப்பதால் அந்த கிராம மக்கள் அநாவசியமாக பிரச்சினைகளை சந்திக்க நேரிடும் என்பதால் அவர்களிடமிருந்து விடைபெற்று காட்டுக்குள் நுழைந்தோம்.

நமக்கு வழிகாட்டுவதற்காக காட்டுவாசிகள் இருவரை அழைத்துக்கொண்டோம். வெளிச்சமோ, நட்சத்திரங்களின் ஜொலிப்போ தெரியாதபடி மரங்கள் அடர்ந்திருந்ததால் இருள் அப்பிக்கிடந்தது. மிக கவனமாக நடக்கத் தொடங்கினோம். தூரத்தில் அதிரடிப்படை முகாம் தெரியும்போதெல்லாம் தலையை மறைத்துக்கொண்டோம். இரவு முழுவதும் பயணம் நீண்டது. சுமார் 25 கிலோமீட்டர் தூரத்தைக் கடந்திருந்தபோது அதிகாலை 5 மணி. நம்முடன் வந்த காட்டுவாசிகளில் ஒருவர் திடீரென நிற்க, நாமும் தயங்கி நின்றோம். அங்கே பெரிய பள்ளம் ஒன்று இருந்தது.

காட்டுவாசி நம்மைப் பார்த்து, "மோள யானை தன்னோட காலால தட்டித்தட்டியே இவ்வளவு பெரிய பள்ளத்தை பறிச்சிருக்கு. யானை எங்கே இருக்குன்னு இப்ப தெரியாது. அதனால கொஞ்சம் தள்ளிப்போய் உட்கார்ந்துட்டு அப்புறமா போவோம்" என்றார். கொட்டும் பனியில் கொட்டக்கொட்ட விழித்தபடி உட்கார்ந்திருந்தோம். யானையின் பிளிறல், செந்நாயின் குரைப்பு, பூச்சிகளின் 'ஙொய்ங்' சத்தம் என வித்தியாசமான ஒலிகள் காதுகளை துளைத்தன. நடந்து வந்த களைப்பினால் நான் தலையைக் கவிழ்த்து சற்றுத் தளர்வாக உட்கார்ந்திருந்தேன்.

சிலநிமிடங்கள் கழிந்தன. காட்டுவாசி திடீரென எழுந்திருப்பது போல் தெரிந்தது. அதேவிநாடியில் தம்பி சிவா, "அண்ணே..." என்றார். நான் நிமிர்ந்து பார்த்தபோது நெஞ்சுக்குள் திகில்... எதிரே வீரப்பன்!

திடுக்கிட்டுவிட்டேன்... அந்த நேரத்தில் அந்த இடத்தில் நான் அவனை எதிர்பார்க்கவில்லை. அவனோ இயல்பாக, "வாங்க... ஆசிரியரே... வணக்கம்" என்றபடி என்னை நோக்கி கும்பிட்டான். ஒருசில நிமிடங்கள் அவனையே பார்த்துக்கொண்டிருந்தேன். அதன் பின் ''எப்படி நாங்க வர்றதை தெரிஞ்சுக்கிட்டீங்க'' என்றேன். போலீஸ் நடமாட்டம் அதிகமாயிட்டதால யார், யார் வர்றாங்கன்னு பார்க்கிறதுதானே எங்க வேலை. மரத்து மேலேயும், மரத்துக்குப் பின்னாலேயும் எங்க ஆளுங்க இருந்து நோட்டம் விட்டுக்கிட்டிருந்தாங்க. அப்பதான் நீங்க வர்றதை தெரிஞ்சுக்கிட்டோம்" என்றான்.

''இங்க அதிக நேரம் நிற்கவேண்டாம். 6 மணி 7 மணிக்கெல்லாம் அவங்க ரோந்து ஆரம்பிச்சிடுவாங்க. வேற இடத்துக்கு போயிடலாம்" என்றான் வீரப்பன். அவனுடன் நாம் நடக்கத் தொடங்கினோம். வேகமாக அடியெடுத்து வைத்த வீரப்பன் சிறிது தூரம்போய் நிற்க, நாம் பின்தொடர்ந்து நடந்தோம். முன்னால் ஒரு பர்லாங்கு தூரத்தில் வீரப்பன் ஆட்கள் இரண்டுபேர் நடந்தனர். பின்னர் இருவர் பக்கவாட்டை கவனித்தபடியே நடந்து வந்தனர். நடந்தபடியே வீரப்பன் நம்மிடம் பேசினான்.

"ஆசிரியரே, நீங்க எப்படி இருக்கீங்க...! நிருபருக்கு கால் ஆக்ஸிடெண்ட் ஆயிடுச்சுன்னு படித்தேன். எப்படி இருக்கு?"

"இவ்வளவு தூரம் காட்டுல நடந்து வந்திருக்காருன்னா பார்த்துக்குங்களேன்".

அவன் லேசாக சிரித்தபடி, "பொதுமன்னிப்பு விஷயமா நீங்க கேட்டுக்கிட்டுப் போனாலும் போனீங்க. கர்நாடக போலீசை அதிகமா போட்டு பயங்கரமா தேடிக்கிட்டிருக்காங்க" என்றான்.

"உங்க ஆள் ஒருத்தருக்கு அடிபட்டதா படிச்சேன். கால் எப்படி இருக்கு?" என்றேன்.

முன்னால் நடந்துபோய்க்கொண்டிருந்த சேத்துக்குளி கோவிந்தனை கூப்பிட்டச்சொல்லி ஒரு ஆளை அனுப்பினான். கோவிந்தன் நம்மிடம் வந்து, ''எனக்காக கால் அடிப்பட்டிருக்குன்னு சொன்னீங்க! உங்களை மாதிரியே நானும் பேப்பரிலே பார்த்தேன். இந்தக்காலை நல்லா பாருங்க. எந்த எழவும் நடக்கலை" என்றான் வெகு அலட்சியமாக.

அவனைத் தொடர்ந்து வீரப்பன் பேசத் தொடங்கினான்.

“நீங்க வந்துட்டுப் போனதிலிருந்து நாங்க துப்பாக்கி எடுக்கலை. போலீஸ் எங்களை தேடிக்கிட்டிருக்கு. இங்கேயிருந்து பார்த்தால் எல்லாம் தெரியுது. நாங்க தப்பிச்சு ஓடிக்கிட்டிருக்கோம். முன்னைவிட அதிகமா போலீஸ் போட்டிருக்காங்க. ஆனா எதுவும் நடக்கலை.”

“போன தடவை பார்த்ததைவிட இப்ப ஆட்கள் குறைவா இருக்காங்களே?”

“நாங்க இங்கே இரை தேடத்தான். வந்தோம். நாங்க இருக்கிற இடத்துக்கு இன்னும் ரொம்ப தூரம் போகணும்.”

“இரை தேட வந்ததா சொல்றீங்க... ஆனா இவ்வளவு மூட்டை முடிச்சோடு இருக்கீங்களே!”

“எப்பவும் நாங்க ஒரு இடத்தை விட்டு வரும்போது தேவையானதை மூட்டைகட்டிக்கிட்டுத்தான் கிளம்புவோம்.”

நம்மிடம் பேசிக்கொண்டே நடந்துவந்த வீரப்பன் திடீரென ரங்கசாமி என்பவனைக் கூப்பிட்டு “நைட்டு இங்கதான் தவக்களை கத்துற சத்தம் கேட்டுது. பக்கத்திலேயே தண்ணி இருக்கும் பார்த்துட்டுவா” என்றான். “இல்லேண்ணே தவக்களையை பாம்பு பிடித்திருக்கும்” என்றான் ரங்கசாமி. “நிறைய தவக்களைங்க சத்தம் போட்டுது. போய்ப்பாரு. பக்கத்திலே தண்ணி இருக்கும்” அழுத்தமாக சொன்னான் வீரப்பன். ரங்கசாமி, தண்ணீரைத் தேடிப்போனான்.

நாங்கள் எங்கள் பாதையில் போய்க் கொண்டிருந்தோம். சிறிதுதூரம் சென்றதும், “தண்ணீரைத் தேடிப் போனவன் என்ன ஆனான்?” என்று யோசித்தபடியே நடந்தேன். அடுத்த சில நிமிடங்களில் வேறு ஒருபாதை வழியாக வந்த ரங்கசாமி எங்களுடன் சேர்ந்து கொண்டான். கொஞ்சதூரம் சென்றதும் காய்ந்துபோன ஓடை ஒன்று கண்ணில்பட்டது. வீரப்பனையும் நம்மையும் சேர்த்து மொத்தம் 11 பேர் இருந்தோம். அந்த ஓடை வழியே ஜாக்கிரதையாக நடந்தோம்.

சிறிது தூரத்தில் ஈரமணல் இருந்தது. அதில் காலடித் தடங்கள் நிறைய இருந்தன. “இது காட்டுப்பன்னியோட தடம். இது ஆனை நடந்துபோன தடம்” என்று சர்வசாதாரணமாக சொல்லிக் கொண்டு வந்தான் வீரப்பன். பாறைகள் நிறைந்திருந்த பகுதி கண்ணில்பட்டது. அங்கு தண்ணீர் தேங்கியிருந்தது. ஒரு பாறைக்கு பக்கத்தில் தேங்கியிருந்த தண்ணீரில் என்னை முகம் கழுவச் சொல்லிவிட்டு, இன்னொரு பாறைக்குப் பின்னால் வீரப்பனும் அவன் கூட்டாளிகளும் சென்றனர்.

போனமுறை போலவே இப்போதும் பல்துலக்குவதற்காக புது பிரஷ்ஷும் டூத் பேஸ்ட்டும் கொடுத்தான் வீரப்பன். நான்

பிரஷ்ஷை மறுத்துவிட்டு கையாலேயே பல் துலக்கினேன். வாய் கொப்புளிப்பதற்காக அந்த தண்ணீர் அருகே குனிந்தபோது, காட்டுப்பன்றியும், ஆணையும் மனக்கண்ணில் தோன்ற, அவைகள் அசிங்கம் செய்த தண்ணீரிலா நம் வாய்க்கொப்பளிப்பது என்ற நினைப்பு மேலிட, அடிவயிற்றிலிருந்து குமட்டிக்கொண்டு வருவதுபோல் இருந்தது.

நல்லவேளையாக மினரல் வாட்டர் பாட்டில் நம் வசமிருந்ததால் நானும் தம்பி சிவாவும் அதைப் பயன்படுத்திக் கொண்டோம். அவர்களோ குடிப்பதற்காக ஒரு கேனில் தண்ணீர் பிடித்துக் கொண்டிருந்தனர். அவர்கள் காலைக் கடன்களை முடித்துவிட்டு வருவதற்கு அரைமணி நேரமானது. நான் ஒரு பாறையில் உட்கார்ந்தபடி அவர்களின் வாழ்க்கையை நினைத்துப் பார்த்தேன். காட்டு மிருகங்களோடு ஒவ்வொரு பொழுதும் கழிகிறதா! எத்தனை ஆண்டுகளாக இந்தக் கொடுமை நீடிக்கிறது...

நான் யோசனையில் இருந்தபோது அவர்கள் ஆயுதபூஜையை முடித்துவிட்டு, நெற்றியில் விபூதியுடன் வந்தனர். தம்பி சிவாவும் ரெடியாக இருந்தார். பாதுகாப்பான இடம் தேடி நடக்கத்தொடங்கினோம். வழியில் எங்காவது கால்தடங்கள் அதிகமாக தென்பட்டால், வீரப்பன் உஷாராகிவிடுகிறான். "போலீஸ்காரங்க இந்தப் பக்கமா போயிருக்காங்க. அதனால இங்கே வேணாம்" என்றபடி நடக்கத் தொடங்கிவிடுகிறான்.

உயரமான மலைமீது ஏறி, மரநிழலை தேர்ந்தெடுத்து, அங்கு உட்கார்ந்து பேசலாம் என முடிவு செய்தான்.

''இவ்வளவு போலீஸ்காரங்க போய்கிட்டிருக்காங்களே. இங்கேயேவா இருக்கீங்க?" என்றேன்.

"நாங்க இருக்கிற இடத்துக்கு இன்னும் 30 கிலோமீட்டர் போகணும்" என்றான் வீரப்பன்.

தம்பி சிவா கேமராவை ரெடி பண்ணி, ஒரு பாறாங்கல்லின் மீது நிறுத்தி, கோணத்தை சரி செய்தார்.

''இதுதான் நல்லஇடம். இங்கேயே எடுக்கலாம்'' என்ற வீரப்பன், என்னை நோக்கி, ''ஆசிரியரே... நீங்க என்கிட்டே பேட்டி எடுக்க வந்திருக்கீங்க... அதுக்கு முன்னாடி நான் உங்ககிட்டே ஒரு கேள்வி கேட்கிறேன்" என்றான்.

தொண்டையை கனைத்துக்கொண்டு அவன் கேட்ட அந்தக் கேள்வி...

"பொதுமன்னிப்பு என்னாச்சி?"

53

11-வது கோரிக்கை!

வீரப்பன் : பொதுமன்னிப்பு என்னாச்சு? பத்து கோரிக்கைகளைப் பற்றி சொல்லியிருந்தேன். அது என்னாச்சு?

ஆசிரியர்: உங்க கோரிக்கை கேசட்டை முதல்வரிடம் கொடுத்தோம். முதல்வர் அதை பரிசீலனை செய்வதாக சொன்னார். நீங்களும் அதை ரேடியோ மூலம் தெரிஞ்சிருப்பீங்க. இது இரண்டு மாநில பிரச்சினை. இதை ஏற்கெனவே உங்ககிட்டே சொல்லிட்டுத்தான் போனேன். இதுவரை எங்களுக்குத் தெரிய பேச்சுவார்த்தை நடந்து கொண்டிருக்கிறது.

உங்க கோரிக்கையை நிறைவேற்றுவதென்பது லேசான காரியமில்லை. உங்க மேலே உள்ள குற்றச்சாட்டுகள் ஏராளம். எடுத்தவுடனேயே வெளியே விடுற மாதிரியான குற்றச்சாட்டு இல்லை. உங்களை பார்க்க வந்தவங்க, உங்களுக்கு உதவி செய்வதவங்க எல்லாருமா சேர்ந்து கிட்டதட்ட 500 பேருக்கு மேலே தடாவிலே போடப்பட்டிருக்காங்க... 500 பேர் உள்ளே இருக்க காரணமாக இருந்த வீரப்பனுக்கு பொதுமன்னிப்பு கொடுத்து வெளியே கொண்டு வருவது சாதாரண விஷயமல்ல. அதனாலதான் பேச்சுவார்த்தை நீடிக்கிறது. எங்களிடமும் பேசுறாங்க. நல்லமுடிவு ஏற்படணும்ங்கிறதை நாம் எதிர்பார்க்கிறோம். வீரப்பன்ங்கிற பெரிய கொள்ளைக்காரன் சரணடைய விரும்புறான். அவனது கோரிக்கைகள் சாத்தியமானது தானா? அப்படின்னு நிறைய பேர் கேட்கிறாங்க. உங்க கோரிக்கையை பார்த்து சிரிக்கிறவங்களும் இருக்காங்க.

வீரப்பன்: சிரிக்கிறாங்களா... அதாவது, வீடு கட்டலேன்னு வச்சிக்குங்க, ஏன் வீடு கட்டலைன்னு கேட்பாங்க. கட்டி முடிச்சிட்டோம்னா அது ஓட்டை, இது ஓட்டைன்னு சொல்வாங்க. அதுமாதிரி ஆயிரம்பேர் வீரப்பனுக்கு மன்னிப்பு கொடுக்கலாம்னு சொல்லும்போது, ஒருசிலபேர் இப்படியும் சொல்லுவாங்க. அவங்களால் வீடும் கட்டமுடியாது. கட்டுன வீட்டுல ஓட்டை கண்டுபிடிக்காமலும் இருக்கமுடியாது. அந்த மாதிரி கேசுங்க.

ஆசிரியர்: பொதுவா என்ன கேட்கிறாங்கன்னா, என்னய்யா இது, ஒருநாள்கூட ஜெயிலிலே இருக்க மாட்டாராமே? இது என்ன கோரிக்கை? அப்படி விடமுடியுமான்னு சிலபேர் கேட்கிறாங்க. ஒவ்வொருத்தருக்கும் 50 லட்சம் ரூபாய் தரணும்னு சொல்றாரே. அதை எப்படி கொடுக்கமுடியும்? போலீஸ் காரர்களுக்கெல்லாம் தண்டனை கொடுக்கணும்ங்கிறாரே, அதுமுடிகிற காரியமான்னு கேட்கிறாங்க.

வீரப்பன்: நாங்க படுற கஷ்டத்தைப் பற்றி தெரியாதவங்க, கஷ்டத்திலே ஈடுபடாதவங்க வேணும்னா அப்படி சொல்லியிருப்பாங்க மத்த மக்களெல்லாம் வீரப்பனுக்கு மன்னிப்பு கொடுக்கணும்னு தான் சொல்லியிருக்காங்க. இது அப்படியே இருக்கட்டும். நான் உங்ககிட்டே 10 கோரிக்கை வச்சிருந்தேன். நீங்க போனபிறகு இன்னொரு கோரிக்கை ஞாபகத்துக்கு வந்தது.

ஆசிரியர்: இன்னொரு கோரிக்கையா?

வீரப்பன்: ஆமா... என்னுடைய வாழ்க்கை வரலாறு. அதாவது, நான் எப்படி வளர்ந்தேன், இந்த நிலைக்கு நான் எப்படி வந்தேன். இதுக்கெல்லாம் என்ன காரணம், யார் காரணம், இதையெல்லாம் படமா எடுப்பாங்க. நான் எடுக்க மாட்டேன். யாராவது எடுப்பாங்க. எந்தெந்த கதையையோ எடுக்குறாங்க. இந்தக் கதையை எடுக்க மாட்டாங்களா? மகாபாரதம், ராமாயணம் மாதிரி, இது மூணாவது ராமாயணமா இருக்கும். இதில கடுகத்தனைகூட பொய் இருக்காது. அத்தனையும் உண்மையான நிஜம். இது சத்தியம். ஆனா, போலீஸ் அதிகாரிங்க நினைக்கலாம். நம்மளமாதிரியே வீரப்பனும் பொய் பேசுறான்னு நினைச்சுக்கலாம் வேணும்னே போலீஸ் அதிகாரிகளை தாக்கி படமெடுப்பான்னு நினைக்கலாம். அப்படி நான் செய்யமாட்டேன். நடந்தது. நடந்ததுமாதிரிதான் படமெடுப்பாங்க. போலீஸ் அதிகாரிங்க என்ன செய்தாங்க? வீரப்பன் என்ன செய்தான்? ஏன் செய்தான்னு எடுப்பாங்க.

ஆசிரியர்: பூலான்தேவியை படம் எடுத்தாங்களே, அந்த

மாதிரி?

வீரப்பன்: ஆமா... அதுமாதிரி சினிமாப்படம். அதை நானெடுக்கப் போறதில்லை. யாரோ எடுப்பாங்க.

ஆசிரியர்: படம் எடுக்கிறதுக்கான ஏற்பாடெல்லாம் பண்ணிட்டீங்களா? ஏன் கேட்கிறேன்னா, காட்டுல இருந்துகிட்டே எல்லா ஏற்பாடும் பண்றீங்களே. அந்தமாதிரி இதுவும்...

வீரப்பன்: (இடைமறித்து) இல்ல... இல்ல... பொதுமன்னிப்பு கிடைச்சப்புறம்தான் படம் எடுப்பாங்க. அப்படி எடுத்தா பலகோடி செலவாகும். அப்ப ஆட்சியில இருந்தவங்க, போலீஸ்காரங்க என்ன செய்தாங்க அப்படிங்கிறது அந்த படத்தில வெட்ட வெளிச்சமா இருக்கும்.

ஆசிரியர்: அது இருக்கட்டும்... அரசாங்கத்துக்கிட்டே என்னகேட்கிறீங்க. படம் எடுக்க ஏதாவது உதவி செய்யணுமா?

வீரபபன்: நான் அதை கேட்கலை. அந்த படம் போலீஸ்காரங்களை பாதிக்கும்னு சொல்லி.

ஆசிரியர்: (இடைமறித்து) இது வரைக்கும் நீங்க எங்களுக்கு கொடுத்த பேட்டியிலெல்லாம் போலீஸ் தொல்லைகளை சொல்லிட்டீங்க, இப்ப என்ன கேட்கிறீங்க. படம் எடுத்து ரிலீஸ் பண்ண அரசாங்கம் உத்தரவு கொடுக்கணுமா?

வீரப்பன்: ஆமா... தடை செய்யக்கூடாது. சினிமா படம் எடுத்தபிறகு இது அரசைத் தாக்குதது, அதிகாரிகளைத் தாக்குதுன்ன சொல்லி தடைபண்ணக்கூடாது. கேஸ் போடக்கூடாது.

ஆசிரியர்: பூலான்தேவி படத்திலும் பல விஷயத்தை எடுததிருங்காங்க. அந்தப் படத்துக்கு அரசாங்கம். தடைவிதிக்கலை. ஆனால் பூலான்தேவியே கேஸ் போட்டாங்க. என்னைப் பற்றி தவறான செய்தியெல்லாம் படத்தில் இருக்கன்னு சொல்லி கோர்ட்டுக்குப் போனாங்க. அரசாங்கம் இதில் தலையிடலை கேஸ் நடந்து, கடைசியில் படம் ரிலீஸ் ஆனது. படம் பரபரப்பாக போனது. உங்கப் படத்துக்கும் அதுமாதிரி யாராவது கோர்ட்டில் கேஸ் போட்டால், அரசாங்கத்தாலே ஒண்ணும் செய்யமுடியாது. நீங்க சொல்ல வர்றது என்னன்னா, உங்க படத்தை சென்சார் பண்ணக்கூடாதுங்கிறீங்க?

வீரப்பன்: ஆமாம்!

ஆசிரியர்: அதாவது உங்களோட 11-வது கோரிக்கை... சினிமா படம் எடுக்கணும். அதற்கு சென்சார் கூடாது. யாரும் கேஸ் போடக் கூடாது இல்லையா? இதை அரசு செய்யுமா என்று எனக்குத் தெரியாது. எப்படியோ இதையும் ஒரு கோரிக்கையாக வைக்கிறீங்க.

வீரப்பன்: உலகம் உருப்படவே இதை செய்றேன்.

வீரப்பன்

எல்லாத்தையும் மக்கள் பார்க்கட்டும். உண்மையை தெரிஞ்சுக்கட்டும். சிலபேருக்கு அது தெரியமாட்டேங்குது. நான் இங்கே ரேடியோ கேட்கிறேன். ஒரு நேயர் எழுதிய கடிதத்தை ரேடியோவில் படிச்சாங்க. அதாவது, ரேடியோ வெரிதாஸ்ங்கிற நிகழ்ச்சியில் கிறிஸ்டோபர்ங்கிறவர் அதை சொன்னார். வீரப்பன் 100 கோடி கேட்கிறான். வீரப்பா.. தி.மு.க. ஆட்சியில் உனக்கு நல்லநேரம். துப்பாக்கியை கீழே போட்டுட்டு சரணடைஞ்சிடு. அதைவிட்டுட்டு 100 கோடி கேட்டு முட்டாள்தனமா? நடந்துக்காதே. அப்படின்னு அந்த நேயர் எழுதியிருக்காரு. நான் 100 கோடி கேட்டேனா?

ஆசிரியர்: கேட்கலை... நாமும் அப்படி எழுதலை.

வீரப்பன்: அப்புறம் எப்படி இந்த செய்தி வருது. 100 கோடி கேட்டது முட்டாள்தனம்னு சொல்லி என்னை முட்டாளாக்கப் பார்க்கிறாங்க.

ஆசிரியர்: நீங்க ஒவ்வொருத்தருக்கும் 50 லட்சம் ரூபாய் தரணும்னு சொன்னீங்களே, அதைத்தான் மொத்தமா 100 கோடின்னு கணக்குபோட்டிருப்பாங்க. நீங்க 200 பேரை அழைச்சுகிட்டு வந்து ஆளுக்கு 50 லட்சம் கொடுக்கச் சொன்னால் 100 கோடி செலவாகுமே. அதைத்தான் சொல்லியிருப்பாங்க. நுங்க இந்த 50 லட்சத்திலிருந்து ஏதாவது குறைச்சுக்குவீங்களா?

வீரப்பன்: குறைச்சே கொடுக்கட்டும்... என்னோட கோரிக்கையில் பொதுமன்னிப்பு கோரிக்கைதான் முக்கியம். மற்றதெல்லாம்...

-அப்போது தன் இருப்பிடத்திற்குப் போயிருந்த வீரப்பனின் கூட்டாளி ஒருவன் திரும்பி வருகிறான். உச்சி வெயில். வெப்பம் கடுமையாக இருக்கிறது. அந்த நேரத்தில், ஒரு வேட்டியின் இருபுறமும் சோற்றைக் கட்டிக்கொண்டு அதை தன் தோளில் தொங்கப்போட்டுக் கொண்டு அவன் எங்களை நோக்கி வந்தான். "இவர் எங்கேயிருந்து வர்றாரு?" என்று கேட்டதும், "மாப்பிள்ளை இருக்கிற இடத்திலிருந்துதான் இவன் வர்றான்" என்கிறான் வீரப்பன். மாப்பிள்ளை என்று அவன் குறிப்பிட்டது பேபி வீரப்பனைத்தான். வேட்டியில் கட்டி வரப்பட்ட சோற்றில் நல்லெண்ணெய் ஊற்றி கிளறப்பட்டிருந்தது. அதுதான் அவர்களின் மதிய உணவு நமக்கும்தான். காட்டுப்பகுதியில் இருந்தாலும், பேட்டி காண வந்தவர்களுக்கு குறித்த நேரத்தில் உணவு கொடுக்க வேண்டும் என்பதில் வீரப்பனும் அவனது கூட்டாளிகளும் கவனமாக இருக்கிறார்கள் என்பது புரிந்தது. பேட்டி தொடர்ந்தது.

ஆசிரியர்: ஒருநாள்கூட ஜெயிலிலே இருக்கமாட்டேன்னு சொல்றீங்க. அது எப்படி முடியும்னு எல்லோரும் கேட்கிறாங்க. ஒருவேளை... ஆறுமாசமோ ஒரு வருசமோ உள்ளே இருக்க வைத்து வெளியே விட்டால் ஒதுக்குவீங்களா?

வீரப்பன்: ஒரு நிமிஷம் ஜெயிலில் இருக்கணும்னு சொன்னாகூட நான் ஒதுக்கமாட்டேன். பூலான்தேவி விஷயத்தில் என்ன நடந்தது...

ஆசிரியர்: பூலான்தேவி பிரச்சினை வேற, உங்க பிரச்சினை வேற... அந்தம்மாவை மேல்ஜாதிக்காரங்க கொடுமைப்படுத்திய தாலதான் அவங்க கொலைபண்ணினாங்க. ஒரு சமூகம் அந்தம்மாவை சித்ரவதை பண்ணியிருக்கு. ஆனா உங்க விஷயத் திலே, நீங்களே ஒரு சமூகவிரோதியாகத்தான் சொல்லப்படுறீங்க. நூற்றுக்கும்மேற்பட்ட போலீசாரையும் பொதுமக்களையும் கொலை செய்திருக்கீங்கன்னு உங்க மேலே குற்றச்சாட்டு இருக்கு.

வீரப்பன்: இது போலீஸ் ரிப்போர்ட்தான். பொதுமக்கள் ரிப்போர்ட் இல்ல.

ஆசிரியர்: பூலான்தேவி சிறையில் இருந்தாங்க. நீங்களும் சிறையில் இருக்க சம்மதிப்பீங்களா?

வீரப்பன்: நான் இந்த அளவுக்கு வந்ததற்கு அரசாங்கமும் போலீசும்தான் காரணம். போலீஸ்காரங்க இன்னும் கற்பழிச்சுகிட்டுத்தான் இருக்காங்க.

ஆசிரியர்: மக்கள் என்ன சொல்றாங்க தெரியுமா? வீரப்பன் எப்ப பார்த்தாலும் கற்பழிப்பு, போலீசுன்னுதான் பேசுறான். ரொம்ப கோபமா பேசுறான். அப்படியிருந்தால் அரசாங்கம் எப்படி அவனோட கோரிக்கையை பரிசீலிக்கும்னு கேட்கிறாங்க.

வீரப்பன்: நடக்கிறதைத்தானே நான் பேசுறேன்... எனக்கு தண்டனை கொடுத்தால், தப்பு செய்த போலீஸ்காரங்களுக்கு என்ன தண்டனை கொடுப்பீங்கன்னு நான் கேட்கிறேன்.

ஆசிரியர்: நீங்க நடைமுறை என்னன்னு யோசிக்கணும். அரசாங்கம்ங்கிறது காவல்துறை, நீதிமன்றம், நிர்வாகம் எல்லாம் சேர்ந்ததுதான். நடைமுறைக்கு புறம்பா நீங்க பேசினா அரசாங்கம் எப்படி? முடிவு எடுக்கமுடியுமா?

வீரப்பன்: நான் கோபமா எதுவும் சொல்லலை. நடந்ததைத்தான் சொல்றேன். பூலான்தேவிக்கு உறுதிமொழி கொடுத்துட்டு அதைமீறி ஜெயிலிலே போட்டுட்டாங்க. அதுமாதிரி எனக்கும் ஏற்படக்கூடாது. நான் ஒருநிமிடம்கூட ஜெயலில் வைக்கிறதுன்னா நான் வரவே மாட்டேன்.

உணர்ச்சி வசப்பட்டு பேசிக்கொண்டிருந்த "வீரப்பன் திடீரென, வீடியோவை ஆஃப் பண்ணுப்பா" என்றான். ஏன்?

“கலைஞர் கடவுளுக்கு சமமானவரு” 54

வீரப்பன்: டி.எப்.ஓ. சீனிவாசனை ஏன் கொன்னேன்னு இப்ப சொல்றேன். நீங்களே கேட்டுட்டு நியாயம் யார் பக்கம் இருக்குன்னு சொல்லுங்க. ஒரு தடவை நான் பெங்களூரிலே பிடிபட்டேன். அப்ப அங்கே சார்க் மாநாடு நடந்து கிட்டிருந்தது. 6 நாட்டு பிரதமர்கள் வந்திருந்தாங்க. என்னைப் பிடிச்சு டி.எப்.ஓ. சீனிவாசன்கிட்டே ஒப்படைச்சிட்டாங்க. அந்தப் பையன் என்னை சாம்ராஜ் நகருக்கு கொண்டு போயிட்டான். டி.எப்.ஓ.வை நான் பையன்னுதான் சொல்வேன். என்னைவிட குறைச்சலான வயசுதானே....? அதனாலதான் அப்படி சொல்வேன். அந்த டி.எப்.ஓ. யாரை பிடிச்சாலும் தலைகீழா கட்டிப்போட்டு அடிக்கிறது. லாடங்கட்டறதுன்னு சித்திரவதை பண்ணுவானாம். என்னையும் அந்த மாதிரி சித்திரவதை பண்ணினான். என்னைச் சுட்டுக் கொல்றதுக்கு திட்டம் போட்டிருக்கிறதா அங்கே இருந்த ஒருத்தன் சொன்னான். அதனால தப்பிக்கிறதுக்கு முடிவு செஞ்சேன். கையில விலங்கு போட்டிருந்தாங்க; அதையெல்லாம் மீறி நான் தப்பிச்சு மறுபடியும் காட்டுக்கு வந்து ஜீவனம் பண்ண ஆரம்பிச்சேன்.

ஆசிரியர்: மறுபடியும் யானைகளை வேட்டையாடியிருக்கீங்க?

வீரப்பன்: வேட்டையாடுகிறது, சந்தன கட்டை ஓட்டுறது

எல்லாம்தான் செஞ்சேன். நான் தப்பிச்சிட்டதால டி.எப்.ஓ.வை விசாரிச்சிருப்பாங்க போலிருக்கு. அதனால டி.எப்.ஓ.வே மறுபடியும் என்னை பிடிச்சுக் கொடுக்கிறதா சொல்லிட்டுப் படை கேட்டான். கர்நாடக அரசாங்கமும், கொடுத்துச்சு, என்னை பிடிக்க முடிஞ்சா, பிடிக்கட்டும். ஆனா என்னைப் பிடிக்கிறதா சொல்லிட்டு பொண்ணுங்களை ஏன் கற்பழிக்கணும்? என்னோட தங்கச்சி மாரி. அந்தப் பொண்ணை படுபாவிங்க கற்பழிச்சானுங்க. என்னோட மச்சானை புடிச்சி உள்ளே வச்சிட்டாங்க. கெட்டுப்போன என் தங்கச்சி அவமானம் தாங்காம பாலிடாயிலை குடிச்சுத் தற்கொலை பண்ணிக்கிட்டா. அந்த வெறியில்தான் நான் திட்டம்போட்டு டி.எப்.ஓ. சீனிவாசனைக் கொன்னேன்.

ஆசிரியர்: டி.எப்.ஓ. ரொம்ப நல்லவரு. கோவில் கட்டினாரு! கிராமத்துக்கு வேண்டியதெல்லாம் செய்தாரு. காந்தி வழியில் நடந்தவருன்னுதான் பொதுமக்களெல்லாம் சொல்றாங்க!

வீரப்பன்: (கிண்டலாக) ஆமா... காந்தி வழியில நடந்தவரு...! அதனாலதான் பொண்ணுங்கள கற்பழிச்சாரு. வீரப்பனை பிடிக்கணும்ங்கிறதுக்காக அந்த மாதிரி வேஷம் போட்டிருந்தான். மக்களும் டி.எப்.ஓ.கிட்டேயிருந்து தப்பிக்கிறதுக்காகத்தான் அவனோட போட்டோவை மாட்டி வச்சிருந்தாங்களே தவிர, நிஜமான மரியாதையெல்லாம் கிடையாது. கற்பழிச்சவனை விடக்கூடாதுங்கிறதுக்காகத்தான் திட்டம் போட்டு டி.எப்.ஓ.வை கொன்னேன். என் தம்பி அர்ச்சுனன் வந்து என்னை சரணடையச் சொன்னான். நான் அப்ப சரணடையற மாதிரியில்லை. ஆனா சரணடையறதா அர்ஜுனன்கிட்டே சொல்லி டி.எப்.ஓ.வை கூட்டி வரச்சொன்னேன். அவனும் வந்தான். சுட்டுக்கொன்னேன்.

ஆசிரியர்: உங்க வார்த்தையை நம்பி வந்தவரை கொன்றதுதான் உங்க மேல இருக்கிற பெரிய குற்றச்சாட்டு. கூட்டிக்கிட்டு வந்து கொன்னீங்கன்னுதான் கர்நாடக மக்களும், போலீசாரும் உங்கமேல கோபமா இருக்காங்க.

வீரப்பன்: நான் இளிச்சவாயன்னு நினைச்சிக்கிட்டு அவன் வந்தான். அவன் நினைச்ச மாதிரி நான் இளிச்சவாயன் இல்லைன்னு காட்டுறதுக்காகத்தான் சுட்டுக்கொன்னேன்.

ஆசிரியர்: நீங்க என்ன சொன்னாலும் டி.எப்.ஓ. என்பவர் பெரிய அதிகாரி. அவரை சுட்டுக்கொன்னதோட நிறுத்தாமல் அவர் தலையை அறுத்து பாறை மேலே வச்சிட்டு முண்டத்தை மட்டும் ஊருக்கு அனுப்பியிருக்கீங்க. இதிலிருந்து நீங்க கொடூரமான ஆளுன்னு தெரியுதே?

வீரப்பன்: அவன் என் தங்கச்சியை கெடுத்து நாசம்

பண்ணினான்; அதனால தான் நான் இப்படி செய்தேன்.

ஆசிரியர்: எஸ்.பி.ஹரிகிருஷ்ணா ரொம்ப கரெக்ட்டான அதிகாரின்னு கர்நாடக மக்கள் சொல்றாங்க. அவரை ஏன் கொன்னீங்க?

வீரப்பன்: எங்க கிராமத்தைச் சேர்ந்த 4 பேரு அவங்க பாட்டுக்கு காட்டுல, அவங்க பொழைப்பை பார்த்துக்கிட்டிருந்தாங்க. அவங்களை இந்த எஸ்.பி. ஹரிகிருஷ்ணாவும், இன்ஸ்பெக்டர் ஷகில்அகமதுவும் பிடிச்சு, நீங்களெல்லாம் வீரப்பன் ஆளுங்க; வீரப்பனுக்கு உதவி பண்ணுறீங்கன்னு சொல்லி சுட்டுக் கொன்னானுங்க.

ஆசிரியர்: எஸ்.பி.தான் சுட்டாருன்னு சொல்றீங்களா?

வீரப்பன்: அவனும் ஷகில்அகமதும் தான் சுட்டாங்க. செத்துப்போன நாலுபேரு பொணத்தையும் கிராமத்துக்கு இழுத்துவந்து வீட்டுல இருந்த பொம்பளைங்க முன்னாடி விட்டெறிஞ்சு... இந்தாடி பொணம்... எடுத்துக் கிட்டுப்போ! -அப்படின்னு சொன்னாங்க.

இந்த வீரப்பனை பிடிக்க முடிஞ்சா பிடிக்கணும்! அதைவிட்டுட்டு அப்பாவி ஜனங்களை எதுக்காகக் கொல்லணும்? ஹரிகிருஷ்ணாவும், ஷகில்அகமதுவும் 64 போலீஸ்காரங்களோட என்னைப் பிடிக்க வந்தாங்க. சுமாரா 3 மணிநேரம் சண்டை நடந்தது. அவங்காளுங்களும் சுட்டாங்க; நாங்களும் சுட்டோம்.

பயங்கரமான சண்டை அந்தச் சண்டையினால்தன் ஹரிகிருஷ்ணாவும் இன்ஸ்பெக்டர் ஷகில்அகமதுவும் செத்துப்போனாங்க. கூடவந்த போலீஸ்காரனுங்க எத்தனைபேரு செத்தானுங்க சரியா தெரியலை?

ஆசிரியர்: ஹரிகிருஷ்ணாவை நீங்க சுட்டுக்கொன்னப்ப அதைக் கண்டித்த மக்கள் எல்லோரும் ஒட்டுமொத்தமா பந்த் பண்ணியிருக்காங்க. கடையடைப்பு செய்திருக்காங்க அவரோட இறுதி ஊர்வலத்தில ஏராளமான மக்கள் கலந்துக்கிட்டாங்க. ஒரு நல்ல ஆபீசரா இருந்தால்தானே இந்தளவுக்கு மக்களோட ஆதரவைப் பெறமுடியும்!

வீரப்பன்: காட்டுல நடக்கிறது என்னன்னு மக்களுக்கு தெரியாதே? அதனாலதான் அவங்க அப்படி நடந்திருப்பாங்க. இங்கே நடக்கிறது தெரிஞ்சிருந்தா அவங்க பந்த் பண்ணியிருக்கமாட்டாங்க.

ஆசிரியர்: அதிகாரிகள் உங்களையும், உங்களைச் சார்ந்தவர்களையும் கஷ்டப்படுத்தியதாலதான் சுட்டுக் கொன்றேன்னு சொல்றீங்க. புளிஞ்சூர் கிராமத்திலே பொதுமக்கள் 10 பேரை சுட்டுக்கொன்னீங்களே? அது எதுக்காக?

372 வீரப்பன்

வீரப்பன்: அதுவா... அத இப்ப சொல்றேன். என்னோட மனைவி போலீஸ்கிட்ட மாட்டக்கூடாதுன்னு தப்பிச்சு இந்த புளிஞ்சூருக்குத்தான் வந்தாள். போலீஸ்காரங்க என்னை துரத்துறாங்க. அவங்ககிட்டே மாட்டினா என்னை நாசம் பண்ணிடுவாங்க. அதனால இங்கே இருக்கேன்னு சொல்லியிருக்கா. அவங்களும் இருக்க சொல்லிட்டு, போலீசை வரச்சொல்லி என் மனைவியை ஒப்படைச்சிட்டாங்க. அதனால்தான் என் மனைவி நாசமானாள். அதுக்காகத்தான் புளிஞ்சூர்ல 10 பேரை சுட்டுக்கொன்னேன்.

ஆசிரியர்: அதிகாரிகளையும், பொது மக்களையும் நீங்க சுட்டுக்கொன்றதை ஒப்புக்கொள்றீங்க அப்படித்தானே?

வீரப்பன்: ஆமா! அவங்களும் செஞ்சாங்க. நானும் செஞ்சேன். ஆனா இப்ப எதுவும் நான் செய்யலை. நான் திருந்தி வாழணும்னு நினைக்கிறேன் அதனால பொதுமன்னிப்பு கேட்கிறேன்.

ஆசிரியர்: கலைஞருக்கு என்ன சொல்ல விரும்புறீங்க?

வீரப்பன்: வீரப்பனுக்கு மன்னிப்பு கொடுத்தால் சிக்கல் வருமான்னு கலைஞர் நினைக்கவேண்டிய அவசியமில்லை. கலைஞரால பொதுமன்னிப்பு கொடுக்க முடியும்னு மக்கள் நினைக்கிறாங்க. கலைஞர் பெரிய ராஜதந்திரி. அவர் கடவுளுக்கு சமமானவரு. அவர் மனசுவச்சா இது நடக்கும். இதை எல்லா மக்களும் ஏத்துக்குவாங்க.

ஆசிரியர்: நான் ஏற்கெனவே சொல்லியிருக்கேன். இது ரெண்டு மாநிலப் பிரச்சினை. இதிலே மத்திய அரசும் சம்பந்தப்பட்டிருக்கு. ரெண்டு தரப்பிலும் நிறைய கொலைகள் நடந்திருக்கு.

அதிலே சம்பந்தப்பட்ட ஒருத்தருக்கு பொதுமன்னிப்பு கொடுத்து வெளியே கொண்டு வருவது சாதாரண காரியமில்லை. பேசி ஒரு முடிவு எடுக்கத்தான் இவ்வளவு காலதாமதம் ஆகுது. இந்த இடைவெளியிலே நீங்க எந்த அசம்பாவிதத்திலும் ஈடுபடக்கூடாது.

வீரப்பன்: வார்த்தை மீறமாட்டேன். கலைஞரின் உத்தரவை மீறி, உங்க உத்தரவை மீறி நான் நடக்கமாட்டேன். யாரையும் தாக்கமாட்டேன்னு முன்னே உங்ககிட்டே கொடுத்த வாக்கைக் காப்பாற்றிக்கிட்டுத்தான் இருக்கேன். அவங்களும் அதிரடிப்படையை எடுக்கணும்னு கேட்டுக்கிறேன்.

ஆசிரியர்: தமிழ்நாடு அரசு அதிரடிப்படையை குறைத்திருக்கே?

வீரப்பன்: தமிழ்நாடு குறைத்திருக்கு. ஆனா கர்நாடகம்....

குறைக்கலை! கர்நாடகப் படை காட்டுக்குள்ள புகுந்து அட்டகாசம் பண்ணிக்கிட்டுதான் இருக்கு. ஒரு வாத்தியாரை அப்புறம் இன்னொருவரை பிடிச்சுக்கிட்டுப் போய் கொடுமைபடுத்தியிருக்காங்க அடிச்சி, சித்ரவதை செஞ்சு ஜெயிலிலே போட்டிருக்காங்க.

ஆசிரியர்: வீரப்பன் பிரச்சினையை தனிப்பட்ட பிரச்சினையா பார்க்காமல் மக்கள் பிரச்சினையாத்தான் நக்கீரன் பார்க்குது. தடா கைதிங்க போல இதை உடனடியா விசாரித்து முடிவு எடுக்க முடியாது. ரெண்டு மாநிலமும் பேச்சுவார்த்தை நடத்திக்கிட்டிருக்கு.

நானும் கட்டாயம் முதல்வர் கலைஞர்கிட்டே சொல்றேன். உங்களோட 11-வது கோரிக்கையையும் சொல்றேன். அதுக்கப்புறம் இதைப்பற்றி ரேடியோ மூலமோ, பத்திரிகை மூலமோ தெரிஞ்சுக்கலாம். இந்த விஷயத்தில் நக்கீரன் உங்களுக்காக அல்ல. மலைக்கிராம மக்களுக்காக இந்தப் பிரச்சினையை முன்னெடுத்துச் செல்கிறது. அதற்காகத்தான் உயிரைப் பிரச்சினையை முன்னெடுத்துச் செல்கிறது. அதற்காகத்தான் உயிரைப் பணயம் வைத்து காட்டுக்குள் வந்து உங்களையும் உங்க தோழர்களையும் சந்தித்து இந்த பிரச்சினையை கையில் எடுத்தோம். இப்ப நீங்க முதல்வருக்கு சொல்ல விரும்புறதைச் சொல்லுங்க.

வீரப்பன்: ஐயா! கலைஞர் அவர்களே...! பொதுமன்னிப்பு பற்றி நான் சொல்லி 10-மாசம் ஆயிடிச்சு. 6-மாசத்தில் முடிவு தெரியும்னு நக்கீரன் ஆசிரியர் சொன்னாரு. இப்ப 10 மாசம் ஆயிடுச்சு. இன்னும் 1 மாசம் பொறுத்துக்கிறேன். அதுவரைக்கும் கையில் ஆயுதம் எடுக்கமாட்டேன். அதுக்குமேல் எவ்வளவு நாள்தான் பொறுத்திருக்கமுடியும். வேணும்னா இன்னும் 10 நாள் அதிகமா எடுத்துக்குங்க. எப்படியும் செய்துகொடுப்பீங்கன்னு நான் நம்புறேன்.

போலீஸ் ஒருபக்கம் என்னைத் தேடி சுட்டுக்கிட்டிருக்கு. நான் என்ன செய்யமுடியும்? சுட்டுத்தானே ஆகணும்; அப்ப என்ன சொல்வீங்க டி.வி.யில வீரப்பன் எப்படியெல்லாமோ சொல்லிட்டு, வாக்கு தவறிட்டதா சொல்வீங்க. ஐயா கலைஞரும், நான் வாக்கு தவறிட்டதா நினைப்பீங்க. காட்டுல மாட்டிக்கிட்டு நான் என்ன செய்ய முடியும். அதனால எனக்கு பொதுமன்னிப்பு கொடுப்பீங்களா, இல்லையான்னு 30 நாளுக்குள்ளே சொல்லுங்க.

ஆசிரியர்: 30 நாள், உறுதிமொழியெல்லாம் சொல்ல முடியாது? நீங்க கேட்டதை அங்கே கொண்டுபோய் சேர்ப்போம்.

55 நடுக்காட்டில் ஒயிலாட்டம்!

வீரப்பன்: *கலைஞர் அய்யாகிட்ட நான் இன்னொன்னு கேட்டுக்கிறேன்... கலைஞர் அய்யா அவர்களே...! 30 நாளைக்குள் காயா, பழமா?னனு... எனக்குத் தெரியணும். ஒரு மாசம் முன்னாடி, பொது மன்னிப்பு கொடுக்கிறதிலே கர்நாடக அரசாங்கத்துக்கு விருப்பமில்லைன்னு கர்நாடக உள்துறை மந்திரி ரோசன் பெர்க் சொன்னாரு. அதையெல்லாம் யோசனை செய்துகிட்டுதான் கடைசியா உங்ககிட்டே சொல்றேன். மக்களும் பொது மன்னிப்பு கொடுக்கலாம்னு சொல்லிட்டாங்க. எல்லா வேலையும் முடிஞ்சிடுச்சு. இனிமேல் என்ன? சேர்ந்து பேசி கையெழுத்து போட வேண்டியதுதான் பாக்கி. முப்பது நாளிலே இதை முடிச்சிடலாம். எத்தனையோ அப்பாவி ஜனங்க ஜெயிலிலே இருக்காங்க. எத்தனையோ குடும்பங்கள் பாதிக்கப்பட்டிருக்கு. இதையெல்லாம் மனசு வச்சு, அய்யா நீங்க இந்த பிரச்சினையை முடிச்சு வச்சீங்கன்னா, உங்க குடும்பத்துக்கே புண்ணியம் கிடைக்கும். பொது மக்களும் உங்களை வாழ்த்துவாங்க. ரொம்பவும் பெருமைப்படுவாங்க. இதனால உங்களுக்கு கஷ்டம் வரும்னு நினைக்காதீங்க. எதிர்க்கட்சிக்காரங்க கேள்வி கேட்டாலும் நீங்க பதில் சொல்ல முடியும். முடியாத வீரப்பனோட பிரச்சினையை முடிச்சு வச்சேன்னு நீங்க பெருமையா சொல்லலாம். யாரும் உங்க மேலே குறை சொல்லவே முடியாது. இதை முடித்துக் கொடுத்து, பொது மன்னிப்பு கொடுத்து, அதை ரேடியோ மூலமா, பத்திரிகை மூலமா தயவு செய்து எனக்குத் தெரியப்படுத்துங்க. ஆசிரியரண்ணே...! நீங்களும், கலைஞர் அய்யாகிட்டே எடுத்து சொல்லுங்க,*

-கை கூப்பி வணங்கியபடி பேட்டியை முடித்துக்கொண்ட வீரப்பன், என்னிடம் "ஒயிலாட்டம் ஆடட்டுமா" என்றான்.

"ஒயிலாட்டமா?"

"எங்க ஊரு மாரியம்மன் கோவில் திருவிழாவிலே ஒயிலாட்டம் ஆடுவாங்க. அந்த ஆட்டத்தை ஆடிக்காட்டுறேன்" என்றான் சர்வ சாதாரணமாக. "சுற்றியும் கர்நாடக அதிரடிப் படை இருக்கிறதை பற்றி பேப்பரிலே போட்டிருக்காங்க. அதனாலதான் நீங்களும் இவ்வளவு தூரம் தள்ளி வந்து பேட்டி கொடுத்திரக்கீங்க. இதிலே ஆட்டம் வேறா?" -நான் அப்படி கேட்டதற்கு முக்கிய காரணம், நாம் எந்த நோக்கத்திற்காக வந்தோமோ அந்த நோக்கம் சிதைந்து விடக்கூடாது என்பதுதான். வீரப்பனின் ஆட்டத்தினால் ஏற்படும் சத்தத்தைக் கேட்டு போலீஸ் வந்துவிட்டால் பிரச்சினையாகிவிடும் என்பதால் "ஒயிலாட்டமெல்லாம் வேண்டாம்" என்றேன். ஆனால் வீரப்பனும் அவனது கூட்டாளிகளும் டேப்ரிகார்டரில் கேசட்டைப் போட்டு ஆட்டத்திற்குத் தயாராகிக் கொண்டிருந்தனர். தம்பி சிவா விடம் "மணி என்ன?" என்று கேட்டான் வீரப்பன், "4 மணி"

"அப்படின்னா 5 மணிக்கு வச்சிக்கலாம்". வீரப்பனின் பேச்சு ஆச்சரியத்தைக் கொடுத்தது. "5 மணிக்கு ஆடினால் வெளியே தெரியாதா?" என்றேன்.

தெரியாதுங்க ஆசிரியரே... காடு முழுக்க போலீஸ் துழாவிகிட்டுதான் இருக்க. நானும் பார்த்துகிட்டுதான் இருக்கேன். கள்ளி பொறுக்கிறவனோ, வேற யாராவதோ நம்மளப் பார்த்துட்டு போய், வேற யாராவதோ நம்மளப் பார்த்துட்டு போய், போலீஸ்கிட்டே சொல்லி கூட்டிக்கிட்டு வரணும்னாலும், 3 மணி நேரமாயிடும். அதுக்குள்ள நாம் ஆடி முடிச்சிட்டு புறப்பட்டுப் போயிடலாம்!

"பக்கத்திலே ரோந்து போய்கிட்டிருக்கிற போலீஸ் சுற்றி வந்திருச்சுன்னா?"

"அப்படின்னா ஒரு யோசனை பண்ணுவோம். எல்லாத்தையும் ரெடி பண்ணி வச்சிகிட்டு ஒரு 30 நிமிஷம் ஆடிட்டுப் போயிடலாம்." ஆடியே தீருவதென்று வீரப்பன் பிடிவாதமாக இருந்ததால் சிவாவிடம் எல்லாவற்றையும் ரெடிபண்ணச் சொன்னேன். ஆனாலும் என் மனது அதில் முழுமையாக ஈடுபடவில்லை.

வீரப்பன் தனது வழக்கமான உடையை கழற்றி வைத்தான். தோட்டாக்களை சட்டையின் உள்பக்கத்துடன் இணைத்து வைத்திருப்பதை பார்க்க முடிந்தது. வழக்கமான சட்டைக்குள் இன்னொரு சட்டையும் அணிந்திருந்தான். அந்த சட்டையையும்,

கைவியையும் அணிந்துகொண்டு ஆட்டத்திற்கு தயாரானான். அவனது கூட்டாளிகளும் வேறு உடைகளை அணிந்து கொண்டனர். ஒவ்வொருவரும் கையில் கர்சீப்பை பிடித்தபடி ஆட்டத்திற்கு தயாராகிவிட்டனர்.

மாரியம்மன் கோயிலில் ஆடப்படும் அந்த ஆட்டம் 32 தாளங்களைக் கொண்டதாம். தப்பாட்டம் என்றழைக்கப்படும் ஆட்ட வகையை ஒத்திருக்கும் இந்த ஆட்டத்தில் வீரப்பன் கெட்டிக்காரன் என்பதை அறிந்தபோது நமக்கு ஆச்சரியமாக இருந்தது. மிருகவேட்டை, மரக்கடத்தல், கொலை போன்ற செயல்கள்ளை தொழிலாக செய்து கொண்டிருப்பவனிடம் இப்படியொரு கலையுணர்வா? என நான் யோசித்துக் கொண்டிருந்தபோது வீரப்பன் பேசினான்.

“ஆசிரியரே.... கேசட்டில் பாட்டு போடுறதுக்குப் பதிலா நிஜமாகவே ஆறேழு பேர் வாசிச்சாங்கன்னா ஆடுறதுக்கு நல்லா இருக்கும்.”

“இவ்வளவு தூரத்துக்கு ஆட்களை கூட்டி வர முடியுமா? என்ன?”

“நீங்க நாலு நாள் இங்கே இருந்தால் கொண்டு வந்திடுவேன்”

“வேற வினையே வேண்டாம்.... நீங்க இப்படியே ஆடுங்க”

“மேளம் அடிக்கிறதை பார்த்துகிட்டே ஆடினால்தான் இன்னும் நல்லா இருக்கும்.”

வீரப்பன் பேசிக்கொண்டிருக்கும்போது குறுக்கிட்ட சேத்துக்குளி கோவிந்தன், “அண்ணன்கூட நாங்க ஆடினால் அவர்தான் ஜெயிப்பாரு” என்றான்.

அதைக்கேட்ட வீரப்பன், “எதுவுமே பயிற்சி தாங்க ஆசிரியரே... இவனுங்களுக்கு துப்பாக்கி எடுத்து சுடுவதற்கு மட்டும்தான் தெரியும். தினமும் ஆடி பயிற்சி எடுத்துக்குங்குடான்னு சொன்னா கேட்கிறதேயில்லை” என்றான் சிரிப்புடன்.

கேசட்டில் இசை ஒலிக்க ஆரம்பித்தவுடன் வீரப்பன் அவன் கூட்டாளிகளும் இசைக்கேற்ப அடிவைத்து சமதளமாக இருந்த இடத்தில் ஆட ஆரம்பித்தனர். கூட்டாளிகளும் ஒருவனுக்கு மட்டும் ஆட்டம் பிடிபடாததால் அவன் ஒதுங்கிக்கொள்ள, மற்றவர்கள் நேர்த்தியாக ஆடுவதைப் பார்க்கையில் ஆச்சரியமாக இருந்தது. நான அதைப பார்ப்பதற்கு வசதியாக, மேடை மாதிரி ஒரு செட்டப் செய்து முதலில் யோசித்த நான், அதன் பிறகு இன்னொரு கோணத்தில் யோசித்தேன்.

கர்நாடக அதிரடிப்படைக்கும், வீரப்பன் ஆட்களுக்கும் நடந்த சண்டையில் சேத்துக்குளி கோவிந்தனின் காலில் கடுமையான அடிபட்டுவிட்டதாக கர்நாடகா போலீஸ் பரப்பிய

செய்தி பொய் என்பதை மக்களிடம் போட்டுக் காட்டுவதற்கு ஆதாரமாக அந்த ஆட்டம் அமைந்துவிட்டது.

வீரப்பன், சேத்துக்குளி கோவிந்தன், மாதேஸ் மூவரும் ஒயிலாட்டம் ஆடினாலும் அவரிகளில் வீரப்பன்தான் முழுமையாக ஆடினான். ஒவ்வொரு தாளமும் 5 நிமிடம் நீடித்தது. அதற்கேற்ற மாதிரி அடிவைத்து வீரப்பன் ஆடியபோது பிரமிப்பாக இருந்தது. தாளத்தின் முடிவில் தரையில் உட்கார்ந்த வேகத்தில் ஜிவ்வென்று எழுந்தது, அநாயாசமாக சுழன்று பிறவிக் கலைஞனைப்போல் ஆடிய வீரப்பனுக்கு கொஞ்சம்கூட களைப்பு ஏற்படவில்லை.

ஏழாவது தாளம் முடிந்ததும் சேத்துக்குளி கோவிந்தனும் மாதேஸும், "அண்ணே... சலங்கை கட்டிகிட்டு ஆடலாம்" என்றனர்.

"சலங்கையா?" என்று நான் கேட்டுக்கொண்டிருந்தபோதே சின்னதோல் பையிலிருந்து மூன்று செட் சலங்கைகளை எடுத்து கட்டிக்கொள்ளத் தொடங்கினர். "ஏற்கெனவே போலீஸ் தொந்தரவு அதிகம். இதில் சலங்கையுமா?" என்று நான் கேட்டதும், "இதுதான் நல்லாயிருக்கும்" என்று சொல்லிவிட்டு சலங்கையை இறுக்கமாகக் கட்டிக் கொண்டான் மாதேஸ். நான் எந்தப் பக்கம் ஓட வசதியாக இருக்கும் என்று பார்த்து வைத்துக்கொண்டேன்.

கோவிந்தனும், மாதேஸும் சலங்கைகட்டி ஆடத் தொடங்கிய இரண்டு நிமிடத்தில் வீரப்பனும் அவர்களுடன் சேர்ந்து கொண்டான். 'கலீர்.... கலீர்' என சலங்கை சத்தம் ஒலித்தது. எட்டு தாளம் முடிந்து விட்டதை, சிவா நினைவு படுத்தியதும், "எட்டோடு போனா முட்ட வைக்கும்" என்று சொல்லிவிட்டு இன்னொரு தாளத்துக்கு தனியாக ஆடத் தயாரானான் வீரப்பன். படுவேகமான அந்த ஆட்டம், கண்களை இமைக்க விடாமல் செய்துவிட்டது. என் துண்டை இரவல்கேட்டு வாங்கி, தன் தலையில் கட்டிக்கொண்ட அவன் ஆடத்தயாரானபோது தம்பி சிவாவிடமிருந்து வீடியோ கேமராவை நான் வாங்கி இயக்கத் தொடங்கினேன். ஸ்டில் கேமராவை சிவா இயக்கினார்.

கால் சலங்கை பலமாக ஒலிக்க, படுவேகமாக பம்பரம் போல் சுழன்று சுழன்று ஆடி, அசத்திவிட்டான் வீரப்பன். பொது மன்னிப்புக்கான பேச்சு வார்த்தை ஒரு புறம் நடந்து கொண்டிருக்க, இன்னொரு புறம் முன்னிலும் அதிகமாக அதிரடிப்படையினர் குவிக்கப்பட்டிருக்க, அந்த நேரத்திலும் துளியும் பயமின்றி மெய்மறந்து ஆடும் வீரப்பனை பார்க்க

வியப்பாக இருந்தது.

ஆட்டம் முடிந்ததும் அவனிடம் கேட்டேன், "இப்படி நீங்க ஆடுறதைப் பார்த்தால் போலீஸ்காரங்க கோபப்பட மாட்டாங்களா? நாம அவனை பிடிக்க வந்திருக்கோம். அவன் என்னடா இப்படி ஆட்டம் போட்டு கிட்டிருக்கானேன்னு நினைக்க மாட்டாங்களா?"

ஏன்.... அவங்க மட்டும் நைட்ல தானம் போட்டுகிட்டு ஆட்டம் ஆடுறாங்களே... அவங்க கேம்ப்பிலிருந்துதான் நமக்கு தகவல் வருதே" சட்டென்று பதில் சொன்னான் வீரப்பன்.

அடுத்து ஐந்து நிமிடத்தில் நாம் புறப்படத் தயாரானோம். கிராமங்களில் முறுக்கு, மிட்டாய் வைத்து எடுத்து செல்வதற்காக பயன்படுத்தப்படும் பையில் வீடியோ கேமராவை வைத்துக்கொண்டு கிளம்பினோம். வீரப்பன் கூட்டாளிகளும் கிளம்பினர். அப்போது வீரப்பன் எதையோ கூர்ந்து கவனிக்கத் தொடங்கினான்.

"என்ன பார்க்குறீங்க?" என்று கேட்டேன்.

"சுற்று வட்டாரத்திலே போலீஸ் நடமாட்டம் ஏதாவது தெரியுதான்னு பார்த்தேன்" என்றான். அரைமணி நேரத்திற்கும் மேலாக வீரப்பனும் அவன் ஆட்களும் ஆடியதால் அந்த இடம் முழுவதும் கட்டாந்தரைப்போல காட்சியளித்தது. "இதை வைத்து நீங்கள் இங்கேதான் இருந்தீங்கன்னு போலீஸார், கண்டு பிடித்துவிடமாட்டார்களா?" என்றேன்.

"நீங்க கேட்கிறது சரிதான். ஆனா, இனிமே நாங்க எதுக்காக இந்தப் பக்கம் வரப்போறோம்" என்றான். மாலை 6.15 மணி பயணத்தை தொடங்கினோம். சென்ற பாதையை விடவும். திரும்பி வந்த பாதையில் மரங்கள் மிகவும் அடர்த்தியாக இருந்தது. யாரும் அடையாளம் கண்டுபிடித்துவிட முடியாதபடி இருட்டாக இருந்தது. இந்த இடத்திற்கெல்லாம் அதிரடிப் படையினர் வந்து வீரப்பனை பிடிக்க சாத்தியமேயில்லை என புரிந்தது. அந்த அடர்த்தியான மரங்கள் நிறைந்த பாதையில் நடந்து வந்தோம். வீரப்பனும் பேசிக் கொண்டே எங்களுடன் வந்தான். ஏதேதோ கேட்டுக்கொண்டிருந்தவன் திடீரென, "ஆசிரியரே உங்ககிட்டே ஒண்ணு கேட்கணும்னு நினைச்சேன், வீடியோ புடிக்கும்போது கேட்க வேணாம்னு விட்டுட்டேன். அதை இப்ப கேட்கிறேன். உங்க புஸ்தகத்திலேதானே ஒரு நடிகைக்கு எய்ட்ஸ்னு செய்தி போட்டிருந்தீங்க.... யார் அந்த நடிகை?"

வழி மறித்தது யானைகள் கூட்டம்!

56

''பாதிக்கப்பட்ட அந்த நடிகையோட பெயரை இதுவரைக்கும் நாங்க வெளிப்படையா தெரிவிக்கவேயில்லை. அவங்க மனம் புண்படக் கூடாதுங்குகிறதாலதான் பெயரை வெளியிடலை. நீங்க எதுக்கு நடிகைகளைப் பற்றி கேட்குறீங்க'' என்று நான் சொன்னதும், ''ஆமா... ஆமா... நடிகை பெயரெல்லாம் எனக்கெதுக்கு. ஏற்கெனவே ஒரு நடிகையைப் பற்றி சொன்னேன். 1 கோடி ரூபா நஷ்ட ஈடு கொடுன்னு அந்த புள்ளையும் கேஸ் போட்டுச்சு'' என்று சொல்லிவிட்டு சிரித்தான் வீரப்பன்.

நக்கீரனில் வெளியான நடிகைக்கு எய்ட்ஸ் பற்றிய செய்தியை முழுமையாகப் படித்திருந்த வீரப்பன், ''எல்லாம் இந்த அரசியல்வாதிகளால வருது. இவனுக சம்பாரிக்கிறதுக்காக பாவம் சினிமா நடிகைகளையெல்லாம் அவங்கூடப்போ, இவங்கூடப் போன்னு அதிகாரத்த வச்சு மிரட்டி காரியத்தை முடிச்சுக்கிறானுங்க. பாவம் அந்த புள்ளைங்க. என்ன பாடுபடும். எத்தனை முன்னாள் மந்திரிங்களுக்கு எய்ட்ஸ் இருக்குதோ?'' என்றான். எய்ட்ஸை முழுமையாக குணப்படுத்தக்கூடிய மருந்து எதுவும் இதுவரை கண்டுபிடிக்கப்படவில்லை என்று நாம் சொன்னதும், ''டவுன்ல வவுத்து பொழப்புக்காக 5, 10 சம்பாரிக்கிற பொண்ணுங்களையெல்லாம் போலீஸ்கார பசங்க ஒண்ணுவுடாம கற்பழிச்சானுங்க. டவுன்ல இப்ப வீரப்பனைப் பிடிக்கப் போறோம்ன்னு சொல்லிகிட்டு இங்க வந்து குடும்ப

பொண்ணுங்களை, அப்பாவிகளை பிடிச்ச கற்பழிக்கிறாங்க" என்றான் கோபமாக.

சிறிது நேரத்திற்குப்பின் பயணத்தை தொடரத் தயாரானோம். சகுனத்தை பார்க்கத் தொடங்கினான் வீரப்பன். மேற்கிலிருந்து பறவை ஒலி கேட்டது. இந்த வழியில் யானை இருக்கும் என்று சொல்லிவிட்டு சிறிது நேரம் யோசித்த வீரப்பன், "போகலாம்" என்றான். அந்த கும்மிருட்டில் நடப்பது மிகவும் சிரமமாக இருந்தது. என் வசமிருந்த சின்ன டார்ச் லைட்டைக்கூட ஒழுங்காக பயன்படுத்தமுடியவில்லை. வெளிச்சத்தைக் கண்டு அதிரடிப்படையினர் நெருங்கி விடக்கூடும் என்பதுதான் காரணம்.

ரப்பர் செருப்பணிந்து நடந்தாலும் விஷமுட்கள் அந்த செருப்பைத் துளைத்து பாதங்களை பதம் பார்த்தன. அடர்ந்திருந்த முட்புதர்களை வீரப்பனின் கூட்டாளி ஒருவன் துப்பாக்கி கட்டையால் விலக்கிக்கொள்ள நாங்கள் அதன் வழியாக சென்றோம். எந்த வழியாக செல்கிறோம் என்று தெரியாவிட்டாலும், உள்ளே வந்த வழியைவிட இது சுற்று என்பது புரிந்தது. பயணக்களைப்பு தெரியாதபடி வீரப்பன் பேசிக்கொண்டே வந்தான். தன்னுடைய கோரிக்கைகள் சம்பந்தமா அரசாங்கம் என்ன சொல்கிறது, பொது மக்கள் என்ன நினைக்கிறார்கள் என்பது பற்றியெல்லாம் கேட்டான்.

நள்ளிரவு 12 மணி வித்தியாசமான சத்தம் வந்தது. என்னவென்று நான் கேட்பதற்குள் வீரப்பனும் அதே போல சத்தம் போட்டான். அவன் பக்கத்தில் நின்ற எனக்கு அதிர்ச்சியாக இருந்தது. "எதுக்காக சத்தம் போட்டீங்க?" என்றேன். மொதல்ல ஒரு சத்தம் கேட்டதே, அது ஆண்மான், தன்னோட துணை எங்கேயிருக்குன்னு தெரிஞ்சுக்கிறதுக்காக சத்தம் போட்டது. அதனால்தான் நான் பெண் மான் மாதிரி சத்தம் போட்டேன். அது துணை பத்திரமா இருக்குன்னு நினைச்சுகிட்டு அந்த ஆண்மான் தைரியமா இருக்கும்" என்றான்.

சிறிது தூரம் சென்றதும் ஒரு யானை பிளிறியது. அதைத் தொடர்ந்து இன்னொரு யானை பிளிறியது. இப்படி தொடர்ச்சியாக பிளிறல்கள் அதிகமாகிக்கொண்டேயிருந்ததால் எனக்கு 'திக்' என்று ஆகிவிட்டது. கோவிந்தனையும் ரங்கசாமியையும் வீரப்பன் அழைத்தான். "நீங்க முன்னாடி போய்கிட்டேயிருங்க. யானை நிற்கிற மாதிரி தெரிந்தால் துப்பாக்கியோட அடிக்கட்டையால தரையில தட்டு. நான் தயாராயிடுவேன். ஜாக்கிரதை... பின்னாடி ஆசிரியரும் நிருபரும் வந்துகிட்டிருக்காங்க" என்று கூறினான்.

யானைகளைப் பற்றி அவன் கொடுத்த எச்சரிக்கைகளை, நமது பயத்தை மேலும் அதிகப்படுத்தின. வீரப்பன் என் பக்கம் திரும்பி, "ஆசிரியரே... மேற்கிலிருந்து சகுனம் கிடைக்கும்போது ஏதாவது இடைஞ்சல் வரும் நினைச்சேன். அதான் யானைங்க குறுக்கே நிக்குது. பயப்பட வேண்டாம். கூட்டமா யானைங்க நின்னாலும் ஒண்ணே ஒண்ணுதான் முன்னால் ஓடி வரும். நீங்க பயந்துடாதீங்க. நான் ஒரே போடாகப் போட்டு சாய்ச்சுடுவேன். ஒரு யானை விழுந்ததும் மற்ற யானைங்களெல்லாம் பிளிறிகிட்டு ஓடும் நீங்களும் நிருபரும் எனக்கு பின்னாடி நின்னுக்குங்க. ஜாக்கிரதை... பயந்து ஓடிடாதீங்க. யானை மிதிச்சுடும். நிக்கிற இடத்திலிருந்து ஒரு அடிகூட எடுத்து வைக்க வேண்டாம்" அவன் சொல்லச் சொல்ல பயத்தின் வலிமை கூடிக்கொண்டேயிருந்தது.

"விடிந்ததும் போகலாமா?" என்றேன்.

"விடிஞ்சாலும் யானைங்க எங்கே போகப்போகுது. இங்கேதான் நிற்கும்" என்றான் வீரப்பன். ஆபத்து வரும்போது தப்பித்து ஓடுவதுதான் மனித இயல்பு. வீரப்பனோ ஓடக்கூடாது என்கிறான். என்ன செய்வதென்று எனக்கு யோசனையாகி விட்டது. கொஞ்சதூரம் போனதும் கோவிந்தன் சட்டென நிற்க, அதே விநாடியில் துப்பாக்கியை நீட்டிப் பிடித்தான் வீரப்பன். எனக்கு 'பக்'கென்றாகிவிட்டது. திடீரென்று அவர்கள் இருவரும் உணர்ந்த 'கருப்பு வாசனை' மூலம் பக்கத்தில்தான் யானை கூட்டம் இருக்கிறது என்பதை தெரிந்து கொண்டனர்.

"கோவிந்தா, இப்படி போக வேண்டாம். இந்த தடத்திலே போகலாம்" என்று வேறு பாதையைக் காட்டினான் வீரப்பன். அந்த வழியாக நடக்கத் தொடங்கினோம். அங்கும் "புஸ் புஸ்" என்று யானைகள் மூச்சுவிடுவது என் காதில் விழுந்தது. யானைகள் நம் பக்கம் வந்துவிடக்கூடாது என்பதற்காக மிகவும் ஜாக்கிரதையாக காலடி எடுத்து வைத்தோம். பேசும் ஒலி கூட கேட்கக்கூடாது என்பதால் அனைவரும் வாயைப் பொத்திக்கொண்டு நடந்தோம் அந்த ஒவ்வொரு விநாடியும் என்னுள் பதட்டம் பரவிக்கொண்டிருந்தது இன்னும் பாதி தூரத்தைக்கூட கடக்கவில்லை. அதற்குள் இவ்வளவு சோதனைகளா? தொடர்ச்சியான நடையும் முதல் நாள் இரவு தூக்கமில்லாமையும் என்னை மிகவும் அயர வைத்துவிட்டது. எங்காவது சிறிது நேரம் தங்கிவிட்டுப் போகலாமா என்று நான் நினைத்தபோது அந்தப் பகுதியில நிறைய பாறாங்கற்கள் தெரிந்தன. "இந்தக் கல்லில் உட்கார்ந்து விட்டுப் போகலாமா" என்றேன். "ஆசிரியரே... அது கல் இல்ல, யானை சாணம்" என்றான் வீரப்பன்.

அப்படியென்றால் யானைகள் நிறைந்துள்ள பகுதியை நாம் இன்னும் கடக்கவில்லை. எந்த நேரத்திலும் ஆபத்து வரலாம். என்பதை நினைத்தபோது மேலும் திக், திக் என்றிருந்தது. ஆனால் வீரப்பனோ சர்வசாதாரணமாக, "நீங்க ரொம்ப களைச்சிட்டீங்க, கொஞ்ச நேரம் தங்கிட்டுப் போகலாம்" என்றான். உள்ளுக்குள் பதட்டம் வேறு வழியின்றி பெரிய பாறை ஒன்றின்மீது உட்கார்ந்தோம். அந்த நிலையில், ஒரு ஸ்டில் எடுத்தார் தம்பி சிவா. ஃப்ளாஷ் பட்டதும் திடுக்கிட்ட வீரப்பன், "நிருபரே... வேண்டாம். சுற்றி இருக்கிற மிருகமெல்லாம் வெளிச்சத்தைப் பார்த்துட்டு வந்திடும்" என்றான். "வெளிச்சம் பட்டால் எந்தெந்த மிருகம் வரும்" என்றேன். எல்லாம் வரும், காட்டுப்பன்னியிலிருந்து மான், புஸ்கோந்தி, யானை, பெருநரி (புலி) எல்லாம் வரும்" என்றான். அவன் சொன்னதைக் கேட்டதும் ரெஸ்ட் எடுக்கவே தயக்கமாக இருந்தது.

அவர்கள் படுப்பதற்காக சின்ன சைஸில் கோணி வைத்திருந்தார்கள். எனக்கு உரக்கோணி ஒன்றைக் கொடுத்தார்கள். விரித்துப் படுத்தேன். அவர்களும் படுக்கத் தயாரானார்கள். அதற்கு முன், பாதுகாவலுக்கு யார் என்ற கேள்வி வந்தது. மாதேஸ் முன் வந்தான். படுப்பதற்கு முன்பாக வீரப்பன் எழுந்து நின்று சுற்றிலும் பார்வையை செலுத்தினான். ஆபத்திற்கான அறிகுறி இல்லை என்பது தெரிந்ததும் திரும்ப வந்து உட்கார்ந்து "இந்த மாதேஸ் செய்த கதை என்னன்னு தெரியுமா?" என்று ஆரம்பித்தான். "நாலு நாளுக்கு முன்னாடி இப்படித்தான் ஒரு இடத்திலே படுத்திருந்தோம். எல்லோரும் தூங்கிட்டோம். அப்ப சரக் சரக்னு சத்தத்ம கேட்டதும் பெருநரிதான் வந்திருக்குன்னு நினைச்சு இவன் எழுந்திருச்சுப் போய் தேட ஆரம்பிச்சிட்டான். கோவிந்தனும் பின்னாடியே போயிருக்கான். ரெண்டு பேரும் தேடிகிட்டிருந்தப்ப ஏதோ ஒண்ணு காலிலே தட்டுப்பட்டிருக்கு. குனிஞ்சு பார்த்தால் 15 அடி நீளத்துக்கு பெரிய மலைப்பாம்பு "அதுவும் இங்கே உண்டா?" எனது திகைப்பு அதிகமானது. "அப்பப்ப வரும்... இவனுங்க ரெண்டு பேரும் என்னை எழுப்பாமல் அவங்களே அந்தப் பாம்பை கொன்னு அதை கூறுபோட்டு பெரிய பள்ளத்திலே தள்ளிவிட்டுட்டாங்க. கோவிந்தா, அது எத்தனை கிலோ இருக்கும்?"

"100 கிலோ இருக்கும்ணே" என்றான் கோவிந்தன்.

"அதை ஏண்டா சுட்டுக் கொன்னீங்க. அந்த இடத்திலே விட்டால் அது பாட்டுக்குகிடக்கும். எங்கே ஓடப்போகுது. அதைக் கொல்லாமல் இருந்தால் இன்னைக்கு அதோட தலையை

திருகிக் கொன்னுட்டு, அதை அப்படியே தோளில் போட்டுகிட்டு ஒரு போட்டோ எடுத்திருக்கலாம்ல'' என்றான் வீரப்பன். மலைப்பாம்பு கதையை சொல்லிவிட்டு அவர்கள் தூங்கிவிட்டாலும் எனக்கு தூக்கமே வரவில்லை. தம்பி சிவா கண்ணயர்ந்து விட்டார்.

கொட்டும் பனியில் கொட்ட கொட்ட விழித்துக் கொண்டிருந்தேன். காட்டுக்குள் வருவதற்கு முன்பு ஈரோடு நண்பரிடம் பேசியதெல்லாம் நினைவுக்கு வந்தது. நான் வியாழக்கிழமை மதியத்திற்குள் வந்துவிடுவேன். அப்படி வரலைன்னா ஒண்ணு, என்னை கர்நாடக அதிரடிப்படை அரெஸ்ட் பண்ணிட்டுப் போயிருக்கும். இல்லேன்னா, சுட்டுக் கொன்னிருப்பாங்க. இரண்டிலே ஒண்ணுதான் நடக்கும். நான் வர்றதுக்கு லேட் ஆயிடுச்சுன்னா நாலுபேருக்கு ஃபோன் பண்ணிடுங்க. முதலில் என் வீட்டுக்கு ஃபோன்பண்ணுங்க. அடுத்ததா நம்ம அட்வகேட் பெருமாளுக்கு தகவல் சொல்லிடுங்க. கடைசியா மைசூருக்கு ஃபோன் பண்ணி அங்கேயிருக்கிற நம்ம ரிப்போர்ட்டர் ஜெயப் பிரகாஷ் கிட்டே சொல்லி, மைசூரில் நம் கேஸைப் பார்க்கிற வக்கீலுக்கு நியூஸ் கொடுக்கச் சொல்லிடுங்க, என்னை சுட்டுவிட்டு பழியைத் தூக்கி வீரப்பன் மேலே போட்டுட்டு, பொதுமன்னிப்பு கோரிக்கையை

கைகழுவிவிடுவாங்க" என்று நான் சொல்லச் சொல்ல, ஈரோடு நண்பரின் கண்களிலிருந்து தாரை தாரையாக நீர்வழிந்து கொண்டிருந்தது. "அப்படியெல்லாம் எதுவும் நடக்காது. நீங்க போயிட்டு வாங்கண்ணே" என்றார் அவர். அந்த நிகழ்ச்சியை நான் நினைவு படுத்தியபடி விழித்துக்கொண்டிருந்த நேரத்தில் மாதேஸ் என்னைப் பார்த்துட்டு, "அண்ணே இன்னுமா முழிச்சிக்கிட்டிருக்கீங்க" என்றான்.

"யானை தொந்தரவு இருக்குமா?"

"இப்ப இருக்காது... இந்த துப்பாக்கி மருந்து வாடைக்கு

எல்லாம் ஓடிடும்'' என்றான்.

நான் களைப்பு மிகுதியால் என்னையுமறியாமல் கண்ணயர்ந்தேன். நான் தூங்கத் தொடங்கியதும் தன்னை எழுப்புமாறு மாதேஸிடம் சொல்லியிருக்கிறார் தம்பி சிவா. அதன்படி சிவாவை மாதேஸ் எழுப்ப, பாறையில் நான் தூங்குவதை அப்படியே ஸ்டில் எடுத்திருக்கிறார்.

அதிகாலை 5 மணிக்கெல்லாம் மீண்டும் பயணத்தை தொடர்ந்தோம். சிறிது நேரத்தில் வீரப்பன் எங்களிடமிருந்து விடைபெறத் தயாரானான். "கலைஞர் அய்யாகிட்டே மறுபடியும் என்னோட கோரிக்கையைச் சொல்லுங்க. பிரதமருக்கும், கர்நாடக முதல்வருக்கும் நான் பேசியிருக்கிறதை அவங்க பார்க்கிற மாதிரி செய்யுங்க. சீக்கிரமா நல்ல செய்தி கிடைக்க ஏற்பாடு பண்ணுங்க'' என்று கூறி, கைகூப்பி கும்பிட்டு விடைபெற்றான்.

கோவிந்தனும், மாதேஸூம் எங்களுடன் வந்தனர். காட்டுப்பகுதியில் உள்ள பாறைகளும், மரங்களும்தான் அவர்களின் வரைபடம் அதைவைத்து, பாதையை கண்டுபிடித்துக்கொள்கின்றனர். அடர்த்தியான முட்புதர்கள் நிறைந்திருந்ததால் குனிந்து குனிந்து வந்தோம் கடுமையாகப்

பசித்தது. காட்டில் கிடைத்த புளியம்பழத்தை சாப்பிட்டுக் கொண்டே பசியை மறக்க முயன்றேன். 12 மணி முதல்தான் வீரப்பனை எங்கு சந்தித்தோமோ அந்த இடத்திற்கு வந்து சேர்ந்தோம். மாதேஸூம் கோவிந்தனும் விடைபெற்றுக் கொண்டனர்.

அதன்பிறகு, நமது பயணம் தொடர்ந்தது. அதிரடிப் படையினரின் பார்வையில் மாட்டிக்கொள்ளக்கூடாது என்பதால் மறைந்து மறைந்து வந்தோம். மலைப்பகுதி கிராமத்தை அடைந்தபோது இரவு 7 மணி. வைக்கோல் போருக்குள் பத்திரமாக இருந்த டூவீலரை எடுத்துக் கொண்டு ஈரோடு நோக்கிப் பயணித்தோம். வழியில் ஒரு பூத்திலிருந்து தம்பிகளுக்கு பேஜர் மூலம் தகவல் கொடுத்தேன். "SUCCESSFUL ATTEMPT RETURN BY YERCAUD EXPRESS" என்பதுதான் அந்தத் தகவல். ஈரோட்டை அடைந்ததும் நமது நண்பர் ரொம்பவும் மகிழ்ச்சியடைந்தார். பெரிய சுமையை மனதிலிருந்து இறக்கி வைத்ததுபோல் அவர் காணப்பட்டார்.

வீட்டை நோக்கிப் புறப்பட்டபோது எனக்குள் தயக்கம். காரணம், இந்த முறையும் காட்டுக்குப் போவது பற்றி வீட்டில் தெரிவிக்கவில்லை.

அம்மாவுக்கு தெரியாமல் செகண்ட் ஷோ பார்த்துவிட்டு நள்ளிரவில் திரும்பி வந்து வீட்டுத்திண்ணையில் நைஸாக படுத்துக்கொள்ளும் மாணவனைப் போல் நானும், பூனைபோல் வீட்டுக்குள் நுழைந்து, சட்டெனப் போய் படுத்துக்கொண்டேன். காலை 8.30 மணிக்கு என் மகளை பள்ளியில் கொண்டுபோய் விடுவதற்காக என் மனைவி புறப்பட்டுச்சென்ற நேரத்தில், நான் வேகமாக கிளம்பி ஆபீசுக்கு வந்துவிட்டேன். அந்த 'த்ரில்' பயணம் பற்றி மனைவியிடம் பேச இன்றுவரை 'தில்' வரவில்லை.

57 நான் சந்தித்த தோல்விகள்...

"நான் ஏன் இந்தக் காரியத்தை மடத்தனமாகக் கையில் எடுத்துக் கொண்டேன்."

முதல் முறையாக நான் செய்யத் துணிந்த அந்தக் காரியத்துக்காக மனதுக்குள் என்னை நானே கடிந்துகொண்டேன். வெறுப்பும் விரக்தியும் கோபமும் எரிச்சலும் பதற்றமுமாக ஒரு கலவை உணர்ச்சியில் கொந்தளித்துக்கொண்டி ருந்தேன்.

இடம்- 16,000 சதுர கிலோமீட்டர் பரப்பளவுள்ள 'வீரப்பன் காட்டில்' ஏதோ ஒரு இருட்டு மூலை. இரண்டாவது முறையாக நான் அரசுத் தூதுவனாக போயிருந்த சமயம்.

வழக்கமாக 'வாங்க ஆசிரியரே' என்று இணக்கமாக வரவேற்கும் வீரப்பன் அன்று இல்லை. அவன் முகமும் குணமும் மாறியிருந்தது. வாயைக்கூடத் திறக்காமல் தூர இருந்து வெறும் விரலசைப்பில் என்னை அருகே வரச்சொன்ன விதம் எனக்கு விபரீதமாகப் பட்டது.

அடுத்த விபரீதம், அவன் பிணைக்கைதிகளை சங்கிலியால் கட்டி, ஒரு மூட்டைபோல போட்டிருந்தது. என்னைப் பார்த்த மாத்திரத்தில் அந்த ஒன்பதுபேரும் கதறிக்கொண்டு காலில் விழுந்தபோதுதான் அப்படித் தோன்றியது. நான் ஏன் இந்தக் காரியத்தை கையில் எடுத்துக் கொண்டேன்?

ஜூலை 27-ந் தேதி வீரப்பனுக்குப் பொதுமன்னிப்பு சாத்தியமில்லை என்று இரு மாநில அரசுகளும் முடிவு செய்து ரேடியோவில் அறிவித்ததுதான் விபரீதத்துக்குக் காரணம்.

செய்தி கேட்டதிலிருந்து வீரப்பன் மிருகமாக மாறத் தொடங்கிவிட்டிருந்தான்.

ஒன்பது பேரில் ஒருவர் ராஜு, கிட்டத்தட்ட மரணப் படுக்கையில் கிடக்க, மீதி எட்டுபேரில் இருவரைப் பிடித்து தரதரவென்று ஒரு பாறைக்கு இழுத்துப் போயிருக்கிறான் வீரப்பன்.

"உங்களை வெட்டி, தலையை ரோட்ல வெச்சாதாண்டா உங்க அரசாங்கத்துக்கு புத்தி வரும்."

அவன் கத்தியைத் தீட்டவும் அவகாசம் தராமல் உடனிருக்கும் சகா ஒருத்தன் நல்ல புத்தி சொல்லி, சற்றுப் பொறுமை காக்கச் சொல்லி அமைதிப்படுத்தியதால்தான் அந்த இருவரின் தலை தப்பியது. இது அவர்களே என்னிடம் சொன்னது. எனக்கு வீரப்பனின் கோபத்துக்கான காரணம் புரிந்தது.

சட்டப்படி பொதுமன்னிப்பு வழங்க இயலாததற்குக் காரணங்களோ, ஒரு குற்றவாளி தண்டிக்கப்பட்டுத்தான் ஆகவேண்டும் என்பதில் இருவேறு கருத்துகள் இருக்க முடியாது என்பதோ, யாரும் மறுப்பதற்கில்லை தான். ஆனால் ஒன்பது உயிர்கள் அவன் பிடியில் ஊசலாடிக்கொண்டிருக்கும்போது, அவனைச் சீண்டிவிடும் விதமாக, அப்படி பகிரங்கமாக அதை ரேடியோவில் அறிவித்திருக்க வேண்டாம் என்றுதான் எனக்குத் தோன்றியது. இந்தச் சம்பவம்தான் அந்த ஒன்பதுபேரை எப்படியாவது மீட்டுவிட வேண்டும் என்கிற வெறியையும் எனக்குத் தந்தது.

"இதோ பார்! பொதுமன்னிப்பெல்லாம் சட்டப்படி சாத்தியமில்லை. செஞ்ச தப்புக்கு தண்டனை அடைஞ்சுதான் தீரணும். இப்ப மக்களோட ஒட்டுமொத்தப் பார்வையும் உங்க மேல இருக்குது. இந்த ஒன்பது பேரை என்ன செய்யப் போறீங்கங்கிறது தான் எதிர்பார்ப்பு..."

-இப்படி நான் அடிமேல் அடியாக வைத்து நான் அவனுக்கு உண்மை நிலையை விளக்க முற்பட்டபோதுதான் ஒரு 'த்ரெட்' கிடைத்தது.

ஐந்து கோடி பணம் கேட்டான் வீரப்பன்.

"பணமோ, மன்னிப்போ ரெண்டுல ஒண்ணு மட்டும்தான் எதிர்பார்க்கலாம். உனக்குப் பணம்தான் வேணும்னா அது சுலபம். நான் போயிட்டு பத்துநாள்ல திரும்பி வரேன். ஆனா அதுவரைக்கும் இவங்க பாதுகாப்புக்கு உத்தரவாதம்? இதோ சாகக்கிடக்கிறானே... இவன் கதி?"

"செத்தா செத்துட்டுப் போவட்டும்."

அலட்சியமாகச் சொன்னான் வீரப்பன்.

வீரப்பன்

“இந்தா பார்! உன்பக்க நியாயங்கள் எப்படி மக்களுக்குப் போய்ச் சேரணும்னு நினைக்கிறியோ, அதேபோல இப்படி நீ அநியாயமா நடந்தாலும் நான் எழுதிடுவேன். சம்மதமா?'' என்றேன் கறாராக.“எளுதிடுவியா?”

“நிச்சயமா எழுதுவேன். நான் ஒரு பத்திரிகைக்காரன். ரெண்டு பக்கமும் உள்ளதை எழுதறதுதான் என் வேலை.”

ஓரிரவு முழுக்க யோசித்து மறுநாள் ஒரு கைதியை மட்டும் விடுவித்து என்னுடன் அனுப்பினான் வீரப்பன்.

வீரப்பன் ஐந்துகோடி கேட்டதை நான் அரசிடம் தெரிவித்தபோதே மனதுக்குள் ஒரு முடிவுக்கு வந்திருந்தேன். அரசு ஒருவேளை அதற்கு ஒப்புக்கொண்டாலும் ‘பணத்துடன் சத்தியமாக நான் மறுபடி போவதில்லை’ என்பதுதான் அது.

பணம் தருவதென்பது சரியான அணுகுமுறை இல்லை என்பது ஒருபுறம் இருக்க... நான் அதைக் கொண்டுபோனால், உனக்கு எத்தனை கமிஷன் என்ற கேள்வி எழுந்துவிடுமே?

சரி... ஒரு தலையை மீட்டதுடன் நம் வேலை முடிந்தது என்று என்னை நானே சமாதானப்படுத்திக்கொண்ட சமயம்...

பணம் கொடுப்பதற்கில்லை என்று அரசு அறிவித்துவிட்டது. வழக்கம்போல பகிரங்கமாக. சுதந்திரப் பொன்விழா தினத்தை அந்த எட்டு பேர் உயிருக்கும் கெடு தினமாக சொல்லியிருந்தான் வீரப்பன்.

‘அறிவிப்புகளை மட்டும் தயவுசெய்து அடக்கிவாசியுங்கள். அவனைச் சீண்டிவிட வேண்டாம்’ என்கிற என் வேண்டுகோள் எடுபடாமல் போயிற்று.

வேறு வழியில்லாமல் நான் அவசர அவசரமாக வீரப்பனுக்கு ஒரு கடிதம் எழுதினேன்.

“இரண்டு தரப்பிலும் முரட்டுப் பிடிவாதம் பிடிக்கிறீர்கள். நடுவில் எட்டு உயிர்கள் ஊசலாடிக்கொண்டிருக்கின்றன. அரசு தரமறுத்த பணத்தை, மக்கள் தரத்தயாராயிருக்கிறார்கள். இப்போது நீ ஒரு பணவெறியன் என்கிற உணர்வு மட்டும்தான் அவர்களுக்கு எழுந்திருக்கிறது.

ஏதாவது விபரீதம் செய்து ஒட்டுமொத்த வெறுப்பையும் சம்பாதித்துக்கொள்வதற்கு முன் கொஞ்சம் யோசி. எட்டுபேரை நீ உயிருடன் விட்டால் மக்கள் மத்தியில் உன் மதிப்பு எப்படி உயரும் என்று யோசித்துப் பார்.”

-இப்படி ஒரு கடிதம் எழுதி, அதை ரேடியோவில் படிக்கச் செய்ய யோசனை வந்ததுதான் பெரிய விஷயம். என் வெற்றியின் ஆரம்பம் இது. அதைப் பூரணமாக முடித்து வைத்தது வீரப்பன் அல்ல; கர்நாடக முதல்வர் ஜே.எச்.பாட்டீல்.

வீரப்பனுக்கு அவனைப் பற்றிய தகவல்கள், பத்திரிகைச் செய்திகள், அரசியல்வாதிகளின் அறிக்கைகள் எதுவாயினும் உடனுக்குடன் போய்ச் சேர்ந்துவிடும். அதற்காக அங்கே கிராமப்புறங்களில் ஒரு கோஷ்டியே இயங்கிக் கொண்டிருக்கிறது. அவனே தவறாமல் ரேடியோ கேட்பவன்தான் என்பதாலும், அந்தத் தகவல் மனிதர்களின் உடனடி அறிவிப்பாலும் எனது இந்தக் கடிதம் அவனை விரைவாக எட்டி, ஆகஸ்ட் 16 அன்று இரவு எனக்கு அவனிடமிருந்து ஒரு கேஸட் வந்தது.

'சரணடைகிறேன். பணம் கேட்டது எனக்காக அல்ல. மக்களுக்காக...' என்ற அந்த விவரங்களெல்லாம் எல்லாருக்கும் தெரியும்.

எப்படியும் எட்டுபேரை மீட்டுவிடலாம் என்கிற நம்பிக்கையை மீண்டும் என்னுள் விதைத்தது அந்த கேஸட்தான். உடனடியாக அரசை தொடர்புகொண்டு விவரம் சொல்லி, அவனது கோரிக்கைகளில் சிலவற்றை (9) நிறைவேற்றுவதாக உறுதி வாங்கிக் கிளம்பும்போது பிரச்சினை வேறு விதத்தில் கண்ணை உருட்டி விழித்தது.

எனக்குக் காட்டுக்குள் போவதில் இருந்த பயங்கரத்தைவிட வீரப்பனை சந்திப்பதில் இருந்த சவாலைவிட வேறொரு விஷயத்தில்தான் பெரிய சிக்கல் இருந்தது.

அது... போலீஸ்!

நூற்றுக்கணக்கான போலீஸார், வீரப்பன் தேடுதல் வேட்டை என்ற பெயரில் அங்கே மலைப்பகுதிகளில் கூடாரமிட்டு சுகவாழ்க்கை வாழ்ந்துகொண்டிருக்கிறார்கள். எத்தனை கோடி பணம் அவர்களுக்காக ஒதுக்கப்படுகிறது; எத்தனை வசதிகள்... சுக சௌகரியங்கள். வீரப்பன் மாட்டிவிட்டாலோ அத்தனையும் போய்விடுமே.

ஆகவே என்னை வழியிலேயே மடக்கி, தீர்த்துவிடுவது என்று அதிரடி போலீஸ் தரப்பில் முடிவு செய்திருப்பதாக எனக்கு ஒரு இன்ஃபார்மர் மூலம் தகவல் வந்தது.

எனக்குத் தகவல் தந்த அந்த இன்ஃபார்மர் ஒரு தொலைபேசித்துறை ஊழியர். போனில் போலீஸ்காரர் பேசியதைக் கேட்டு, அங்கிருந்த என் நிருபர் மூலம் தகவல் சொன்ன அந்த இளைஞர் என்ன ஆனார் தெரியுமா?

அவரைக் கண்டுபிடித்துவிட்ட போலீஸார், உயிர்போகும் அளவுக்கு அடித்து, ஓடையில் வீசிவிட்டார்கள். இறந்துவிட்டதாக நினைத்து, அதிர்ஷ்டவசமாக உயிர்தப்பிய அவர் இன்றும் கோயமுத்தூர் மருத்துவமனையில் சிகிச்சை பெற்று வருகிறார்.

போலீஸாரின் திட்டம் இதுதான். வீரப்பனால் பாதிக்கப்பட்ட கிராமங்களுள் ஒன்று கெத்தேசல்.

இந்த கெத்தேசல் கிராமத்தவரால்தான் வீரப்பனின் மனைவி போலீஸிடம் பிடிபட்டாள். அந்த ஆத்திரத்தில்... இந்தக் கிராமத்தைச் சேர்ந்த ஏழுபேரை கொன்று தீர்த்தான் வீரப்பன். வீரப்பனை எப்படியாவது பழிவாங்க வேண்டும் என்று காத்திருந்த இந்த கிராமத்தவர்களைக் கொண்டே என்னை கொல்ல வழி தீட்டியது போலீஸ். இந்தத் திட்டத்துக்குப் பிள்ளையார் சுழி போட்டது, அங்கே அதிரடி போலீஸ் பிரிவின் எஸ்.ஐ.யாக இருந்த மோகன்நவாஸ்.

நான் மூன்றாவது முறையாக அரசு தூதுவராக கிளம்பி விட்ட நேரத்தில் சத்தியமங்கலத்திலிருந்து என் நிருபர் மூலம் இந்த ரகசியத் திட்டம் எனக்கு வந்து சேர, "நான் போகவில்லை என்று சி.எம்.மிடம் சொல்லிவிடுவோம்" என்று தெரிவித்தேன்.

முதல்வர் விஷயமறிந்ததும் அதிர்ச்சிகொண்டார். எட்டுபேர் மீளப்போகிறார்கள் என்பது ஒருபுறமிருக்க, போனஸாக வீரப்பனும் சரணடைய முன்வந்திருக்கிறான் என்பது சாதாரண விஷயமா?

"உங்களுக்கு என்ன உதவி வேண்டும் சொல்லுங்கள்" என்று கூறிய முதல்வர் இவருக்கு அந்த கைத்துப்பாக்கி கொடுங்கள் என்று உதவியாளரிடம் சைகை மூலம் எடுத்து வரச் சொன்னார். நான் ''யாருக்கு என்றேன். கலைஞர் ''உங்களுக்குத்தான் பாதுகாப்புக்கு இந்த போலீசை என்னால் நம்ப முடியவில்லை. எதற்கும் பாதுகாப்புக்கு எடுத்துச் செல்லுங்கள்" என்றார்.

நான் "அப்படியே கழுத்தில் ஒரு மாலையை போடுங்க போயிடறேன்" என்றேன்.

உடன் கலைஞர், "நான் சீரியஸாகத்தான் சொல்கிறேன். உங்க உயிர் எங்களுக்கு முக்கியம்" என்றார்.

நான், "அண்ணே, எனக்கு துப்பாக்கி லைசென்ஸ் இல்லை. அடுத்து துப்பாக்கி சுடவும் தெரியாது. அத விடுங்க. திடீர்னு துப்பாக்கியோட காட்டுக்குள் போனா... வீரப்பன் என்ன நினைப்பான்... அத விட அவன் கூட இருக்கிற சேத்துக்குளி கோவிந்தன் எதுவும் கேட்கவே மாட்டான் முரடன். படார்னு எடுத்து சுட்ட பிறகுதான் என்னன்னு விசாரிப்பான்.

சரி அதையும் நான் சமாளிச்சுட்டேன்னு வைச்சுக்குங்க. வீரப்பன் ஐந்து கோடி கேட்டான். பிறகு அதுவும், மக்களுக்காகத்தான் கேட்டேன் என்று கூறிவிட்டான் என்று முந்தைய பக்கங்களில் கூறியிருக்கிறார் ஆசிரியர். நான் இல்ல கொண்டு வரவில்லைன்னு சொன்னா, சரி சரி அந்த துப்பாக்கிய

குடு... இந்த மாதிரி துப்பாக்கி நம்மட்ட இல்ல. அத குடுத்துட்டு இவங்கள கூப்பிட்டு போன்னு சொன்னா நான் என்ன பண்ணுறது.

சரி அதையும் விடுங்க. அந்த 8 பேர் ஏய்யா எங்களுக்காக அந்த துப்பாக்கிய தர மாட்டியா? எங்க உயிர் முக்கியம் இல்லையான்னு கேட்டா? நான் என்ன சொல்ல...

சரி அதையும் விட்டுருவோம். வீரப்பன் நான் குடுக்கலன்னாலும்... புடுங்கிட்டு 8 பேரை என்னோட அனுப்புறான்னு வச்சுக்கங்க... நீங்களும் என்னை பாராட்டுவீங்க... ஆனா அந்த போயஸ் கார்டன்ல இருக்கிற பொம்பள அதான் ஜெயலலிதா... வீரப்பனுக்கு ஆயுதம் கொடுத்த நக்கீரன் கோபாலை அரெஸ்ட் பண்ணணும்னு அறிக்கை விடும். நீங்களும் "கோபால் நாம இத யோசிக்கல. எதுக்கு ஒரு வாரம் உள்ள இருங்க. அப்புறம் பாப்போம்ன்னு சொல்லிட்டா? முடிஞ்சது" என்றேன்.

இவ்வளவையும் பொறுமையா கேட்ட கலைஞர் துப்பாக்கி வேணாம். இத உள்ள வை. வேற என்ன செய்யணும்னு சொல்லுங்க" என்றார்.

உடன் உள்துறை செயலாளர் பூர்ணலிங்கம், அலெக்ஸாண்டர், ஏ.டி.ஜி.பி. ராஜசேகர் நாயர், டி.ஜி.பி., தலைமைச் செயலாளர் முத்துச்சாமி அனைவரும் இருந்தார்கள்.

"எஸ்.ஐ.மோகன்நவாஸை உடனடியாக டிரான்ஸ்ஃபர் பண்ணுங்கள்."

அப்படியே ஆயிற்று. பிறகுதான் நான் கிளம்பி ஈரோட்டுக்குச் சென்றேன்.

போகும்போது இரு மாநில அரசுகளும் என் உயிருக்கு உத்தரவாதம் தந்திருந்தும் நான் போலீஸிடம் அதிக எச்சரிக்கையாக இருக்க முடிவு செய்துகொண்டேன். ஏனெனில் அதிரடி போலீஸைப் பொறுத்தவரை வீரப்பன் அவர்களது நிஜ எதிரி அல்ல. நக்கீரனும் கோபாலும்தான் எதிரிகள்.

வீரப்பன் தொடர்பு கிடைக்க ஆள் அரவம் இல்லாத தனியான வீட்டில் பதுங்கி இருந்தோம். ரேடியோவில் ஒரு செய்தி. அந்த செய்தியை கேட்டதும் வியர்த்து விட்டது. ஜெயலலிதாவின் அறிக்கை ஒன்றை அப்படியே வாசித்தார்கள் சென்னை வானொலியில்! அது இதுதான்...

"வீரப்பன் 132 பேரைக் கொன்ற பயங்கரமான கொலைகாரன். அவனுக்கு தனி பங்களாவாம்." (வீரப்பன் சரண்டருக்காக மதுராந்தகம் பக்கத்தில் தனி பங்களாவை சிறையாக மாற்றிக் கொண்டு இருந்தது கலைஞர் அரசு).

நான் 27 நாட்கள் கொசுக்கடியில் சென்னை சிறையில் இருந்தேன். அப்போது அவன் செய்த கொலைகள் என்று வரிசைப்படுத் தியிருந்தாங்க. அதில் முக்கிய வரிகள்... தமிழ்நாடு போலீஸ் இத்தனை பேர், கர்நாடகா போலீஸ் இத்தனை பேர்... முக்கியமான ஒன்று பி.எஸ்.எஃப். 20 பேர்... அதாவது பார்டர் செக்யூரிட்டி போர்ஸ். இவர்களை ஆர்மிக்காரர்கள் என்றும் அழைப்பார்களாம். இதையெல்லாம் கேட்டதும் எனக்கு வியர்த்து விட்டது. உடன் கலைஞரே போனுக்கு வந்துவிட்டார். (அந்த சமயம்தான் செங்கல் மாதிரி செல்போன் அறிமுகம். ஒரு போன்காலுக்கு 26 ரூபாய் ஆகும்).

"என்ன கோபால் அறிக்கையை கேட்டீங்களா? வீரப்பர் (கலைஞர் வீரப்பனை அவன் இவன் என்று சொன்னதே இல்லை) சரண்டருக்கு எதுவும் பிரச்சினை ஆகுமா? ஏதோ இதில் மறைஞ்சுருக்குன்னு" சந்தேகத்துடன் கூறினார்.

நான் "ஆமாண்ணே நானும் கேட்டேன். ஏதோ உள்குத்து இருப்பது போல்தான் தெரிகிறது. இது தேவாரம்தான் தயாரித்து கொடுத்திருப்பார். நம்ம ரஜினி சாரை எனக்கு கொஞ்சம் பேசச் சொல்லுங்கள். நான் காட்டுப் பகுதியில் ஒரு மறைவிடத்தில் இருக்கிறேன்" என்றேன்.

"இதோ நண்பர் ரஜினியை உடனே பேசச் சொல்கிறேன். பேசிவிட்டு எனக்கு சொல்லுங்கள்" என்றார்.

அடுத்த 5 நிமிடத்தில் ரஜினி சார் என் தொலைபேசிக்கு "கோபால் சொல்லுங்க. நானும் அந்த அறிக்கையை கேட்டேன். என்ன செய்யலாம். எப்படி சமாளிக்கப் போறீங்க" என்றார்.

"ஒண்ணுமில்லை. வீரப்பனை சீக்கிரம் பாத்துருவேன். அவனுக்கு இந்த அறிக்கை போய் சேர்ந்துருக்குமா? தெரியாது. இருந்தாலும் உங்க அனுமதியோடு அவனிடம் அவன் வெளியில் சரண்டராகி வந்தால் அவனை வைத்து படம் எடுப்பீங்கன்னு சொல்லவா? அவனுக்கும் சினிமா ஆசை இருக்கிறது என்றேன்.

மறுப்பேதும் சொல்லாமல் ரஜினி சார். "கோபால் உடனே சொல்லுங்கள். அவருக்காக இது கூட செய்ய மாட்டமா?" என்றார்.

ஒவ்வொரு முறையும் போலீஸுக்குத் தெரியாமலே (அரசுத் தூதுவராக சென்றபோதும்கூட) நான் காட்டுக்குள் சென்று

கர்நாடக வனத்துறையினர் 9 பேரை மீட்பது
தொடர்பாக முதல்வர் கலைஞர், கர்நாடக
முதல்வர் ஜே.ஹெச்.பாட்டீலுடன்...

வீரப்பனை சந்தித்துவிட்டு திரும்புவது அவர்களுக்கு பயங்கர எரிச்சல் தந்திருந்தது. இம்முறை நான் வரக்கூடிய பாதைகளை கவனமாக கண்காணித்துக் காத்திருந்தார்கள். எப்போதும் நான் செக்போஸ்ட்டுகளை கடப்பதில் கவனமாக இருப்பேன். ஆங்காங்கே இன்ஃபார்மர்கள் மூலம் செக்போஸ்ட் திறந்திருக்கிறதா என்பதை உறுதிப்படுத்திக்கொண்டுதான் கிளம்புவேன். இந்தமுறை சற்றே அசந்துவிட மாலை ஆறரை மணிக்கு சத்தியமங்கலம் செக்போஸ்ட்டை அடைந்தபோது அது மூடியிருந்ததைக் கண்டு அதிர்ந்தேன். செக்போஸ்ட்டில் என்னை எதுவும் செய்துவிட முடியாதுதான். ஆனால் நான் அங்கிருந்து நகர்ந்து அடுத்த செக்போஸ்ட்டை அடைவதற்குள் விஷயம் போலீஸுக்குப்போய் அவர்கள் பின்தொடர ஆரம்பித்து விடுவார்கள். வேறு வழியில்லை. யார் தடுத்தாலும் நிற்காமல் போய்விடு என்று டிரைவருக்குச் சொல்லிவிட்டு முகத்தை மறைக்கும் குரங்கு குல்லாவை அணிந்து கொண்டேன்.

திம்மம் கடக்கையில் இன்னொரு பூதாகர பிரச்சினை. வழியில் ஒரு பெரிய காட்டு யானை. சாலையில் எங்கள் காருக்கு முதுகைக் காட்டிக்கொண்டு அசைந்து அசைந்து... யானை வருது ஓடு... ஓடிடு... எங்கிருந்தோ ஒரு ஆதிவாசி குரல் கொடுத்தபடி ஓடிவந்தான். சரியான மழை... பயங்கரமான இருள். யானையை ஒரேவீச்சில் கடந்து, அடுத்தடுத்த செக்போஸ்ட்களில் டிமிக்கி கொடுத்துவிட்டு எங்கள் கார் சீறிப்பாய்ந்து தாளவாடியைக் கடந்தது. நட்ட நடு சாலையில் ஒரு சோற்றுப் பானை போட்டு உடைத்திருக்கும்... அதுதான் வீரப்பன் சொல்லியிருந்த இட அடையாளம். மழையிலும் இருட்டிலும் அந்த இடத்தைத் தேடியலைய... நள்ளிரவாகியிருந்தது. சாலையில் காரை நிறுத்துவதோ, இறங்கி நிற்பதோ நல்லதல்ல. யாராவது ஒரு கிராமத்தான் பார்த்து, அடுத்த செக்போஸ்ட்டில் தகவல் தந்தாலும் போச்சு. காரை வேகம் குறைத்து நாங்கள் இறங்கிக்கொள்ளவும் கார் பறந்துவிட்டது.

இருள், பேய்மழை... சட்டென்று சரிவிலிருந்து எங்களை அழைத்த குரலை அடையாளம் கண்டுகொண்டேன். சேத்துக்குளி கோவிந்தன். வீரப்பனின் முதல் தளபதி. எங்களை அழைத்துப்போக முக்கியமான நபரான இவனே வந்திருக்கிறான் என்றால் விபரீதம் ஏதோ இருக்கிறது என்பது புரிந்தது. அவனிடமே அதைக் கேட்டபோது... "இந்த ரோட்டுல யானைத் தொந்தரவு அதிகம். அதான் அண்ணன் என்னையவே அனுப்புனாரு."

மறுநாள் காலை எட்டுமணி வரை நடந்து வீரப்பனை அடைந்தேன். முடியெல்லாம் வெட்டி ஷேவ் செய்து, ட்ரிம்மாக இருந்தான் வீரப்பன். சரணடைய தயாராகிவிட்டான் என்றுதான் நினைத்தேன். இம்முறை ஆராவார வரவேற்பு. ரகளையான உபச்சாரம்தான்.

அந்த அறிக்கை வந்த நாளிதழை அவன் படித்துக் கொண்டிருந்தான். நான் அந்த அறிக்கையைப் பார்த்ததும் மிரண்டே விட்டேன்.

“வா ஆசிரியரே உட்கார். இந்த பேப்பரை பார்த்தியா? இந்த அறிக்கையை படிச்சியா?ன்னு கேட்க கேட்க எனக்கு வயிறு கலங்கியது. என்ன பதில் சொல்வது தெரியவில்லை. அதற்குள் உட்கார் என்றான் அதட்டலாய்.

இந்த அறிக்கையில் முக்கியமா நான் பி.எஸ்.எஃப். 20 பேரைக் கொன்னதா வருது. பி.எஸ்.எஃப்.ன்னா ஆர்மிகாரங்க. நான் பொய் சொல்லமாட்டேன். ஒரே ஒரு ஆள் பி.எஸ்.எஃப்.காரன் அவன் பேர் பூபேந்திரசிங். அவனைத்தான் 1993 செப்டம்பர் 4ம் தேதி கொன்னேன். கடவுள் சத்தியமா ஒரு ஆள்தான் செத்தான். அத நான் ஒத்துக்குவேன். ஆனா இருவது பேர்ன்னு வந்துருக்கு. 20 பேர்னா... சரண்டர் ஆகி வரும்போது என்னை ராணுவத்துல ஒப்படைச்சுருவாங்க. இந்த 20 பேர கொன்னதுக்கு இராணுவம் கைது பண்ணுனா... என் கதை முடிஞ்சது... அதனால...”ன்னு வீரப்பனுக்கு மன்னிப்பே கூடாதென்று ஜெயலலிதா காரசாரமாக விட்டிருந்த அறிக்கை, பிரேமானந்தா வழக்கு தீர்ப்பு இப்படி பல சங்கதிகள் அவனை பதுங்க வைத்தன.

ஒருகட்டத்தில் “நீ போய் இந்திரஜித்குப்தாவாண்ட கையெழுத்துப்போட்டு லெட்டர் வாங்கிட்டு வந்தாதான் ஆச்சு” என்று விடாப்பிடியாக நின்றான். சரணடைகிறேன் என்று முன்வந்தவன் ஏன் மீண்டும் முருங்கை மரம் ஏறுகிறான் என்று குழம்பினேன். காரணத்தை அவனே சொன்னபோது அதிலேயே எனக்கு ஒரு லூப்கோல் கிடைத்துவிட்டது.

“பாட்டீல் என்னா சொல்லியிருக்காரு பாரு. எட்டுபேரை வீரப்பன் கொன்னா கொன்னுட்டுப்போறான். அவங்க குடும்பத்துக்கு 1 லட்சம் தந்து விஷயத்தை முடிச்சிருவோம்னுருக் காரு பாரு” பேப்பரைக் காட்டினான். “நம்ம உயிருக்கு ஒரு உத்தரவாதம் இல்லியே? நான் எப்படி சரணடையிறது?” நான் எந்தச் சேதிகளை அவனிடம் மறைக்கவேண்டும் என்று நினைத்தேனோ, அதையெல்லாம் அவன் என் கண்முன் நீட்டி நீட்டி பேசியது அதிர்ச்சியாக இருந்தது. இவன் இப்போது சரணடைய முன்வரமாட்டான் என்று தோன்றியது.

சரி வந்தகாரியத்தையாவது பார்ப்போம் என்று "இதோபார்... நீ புடிச்சி வச்சிருக்கிற 8 பேரும் கர்நாடகக்காரங்க. நீ ஏற்கனவே கொன்னவங்கள்லயும் நிறையபேர் கர்நாடக்காரங்கதான். இப்போ கர்நாடக முதல்வரே எட்டுபேர் உயிர்போனா போகட்டும்ங்கிற மாதிரி அறிக்கைவிட்டிருக்கிறப்ப... நீ இவங்களை ரிலீஸ் பண்ணுனா அவங்களுக்கு உயிர்ப்பிச்சை தந்ததுமாதிரி ஆகும். கர்நாடக மக்களும் முதல்வரைவிட இந்த கொலைகாரன் பரவாயில்லப் பான்னு உன் பக்கம் அனுதாபப்படுவாங்க... யோசி" என்றேன்.

இரவெல்லாம் யோசித்தான். மறுநாள் காலை என் கையைப் பிடித்துக்கொண்டு "நீங்க ஜெயிச்சிட்டீங்க, கூட்டிட்டுப்போங்க" என்றான். இன்னொன்றும் சொன்னான். "உங்க மனசு குளிர்றபடி நான் நடந்துக்கிட்டேன். என் மனசும் குளிரணும். அது உங்க கையிலதான் இருக்கு."

வீரப்பன் மனசு...

அப்படி ஒன்று இருக்கிறதா? திரும்பி வரும் வழியெல்லாம் அதே யோசனைதான். அவனை முதல் முதலாக சந்தித்த ஞாபகம்... அடயேப்பா...! அன்று பார்த்த வீரப்பன் எப்படியிருந்தான்?

1986-ஆம் வருடம். அப்போதுதான் முதல்முதலாக வீரப்பனைப் பற்றிய செய்திகள் வரத்தொடங்கியிருந்தன. காட்டுக்குள் சந்தன மரங்களை வெட்டி கடத்துகிற ஒரு கடத்தல்காரனாக மட்டும் அவன் அறிமுகமாகிக்கொண்டிருந்த நேரம். வீரப்பனைப் பற்றி என்ன செய்தி வெளியிட்டாலும் அப்போது ஈரோடு, சேலம், தர்மபுரி பகுதிகளில் பத்திரிகைகள் பரபரப்பாக உடனே விற்றுவிடும்.

1989-ம் வருடம் தி.மு.க. ஆட்சியில் இருந்த நேரம். அப்போது டி.ஜி.பி. துரை, வீரப்பன் ஒளிந்திருக்கும் காட்டுக்குள் முதல்முறையாக தேடுதல் வேட்டைக்குச் சென்றார். ரூ.80 லட்சம் மதிப்புள்ள கடத்தல் சந்தன மரங்களை போலீஸ் கைப்பற்றியது என்று அப்போது செய்தி வந்தது. பூமாலை என்கிறவீடியோ பத்திரிகை கடத்தல் சந்தனமரங்களையும் காட்டுப்பகுதியில் போலீஸ் சென்றதையும் படமெடுத்து வெளியிட்டது. அட யாரப்பா அந்த வீரப்பன் என்று அப்போதுதான் உற்று கவனிக்கத் தொடங்கினேன். வீரப்பனைப் பற்றி என்ன தகவல் வெளியிடுவதாக இருந்தாலும் அதற்கு போலீஸ்தரப்பில் அப்போது ஒரு படம் தான் தருவார்கள். சஃபாரி சூட் போட்டு, கைகட்டி நிற்கிற வீரப்பன் படம். 1980- 82-ல் எடுக்கப்பட்ட அந்த ஒரு படம் தவிர போலீஸிடம் அப்போது வீரப்பனின் வேறு போட்டோ கிடையாது.

மிலிட்டரி வீரப்பன்

தொடர்ந்து பல நிருபர்கள் முயற்சி செய்தனர். அவர்களில் சிவசுப்ரமணியன் வீரப்பனை பார்த்து புகைப்படமும் பேட்டியும் எடுத்து வந்தார். அதை நக்கீரன் தான் முதன்முதலில் வெளியிட்டது.

பல மொழிகளில் வெளியாகிற புகழ்பெற்ற ஒரு பெரிய மாதமிருமுறை- தேசிய பத்திரிகை, வேற யாரு? "இந்தியா டுடே"தான். சிவசுப்ரமணியனை ரகசியமாக அணுகி தன்னுடன் இணைய அழைத்தது. லாவகமாக பேசி, ஆசைகாட்டி வீரப்பன் பேட்டியை வாங்கிக்கொண்டது. நக்கீரனில் முதல் இதழ் பேட்டி வெளியாகிற சமயம் இது நடந்திருக்க வேண்டும். அவர்கள் இதழில் பேட்டி வருவதற்குள் எங்களுடையது 3 வாரமும் வெளியாகி முடிந்தேவிட்டது. எனினும் வீரப்பனை முதலில் சந்தித்து பேட்டி வெளியிட்டது தாங்கள்தான் என்று கூறிக் கொண்டது அப் பத்திரிகை. அது எனக்கு தாங்கமுடியாத வேதனையையும் வருத்தத்தையும் தந்தது. என் வருத்தத்திற்கு காரணம் அது மட்டுமல்ல; என்னிடம் இருந்து பிரித்து அழைத்துப்போன சிவாவையும் அவர்கள் ஏமாற்றியதுதான். எனக்கு சிவசுப்ரமணியன் மேல் வருத்தம் இல்லை. யோசித்துப் பார்த்தால் அவர் நிலையில் நான் இருந்திருந்தாலும் அப்படித்தான் செய்திருப்பேனோ என்னவோ? ஒரு மாநிலப் பத்திரிகையின் நிருபராக இருப்பதைக் காட்டிலும், பணபலமும் வீச்சும் உள்ள தேசிய பத்திரிகையில் வாய்ப்பு கிடைக்கிற தென்றால்...?

ஆனால் வீரப்பன் பற்றிய மேட்டரை மட்டும் வாங்கிக்கொண்டு அவர் வேறு பல விதங்களில் ஏமாற்றப்பட்டதா செய்தி அறிந்ததும் உண்மையிலேயே வருந்தினேன். சிவாவை மறுபடி அழைத்துக் கொண்டேன்- எத்தனை பெரிய நிறுவனம். இப்படியொரு காரியம் செய்துவிட்டதே என்ற வெறுப்பும் கோபமும் பீறிட்டு எழ... "எந்த சிவசுப்ரமணியனை என்னிடமிருந்து பிரித்துக் கூட்டிப்போய் பிரச்சினை உண்டாக்கினார்களோ... அதே சிவசுப்ரமணியனை வைத்து மறுபடி அதே வீரப்பனை சந்தித்து இன்னொரு முறையும் சாதித்துக்காட்ட முடிவு செய்தேன். முதல்முறை சந்தித்தது தாங்கள்தான் என்று சொல்லிக்கொண்டார்கள் அல்லவா? முடிந்தால் மறுமுறை முயன்று பார்க்கட்டுமே? நான் சிவசுப்ரமணியனிடம் மறுமுறை வீரப்பனை சந்திக்க தயாராகும்படி கேட்டுக்கொண்டேன். அது எப்படிப்பட்ட காலகட்டம் தெரியுமா? வீரப்பனின் அட்டூழியங்கள் அதி கரித்துவிட.... தமிழநாடு-கர்நாடக போலீஸ் தவிர பி.எஸ்.எஃப். என்கிற எல்லை காவல்படை வீரர்களும் வீரப்பன் தேடுதல்

வேட்டையில் ஈடுபட, சுமார் 5000 போலீஸார் காட்டுப்பக்கம் குவிந்துவிட்டனர். ஒரு ஈ, எறும்புகூட அவர்களுக்குத் தெரியாமல் உள்ளே எட்டிப்பார்த்து விட்டுத் திரும்பி வரமுடியாது. தவிர போலீஸால் நெருங்க முடியாத வீரப்பனை, நக்கீரன் அணுகி பேட்டி வெளியிட்டுவிட்டதே என்கிற கடுப்பில் போலீஸார் இருந்தனர். இப்படிப்பட்ட சூழ்நிலையில் மறுபடி காட்டுக்குள் போக முடியுமா? போனோம்.

அது "தான் சரணடையத் தயார்" என்று மறைமுகமாக வீரப்பன் தன் மனம் திறந்து காட்டியிருந்தான்.

"ஆனா என்னை நேரில் வந்து சந்திக்க உங்களில் யாருக்குத் துணிச்சல் இருக்கு?" என்று சவால்விட்டிருந்தான் வீரப்பன்.

இது ஸ்டண்ட் அல்ல. அவனது வாக்குமூலம். வீரப்பன் வழக்கில் மிகப்பெரிய ஆவணம் அந்த கேஸட்.

நான் முடிவு செய்தேன். அடுத்தமுறை நாமே நேரில் போவது. அவனை சரணடைய வைக்க முயற்சிப்பது.

தமிழகத்தில் ஜெ. ஆட்சி போய், கோட்டைக்குள் கலைஞர் காலடி எடுத்து வைத்திருந்தார்.

நான் காட்டுக்குள் காலடி எடுத்து வைத்தேன்.

இதுவரை நான் வெளியே சொல்லாத ஒரு விஷயத்தை இப்போது சொல்கிறேன். வீரப்பனைப் பார்க்கிற விஷயத்தில் நான் சந்தித்திருக்கிற தோல்விகள் அதிரடிப்படையினருக்கு ஏற்பட்டதை விட அதிகம். வீரப்பனைப் பார்த்துவிட்டு வந்த விஷயம் மட்டும்தான் செய்தியாக வரும். பரபரப்பாகும். ஆனால் ஒருமுறை நான் அவனைச் சந்திப்பதற்குள் சுமார் பத்துமுறை தோல்வியுற வேண்டிவரும். இதுவரை ஒன்பது முறை நக்கீரன் வீரப்பனைச் சந்தித்திருக்கிறது என்றால் கிட்டத்தட்ட தொண்ணூறு முறை அந்த முயற்சியில் தோல்வியைத் தழுவியிருக்கிறது.

ஏன் தோல்வி? காரணம் இருக்கிறது.

வீரப்பனைச் சந்திப்பதற்கு முன் நாலு கண்டங்களைத் தாண்டியாக வேண்டும். நான்கு வெவ்வேறு தொடர்பாளர்கள் மூலம்தான் அவனை அணுக முடியும்.

முதல் கட்டம், காட்டை ஒட்டியுள்ள ஏதாவது ஒரு நகரத்தில் உள்ள முதல் ஏஜெண்ட். அவரை அணுகியதும் அவர் ஒரு கிராமவாசியை அடையாளம் காட்டி அனுப்புவார். அந்தக் குறிப்பிட்ட கிராமத்தை நெருங்கும்வரைதான் நம் முயற்சிகள். பிறகு அந்த கிராமவாசி ஒரு காட்டுவாசியிடம் நம்மை கூட்டிப்போவார். காட்டுவாசி மூலமாக வீரப்பனின் நேரடி உதவியாளர்களை அணுக முடியும். அவர் மூலம்தான் வீரப்பனைப் பார்ப்பது.

இந்த 'ரூட்' எப்போதும் ஒரே மாதிரி இருப்பதில்லை. ஒவ்வொரு முறையும் வெவ்வேறு நகர எல்லைகள். வெவ்வேறு கிராமங்கள். வெவ்வேறு ஏஜெண்டுகள் என்று வீரப்பன் உலாவரும் பிரதேசத்துக்கேற்ப நமது ரூட்டும் மாறிக்கொண்டே இருக்கும். ரூட்டை பிடித்துவிட்டால் மட்டும் போதாது. ஓரிடத்திலிருந்து அடுத்த கட்டத்தை அடைவதில் சிக்னல் குளறுபடி ஏதும் நேர்ந்து, நாம் சென்றடைவதில் சிறு தாமதம் நேரிட்டாலும் ஆட்கள் பதுங்கிவிடுவார்கள். முயற்சி வீணாகிவிடும். சொன்ன நேரத்தில் அரைவினாடிகூட முன்னோ, பின்னோ செல்லக்கூடாது. காரணம் கிராமவாசிகளுக்கு இருக்கிற போலீஸ் கெடுபிடி. அவர்களைக் கொஞ்சம் சந்தேகப்பட்டாலும் தீர்ந்தது விஷயம். போலீஸ் அவர்களை சந்தேகப்படுவது ஒருபுறம் இருக்க, யாராவது கிராமவாசியோ காட்டுவாசியோ நம்மை சந்தேகப்பட்டாலும் போச்சு.

தேர்தல் முடிவு வந்தவுடனே நான் என் முயற்சியைத் தொடங்கிவிட்டேன். சிவா ஒருத்தரைத் தவிர என் அலுவலகத்தி லேயே கூட நான் காட்டுக்குப்போக முயன்று கொண்டிருக்கிற விஷயம் யாருக்கும் தெரியாது. மூன்றுமுறை கிராம எல்லை வரை சென்று சரியான சிக்னல் கிடைக்காமல் திரும்ப வேண்டி நேர்ந்தது. எங்கே போனாய் என்று யாராவது கேட்டால் பொய்க்காரணம் சொல்லவேண்டி வந்தது.

நாலாவது முறை எப்படியும் இம்முறை தவறவிடக்கூடாது என்று முடிவு செய்து ஈரோடுக்கு ரயில் ஏறினேன்.

ஈரோடு ஜங்ஷனுக்கு வெளியே சிவசுப்ரமணியனைச் சந்திப்பதாக ஏற்பாடு. ஆனால் ஸ்டேஷனில் யாராவது என்னைப் பார்த்துவிட்டால் 'வீரப்பனைப் பார்க்கத்தான் கோபால் வந்திருக்கக்கூடும்' என்று யூகித்து விஷயம் பரவிவிட்டால்...?

அதனால் அவுட்டரிலேயே இறங்கி நடந்துபோய் சிவாவையும் அழைத்துக்கொண்டு கிளம்பினேன்.

டூவீலரில் அறுபது கிலோமீட்டர் பயணம். அங்கே ஒரு கிராமத்தில் ஹால்ட். எனக்கு சிக்னல் தரப்பட்டிருந்த ஒரு வீட்டை அடைந்து இறங்கியவுடனே இரண்டுபேர் தபதபவென்று ஓடி வந்து பைக்கை பிடுங்கிக்கொண்டு ஓடினார்கள். சில விநாடிகளில் அந்த பைக்கின் மேல் ஒரு வைக்கோல் போர் முளைத்து விட்டது.

நாலைந்து குடிசைகள் மட்டும் அருகருகே இருந்த அந்த இடத்தில் ஒரு வீட்டு வாசலில் நாங்கள் செருப்பைக் கழற்றிவிட்டு உள்ளே போனோம். டீயும் உப்புமாவும் கொடுத்தார்கள். காட்டுக்குள் நுழைந்து திரும்பும்வரை இனி எப்போது உணவு

சேத்துக்குளி கோவிந்தன், வீரப்பன், துப்பாக்கி சித்தன்

வீரப்பன்

கிடைக்குமோ. திருப்தியாகச் சாப்பிட்டேன். இருட்டும்வரை காத்திருந்தேன். கிளம்பும் நேரமாகிவிட்டதை கிராமவாசி அறிவித்ததும் வெளியே வந்தேன். என் செருப்பைக் காணோம். அங்கிருந்த ஒரு கிழவியிடம், "பெரியம்மா, இங்க செருப்பு விட்டிருந்தேனே...'' என்றபோது அவர் அவசரமாக ஒரு கோழிக்கூடையை விலக்கி "இதுவா பாருங்க" என்றார்.

நான், நடையில் அவிழ்த்துவிட்ட செருப்பு எப்போது, எப்படி கோழிக் கூடைக்குள் போய் ஒளிந்துகொண்டது.

அந்தப் பெரியம்மா ரகசியக் குரலில் சொன்னார். "தம்பி, இங்கே ரோந்துன்னு போலீசுக்காரனுவ அடிக்கடி வருவானுக. புதுசா ஒரு செருப்பு அவனுக கண்ணுல பட்டா பிரச்னை ஆயிரும். அதான்... நீ பேசாம கிளம்பு."

நான் ஆச்சரியப்பட்டேன். படிப்பறிவு இல்லாத இந்த கிராமத்து கிழவிக்கு எத்தனை சமயோசிதம்? அந்த ஒருமுறை அல்ல, ஒவ்வொரு முறையும் தம் சமயோசித காரியங்களால் என்னை வியப்பிலாழ்த்தினார்கள் வெவ்வேறு கிராம மக்கள்.

நான் அந்தக் கிழவியிடம் கேட்டேன். "வீரப்பன் இங்கே வருவதுண்டா?"

"எப்பனாச்சும் வருவாருங்க. தண்ணி வாங்கிக் குடிப்பாரு. யார்கிட்டயும் வந்ததைக் சொல்ல வேணாம்னு சொல்லிட்டுப் போயிடுவாரு."

கிராமவாசியுடன் கிளம்பினேன். காட்டு எல்லையில் ஒரு காட்டுவாசியிடம் விடப்பட்டேன். எங்கள் பயணம் இவனுடன் தொடர்ந்தது.

முதலில் இரண்டு கிலோமீட்டர் மலைச்சரிவில் இறங்கவேண்டும். பின் 80 அடி செங்குத்தாக நின்ற மலையில் ஏறவேண்டும். அதே மாதிரி நாலு மலைகள் ஏறி, இறங்கவேண்டும். கையில் ஒரு டார்ச். ஆனால் அதை முள் குத்தினால் எடுக்க மட்டுமே பயன்படுத்த வேண்டும். மற்றபடி, முகம் தெரியாத முழு இருட்டில்தான் நடக்கவேண்டும்.

இரவு முழுவதும் நடந்துகொண்டே இருந்தோம். அதிகாலை சோர்வு கவ்விய நேரம்சடாரென்று காட்டுவாசி எங்களைப் பிடித்து ஒரு புதரில் தள்ளி, 'உஷ்' என்றான். ஏன்? என்ன ஆயிற்று?

சிலவிநாடிகளில் விடை கிடைத்தது. அருகே பர்கூர் மலைப்பாதையில் ஒரு ஜீப் விரைந்தது. அதில் நிறைய கமாண்டோக்கள். அப்போதுதான் ஒரு சாலைப்பக்கம் வந்திருக்கிறோம் என்பதே புரிந்தது.

ஜீப் கடந்து பதினைந்து நிமிடங்கள் ஆனதும் ஒவ் வொருவராக ராட்சஸப் பாய்ச்சலில் சாலையைக் கடந்து மறுபடி

புதர்களில் ஒளிந்து, மரங்களில் பதுங்கி நடக்க ஆரம்பித்தோம். அதிகாலை நேரத்தில் நிறைய பஸ்கள் அந்தப் பாதையைக் கடக்கும். சன்னலிலிருந்து யாராவது பார்த்தாலும் போச்சு. ஆகவே மரங்களின் அடியில் தவழ்ந்தபடியே கொஞ்சதூரம் போகவேண்டியிருந்தது.

போதாக்குறைக்கு பத்து மணியானால் மரம் வெட்டும் ஆட்கள் வரத் தொடங்கிவிடுவார்கள். அதற்குள் ஒரு குறிப்பிட்ட எல்லையைத் தாண்டிவிடவேண்டும் என்று காட்டுவாசி சொல்லி யிருந்தான்.

மணலில் செருப்புத் தடம் தெரியக்கூடாது என்பது முக்கியமான கண்டிஷன். புல்லின் மீதுதான் நடக்கவேண்டும். தவிர்க்க முடியாமல் மணல் பரப்பில் கால் பட்டுவிட்டால் உடனே அந்த காட்டுவாசி எச்சரிப்பான்.

அப்படியும் முடியாமல் போனால் மரக்கிளையை ஒடித்து மண்ணோட இழுத்துக்கொண்டே வருவான். தடம் அழிந்துவிடுவது ஒருபுறம் இருக்க, யாரோ சுள்ளி இழுத்துப் போனதாகத்தான் கருதத்தோன்றும்.

இத்தனை எச்சரிக்கைகளுக்குக் காரணம்- காடு முழுவதும் மரம் வெட்டுபவர்கள் ரூபத்தில் போலீஸ் இன்ஃபார்மர்கள் திரிவதுதான். யாராவது ஓர் ஆள் தடத்தைப் பார்த்துவிட்டுத் தகவல் தந்துவிட்டால்கூட அவ்வளவுதான். இத்தனை முயற்சியும் பாழ்.

22 கிலோமீட்டர் நடந்திருப்போம். நிறைய பாறைகளும் சலசலக்கும் சுனையும் இருந்த ஓரிடத்திற்கு வந்து சேர்ந்தோம்.

மேலே நடந்தால், ஓரிடத்தில் எங்களை, உட்காரச் சொல்லி விட்டு "அண்ணன் இப்ப வருவார் இருங்க" என்றான் உடன் வந்த கிராமவாசி.

சில நிமிடங்களில் சிவா பரபரத்தார். "அண்ணே, வீரப்பன் வராரு."

துல்லியமான ஒரு பெரும் சரிவிலிருந்து பிடிமானம் எதுவும் இல்லாமல் வெறும் காலுடன் சமதளத்தில் நடப்பதுபோல விறுவிறுவென்று ஏறி வந்து கொண்டிருந்தான் வீரப்பன். தோளில் அலட்சியமாக தொங்கிக்கொண்டிருந்தது ஒரு பெரிய துப்பாக்கி. நிறைமாத கர்ப்பிணி போல் வீங்கித் தெரிந்த வயிற்று மறைவில் வெடிப் பொருட்கள்.

கை கூப்பியபடி "வாங்க ஆசிரியரே!" என்று உற்சாகமாக வரவேற்றுக்கொண்டே வந்தான்.

கொஞ்ச நேரம் எனக்குப் பேச்சே வரவில்லை. 132 கொலைகள் செய்தவன். இரு மாநில போலீஸுக்கும் தீராத

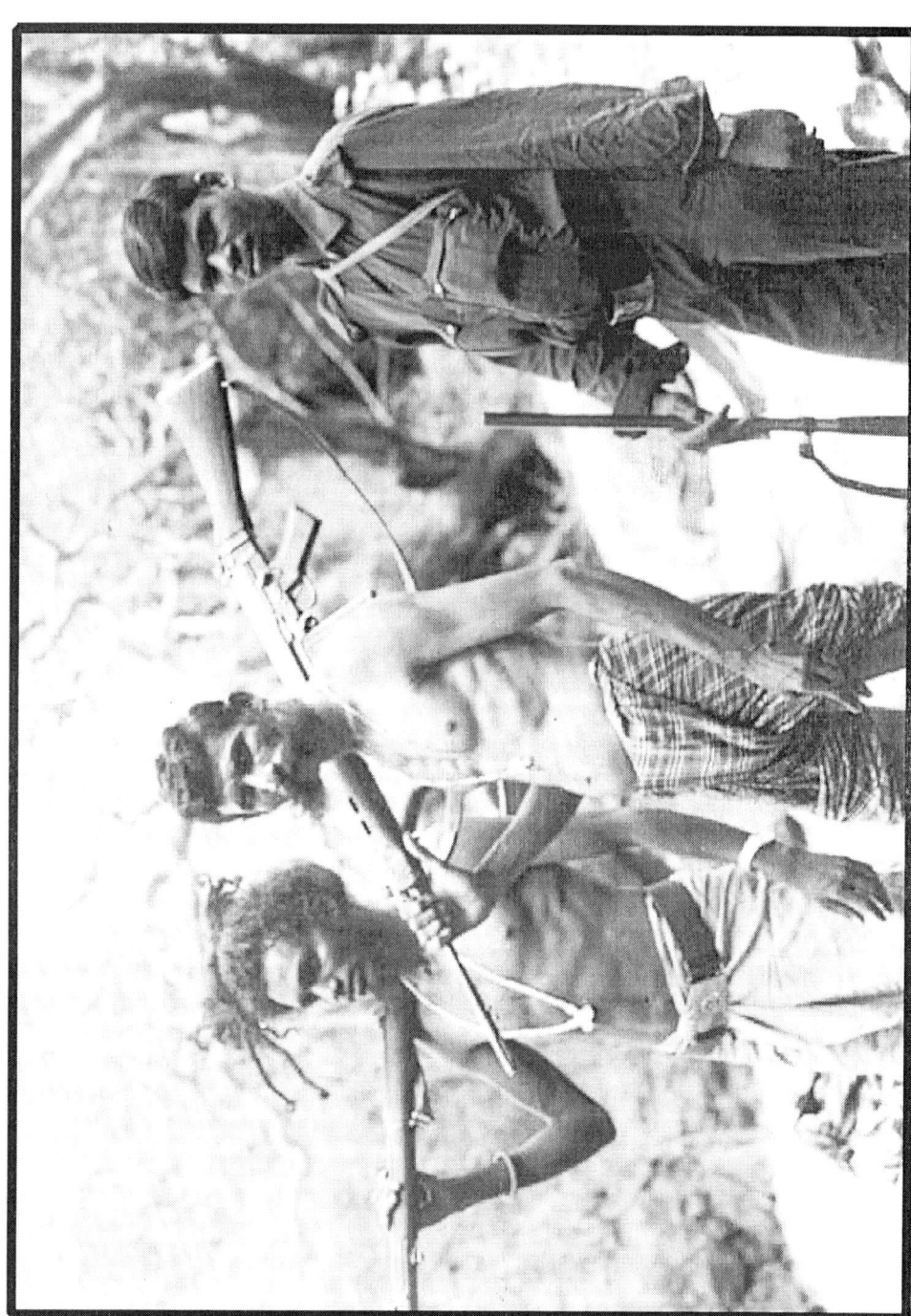

தலைவலியாயிருப்பவன். எத்தனை அலட்சியமும் உல்லாசமுமாக இருக்கிறான்.

சுதாரித்துக்கொண்டு பேசத் தொடங்கியதும், "இருங்க, இங்க வேணாம். வேற இடம் பார்ப்போம்" என்றான்.

உடனே பரபரப்பாகி அக்கம்பக்கம் நோட்டமிட்டான். ஒரு தேர்ந்த சினிமா டைரக்டர் மாதிரி கரம் விரித்து அவன் லொகேஷன் தேர்ந்தெடுக்கிற அழகை நினைத்தால் சிரிப்பும் வியப்புமாயிருக்கிறது எனக்கு

உட்காரும் இடத்தின் பின்புறம் அடர்த்தியாக நிறைய மரங்கள் இருப்பதுபோல், பார்த்துக் கொள்கிறான். சில குறிப்பிட்ட மரங்கள் (படம் எடுக்கும்போது) பின்புறம் தெரியக்கூடாது என்பதில் கவனமாக இருக்கிறான். ஏனென்றால், சில மரங்கள், சில காடுகளில் மட்டுமே உண்டு. வீடியோவில் போலீஸ் அந்த மரத்தைப் பார்த்து, காட்டுவாசிகளிடம் விசாரித்தால் அந்த மரம் எந்தக் காட்டில் உண்டு என்று சொல்லி விடுவார்கள். அதை வைத்து வீரப்பன் உலவும் பகுதியைச் சுலபமாக வட்டமிட்டுவிட முடியும். இந்த விஷயத்தில் மிக எச்சரிக்கையாக இருக்கிறான் வீரப்பன்.

இடம் தேர்ந்தெடுத்து அமர்ந்தவுடன், 'குளிக்கறீங்களா?' என்று கேட்டான்.

நான் அவசரமாக மறுத்துவிட்டு, 'முகம் கழுவினால் போதும். முதல்ல பேசுவோம்' என்று பரபரத்தேன். வேலையை முதலில் முடிக்கிற அவசரம் எனக்கு.

ஆனால் அவனோ, "பல் தேய்க்கறிங்களா, டீ சாப்பிடறீங்களா, சாப்பாடு தயார் பண்ணட்டா, என்ன இட்டம் வேணும்" என்று விலாவாரியாக உபசரிக்கத் தொடங்கினான்.

ஓர் ஆள் 50 லிட்டர் தண்ணீர் கேனை அலட்சியமாகத் தோளில் தூக்கி வந்து வைத்து, சுள்ளிகளைச் சேர்த்து தீ மூட்டி வெந்நீர் வைத்தான். கோல்கேட் பேஸ்ட் வந்தது. புத்தம் புது பிரஷ் வந்தது. பல் தேய்த்து ஆனதும் சுடச்சுட த்ரீ ரோஸஸ் டீ.

பாம்பு போல ஒரு பெரிய நீளமான பாலீதின் பையைத் தூக்கி வந்தான் பேபி. அவனது இன்னொரு தோளில் வேறு இரு பாத்திரங்கள். அதில் பருப்பும் ரசமும். பாலீதீன் பைக்குள் தட்டுகள், டம்ளர், சாதம் இன்னபிற.

"கறி இட்டம் என்னடா இருக்குது?" என்று கேட்டுவிட்டு, "ஐயா உடும்பு, புஸ்கோந்தி, மான்... என்ன சாப்புடறீங்க" என்றான் என்னிடம்.

"அதென்ன புஸ்கோந்தி?"

"கருங்குரங்கு" என்று அவன் சொன்னதும் அவசரமாக

மறுத்தேன். "ஒண்ணும் வேணாம் முதல்ல பேசுவமே?"

அவன் விடுகிறவனாக இல்லை.

பூசணிக்காய் வற்றல் மாதிரி அவன் ஒரு வற்றல் பார்சல் வைத்திருந்தான். விசாரித்தபோது அவர்களே தயார் செய்த மான் கறி வற்றலாம். வெங்காய பக்கோடா மாதிரி இருந்தது பார்ப்பதற்கு.

சாப்பிட விருப்பமில்லாவிட்டாலும் வேறு வழியின்றி, ஒரு மாதிரி சாப்பிடுவதாகப் பேர்பண்ணிவிட்டு அன்று இரவு என் முதல் பேட்டியைத் தொடங்கினேன்.

ஜெயலலிதா ஆட்சியில் தன் வேண்டுகோள்கள், பலமுறை நிராகரிக்கப்பட்டதைக் குமுறலாகச் சொன்னான் வீரப்பன்.

"அதெல்லாம் பழைய கதை. இப்ப ஆட்சி மாறிடிச்சி. இப்ப சரணடைய விருப்பமா? கேஸட்டுல அதானே சவால் விட்டிருந்தீங்க? தைரியமிருந்தா யாராவது வந்து பேசட்டும்னு. இப்ப நான் வந்திருக்கேன். சரணடையத் தயாரா? நான் சி.எம்.கிட்டே பேசவா?"

அவன் தன் நிபந்தனைகளைச் (தெரிந்ததுதானே) சொல்லிக் கொண்டே வந்தான். சடாரென்று வீடியோவை நிறுத்தச் சொல்லி விட்டு 'மாப்ள, என்ன போய் பாரு' என்றான் பரபரப்புடன்.

போய் திரும்பி வந்த பேபி... "ஒண்ணுமில்லை மாமா, கடத்தி(மான்)தான்" என்றான்.

ஏதோ ஒன்று வட்டாரத்துள் புதிதாக நுழைந்ததை எப்படிக் கண்டுபிடித்தான்?

விசாரித்தபோது "சிமிட்டாங்குருவி காட்டிக் கொடுக்கும்" என்றான்.

ஒரு குருவி பறப்பதை வைத்து அது இரைதேடப் போகிறதா, கூட்டுக்குத் திரும்புகிறதா, பயந்து ஓடுகிறதா என்று சிறகடிப்பதை வைத்தே கண்டுபிடிக்கிறான். படபடவென்று வேகமாக சிறகடித்து ஒரு குருவி பறந்து போனதை வைத்து ஏதோ அந்நிய ஜீவன் எல்லைக்குள் நுழைந்திருப்பதைக் கண்டுகொண்டிருக் கிறான்.

இதெல்லாம் எனக்கு மிக ஆச்சரியமாக இருந்தது. எப்போதும்- தூங்கும் நேரம் உட்பட- ராணுவ அலெர்ட்டில் இருக்கிறார்கள் எல்லோரும். நாட்டில் நடக்கிற செய்திகளை உடனுக்குடன் தெரிந்துகொள்வதில் வீரப்பனுக்கு இருக்கிற ஆர்வம் இவ்வளவு, அவ்வளவு அல்ல... ஒரு நாளைக்குப் பதினாலு நியூஸ் கேட்கிறான். ரேடியோவில் காலை-மாலை செய்திகள் தொடங்கி, தமிழ்ச் செய்திகள், கன்னடச் செய்திகள் என்று மாறி மாறி இரவு பி.பி.சி. தமிழ்ச் செய்தி வரை விடாமல் கேட்கிறான்.

அவனால் கேட்க முடியாதபோது உடனிருக்கும் வேறு யாராவது கேட்கிறார்கள். வீரப்பனைப் பற்றிய எந்தச் செய்தி ஒலி பரப்பினாலும் அதை ரெக்கார்டு செய்து வைப்பது மாதேஸ் என்பவனின் வேலை.

சரணடைவது- அதற்கான நிபந்தனைகள் என்பது மட்டுமல்லாமல், முந்தைய ஜெயலலிதா ஆட்சியின் அராஜகங் கள், வளர்ப்பு மகன் திருமணம், கர்நாடக போலீஸாரின் இயக்கம், தேவாரத்தின் அறிக்கைகள் என பேசிக்கொண்டே யிருந்தான்.

இப்படி பத்து, பத்தரைவாக்கில் ஒருவாறு பேட்டி முடிந்தது. கொஞ்சம் படுத்தோம்.

“இந்தக் காட்டுலதான் மலையூர் மம்பட்டியான் இருந்தான். அவனைக் கொன்றவனும் இங்கேதான் இருந்தான். அவனை எனக்குத் தெரியும்” என்று மம்பட்டியான் கதையைச் சொன்னான், கொஞ்ச நேரம்.

இரவு 1 மணி. நான் புறப்படத் தயாரானேன்.

“எப்ப முடிவு தெரியும்?”

“அவசரப்படாதீங்க. இது ரெண்டு மாநிலம் சம்பந்தப்பட்ட பிரச்சினை. நிறைய விவாதிக்கணும். ரெண்டு முதல்வர்களும் பேசி, ஒரு முடிவுக்கு வரணும். கொஞ்சம் டயம் பிடிக்கும்” என்றேன்.

“மூணு மாசத்துல சொல்லிடுவீங்களா?”

“குறைஞ்சது ஆறுமாசம் ஆகும். ஆனா அதுவரைக்கும் யாரையும் கொல்றதில்லை, கடத்தறதில்லைன்னு உறுதி தரணும்” என்றேன்.

சற்றுநேரம் தன் சகாக்களுடன் ஆலோசித்துவிட்டு “சரி... வனதேவதை சாட்சியா சொல்றேன். ஆறுமாசம் சும்மா இருக்கேன்” என்றான்.

கிளம்பினேன். சகுனமெல்லாம் பார்த்து வழியனுப்பி னான். “நாலு நாள் இருந்துட்டுப் போகலாமே?” என்று உபசாரம் வேறு.

நடந்தோம். அடர்ந்த காட்டுப்பகுதிச் சரிவு ஒன்றைக் கடக்கும்போது சட்டென்று பேபியும் மாதேஸும் எங்களை “பதுங்குங்க... பதுங்குங்க” என்று அவசரப்படுத்தினர்.

என்ன, ஏது என்று புரியவில்லை. பேபி ரகசியமாக ஓர் இருள் பிரதேசத்தைச் சுட்டிக்காட்டினான். அங்கே கண்கள் பளபளக்க இருபது காட்டெருமைகள்- எங்களை நோக்கி முறைத்துக் கொண்டிருந்தன. ஓரடிகூட நகராமல் வழியை மறைத்துக்கொண்டு நின்றிருந்தன.

“கையைத் தலைக்கு முட்டுக்கொடுத்து உருண்டுடுங்க. அடிபடும்... ஆனா உயிர் போகாது. இப்ப வேற வழியே இல்லை” என்றான் பேபி.

உருளுவதா? நான் திரும்பிப் பார்த்தேன். 400 அடி கிடுகிடு பள்ளம்.

பள்ளத்தில் உருளுவது... அதுவும் கேமரா கருவிகளுடன் சாத்தியமான விஷயமல்ல என்று நான் பேபியிடம் சொன்னேன். அவன் சற்று யோசித்தான். பிறகு எங்களை ஓர் அடர்ந்த புதரில் ஒளிந்துகொள்ளச் சொன்னான். துப்பாக்கியில் தோட்டா நுழைக்கும் பகுதியை ‘க்ளச் க்ளச் என்று திறந்து திறந்து மூட ஆரம்பித்தான்.

எனக்கு முதலில், அவன் ஏன் அப்படிச் செய்கிறான் என்று புரியவில்லை. சில விநாடிகளில் வெடிமருந்தின் வாசனை நாசியில் நுழைந்தது. மருந்து வாசனை எருமைகளைச் சென்று அடையும்வரை அவன் அப்படிச் செய்வதை நிறுத்தவில்லை.

காட்டெருமைகளுக்கு வெடிமருந்து வாசனை அலர்ஜி என்பது எனக்கு அப்போதுதான் தெரிந்தது. மருந்து நெடியை அவை சுவாசித்ததோ இல்லையோ அலறியடித்துக்கொண்டு நாலாபுறமும் சிதறிப் பாய்ந்தன. நான் பிரமிப்புடன் அக்காட்சியைப் பார்த்துக்கொண்டிருந்தபோது, என்னையறியாமல் தொண்டை வறண்டு போனது. கை, கால்கள் செயலற்று நின்றுவிட்டன. சுமார் அரைமணி நேரம் என்னைக் கலக்கி அடித்துவிட்டது அந்த நிகழ்ச்சி. அதற்குப் பிறகு பெரிய பிரச்சினைகள் ஏதும் வரவில்லை. காட்டு எல்லைவரை பேபி கொண்டுவந்து விட நல்லபடியாக சென்னை வந்து சேர்ந்தேன். முதல்காரியமாக நான் எடுத்து வந்திருந்த வீடியோ கேஸட்டை முதல்வரிடம் கொடுத்தேன். மகிழ்ச்சியுடன் விஷயத்தைக் கேட்டுக்கொண்ட கலைஞர், தான் கேஸட்டைப் பார்த்துவிட்டு, கர்நாடக முதல்வரிடமும் பேசிவிட்டுத் தகவல் சொல்வதாகச் சொன்னார்.

மூன்றாவது நாள் முதல்வரிடமிருந்து அழைப்பு வந்தது. தேடுதல் வேட்டையை நம் போலீஸார் நிறுத்திக்கொள்வதில் ஆட்சேபணை இல்லை. அதற்காக உத்தரவைப் பிறப்பிக்கச் சொல்லிவிடுவதாகச் சொன்னார்.

அப்போது டி.ஜி.பி.யாக இருந்த ராஜ்மோகன், வீரப்பன் சரண்டர் குறித்து இரண்டுமுறை என்னிடம் வந்து பேசினார். அவருக்குப்பின் கூடுதல் டி.ஜி.பி. குமாரசாமி வந்து பேசினார். என்னிடம் பேசிவிட்டு அலெக்ஸாண்டரிடமும் இது குறித்து போய் பேசினார்.

அப்போதுதான் கர்நாடகத் தரப்பிலிருந்து வீரப்பன் சரணடைவதில் அவனுடைய நிபந்தனைகளைப் பரிசீலிப்பதில் ஆர்வம் காட்டத் தொடங்கினர். கர்நாடக கூடுதல் டி.ஜி.பி. சுப்பையா, தமிழ்நாடு வந்து உயரதிகாரிகளுடன் இது குறித்துப் பேச்சுவார்த்தை நடத்தினார்.

அவனுடைய நிபந்தனைகளின் பேரில் அரசாங்கம் எடுக்கும் தீர்மானங்களை நானே மறுபடியும் நேரில் அவனிடம் கொண்டு போக வேண்டும் என்று ஒருமனதாகக் கேட்டுக் கொண்டார்கள்.

"நான் எதற்கு மறுபடியும் போகவேண்டும்" நீங்கள் உங்கள் முடிவுகளை ரேடியோவில் அறிவித்துவிட்டாலே போதுமே" என்று சொன்னேன்.

இதற்கு இடையில் ஒரு கசப்பான சம்பவம் நடந்தது. வேறு ஒரு அரசியல் பத்திரிகையில் எனக்கும் சிவசுப்ரமணியனுக்கும் இடையே பிரச்சினை உண்டுபண்ணும் நோக்கில் ஒரு புரட்டுக் கட்டுரை வெளியிட்டிருந்தார்கள்.

வீரப்பன் எங்களுக்கு இரண்டு கோடி கொடுத்தாகவும், அதைப் பங்குபோட்டுக் கொள்வதில் எனக்கும் சிவாவுக்கும் பிரச்சினை வந்து, நான் அவரைத் தாக்கியதாகவும், பலமாக அடிபட்ட சிவா விஜயா மருத்துவமனையில் அட்மிட் ஆகி இருப்பதாகவும் எழுதியிருந்தார்கள்.

சிவா, விஜயாவில் அட்மிட் ஆகியிருந்தது உண்மைதான். ஆனால் அவர்கள் குறிப்பிட்டிருந்தது காரணமல்ல. மோட்டார் பைக்கில் தம் நண்பருடன் அவர் சென்னை வந்து கொண்டிருந்த போது, எதிர்பாராமல் ஒரு விபத்து ஏற்பட்டு அவருக்கு கால் முறிவு ஏற்பட்டிருந்தது. நான்தான் செய்தி கேள்விப்பட்டதும் அவரை சென்னைக்கு உடனடியாக அழைத்து வர ஏற்பாடு செய்து, விஜயாவில் அட்மிட் செய்திருந்தேன். மற்றபடி வீரப்பன் இரண்டு கோடி கொடுத்தது, எங்களுக்குள் சண்டை என்று அந்தப் பத்திரிகையில் முகமே இல்லாத அந்த நபர் அருவருக்கத்தக்க வகையில் எழுதியிருந்ததெல்லாம் வடிகட்டின பொய்.

ஆனால் இதைப் பொய் என்று நான் வெறும் வார்த்தைகளால் சொல்லிக்கொண்டிருப்பதைவிட, சிவாவை உடன் அழைத்துக் கொண்டே இன்னொரு முறை அரசு கேட்டுக்கொண்டபடி நானே காட்டுக்குள் போய் வந்துவிடுவது என்று முடிவு செய்தேன். இந்நிலையில், சிவாவே அந்தப் பத்திரிகையின் அவதூறு செய்திக்கு மறுப்பு எழுத, அது நக்கீரனில் வெளிவந்தது.

விஜயா மருத்துவமனையில் சிவாவுக்கு சிகிச்சை அளித்தவர்

டாக்டர் மோகன்தாஸ். நான் அவரிடம், "நீங்கள் என்ன செய்வீர்களோ தெரியாது. இன்னும் ஆறு மாதத்தில் சிவா எழுந்து நடக்கவேண்டும். செலவு பற்றி கவலையில்லை" என்று சொன்னேன்.

"நீங்கள் கவலைப்படாதீர்கள். தேவாரமும் கோபால கிருஷ்ணனும்கூட இங்கேதான் அட்மிட் ஆகியிருக்கிறார்கள். உங்கள் சிவாவை நான் பார்த்துக்கொள்கிறேன்" என்று உறுதியளித்தார்.

சொன்னபடி ஐந்தாவது மாதத்தில் சிவா எழுந்து நடக்க ஆரம்பித்தார்.

இதற்கிடையில் வீரப்பன் தேடுதல் வேட்டையில் கர்நாடக அரசு தன் போலீஸ் படையை அதிகரித்துவிட்டது. ஒருபக்கம் தமிழ்நாடு அரசு வீரப்பன் சரணடைவான் என்று சொல்லிக் கொண்டிருக்க... மறுபக்கம் அங்கே நடந்த சண்டையில் சேத்துக்குளி கோவிந்தனுக்கு அடிபட்டு விட்டதாகவும் தகவல் வந்தது. வீரப்பன் மறுபடியும் சண்டை போடத் தொடங்கி விட்டானோ என்று கலங்கினேன்.

உடனடியாக அவனைச் சந்தித்துவிடுவது அவசியம் என்று முடிவு செய்தேன். கிளம்புவதற்கு இரண்டு மாதங்கள் முன்னதாகவே முயற்சிகளைத் தொடங்கிவிட்டேன்.

பிப்ரவரி 97. இரண்டாவது முறையாக நான் வீரப்பனை சந்தித்தது அப்போதுதான்.

"சரண்டருக்கான ஏற்பாடுகளைச் செய்வதாகச் சொன்னீர்கள். போலீஸ் படை காட்டுக்குள் வராது என்று நான் நம்பிக் கொண்டிருந்தபோது முன்னைவிட அதிகமாக இப்போது வருகிறார்களே. ஒரு பக்கம் என் கையை கட்டிப்போட்டுவிட்டு இன்னொரு பக்கம் என்னைத்தேடிப் பிடித்து சுட்டுவிடலாம் என்று பார்க்கிறீர்களா? உங்களால் முடியுமா, முடியாதா? தீர்மானமாகச் சொல்லிவிடுங்கள்.

நான் எத்தனை நாளைக்குத் திருப்பித் தாக்காமல் ஓடிக்கொண்டே இருப்பது. உங்களுக்கு வாக்குக் கொடுத்து விட்டேன் என்பதால் திருப்பித் தாக்காமல் சும்மா இருக்கிறேன். என்ன செய்வதாக உத்தேசம்?" இதுதான் வீரப்பன் என்னைப் பார்த்ததும் கேட்ட முதல் கேள்வி.

நான் சொன்னேன். தேடுதல் வேட்டையில் இறங்கியிருப்பது நிச்சயமாக தமிழ்நாட்டுப் போலீஸ் இல்லை. அவர்கள் கர்நாடகாகாரர்கள். இது உங்களுக்கே கூட தெரிந்திருக்கும். மேலும் உங்கள் விஷயமாக பேச்சுவார்த்தை நடந்துகொண்டிருக்கிறது. அரசுத்தரப்பில் ஒரு முடிவு

எடுக்கப்படும்வரை நீங்கள் சும்மா இருக்கவேண்டியது அவசியம். இந்தநிலையில் நீங்கள் ஏதாவது விபரீதமாகச் செய்துவிட்டால் இதுவரை நான் எடுத்திருக்கிற அனைத்து முயற்சிகளுக்கும் அர்த்தமில்லாமல் போய்விடும்" என்றேன்.

பொறுமையாக கேட்டுக்கொண்ட வீரப்பன்... ஒரு கேஸட்டை எடுத்து டேப்பில் போட்டு ஓடவிட்டான். கர்நாடக போலீஸ் அமைச்சர் ரோஷன் பேசிக்கொண்டிருந்தார் அதில். அவர் பேச்சின் சாராம்சம், எப்படியும் வீரப்பனைப் பிடித்தே தீருவோம் என்பதுதான்.

எனக்கு அதிர்ச்சியாக இருந்தது இந்தப் பேச்செல்லாம் எப்படி இவன் கைக்கு கிடைத்துவிடுகிறது.

''ஐயா! எனக்கு தெளிவா தெரியணும். என்னைப் பிடிக்கிறதுதான் நோக்கம்னா... அவங்க தேடிட்டே இருக்கட்டும். சமாதானமா போறதுன்னா என் நிபந்தனைகளை..."என்றான்.

அப்போது பிரதமராக இருந்த தேவேகௌடா, கர்நாடக முதல்வர் ஜே.எச்.பாடடீல் எல்லாருக்கும் கேஸட்டில் பேசி தன் தீர்மானங்களை என்னிடம் கொடுத்தான் . கூடவே அந்த பத்து நிபந்தனைகளுடன் பதினோராவது நிபந்தனையாக பூலான்தேவி போல தன் வாழ்க்கையையும் திரைப்படமாக எடுக்கவேண்டும் என்றும் அதற்கு சென்ஸார் கூடாது என்றும் சொல்லியிருந்தான்.

வீரப்பனிடம் நாலைந்து கேசட்டுகள்தான் உண்டு. அதிலேயேதான் இருப்பதை அழித்துவிட்டு மேலே மேலே பேசவேண்டும். அப்படி ஒரு கேசட்டை ஓடவிடும்போது அதில் ஒருவித நூதனமாக தாள இசை கேட்டது.

அதில் கலவரப்பட்ட நான், "இது என்ன இசை?" என்று கேட்டேன்.

"மாரியம்மா ஆட்டம்" என்றான் வீரப்பன்.

அது என்ன மாரியம்மா ஆட்டம்? நான் விபரம் கேட்டபோது முப்பத்திரெண்டு தாள வகைகளைக் கொண்ட சிக்கலான நடனம் அது என்றும் அந்த இசைக்கு ஆடுவதற்கு நல்ல பயிற்சி வேண்டும் என்றும் வீரப்பன் சொன்னான்.

"நீங்க ஆடுவீங்களா?"

''ஓ! அத்தனை தாளத்துக்கும் ஆடுவேன்! ஆனா, ஆடணும்னா, 200 கி.மீ. உள்ள போய்டுவோம்" என்றான்.

"வேணுமானா உங்களுக்கு ஆடிக்காட்டறேன், பாக்கறீங்களா?"

ஆட்ட சப்தத்தில் எங்காவது போலீஸ் வந்து விட்டால்? மெயின்ரோடிலிருந்து குறைந்த தூரத்தில் தான் அப்போது

நாங்கள் இருந்தோம். ஆகவே வேண் டாம் என்று மறுத்தேன்.

''ஒண்ணு செய்யலாம். காட்டுக்குள்ள போலீஸ் வந்திருந்தாலும் சாயங் காலம் ஐந்துமணி ஆனால் முகாமுக்கு திரும்பிடுவாங்க. மரம் வெட்ற கிராமவாசிகள், மாட்டுக்காரப் பையன்கள் உள்ள வந்திருந்தாலும் ஆறுமணிக்கெல்லாம் ஊருக்குத் திரும்பிடுவாங்க. அந்த நேரத்தில் நாம ஆடலாம். ஆடிட்டு உள்ள ஓடிடலாம்'' என்றான்.

கொஞ்சம் தயக்கமாக இருந்தாலும், ''சரி ஆடுங்க பார்ப்போம்'' என்று சொல்லிவிட்டு சிவாவிடம் வீடியோவை ரெடிபண்ணச் சொன்னேன்.

நான் எதிர்பார்க்கவே இல்லை. அத்தனை அற்புதமான நடனம் அது. சுழன்று சுழன்று அந்த உடுக்கைச் சத்தத்திற்கு வீரப்பனும் அவனது ஆட்களும் ரௌத்திரம் வந்தவர்கள் போல ஆடிக்கொண்டே இருந்தார்கள்.

ஒவ்வொரு தாளமும் சுமார் எட்டு நிமிடங்கள் நீடித்தன. எட்டு தாளங்கள் ஆனதும் போதும் என்று எனக்குத் தோன்றியது. வீரப்பனிடம் சொன்னேன்.

"ஐயோ எட்டுல நிறுத்தினா முட்டிக்கும்" என்ற இன்னொரு தாளமும் ஆடி முடித்தான். சிவா விளையாட்டாக, "ஒன்பது ஜெய லலிதாவோட நம்பராச்சே" என்று சொல்லவும்... "ஐயய்யோ... அப்ப இன்னொரு தாளமும் ஆடிடுவோம்" என்று பத்தாவது தாளமும் ஆடி முடித்தான்.

கட்டுச் சோறு வந்தது. ஒரு பெரிய பேப்பரில் வைத்துதான் சாப்பிட வேண்டியிருந்தது.

சாப்பிட்டு சிறிது நேரம் ஓய்வெடுத்துக்கொண்டு கிளம்பினேன். இம்முறை வீரப்பன் தன் சகாக்களுடன் தானும் உடன் வந்தான்.

நாங்கள் உள்ளே போன வழி வேறு. திரும்பி வரும்போது வீரப்பன் கூட்டிச் சென்ற வழி வேறு. இது கொஞ்சம் சுற்று வழி. நள்ளிரவு ஒருமணிவரை நடந்தோம். மிகவும் சோர்வு வந்து கவ்விக்கொண்டதும் ஓரிடத்தில் நின்றுவிட்டேன். அங்கே பெரிது பெரிதாக நிறைய பாறைகள் தென்பட்டன. பாறை என்று நான் நினைத்தது தவறு. இவை இறுகிவிட்ட யானைச்சாணம் என்று வீரப்பன் சொன்னான்.

அப்போது சேத்துக்குளி கோவிந்தன் எதையோ வாசனை பார்த்து ரகசியக் குரலில் "மேல போக வேணாம். கருப்பு வாசனை வருது'' என்றான்.

கருப்பு என்றால் யானையாம். எனக்கு ஒரு வாசனையும் தெரியவில்லை.

வீரப்பன், "சரி... இன்னிக்கு மேல நடக்க வேணாம். இங்கேயே படுத்திருவோம்" என்று ஒரு பொட்டல் வெளிக்குக் கூட்டிப் போனான்.

எல்லோரும் படுத்தோம். எனக்கு மட்டும் காவலாக ஒரு ஆள் துப்பாக்கியோட பின்புறம்.

"மாதேஸ் ஒரு தப்பு பண்ணிட்டான். நேத்து இந்தப் பக்கம் வந்தபோது பதினைஞ்சு அடி நீள மலைப்பாம்பைப் பார்த்திருக்கான். அதை சும்மா விட்டிருந்தான்னா, இப்போ அதைத் தேடிப்பிடிச்சு தோள்ல போட்டுக்கிட்டு போட்டோவுக்கு போஸ் கொடுத்திருப்பேன்" என்றான் வீரப்பன்.

"ஏன், என்ன பண்ணினான்?"

சும்மா இருக்கமாட்டாமல் சீவிப்போட்டான். இங்கதான் புதைச்சோம் என்று ஒருமேட்டைக் காட்டினான்.

நான் படுத்திருந்த இடத்திற்குப் பக்கத்தில் இருந்தது அந்த மேடு. உதறல் எடுத்துவிட்டது எனக்கு. வெட்டியது சரி, குழி தோண்டிப் புதைக்கவேண்டிய அவசியம் என்ன? வீரப்பனிடம் கேட்டேன். அவன் சொன்ன பதிலில் அசந்துபோனேன்.

பதினைந்து அடி நீள மலைப்பாம்பு. அதை வெட்டியதோடு மட்டும் அல்லாமல் எதற்காகக் குழிதோண்டிப் புதைத்து காரியம் பண்ணாத குறையாக சமாதி கட்ட வேண்டும்.

வீரப்பன் சொன்னான்; "இத்தனாம் பெரிய பாம்பை சீவிப்போடற துணிச்சல் எங்களைத் தவிர இங்க வேற யாருக்கும் கிடையாதுன்னு போலீஸ்காரங்களுக்குத் தெரியும். பாம்பை வெட்டிப் போட்டு இருக்கறதைப் பார்த்தா நான்தான்னு தெரிஞ்சுக்கிட்டு இடத்தை வளைச்சிடுவாங்க. அதான், வெட்டின தோஷத்துக்குப் புதைச்சுடறது."

அவனுடைய ஜாக்கிரதை உணர்வை நினைத்துக் கொஞ்சம் வியந்தேன்.

இந்தக் கதையெல்லாம் கேட்ட பிறகு தூக்கம் எங்கிருந்து வரும்? மேலும் பக்கத்தில்ஒரு துப்பாக்கி, தலைமாட்டில் ஒரு துப்பாக்கி, கிங்கரர்கள் மாதிரி சுற்றிலும் வீரப்பனின் ஆட்கள்.

இந்தச் சூழ்நிலையில் தூங்காமலேயே இரவைக் கழித்துவிட்டு, விடிந்ததும் கிளம்பி ஊர் வந்து சேர்ந்தேன்.

முதல்வர் பட்ஜெட் தயாரிப்பில் மிகவும் மும்முரமாக இருந்த சமயம் அது. நான் சந்திக்க வேண்டும் என்று சொன்னதும் உடனடியாகத் தம் பணிகளை ஒதுக்கி வைத்துவிட்டு எனக்கு நேரம் தந்தார். நான் அவரிடம் நிலவரத்தை விளக்கிச் சொன்னேன்.

"தமிழ்நாட்டுப் போலீஸ் தேடுதல் வேட்டையில் இறங்கா விட்டாலும் கர்நாடக அதிரடிப்படையினர் காட்டுப் பகுதியில்தான் சுற்றிக்கொண்டிருக்கிறார்கள். ஒப்பந்தத்தை மீறிய இச்செயலால் வீரப்பன் மிகவும் கோபமடைந்திருக்கிறான்" என்ற விஷயத்தை முதல்வரிடம் தெரிவித்தேன்.

இவ்விஷயத்தில் சுமுகமான ஒரு தீர்வு காணப்படும்வரை வன்முறையில் இறங்கக்கூடாது என்று நான் கேட்டுக் கொண்டதையும் அவன் ஒருமாதம் மட்டுமே பொறுமை காத்திருப்பதாக வாக்களித்திருப்பதையும் தெரிவித்தேன். இந்தமுறை நான் எடுத்திருந்த பேட்டி, மாரியம்மா டான்ஸ் எல்லாம் விஜய் டிவியில் வெளிவந்தது.

ஜூலை 12. பத்திரிகையாளர் சின்னக்குத்தூசியின் அறையில் நான் பேசிக்கொண்டிருந்த சமயம். தலையில் இடி விழுந்தாற்போல அந்தச் செய்தி வந்தது. வீரப்பன் ஒன்பதுபேரை கடத்திவிட்டான்.

நான் உடனே ஆறு நிருபர்களை அழைத்து, கடத்தப்பட்ட இடத்துக்கு போகச் சொன்னேன்.

கர்நாடக எல்லையில் உள்ள சாம்ராஜ் நகர்- கொள்ளே காலுக்கு இடையில் புர்டே என்ற இடத்தில்தான் கடத்தல் நடந்திருந்தது.

பசவராஜ் என்கிற டிரைவரிடம் ஒரு கேசட்டில் பேசி கர்நாடக முதல்வருக்கும் வனத்துறை அமைச்சருக்கும் தன் கோரிக்கைகளை அனுப்பியிருந்தான்.

உடனடியாக ஏதும் செய்துவிட முடியாத நிலையில் என் நிருபர்கள் கடத்தப்பட்டவர்களின் குடும்பத்தினரை பேட்டிகண்டு அனுப்பினர். இதற்கிடையில் அலெக்ஸாண்டர் என்னுடன் பேச விரும்புவதாக காமராஜ் தெரிவித்தார். நானும் போய் பேசினேன்.

"கடத்தப்பட்ட ஒன்பதுபேரை அரசுத் தூதுவராகச் சென்று நீங்கள்தான் மீட்கவேண்டும். கர்நாடக அரசும் இதைத்தான் விரும்புகிறது. இன்று மாலை உள்துறை செயலாளர் உங்களைச் சந்திக்க விரும்புகிறார்" என்றார் அலெக்ஸாண்டர்.

அதன்படியே அன்று மாலை பூர்ணலிங்கத்தைச் சந்தித்தேன். அவரும் அரசு தூதுவராக நான் செல்ல வேண்டும் என்று அலெக்ஸாண்டர் கூறியதையே சொன்னார்.

"நல்ல விஷயம். நான் போகத்தயார். ஆனால் என்னை எப்படி அனுப்பப் போகிறீர்கள்?" என்று கேட்டேன்.

நான் சொன்னதுதான் தாமதம். உடனே அரசு தூதுவராக நக்கீரன் கோபால் வீரப்பனை சந்திக்க செல்கிறார்... செல்கிறார்...

என்று பத்திரிகைகளும் ரேடியோ, டிவிக்களும் நொடிக்கொரு தரம் அறிவிக்கும் அளவிற்கு விஷயம் பரவி விட்டது.

நான் மேற்கொண்டு எந்த முயற்சியையும் தொடங்குவதற்கு முன்னால் வீரப்பன், கர்நாடக முதல்வருக்கும், வனத்துறை அமைச்சருக்கும் அனுப்பி இருந்த கேஸட்டுகளைக் கேட்க விரும்பினேன்; காரணம், அவன் எந்த மாதிரி மனநிலையில் மூடில் பேசியிருக்கிறான் என்பதை முதலில் தெரிந்துகொள்ள விரும்பினேன்.

உள்துறை செயலாளரிடம் என் கருத்தைத் தெரிவித்தபோது அவர் உடனே அதற்கான ஏற்பாடுகளைச் செய்து கேஸட்டுகளை வரவழைத்தார். அதைக் கேட்டபோது அவன் சரண்டராகத் தயார் என்பதை மறைமுகமாகச் சொல்லியிருந்தது புரிந்தது.

"சரி... நான் புறப்படுகிறேன்" என்று சொன்னேன்.

"உங்களுக்கு என்ன உதவி வேண்டும்" சகலவசதிகளுடன் ஜீப், பாதுகாப்பு கமாண்டோக்கள், தொலைபேசி வசதி, அந்தப் பகுதியில் நீங்கள் தங்குவதற்குப் பங்களா, இன்னும் என்ன வேண்டும் சொல்லுங்கள்."

"எனக்கு எதுவுமே வேண்டாம். என்னை போலீஸ் பின் தொடராமல் இருந்தால் அதுவே போதும்" என்று பதில் சொன்னேன்.

பூர்ணலிங்கம் ஆச்சரியப்பட்டார். "எப்படி எதையும் வேண்டாம் என்கிறீர்கள்? மேலும் எங்களுக்கு எப்படி தகவல் தெரிவிப்பீர்கள்?" என்று கேட்டார்.

"அதுபற்றி நீங்கள் கவலைப்படாதீர்கள். வீரப்பனிடம் உள்ள பழக்கம், போலீஸ் பின்தொடருவது தெரிந்தால், எதிரே இருப்பது யாரென்று பார்க்காமல் சுட்டுவிடுவான். ஆகவே என்னை யாரும் பின்தொடரக்கூடாது. வீரப்பனிடமிருந்து என்னை நான் காத்துக்கொள்வேன். போலீஸிடமிருந்து நீங்கள் காப்பாற்றுங்கள்".

இப்படிக் கேட்டதும் போலீஸ் என்னைப் பின் தொடராது என்று டி.ஜி.பி.யிடமிருந்து உத்தவாதக் கடிதம் வந்தது.

ஆனால் அந்தக் கடிதம் உபயோகப்படாது என்று நான் மறுத்துவிட்டேன். இருமாநில அரசாங்கமும் கையெழுத்திட்டு கடிதம் தரவேண்டும் என்று கேட்டேன். கடிதம் வந்தது.

இதற்கிடையில் நான் அரசு தூதுவராக காட்டுக்குள் செல்லப்போகிறேன் என்கிற விஷயம் வீரப்பனை எட்டியிருந்தது. (ரேடியோ மூலம்)

அவனிடமிருந்து தகவல் வரக் காத்திருந்தேன். பூரணலிங்கம்

'யாரும் உங்களை பின்தொடரமாட்டார்கள். ஒருவேளை அப்படி யாராவது பின்தொடர்ந்தால் தயங்காமல் திரும்பி வந்துவிடுங்கள்' என்று சொன்னார்.

இன்னொருபுறம் அலெக்ஸாண்டர் அரைமணிக்கொருதரம் போன்செய்து 'கோபால் வருகிறார், அவரை யாரும் பின்தொடரவேண்டாம்' என்று என்னைப் பற்றி போலீஸாரிடம் அறிவித்துக்கொண்டே இருந்தார்.

"நம் ஆட்களை அவன் கடத்தி வைத்திருக்கிறான். நான் என்ன சொல்லி அவர்களை மீட்டுவர" என்று கேட்டேன்.

முதல்வர் சில உறுதிமொழிகளைத் தந்தார்.

1. கர்நாடகா தரப்பிலிருந்து வீரப்பன் சம்பந்தப்பட்ட அனைத்து வழக்குகளையும் தமிழ்நாட்டுக்கு மாற்றிக் கொள்ளலாம்.

2. எக்காரணம் கொண்டும் வழக்கு விசாரணை என்று வீரப்பன் கர்நாடகா செல்ல வேண்டாம்.

3. வீரப்பன் வழக்குகள் தடங்கலின்றி விரைவாக நடைபெற தனி கோர்ட் அமைக்கப்படும்.

4. குறைந்தபட்ச தண்டனைக்கு ஆவன செய்யப்படும்.

நான் சொன்னேன். "இவ்விஷயத்தில் நீங்கள் காட்டும் அக்கறைக்கு நன்றி. மாநில அரசு என் உயிருக்கு பாதுகாப்பு அளிப்பதாகக் கொடுத்துள்ள கடிதம் என் மனைவியை சமாதானப்படுத்த மட்டும்தான். மற்றபடி அங்கே போலீஸ் தொந்தரவு இருந்தால் நான் தப்பிப்பதுதான் உண்மையிலேயே என் உயிருக்கு நீங்கள் தரும் உத்தரவாதம்."

முதல்வர் சிரித்து, "போய் வாருங்கள். உங்கள் பதிலுக்காக காத்திருக்கிறார்கள். வந்ததும் முதல் வேலையாக எனக்குப் போன் செய்யுங்கள்" என்று சொன்னார்.

என் மனைவியை சமாளிப்பது எனக்குப் பெரிய விஷயமாக இருந்தது. "நான் காட்டுக்குள்ள போகமாட்டேன். ஈரோட்டில்தான் இருப்பேன். தம்பிங்கதான் காட்டுக்குள் போவாங்க. வீரப்பன் விரும்பினால் மட்டும்தான் நான் போவேன்" என்று பொய் சொன்னேன்.

ஈரோடு போய் தங்கினோம். தகவலுக்காக ஒவ்வொரு கிராமத்திற்கும் ஆள் அனுப்பினேன். ஒரு குறிப்பிட்ட கிராமத்திலிருந்துதான் சிக்னலும் வீரப்பனிடமிருந்து கேஸட்டும் வந்தது. சத்தியமங்கலம், பன்னாரி, திம்மம் ரூட்டில் வந்து கொள்ளேகால் வழியில் பூதிப்படுகா என்ற ஏரியாவுக்கு வரச்சொல்லியிருந்தான். அங்கிருந்து ஒரு கிலோமீட்டர் தள்ளி மரக்கிளைகளை ஒடித்து சாலையின் வலது பக்கத்தில் வைத்து அதன்மேல் கல்

வைத்திருக்கும். அதுதான் அடையாளம்.

அந்த இடத்தில் இறங்கி வலது பக்கம் உள்ள காட்டில் நுழைந்து இரண்டு கிலோமீட்டர் நடந்தால் வீரப்பனின் ஆள் ஒருத்தர் வருவார். அவர் ஒரு வீட்டிற்குக் கூட்டிப்போவார். அங்கிருந்து வீரப்பனை சந்திக்க ரூட் கிடைக்கும். இதுதான் கேஸட்டில் இருந்த தகவல். இதெல்லாம் முக்கியமில்லை. கடைசியில் வீரப்பன் ஒரு விஷயம் சொல்லியிருந்தான்.

"வரும்போது பொது மன்னிப்போடு வாங்க."

அதுதான் எனக்கு உதைத்தது.

கிளம்பினோம். மலைப்பாதையில் மழை பெய்து கொண்டிருந்த இருட்டில் கிளை உடைத்துப் போட்ட அடையாளத்தைத் தேடிப் போய்க்கொண்டே இருந்தோம். ஒருமுறை அடையாளத்தை தவறவிட்டு வெகுதூரம் போய் மறுபடியும் திரும்பிவர நேர்ந்தது.

இடத்தைக் கண்டுபிடித்து காட்டுக்குள் இறங்கி நடக்கத் தொடங்கினோம். வரும் வழியில் அடையாளத்துக்காக இருமிக் கொண்டே வரவேண்டும் என்று வீரப்பன் சொல்லியிருந்தான். ஆகவே மாற்றி மாற்றி இருமிக்கொண்டே போனோம்.

கொஞ்சதூரம் நடந்ததும் அவனுடைய ஆள் வந்தான். ஒரு குடிசை வீட்டுக்கு எங்களைக் கூட்டிப்போனான். அந்த வீட்டில் ஒரு நாய் என்னைப் பார்த்து பயங்கரமாக குறைக்கத் தொடங்கியது. எனக்குப் பயமாக இருந்தது. காரணம் நாய் குரைக்கும் சத்தம் கேட்டு காட்டுவாசிகள் யாருக்காவது சந்தேகம் வந்து விபரீதம் ஏற்பட்டுவிட்டால்...?

குடிசைக்கு உள்ளே எங்களுக்கு நல்ல வரவேற்பு தந்தார்கள். உட்கார வைத்து சாப்பாடு போட்டார்கள். திடீரென்று நாய் குறைப்பதை நிறுத்திவிட்டிருந்தது. கிளம்பும்போது நாய் என்ன ஆனது என்று கேட்டேன்.

"பெரிய விஷயத்துக்காக வந்திருக்கிற உங்களைப் பார்த்து நாய் குறைச்சதேன்னு கோபம் வந்திருச்சு. இனி அது இன்னாத்துக்கு இருக்கணும்னு இப்பதான் கழுத்தைத் திருகிப் போட்டேன்" என்று புதைக்கப்பட்டுக்கொண்டிருந்த நாயைக் காட்டினான்.

எத்தனை பயங்கரம்? அது எனக்கு ஒரு எச்சரிக்கை. உன்னால் வீரப்பனுக்கு ஏதாவது ஆனால் உனக்கும் இதே கதிதான் என்று சொல்லாமல் சொல்லுவது போல் இருந்தது அது. புறப்பட்டோம்.

வழியில் மான்களைப் பிடிப்பதற்காக ஆங்காங்கே மின்கம்பிகள் புதைக்கப்பட்டிருக்கும் இருட்டில் இடம்

தெரியாமல் அதில் கால் விட்டால் பரலோகம்தான்.

வீரப்பனின் ஆள் ஒரு காய்ந்த கிளையில் பிரண்டைத் தண்டைக் கட்டிக்கொண்டு வந்தான். அதைத் தரையில் தேய்த்துக்கொண்டே வரும்போது அந்த ஈரத்தண்டில் கரண்ட் பட்டால் பட்டென்று வெடிக்கும்.

ஓரிடத்தில் அப்படித் தேய்த்துக்கொண்டே வரும்போது டமார் டமார் என்று சத்தம் கேட்டது. எங்கள் அதிர்ஷ்டம் மெயின் லைனே அடிவாங்கி ஒட்டுமொத்தமாக ப்யூஸ் போய்விட்டது என்று வீரப்பனின் ஆள் சொன்னான். நிம்மதியாக நடந்தேன். அதிகாலை மூன்று மணி. ஓரிடத்தில் நல்ல குளிர். அது இருண்ட காட்டுப்பகுதி.

'குளிரலையா?' என்று கேட்டான் வீரப்பனின் ஆள். குளிரத்தான் செய்தது. மூட்டம் போடலாம் என்று சருகுகளை சேர்த்து தீ மூட்டம் போட்டான் அவன்.

குளிருக்காக மூட்டப்பட்ட தீ அல்ல அது என்பது எனக்கு அப்போது தெரியவில்லை.

அந்தத் தீமூட்டம் வீரப்பனுக்கு நான் வந்துவிட்டதை அறிவிக்கும் சிக்னல்.

தீ கொழுந்துவிட்டு எரியத் தொடங்கிய கொஞ்ச நேரத்தில் சரசரவென்று ஒரு சப்தம். தோளில் துப்பாக்கி ஊஞ்சலாட வீரப்பன் வந்தான்.

"வாங்க ஆசிரியரே! இப்ப எதுக்கு வந்திருக்கீங்க?"

அந்தக் கேள்வியே எனக்கு அபாய அறிவிப்பு போலப்பட்டது.

''ஒன்பதுபேரை பிடிச்சி வெச்சிக்கிட்டு இப்படிக் கேட்டீங்கன்னா எப்படி?'' என்றேன். உதட்டளவில் சிரித்துக் கொண்டு.

"அதுசரி... பொதுமன்னிப்பு கொண்டாந்தீங்களா?"

"அதெல்லாம் பேசுவோம். முதல்ல அந்த ஒன்பது பேரை எங்க வெச்சிருக்கீங்க? காட்டுங்க" என்றேன் கறாராக.

ஏனோ அவன் தீர்மானமாக அதற்கு மறுத்தான்.

''பொதுமன்னிப்பு தந்தாங்களா இல்லையா? அதைச் சொல்லுங்க முதல்ல."

நான் கையில் சில தினசரிகளைக் கொண்டு போயிருந்தேன். பிணைக்கைதிகளை வீரப்பன் நாய்ச்சங்கிலியால் கட்டி வைத்து சவுக்கால் அடிக்கிறான் என்று செய்தி வெளியாகியிருந்த பத்திரிகைகள்... அதைக்காட்டி ''நீங்க காட்டமாட்டேன்னு சொன்னா, அதுக்கு இதுதான் அர்த்தம். நான் முதல்வரிடம் என்ன சொல்லட்டும்" என்றேன் கோபமாக.

"அதெல்லாம் இல்லை. வந்து பாருங்க" என்று கோபமாக எழுந்துகொண்டான். நான் அவனுடன் நடந்தேன்.

கொஞ்சதூரம் நடந்ததும் ஓரிடத்தில் ஆணி அடித்தாற்போல் என் கால்கள் நின்றுவிட்டன. அங்கே....?

அந்த ஒன்பது பேரும் வரிசையாக உட்கார்ந்திருந்தார்கள்.

தலை கலைந்து தாடியும் சோகமுமாக அவர்கள் இருந்த காட்சி என்னை ஓர் உலுக்கு உலுக்கிவிட்டது. அவர்களில் ஒருத்தரைக்கூட எனக்கு முன்பின் தெரியாது. ஆனால் சொந்த சகோதரர்களின் சோகம் போல நெஞ்சைச் சுட்டது. அத்தனை பேரும் கர்நாடகக்காரர்கள். ஒருவரைத் தவிர வேறு யாருக்கும் தமிழ் தெரியவில்லை. தமிழ் தெரிந்த அந்த ஒரு ஆளிடம் நான் பேசினேன்.

"இரண்டு மாநில முதல்வர்களும் சேர்ந்துதான் என்னை அனுப்பியிருக்காங்க. நீங்க கவலைப்படவேண்டாம். கூட்டிட்டுப் போயிடுவேன். பயப்படாமல் இருங்க" என்று ஆறுதல் சொன்னேன்.

டி.பி.யால் அவதிப்பட்டுக்கொண்டிருந்த வேலாயுதம் என்பவருக்கு நான் எடுத்துப் போயிருந்த சில மாத்திரைகளைக் கொடுத்துவிட்டு மற்றவர்களுக்கும் ஆறுதல் சொல்லிவிட்டு வீரப்பனிடம் பேச ஆரம்பித்தேன்.

எடுத்த எடுப்பிலேயே பொதுமன்னிப்பு இல்லாவிட்டால் பேச வேண்டாம் என்று கறாராகச் சொன்னான் வீரப்பன். மேலும் பழைய கதைகளைப் பேச ஆரம்பித்து, கோபம் தலைக் கேறி ஒரு முழுமையான தீவிரவாதிபோல நடந்துகொள்ள ஆரம்பித்தான். அது நான் அதுவரை காணாத வீரப்பனின் புதிய முகம்.

ஆனால் அமைதிப் பேச்சை அவனால் முற்றிலுமாக புறக்கணிக்க முடியவில்லை என்பதையும் நான் கண்டுகொண் டேன்.

இன்னொரு விஷயத்தையும் நான் கவனித்தேன். பிணைக்கைதிகளோடு வீரப்பனோ, அவனது ஆட்களோ ஒரு வார்த்தைகூடப் பேசவில்லை. அவர்கள் தனியே ஒரு தீவு போல இருந்தனர். நான் எத்தனையோ பேசிப் பார்த்தும் வீரப்பன் அவர்களை விடுவதாக இல்லை.

வெறும் கையுடன்தான் திரும்ப வேண்டும் என்பது கிட்டத்தட்ட உறுதியாகிவிட்ட நிலை.

இருப்பினும் அந்த ஒன்பது பிணைக்கைதிகளையும் படம் எடுத்துக்கொண்டு இரு மாநில முதல்வர்களுக்கும் அவர்களைக் கடிதம் எழுதச் சொல்லி வாங்கிக்கொண்டு கனத்த மனத்துடன் கிளம்பினேன்.

கிளம்பும்போது வீரப்பனின் சட்டையைக் கவனித்தேன். அதில் 'Security' என்று எழுதியிருந்தது. சென்ட்டிமென்ட்டாக அவனைத் தாக்க முடிவு செய்து ''செக்யூரிட்டினு உங்க சட்டையில எழுதியிருக்கே. அதுக்கு என்ன அர்த்தம் தெரியுமா?'' என்னு கேட்டேன்.

"என்ன அர்த்தம்?"

"செக்யூரிட்டினா பாதுகாப்பு. இந்த ஒன்பதுபேருக்கும் நான் திரும்பி வர வரைக்கும் நீங்கதான் பாதுகாப்பு. இவங்க உயிருக்கும் சேர்த்துதான் சொல்றேன்" என்று சொல்லிவிட்டுக் கிளம்பினேன்.

சென்னை வந்தடைந்ததும் முதல் காரியமாக முதல்வரை சந்தித்து நிலவரத்தைச் சொன்னேன். பிணைக்கைதிகள் எழுதிய கடிதத்தையும் வீரப்பன் அனுப்பிய கேஸட்டையும் கொடுத்தேன்.

மறுநாள் கூடுதல் டி.ஜி.பி. அலெக்ஸாண்டர் எனக்கு போன் செய்தார்.

இன்று மாலை சிறப்பு விமானத்தில் கர்நாடக முதல்வர் வருகிறார். நீங்கள் பேச்சுவார்த்தைக்கு வர அரசு அழைக்கிறது" என்றார். சென்றேன்.

''உங்களுக்குக் கொடுக்கப்பட்ட காரியத்தை மிகவும் சிறப்பாக செய்திருக்கிறீர்கள். அந்த ஒன்பதுபேரை மீட்டுவர நீங்கள்தான் சரியான ஆள். எப்படியும் இக்காரியத்தை நீங்கள் சாதிக்க வேண்டும்" என்றார் ஜே.எச்.பாட்டீல்.

"காவிரி விஷயத்தில் கர்நாடகா நமக்குக் கை விரித்தாலும், வீரப்பன் பிடித்து வைத்திருக்கும் 9 பேரும் கர்நாடகாக்காரர்கள் என்பதால் இவ்விஷயத்தில் நாம் உதவ வேண்டும்'' என்று தமாஷாக சொன்னார் கலைஞர்.

எல்லாம் சரி... ஆனால் எதைச் சொல்லி மீட்டு வருவது? அவன் கேட்கிற பொதுமன்னிப்பெல்லாம் சட்டப்படி சாத்தியமே இல்லையே?

இருப்பினும் கலைஞர் அவனுக்கு ஆறு சலுகைகள் தர முன் வந்தார். பாட்டீலும் ஏற்றுக்கொண்டார்.

என் குடும்பத்தை குறிப்பாக மனைவியை ஒருவாறு சமாளித்து சமாதானப்படுத்திவிட்டுக் கிளம்பினேன்.

வீரப்பன் குறிப்பிட்டிருந்த கிராமத்தைச் சென்றடைந்ததும் அங்கே ஓர்அதிர்ச்சி காத்திருந்தது.

சாதாரணமாக நான் போகும் போதெல்லாம் இன்முகத்தோடு வரவேற்று உபசரித்து அனுப்புவது கிராமத்துக்காரர்களின் வழக்கம். ஆனால் இந்தமுறை நடந்ததே வேறு.

குறிப்பிட்ட அந்த கிராமத்து வீட்டுக்குள் நான் நுழைந்தது தான் தாமதம்.

''ஐயா, வந்துட்டீங்களா ஒன்பதுபேரை அந்த படுபாவி கிட்டேயிருந்து காப்பாத்துங்கய்யா. கொல்லப்போறதா முடீவெடுத்துட்டானாம். சீக்கிரம் போங்கய்யா... போங்கய்யா..." என்று அலறிக்கொண்டு ஓடிவந்தாள் ஒரு கிழவி.

பதைத்துவிட்டது எனக்கு. கொலைவெறி தலைக்கேறிய வனிடம் என்ன பேசி எப்படி மீட்பது? தவிர என் உயிருக்கு என்ன உத்தரவாதம்?

நான் சிவாவிடம், "வேணாம், நாம் திரும்பிடலாமா?" என்று கேட்டேன்.

கிராமவாசி இதைக்கேட்டு... "நீங்க மட்டும் போகாட்டா, நிச்சயமா ரெண்டுபேரை வெட்டிடுவான். ஏன்னா... எப்பவுமே ரெண்டாவது முறை பேச்சுவார்த்தை நடக்கும்போதே போலீஸ் உள்ளே வந்துடறதுதான் வழக்கம். இப்ப நீங்க ரெண்டாவது முறை வர்றீங்க. நீங்களும் திரும்பிப் போயிட்டால், அவன் கோவ

மாயி வெட்டிடுவான். தயவு செஞ்சி காப்பாத்துங்க'' என்று கதறினார்கள்.

சாகத்துணிந்து கிளம்பினேன் என்றுதான் சொல்ல வேண்டும்.

காட்டுவாசியுடன் நடந்தோம். அன்று அமாவாசை. அமாவாசை இரவு என்றால் எப்படி இருக்கும் என்பதைக் காட்டுக்குள் நடந்தால்தான் முழுக்க உணர முடியும். நம் கைகூட நமக்குத் தெரியாது. எதிரே மரம் இருந்தாலும் சரி... யானையே இருந்தாலும் சரி... தெரியாது. விதி போன போக்கில் நடந்து கொண்டிருந்தோம்.

நள்ளிரவு பன்னிரெண்டு மணி. காட்டுவாசி எங்களை நிறுத்தி, ஒரு புதருக்குள் பதுங்கச் சொன்னான்.

“எதுக்குய்யா?”

“இந்த இடத்துல முனி இருக்குது. பன்னெண்டுலேர்ந்து ஒரு அவருக்கு இந்த இடத்தைக் கடக்கக்கூடாது. முனிப்பாய்ச்சல் பயங்கரமா இருக்கும்.

முனியாவது சனியாவது. ஆனால் நகரக்கூடாது என்று தீர்மானமாகச் சொல்லிவிட்டான். வீரப்பன் உத்தரவாம்.

இருள்... திகில்... பயம்... வேறு வழி! பதுங்கிக் கிடந்தோம். சிறிது நேரம் கழித்து மெள்ள வெளியே வந்து மேலும் நடக்கத் தொடங்கினோம்.

மறுநாள் காலை 11 மணிக்கு வீரப்பனைச் சந்தித்தோம்.

அவன் எழுந்து வந்து வரவேற்காமல், உட்கார்ந்த இடத்திலிருந்தே சைகை காட்டி கூப்பிட்டான். பணயக்கைதிகள் ஒன்பது பேரையும் சங்கிலியால் கட்டி வைத்திருந்ததையும் ராஜூ என்ற நபர் சாகக்கிடந்ததையும் கண்டேன்.

ரத்தம் உறைய வைத்த காட்சி அது.

பொதுமன்னிப்பு கொடு அல்லது இருபத்தைந்து கோடி கொடு. இரண்டில் ஏதாவது ஒன்றை தந்து ஒன்பது பேரை மீட்டுப்போகலாம் என்று வீரப்பன் இம்முறை சொன்னான்.

இரண்டுமே சாத்தியமில்லை என்று மணிக்கணக்காகப் பேசி புரிய வைப்பதற்குள் நான் பட்டபாடு கொஞ்சநஞ்சமல்ல. ஒருவழியாக அவனது இருபத்தைந்து கோடி கோரிக்கையை ஐந்து கோடியாகக் குறைத்த பின்னர்தான் பிணைக்கைதிகளுள் யாரேனும் ஒருவரையாவது மீட்டுப்போகிற உத்வேகம் வந்தது.

''அஞ்சு கோடி குடுப்பாங்க. அது பிரச்சினையில்லை.

நடுஇரவு 12 மணிக்கு
'பேய் ஆடும்' என்பதற்காக ஓரிடத்தில்
வீரப்பன் கூட்டாளிகள் அன்பு, ரெங்கசாமியுடன்...

ஆனால் இவங்க நல்லா இருக்காங்கன்றதை அரசாங்கம் நம்பணுமில்லையா?"

"நீங்கதான் பார்க்கிறீங்களே நல்லாத்தானே இருக்காங்க?"

"எங்கே... தோ இவரு சாகக்கிடக்கிறாரே" என்று ராஜூவைக் சுட்டிக்காட்டினேன்.

"நான் போய் திரும்பி வர்றதுக்குள்ள இவர் செத்துப் போயிட்டால்...?"

"செத்தா சாகட்டும்" அலட்சியமாகவே பதில் வந்தது அவனிடமிருந்து.

"இது அக்கிரமம். நீங்க ஒன்பது பேரை பத்திரமா திருப்பி அனுப்புவீங்கன்ற நம்பிக்கைல தான் அரசு அஞ்சுகோடி தர முன் வருவாங்க. இப்படி அலட்சியமா பேசினா எப்படி? ஒண்ணு சொல்றேன். இந்த ராஜூவை மட்டும் என்கூட அனுப்பிடுங்க" என்றேன்.

வீரப்பன் யோசித்தான். ஆனால் சேத்துக்குளி கோவிந்தன், "வேணாம்... குடுக்காத... இவரு இப்படியே 9 முறை வந்து

வீரப்பனால் கடத்தப்பட்ட வனத்துறையினர் 8 பேரை
காட்டிலிருந்து வெளியே அழைத்து வந்தபோது...
(பாதுகாப்பாக வீரப்பன் & குழுவினர்)

பேசிப்பேசி ஒவ்வொரு ஆளா கூட்டிட்டுப்போயிடுவாரு என்றான்.

இது ஏதடா புது ரோதனை என்று எண்ணி அப்படியெல்லாம் இல்லை. இந்த ஒரு ஆளை அனுப்புங்க. நான் நல்ல பதிலோட திரும்பி வர்றேன் என்று கெஞ்சிக் கூத்தாடி அவனை மயக்கி மசியவைத்து ராஜூவை மட்டும் மீட்டுக்கொண்டு ஊர் திரும்பினேன்.

முதல்வரை சந்தித்து விஷயத்தை விளக்கிவிட்டு,

"சார் அவன் 5 கோடி கேக்குறான். அதை குடுக்குறதோ, குடுக்காம இருக்கிறதோ உங்க பிரச்சினை. ஆனால் நான் பணத்தோட போகமாட்டேன். போனால்... எத்தனை கமிஷன்னு என்னைக் கேட்பாங்க. என்னை விட்டுடுங்க. இந்த ஒரு ஆளை மீட்டுட்டு வந்ததோட என் வேலை முடியுதுன்னு நினைக்கிறேன்" என்றேன்.

மறுநாள் பத்திரிகையாளர் சந்திப்பிலும் இதையேதான் வலியுறுத்திச் சொன்னேன்.

9 பேரில் ஒருவரை மீட்டு வரும்போது..

பின்னால் வீரப்பன் அந்த எட்டுபேர் உயிருக்கு ஆகஸ்ட்-15 என்று கெடு வைத்ததும், முதல்வர் சில சலுகைகளை மறுபடி அறிவித்து நான் வேறு வழியின்றி மீண்டும் காட்டுக்குப் போய் பேசியதையும் கர்நாடக முதல்வரின் ஓர் அறிக்கை வரிகள் (வீரப்பன் அந்த எட்டுபேரை கொன்றால் கொன்றுவிட்டுப் போகட்டும்; அவர்கள் குடும்பத்தாருக்கு ஏதாவது நஷ்டஈடு கொடுத்தால் தீர்ந்தது விஷயம்) எனக்கு உறுதுணையாக இருந்ததை வைத்தே நீ ஏன் மனிதத்தன்மையுடன் நடந்து கொள்ளக்கூடாது என்று வாதாடி அந்த 8 பேரையும் மீட்டு வந்ததையெல்லாம் இந்தக் கட்டுரைத்தொடரின் முதல் அத்தியாயத்திலேயே குறிப்பிட்டிருக்கிறேன்.

9 உயிர்களை மீட்டிருக்கிறோம் என்கிற திருப்தியும் நிறைவும் இருந்தாலும் மறுபுறம் வலியும் வேதனையும் இல்லாமல் இல்லை. இந்தக் காரியத்தை செய்ததற்கு எத்தனை விதமான விமர்சனங்களை சந்திக்கவேண்டியிருந்தது.

வீரப்பனுக்கு மணியார்டர் கொண்டுபோகும் தபால்காரர் கோபால் என்றார்கள். இது ஒரு நாடகம் என்றார்கள். நான்

முகத்தைக்
காட்டாத
வீரப்பன்
கூட்டாளிகள்

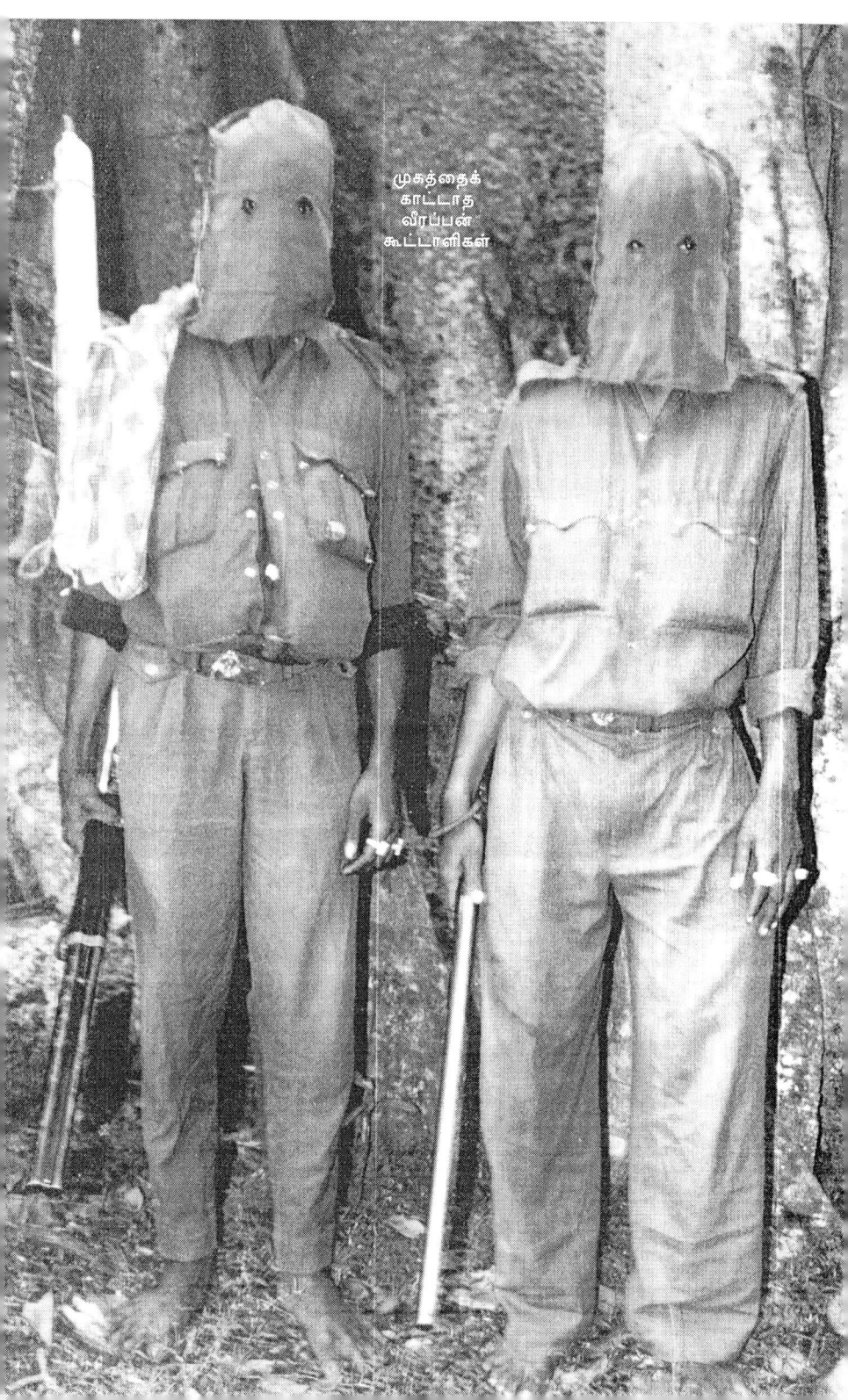

கேட்கிறேன்... அரசும் கோபாலும் வீரப்பனும் வேண்டுமானால் நாடகம் ஆடலாம்.

காட்டு மிருகங்கள்கூடவா நாடகத்தில் பங்குபெறும்? ஒருதரம் போய்வந்தால்தான் அந்தச் சிரமம் புரியும். அதனால்தான் சொல்கிறேன்... வீரப்பனை நான் ஒன்றும் பங்களாவில் பூட்டிவைத்து பேட்டி காணவில்லை.

அது 6000 சதுர கிலோமீட்டர் காடு. அது எல்லோருக்கும் பொதுவான திறந்தவெளி. முடிந்தால் யார் வேண்டுமானாலும் போய்வரட்டுமே?

இந்த முறை அவன் பண்டிப்பூரில் 6 பேரை கடத்தியபோது நான் மீண்டும் விடாப்பிடியாக காட்டுக்குப் போக மறுத்த காரணம் இதுதான். எத்தனைச் சிரமப்பட்டு அவனை மனிதனாக்கிவிட்டு வந்தோம். மறுபடி இப்படி ஆகிவிட்டானே என்ற கோபம்தான் முக்கிய காரணம். ஆனால் நான் போகாமல் அவனே அவர்களை விடுவித்துவிட்டானே, அவனை மனிதனாக்குகிற முயற்சியில் எங்களுக்கு இறுதியில் வெற்றி கிடைத்துவிட்டதாகத்தானே இதற்கு அர்த்தம்.

பணம் விளையாடுகிறது, திட்டமிட்ட நாடகம் என்றெல்லாம் சொன்னவர்கள் இப்போது என்ன சொல்வார்கள்? அவனை கிட்டேயிருந்து பார்த்தவன், ஆராய்ந்தவன் என்கிற முறையில் சில விஷயங்களை இங்கே குறிப்பிட விரும்புகிறேன். 132 கொலைகளை வீரப்பன் செய்தான்.

எல்லாமே தான் அல்லது தன்னை சார்ந்தவர்கள் பாதிக்கப் பட்டபோது தற்காப்புக்காகவும் பழிவாங்கும் விதமாகவும் செய்யப்பட்ட கொலைகள். செய்த குற்றங்கள் எதையுமே அவன் மறைப்பதில்லை. பகிரங்கமாக ஒப்புக்கொள்கிறான்.

அவன் கேட்கிற பொதுமன்னிப்பு சட்டப்படி சாத்தியமில்லை என்பது படித்தவர்களுக்கும் புரியும்; படிக்காத பாமரனான அவனால் சட்ட சிக்கல்களைப் புரிந்துகொள்ள முடியவில்லை. ஆனால் தன் தவறுகள் அவனுக்குப் புரிந்தன. ஏதாவது ஒரு சந்தர்ப்பம் கிடைத்தால் திருந்தி வாழலாம் என்று எதிர்பார்க்கிறான்.

அவனுடைய அந்த உணர்வுகளுக்கு, அவன் எதிர்பார்க்கிற சரியான வரவேற்பு, தீர்வு கிடைக்காதபோது அவனுக்குத் தெரிந்த முறையில் மீண்டும் மீண்டும் கடத்தலில் ஈடுபடுகிறான். சமீபகாலத்தில் கடத்தியவர்களை தானே விடுவிக்கவும் செய்திருக்கின்றான்.

நூற்றுக்கணக்கான போலீஸார் வருஷக்கணக்கில் அங்கே முகாமிட்டு உல்லாசமும் கேளிக்கையுமாக பொழுதைப்

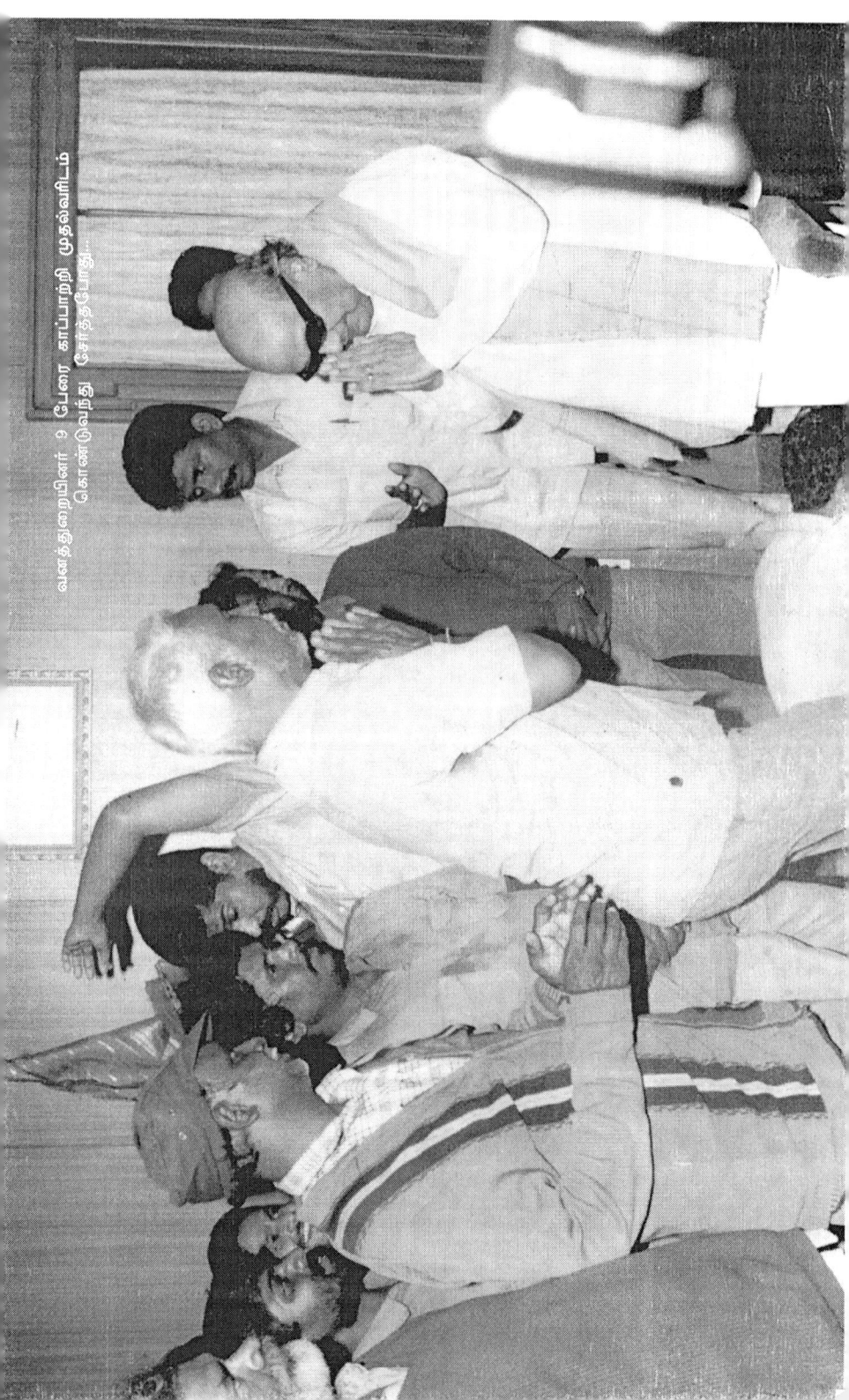

வனத்துறையினர் 9 பேரை காப்பாற்றி முதல்வரிடம் கொண்டுவந்து சேர்த்தபோது...

போக்கிக்கொண்டிருக்கிறார்கள் வீரப்பன் வேட்டை என்ற பெயரில். இரு மாநில அரசுகளும் இதுவரை செலவழித்த கோடிகளைக் கணக்கிட்டால் தலைசுற்றும்.

அத்தனையும் மக்கள் பணம்; வரிப்பணம். எதற்காக இப்படி விரயமாகவேண்டும்.

பிரச்சினை தீரவேண்டும் என்பது எண்ண அளவில் இல்லாமல் செயல் அளவில் இருந்தாலொழிய இதற்கு முடிவில்லை.

சமரசம் இல்லை என்கிற பட்சத்தில் அதிரடிப்படையினரை எச்சரித்து முடுக்கிவிட்டு ஒரு கெடுவுக்குள் விஷயத்தை முடிக்கச் செய்யவேண்டியது அரசின் பொறுப்பு. அப்போதுதான் அந்த மலைவாழ் அப்பாவி கிராமவாசிகளுக்கு ஒரு விடிவு பிறக்கும்.

இறுதியாக ஒரு விஷயத்தைச் சொல்லி இக்கட்டுரைத் தொடரை முடித்துக்கொள்ள விரும்புகிறேன். 9 பேரை நான் மீட்டு வந்தபோது பாராட்டியவர்கள் அனேகம். குறைகூறி, கேலி பேசி அந்தச் செயலையே கொச்சைப்படுத்தியவர்களும் அனேகம். இப்படி கொச்சைப்படுத்தப்பட்டது கண்டு மன வேதனை அடைந்த என்னை மீண்டும் நிமிரவைத்தவர் ஒருவர் உண்டு. அவருக்கு நான் நன்றி சொல்லவேண்டும்.

"கோபால் நீங்கள் செய்திருப்பது சாதாரண காரியம் அல்ல; 9 பேரை மட்டும் நீங்கள் காப்பாற்றவில்லை; லட்சக்கணக்கான தமிழர்களையும்தான்"

"நீங்கள் என்ன சொல்கிறீர்கள்?"

"நீங்கள் காட்டுக்குள் நுழைந்த சமயம் நான் மைசூரில் ஷூட்டிங்கில் இருந்தேன். வீரப்பன் அவர்களைக் கொன்றுவிட்டால் பெரிய அபாயம். அவர்கள் அத்தனைபேரும் கர்நாடகக்காரர்கள். ஆகவே இங்கே மைசூரில் உள்ள தமிழர்களை இவர்கள் கொன்று குவித்துவிடுவார்கள் என்று மக்கள் பயந்து மிரண்டு கொண்டிருந்தார்கள்.

அவர்களின் அந்தப் பயத்தை அருகில் இருந்து பார்த்தவன் என்ற முறையில் சொல்கிறேன்... நீங்கள் லட்சக்கணக்கான கர்நாடகவாழ் தமிழர்களின் உயிரையும் ஒருசேர காப்பாற்றி யிருக்கிறீர்கள்."

இப்படிச் சொன்னவர் யார் தெரியுமா?

சூப்பர் ஸ்டார் ரஜினிகாந்த்தான்.

"இந்த ஒரு பாராட்டு போதும் எனக்கு."

●

ரஜினியுடன் நக்கீரன் கோபால், சிவசுப்ரமணியம் மற்றும் சுப்பு

குறிப்புகளுக்காக...